# எங்கெங்கு காணினும் சக்தியடா

விஜயகுமாரன்

ISBN 979-888521752-1

## சமர்ப்பணம்

எழுத்தில் வித்தைகள் பல புரிந்து சாதாரண வாசகனாகிய என்னை எழுத தூண்டிய என் குருநாதர் எழுத்துச்சித்தர்

மகான் ஸ்ரீ பாலகுமாரன்
அவர்களுக்குசமர்ப்பணம்.

# பொருளடக்கம்

# பொருளடக்கம்

# முன்னுரை

அன்பு நண்பர்களுக்கு,

வணக்கம். நான் விஜயகுமாரன் உங்களின் புதிய நண்பன். அனைவரின் நலத்திற்காகவும் எல்லாம் வல்ல இறைவனை வேண்டுகிறேன்.

என் குருநாதர் எழுத்துச்சித்தர் மகான் பாலகுமாரனின் ஆசியினால் என்னுடைய முதல் படைப்பு **எங்கெங்கு காணினும் சக்தியடா** இப்போது உங்கள் கைகளில்.ஒரு படைப்பு என்பது படைக்கப்பட்டதற்கு ஏதேனும் ஒரு நோக்கம் இருக்க வேண்டும். அதுவும் நல்ல நோக்கமாக இருப்பது உத்தமம் என்ற பாலகுமாரனின் அடியொற்றி எழுதப்பட்ட கதை இது.

அனுதினமும் செய்தித்தாள்களிலும் தொலைக்காட்சிகளிலும் அடுத்த தெருவிலும் பக்கத்து வீட்டிலும் ஏன் வெளியே தெரிந்தும் தெரியாமலும் அவரவர் வீடுகளிலும் கூட தலைவிரித்தாடும் பாலியல் வன்கொடுமை என்ற கொடிய பிரச்சனைக்கு ஒவ்வொருவரும் தங்களுடைய பாணியில் தீர்வுகாண முயற்சிப்பார்கள். என் பங்குக்கு நானும் முயன்றிருக்கிறேன். இது சரியா !தவறா ?என்று தீர்மானிக்க வேண்டியது நீதிபதிகளாகிய வாசக நண்பர்கள் நீங்கள் தான்.

அழிவைத்தராத மழை, கடுமை காட்டாத வெயில்,பஞ்சத்தை பரிசளிக்காத நிலம் போன்றவை எவ்வளவு நல்லதோ அதுபோல வன்முறையற்ற உலகமும் சொர்க்கத்துக்கு இணையானது. ஆனால் நிஜத்தில் எல்லாம் எதிர்மறையாக அல்லவா இருக்கிறது.

எங்கு பார்த்தாலும் வன்முறை அதுவும் நம்மில் சரிபாதியான பெண்கள் மேல் நடக்கும் வன்முறைகள் எவ்வளவு ஆபாசமாகவும் அருவருக்கத்தக்கதாகவும் மிகக் கொடூரமாக இருக்கிறது. இதை இனியும் சகித்து கொண்டு இருக்கலாமா என்ற உந்துதலின் வெளிப்பாடுதான் **"எங்கெங்கு காணினும் சக்தியடா"**.

இது ஒரு புனைவு கதை தான்.ஆனால் இவை அனைத்தும் நம்மை சுற்றி உண்மையில் நடந்தவை நடப்பவை. இதில் வரும் கதாபாத்திரங்களில் ஏதேனும் ஒன்றாக நிச்சயம் நீங்கள் இருக்கக்கூடும் என்பது எனது திடமான எண்ணம். இல்லை இந்த வட்டத்திற்குள் நானில்லை நான் வன்முறையாளனில்லை, பாதிக்கப்பட்டவனுமில்லை, ஏன் பார்வையாளனாக கூட இருந்ததுமில்லை என்று

உறுதிபட நீங்கள் கூறுவீராயின் இவ்வுலகின் பெரும் பாக்கியவான் தாங்கள் தான் என்பதில் மாற்றுக் கருத்து இல்லை.

பாலியல் வன்முறைகளை பற்றிய கதை என்பதால் முகம் சுழிக்க வைக்கும் **ஆபாச வர்ணனைகளோஅருவருக்கத்தக்கவசனங்களோ துளியளவும் இருக்காது** என்று நான் உறுதி கூறுகிறேன். மற்றபடி கதையை பற்றிய தங்களின் மேலான விமர்சனங்களை என்னோடு பகிர்ந்து கொள்ளலாம் அது என்னை மேலும் சரிசெய்து கொள்ள உதவும்.

நன்றி மீண்டும் சந்திப்போம்,
வாழ்கவளமுடன்
என்றென்றும் அன்புடன்

**விஜயகுமாரன்**

EMAIL- Writervijayakumaran@gmail.com
FB - Vijaya kumaran (Writer)
TWIT - Writervijayakumaran

# 1

## எங்கெங்கு காணினும் சக்தியடா

1

வானம் கருப்பாகவும் குளிராகவும் இருந்த ஒரு ஞாயிற்றுக்கிழமையின் அதிகாலைப் பொழுதில் எப்பொழுதும்போல் பீட்டருக்கு முழிப்பு வந்தது. உறக்கம் கலைந்தாலும் படுக்கையிலிருந்து உடனே எழுந்திருக்காமல் அறையின் மெல்லிய வெளிச்சத்திற்கு கண்ணை பழக்கப்படுத்திக் கொண்டு சுற்றிலும் பார்த்தார். அவருக்கு அருகே படுக்கையில்ரெனிடா கலைந்த ஆடையுடன் சுருண்டு படுத்து உறங்கிக் கொண்டிருந்தாள். ஓசை எழுப்பாமல் மெதுவாக எழுந்து கதவை திறந்து பால்கனிக்கு வந்தார்.

பத்தடி தொலைவில் இருக்கும் உருவம் கூட கண்ணுக்கு தெரியாத வண்ணம் இருள் கொட்டிக்கிடந்தது ஒரு மைல் தொலைவில் இருந்தகடல் குளிர்ந்த காற்றுடன் ஓசையையும் அனுப்பிக் கொண்டிருந்தது. பீட்டர் கடல் இருக்கும் திசையை உற்றுப் பார்த்தவாறு சற்று நேரம் நின்று கொண்டிருந்தார்.

அதிகாலை நேரத்து நிறப்பிரிகை அலாதியானது. எங்கும் இருள் நிறைந்து எது வானம்,எது கடல் என்று கண்டுபிடிக்க முடியாத நேரத்திலிருந்து வானில் நிகழும் வர்ண மாற்றங்களை பார்ப்பது பீட்டருக்கு பிடித்தமான ஒரு பொழுதுபோக்கு. ஒவ்வொரு ஞாயிற்றுக்கிழமை அதிகாலையிலும் இந்த இயற்கையின் அற்புதத்தை அவன் காணத் தவறுவதில்லை.அடிப்படை வர்ணங்கள் ஐந்து இருந்தாலும் அவை அனைத்திலும் பிரதானமாக கருப்பு விளங்குகிறது என்று அவருக்கு எப்போதுமே தோன்றும்.

ஏன் எனக்கு கருப்பு நிறம்பிடிக்கிறது? ஒரு ஓவியத்திற்கு எல்லா வர்ணங்களும் முக்கியத்துவம் கொண்டது தானே.ஒருவேளை நான் ஓவியனாகவோ கலைஞனாகவோ இல்லாமல் மனோதத்துவ டாக்டராக இருப்பதால் அப்படி தோன்றுகிறதோ? மனதிற்கும் வர்ணங்களுக்கு என்ன சம்பந்தம் என்று ஆராய்ந்து கொண்டு இருப்-

பதனாலேயே அதைப் பற்றி அதிகம் சிந்தித்து கொண்டு இருப்பதாலேயே எனக்கு அப்படி தோன்றுகிறதோ?வானத்தை பார்க்கும் பொழுதெல்லாம் பீட்டருக்கு தவறாமல் இந்த சந்தேகம் தோன்றிவிடும்.

கருப்பில் சற்று வெளிச்சப் புள்ளிகள் விழுந்ததால் வானின் சாயம் கொஞ்சம் வெளுக்கத் தொடங்கியது.வானம்ஒருவித சாம்பல் நிறத்திற்கு உருமாறி கொண்டிருந்தது. கொஞ்சம் நேரமாக ஆக மேலும் மேலும் வெளிச்சத்தின் கீற்றுகள் வானில்தோன்ற அந்த சாம்பல் நிறமும் கொஞ்சம் கொஞ்சமாக வெளிற துவங்கியது.அடுத்து தோன்றப் போகும் சிவப்புநிற வெளிச்ச கோடுகள் இருக்கிறதே அதுதான் அற்புதத்தின் உச்சமே. ஒரு நீளமான சிவப்பு கீற்று தோன்றும்போது வானின் நிறம் மெதுவாக மாறுவது எத்தகைய அற்புதம்.தினமும் காணக் கிடைக்கும் இந்த அற்புத நிகழ்வை எத்தனைபேர் பார்த்து ரசித்து இருப்பார்கள்.

தன்னை மறந்து இயற்கையை ரசித்துக் கொண்டிருந்தவரின் பிடரியில் ஏதோ ஊர்வது போல் தோன்ற சற்று பதறி துள்ளி குதித்தார். அந்த பகுதியைதட்டிவிட்டார்.தான் அணிந்திருந்த ஆடைகளை உதறினார். தன்மேல் ஊர்ந்தது என்ன என்று இருளில் தேடினார்.ஒன்றையும் காணவில்லை.

பால்கனி கதவின் மறுபக்கத்தில் இருந்து பயங்கர சிரிப்பு சத்தம் கேட்டது.“அட சூரப்புலியே எதுக்கு இப்படி பயந்து நடுங்கிற.இதுவரை நான் உன்னை ஏதோ பெரிய வீரன்னு நினைச்சுக்கிட்டு இருந்தேன். இப்பதான் தெரியுது நீ பெரிய தொடை நடுங்கியின்னு” என்று சொல்லிரெனிடா பெரிதாக வாய்விட்டு சிரித்தாள்.

வானத்தையே பார்த்துக் கொண்டிருந்ததில் இவள் வந்ததை எப்படி கவனிக்காமல் விட்டோம் இன்னும் இரண்டு நாளைக்கு எதற்கெடுத்தாலும் இதையே சொல்லி கலாய்ப்பாளே என்று நினைத்தவன் சுதாரித்துக்கொண்டு “எவ்வளவு பெரிய வீரனா இருந்தாலும் இருட்டு நேரத்தில் திடீர்னு உடம்பில் ஏதோ ஊர்வது போல் தோன்றினால் பயம் வராதா”என சமாளிக்க பார்த்தார்.

“இப்படி இருட்டுல தனியா நின்னு வானத்தையே வெறிச்சி பாக்கணும்னு உனக்கு தலையெழுத்தா என்ன? ஞாயிற்றுக்கிழமை ஆன போதும் இது ஒரு வேலையா வச்சிருக்க. ஊர் உலகத்தை கொஞ்சம் பாரு ஞாயிற்றுக்கிழமையானா போதும் நல்ல உறங்கி எந்திரிச்சோமா சர்ச்சுக்கு போயிட்டு வந்தோமா திருப்தியா சாப்பிட்டு ஒரு பகல் தூக்கம் போட்டுட்டு சாயங்காலம் எந்திரிச்சு எங்காவது பீச்,பார்க், ஷாப்பிங் என்று வெளியே போய் ஒரு சுற்று சுற்றிவிட்டு வந்தோமானு எப்படி எல்லாம் பிளான் பண்ணிலைஃபை என்ஜாய் பண்றாங்கன்னு.நீயும் இருக்கியே” செல்லமாக சலித்துக்கொண்டாள்.

“ரெனிநீ சலிச்சுக்கிற மாதிரி அப்படி நான் என்ன தப்பு செஞ்சேன்”தயங்கியவாறே அவன் மெல்லிய குரலில் கேட்க அவள் வேண்டுமென்றே குரலை கடுமையாக்கி அவனை மிரட்டும் தோணியில் “என்ன தப்பு செய்தேன் என்றாகேட்-

கிற சொல்றேன் கேட்டுக்கோ.முதல் தப்பு ஞாயிற்றுக்கிழமை ஆனபோதும் விடிய காலையில எந்திரிச்சி பால்கனியில் வந்து நின்னு கண்ணுக்கு ஒன்னுமே தெரியாத இருட்டான வானத்தையோ கடலையோ அல்லது வேறு எதையோ வெறிச்சு வெறிச்சு மணிக்கணக்காக பார்த்துக்கிட்டே நிற்க்கிறாய்''.

"இதுவா தப்பு இங்கே கிட்டக்க வாயேன். அதோ அங்க பாரு கொஞ்சம் கொஞ்சமா வானில் தோன்றும் வர்ணத்தின் மாற்றங்களை நல்ல கவனிச்சு பாரு. சில நிமிட இடைவெளிக்கு ஒரு முறை வானம் தன்னுடைய ஆடையின் நிறத்தை மாற்றிக் கொள்வது அற்புதமா இருக்குல்ல''.

அந்த வர்ண மாற்றங்கள் அவளுக்குள்ளும் பரவசத்தை ஏற்படுத்தினாலும் பீட்டரை சீண்டுவதற்காக "பீட்டர் நீ உண்மையிலேயே டாக்டர் தானா? எனக்கு அடிக்கடி சந்தேகம் வருது''."ஏன் உனக்கு அப்படி சந்தேகம் வருது?''.

"சயின்ஸ் படித்தவர்களின் சிந்தனை எல்லாம் விஞ்ஞான பூர்வமாய் இருக்கும் எதனால் இந்த நிற மாறுதல்கள் என்று ஆராய்ச்சி செய்வார்கள்.அப்படி செய்ததால் வானின் நிறம் மாறுவதற்கான காரணமும் கண்டுபிடித்து சொல்லிவிட்டார்கள். ஆனால் நீயோ ஒரு ஓவியனை போன்று ஒவ்வொரு நிமிடமும் எப்படி வர்ணங்கள் மாறுகின்றது என வெட்டியாக மணிக்கணக்கில் உட்கார்ந்து ரசித்துக் கொண்டிருக்கிறாயே உன் படிப்புக்கும் தொழிலுக்கும் அது எல்லாம் கொஞ்சம் கூட சம்பந்தமில்லாதது ஆயிற்றே''.

"யார் சொன்னது மருத்துவத்திற்கும் வர்ணங்களுக்கும் தொடர்பு இல்லை என்று. அதுவும் எங்களுடைய மனநல மருத்துவத்தில் வர்ணங்கள் ஒரு முக்கியமான பாடமாகும். ஒவ்வொரு வர்ணத்திற்கும் மனித மூளைக்கும் நெருங்கிய தொடர்புண்டு''.

"உதாரணமாக கலவரம்,யுத்தம்,புரட்சி போன்ற வன்முறையான முரட்டுத்தனமான செயல்பாடுகளை பற்றி சிந்திக்கும்போது மூளையில் சிவப்பு விளக்கு எரிந்து சிக்னல் செய்யும். பசுமையான நிகழ்வுகளை வளமான வாழ்வைப் பற்றி சிந்திக்கும்போது பச்சை நிற புல்வெளி என மனம் அசை போடும். கள்ளமில்லா பிள்ளைகளை காணும் போதும்சமாதானம்,அமைதி பற்றி நினைக்கும் போதும் மனம் வெள்ளை கொடியை தூக்கிப் பிடிக்கும்.

கடல்,வானம், ஆகாயம் போன்ற இயற்கையை பற்றி நினைக்கும்போது நீலநிறம் ஓடிவந்து கண்ணில் ஒட்டிக்கொள்ளும். அதுபோல அறிவியலில் சூனியத்தை பற்றி நினைக்கும் போது கருப்புநிறம் தானாகவே மனதிற்குள்தோன்றி விடும்''வர்ணங்களின் தன்மைகளை ரெனிடாவுக்கு விளக்கமாக சொல்லிக்கொடுத்தார்.

"இதெல்லாம் ஒவ்வொரு செயலுக்கும் அடையாளப்படுத்த வேண்டி நாம் உருவாக்கி வைத்திருக்கும் வர்ணங்கள். இதற்கும் மனதிற்குவேண்டுமானால் ஏதேனும் தொடர்பு இருக்கலாம் ஆனால் மூளைக்கும் வர்ணங்களுக்கும் எந்த தொடர்பும்

இல்லை''.

''யார் சொன்னது உடலின் மொத்த செயல்பாடுகளையும் மூளையே கட்டுப்படுத்துகிறது. ஒரு சில நேரங்கள் அந்த மூளையையே தன்வசப்படுத்த கூடியவை வர்ணங்கள். உதாரணமாக இதை பரீட்சித்து பார்க்க வேண்டி ஜப்பானில் நடந்த ஒரு ஆய்வை சொல்கிறேன். டோக்கியோ நகரின் புறநகர் பகுதி ரயில்வே ஸ்டேஷனில் தான் அதிக அளவில் தற்கொலை சம்பவங்கள் நடந்து கொண்டிருந்தன. பலவித ஆராய்ச்சிகளுக்குப் பின் இது ஏன் நடக்கிறது என்பதை கண்டறிந்தனர் அதற்கு காரணம் அந்த ஸ்டேஷனிலும் பிளாட்பார்ம்களிலும் அழகுக்காக நிறுவப்பட்டிருந்த சிவப்புநிற நியான் விளக்குகள் என்பதை அறிந்தனர்.

இயல்பாகவே சிவப்புநிறம் என்பது மனிதனின் இதயத்துடிப்பை அதிகரிக்க செய்கிற நிறமாகும். தொடர்ந்து அதிக நேரம் சிவப்பு விளக்கு ஒளியை காண்பதால் இதயத்துடிப்பு அதிகமாகி உணர்ச்சி மேலிட அந்த நேரத்தில் அவர்களுக்கான பிரச்சினைகளுக்கு திடீரென்று ஏதேனும் முடிவெடுக்கிறார்கள்.அது தற்கொலை முடிவு வரைக்கும் கூட இழுத்துச் செல்கிறது என அறிந்தனர்.

இதற்கு மாற்றாக என்ன செய்யலாம் என்று யோசித்து அங்கிருந்த சிவப்புநிற விளக்குகளை அகற்றிவிட்டு நீல நிற விளக்குகளை பொருத்தினார்கள். நீல நிறம் இதயத் துடிப்பை குறைக்கக்கூடியது இதய துடிப்பு குறையும் போது மனம் அமைதி கொள்கிறது. எதையும் பக்குவமாக சிந்திக்கத் தோன்றுகிறது. அந்த விளக்கு மாற்றியதற்கு நல்ல பலன் கிடைத்தது 2009ஆம் ஆண்டிலிருந்து மூன்று வருடம் நடைபெற்ற ஆராய்ச்சியின் முடிவில் அங்கு நல்ல பலன் கிடைத்து இருப்பது தெரிந்தது.சுமார் 84 சதவீதம் வரை அங்கு நடைபெற்ற தற்கொலைகள் குறைந்தன.

இன்று வரையும் மூளைக்கும் ஒவ்வொரு நிறங்களுக்கும் உள்ள ஆராய்ச்சி தொடர்ந்து கொண்டுதான் இருக்கிறது. இது வெற்றிகரமாக முடியும் போது மனோதத்துவ மருத்துவத்தில் ஒரு புரட்சியே நடைபெறும்.நோயாளிகளை வர்ணங்களை பயன்படுத்தியும் எளியமுறையில் குணப்படுத்தக்கூடிய ஒரு சிகிச்சைமுறை தோன்றக்கூடும்''.

அவன் விஞ்ஞானபூர்வமாக கூறியதை எல்லாம் சீரியஸ் இல்லாமல் கேட்டுக்கொண்டிருந்த ரெனிடா''ஐயா சாமி போதும்டா நிறுத்திக்கோ உன் லெக்சர. நானும் டாக்டர்தாண்டா நீ சொல்கிற விஷயங்களை எல்லாம் பல வருஷமா கேட்டு கேட்டு திகட்டி போச்சுடா.போரடிக்கிற அந்த விஷயத்தையே திரும்பத் திரும்பச் சொல்லி ஒரு நல்ல காலை நேரத்து மூடை ஸ்பாயில் பண்ணிடாதடா''அவனை நோக்கி கையெடுத்து கும்பிட்டு கிண்டலடித்தாள்.

''சரி விடு வேற என்ன செய்யலாம் எதைப் பற்றி பேசலாம் உள்ளே வா. இன்னைக்கு இந்தியா ஆஸ்திரேலியா மேட்ச் இருக்கு இப்ப ஆஸ்திரேலியாவில் பகல்

நேரம் மேட்ச் ஆரம்பித்திருக்கும் வா ஒரு கப் காப்பியோட மேட்ச்பார்க்கலாம்''.

ரெனிடா தலையில் அடித்துக் கொண்டாள் ''பீட்டர் நீ உண்மையிலேயே டியூப் லைட்டா இல்ல என்னை வெறுப்பேத்த இப்படி நடிக்கிறியா. நான் என்ன சொல்-றேன்னு உனக்கு புரியுதா இல்லயா.உன் நடவடிக்கைகளையெல்லாம் பார்த்தால் என் மேல உனக்கு இருந்த இன்ட்ரஸ்ட் போயிருச்சோ என தோன்றுது''.

அவள் என்ன சொல்ல வருகிறாள் என்பது உண்மையிலேயே புரியாமல் ''ஏண்டி இப்படி பேசுற'' என்று பீட்டர் அப்பாவித்தனமாக கேட்டார்.

''காலையிலேயே என் மூடை ஸ்பாயில் பண்ணாதே என்று ஓபனா சொன்-னேனா இல்லையா?. இதுக்கு மேல ஒரு பொம்பளை எப்படி பிராங்கா பேசுவா. இதைக்கேட்ட பின்னாடியும் வா மேட்ச் பார்க்கலாம்னு கூப்பிடுறீயே ஆர் யூ ஆல்-ரைட்''.

பீட்டரின் மூளைக்குள் அப்போதுதான் மின்னல் வெட்டியது.வானின் நிறமாற்ற அழகை ரசித்துக் கொண்டிருந்ததில் அருகில் வந்து நின்ற பேரழகை கவனிக்க தவறி விட்டோமே என்று.முக்கால் பேண்டும் தொள தொள கையில்லாத லூசான பனியனும் அணிந்திருந்த ரேனிடா மார்புக்கு குறுக்கே கைகளை கட்டியபடி அவனை பார்த்தவாறே சுவரில் சாய்ந்து ஒய்யாரமாக நின்றிருந்தாள். அந்த மெல்-லிய வெளிச்சத்தில் மிக நெருக்கமாக அப்படி பார்த்தவுடன் அவனுக்கு பட்டென்று உள்ளுக்குள் தீ பற்றிக் கொண்டது. உடல் முழுவதும் உஷ்ணம் பரவியது. இரண்-டடி தொலைவில் நின்றவளின் இடுப்பை தன் இரும்புக் கரங்களால் பற்றி அருகே இழுத்தான்.

அப்படியே மூச்சு முட்டும் வகையில் தன் நெஞ்சோடு சேர்த்து அணைத்தான். அவனிடம் கோபப்படுவது போல் சிறிய ஊடலுடன் அவள் விலகிச் செல்ல முயற்சிக்க அதை தடுக்க பீட்டரின் பிடி மேலும் இறுகியது. இந்த முறை அவளுக்கு உண்மையிலேயே மூச்சு முட்டியது.''டேய் விடுடா என்னை.உனக்கா எதுவும் தோணாது நான் இவ்வளவு சொன்ன பிறகுதான் வேணுமா?என்ன ஜென்-மம்டா நீ'' என்று கோபத்துடன் தன் இரு கைகளாலும் அவன் முதுகில் அடித்-தாள்.

அது அவனை மேலும் உசுப்பேற்றியது அவன் மேலும் பிடியை இறுக்கி-னான்.அவனிடமிருந்து விடுபட அவள் திமிறினாள் அவளுடைய மார்பும் தோள்-களும் அவனுடைய மார்பில் நசிங்கி கடுமையான வலி எடுத்தது. எலும்புகள் நொறுங்கி போய் விடும் போல் தோன்றியது.பெண்ணின் பேச்சும் எதிர்ப்பும் கலவி-யின்போது ஆணுக்கு அதிசய போதையை தரக்கூடியவை அவள் பேசப் பேச அவனிடமிருந்து விடுபட முயற்சிக்க பீட்டர் வெறிகொண்டவனான். அவளுடைய முயற்சிகள் எல்லாம் தோற்றுப் போக சற்று தளர்ந்து போனாள் தன் எதிர்ப்புகளை கைவிட்டாள்.

அவனுக்கு தானே யுத்தத்தில் வென்றதாய் இருமாப்பு கூடியது.தன்னுடைய பலத்தை பிரயோகித்துபெண்ணை வேதனைப்படுத்தி அதன்பொருட்டு அவள் அலறினால் தான் வென்றதாக தான்உலகின் 90 சதவீத ஆண்கள் நினைக்கிறார்கள். தன்னால் அவள் திருப்தி அடைந்தாளாஎன்று எவரும் சிந்திப்பதில்லை.யார் கற்றுக் கொடுத்த பாடம் இது வழிவழியாய் வரும் ஆணாதிக்க சிந்தனையோ.

அடுத்த கணமே இது என்ன அசட்டுத்தனம் இது என்ன போர்க்களமா நான்தான் வென்றேன் என மார்தட்டிக் கொள்வதற்கு.இது இல்லறம்,தாம்பத்தியம் என்பது இருவரும் சேர்ந்து வெல்வதற்கு தானே இங்கே தோல்வி எங்கே வந்தது பீட்டர் தலையை குலுக்கிசிரித்தான்.

கலவியின் போது கிளர்ச்சியை உண்டு பண்ண ஊடலையும் குத்தல் பேச்சுக்களையும் பெண்கள் உபயோகிப்பதுண்டு அது சில நேரங்களில் எல்லை மீறி போய் விடக்கூடும் அதை ரெனிடா உணர்ந்தாள். இனியும் இவனிடம் மாட்டிக்கொண்டு அவதி படக்கூடாது. இப்படி அடங்கிக் கிடந்தால் மேலும் மேலும் இறுக்கிஇம்சிப்பான் எனவேவேறு வழியை பயன்படுத்தி இவனிடம் இருந்து விடுபட வேண்டும் என நினைத்தவள் அவன் மார்பில் கடித்தாள்.

“ஆ கடிக்காதடி எருமை” வலியில் அலறி துடித்த பீட்டர் அவளை முற்றிலுமாக விடுவித்தான்.அவளின் பல் தடம் பதித்து இருந்த தன் மார்பை தடவிக்கொண்டான். தப்பித்து விட்டோம் என்ற தைரியத்தில் கடிபட்ட இடத்தையே பார்த்துக் கொண்டிருந்தவனை இடுப்பில் ஓங்கி குத்தி விட்டு படுக்கை அறைக்குள் ஓடினாள்.

“திமிர் பிடித்த கழுதை உன்னை என்ன செய்கிறேன் பார்” என்றபடி அவளைத் துரத்திக் கொண்டு அவனும் உள்ளே ஓடினான். படுக்கை அறையில் உள்ள கட்டிலில் அமர்ந்துகொண்டு ரெனிடா மெதுவாக தன்னுடைய உடைகளை களைய முயற்சித்துக் கொண்டிருந்தாள்.

அவளை விரட்டி வந்த பீட்டர்அறை வாசலில் நின்றபடியே சில நிமிடங்கள் அவள் அழகை ரசித்துக் கொண்டிருந்து விட்டு“நான் வேண்டுமானால் ஹெல்ப் பண்ணட்டுமா” என்று தாபத்துடன் நெருங்கி வந்தார்.“வேண்டாம் என் பக்கத்தில் வராத மீறி வந்தால் பொட்டைக் கழுதை என்ன செய்யும் என்று உனக்கு தெரியுமில்ல”ரெனிடா அவனை எச்சரிக்கும் வகையில் பேசினாள்.

“சாரி ,ரெனிடா நீ கடித்த வேதனையில் அப்படி கழுதை என்று தெரியாம சொல்லிட்டேன் மன்னிச்சுக்கோ”.

“நீ உண்மையிலேயே ட்யூப் லைட்தான் பீட்டர். இந்த மாதிரி நேரத்தில் இப்படி பணிந்து போக கூடாது. அப்படி தான் வருவேன் என்று நீ முன்னேறி வரணும். நான் உன்னை உதைக்க முயற்ச்சிக்க அதனை நீ தடுத்து அப்படியே ஒரு சின்ன சண்டை போட ஆரம்பிச்சு மேலே மேலே போகணும். அதுல தான் ஒரு உச்ச-

கட்ட இன்பமே இருக்கும். அதை விட்டுட்டு எப்பவும் போல பார்மலா சாரி மன்னிச்சுக்கோ அப்படின்னு பெட்ரூம்ல உட்கார்ந்து பேசிகிட்டு இருக்கீயே 50 வயசு ஆயிருச்சு கல்யாணம் முடிஞ்சு 22 வருஷம் ஆச்சு என்ன பிரயோஜனம்? இன்னும் செக்ஸ பற்றிய பேசிக்கேதெரியலையே?'' வெறுத்துப்போய் கட்டிலின் ஒரு ஓரத்தில் படுத்தாள்.

"அவள் சொல்வது போல் உண்மையில் நான் டியூப்லைட் தானோ? இத்தனை வருட தாம்பத்தியத்தில் இது கூட தெரியாமல் தான் இருந்திருக்கிறோமோ?'' இனி என்ன செய்வது என்று தெரியாமல் யோசித்துக் கொண்டே மெதுவாக போய் கட்டிலில் ஒரு புறம் அமர்ந்தான். அதுவரை அமைதியாக படுத்திருந்த ரெனிடா சட்டென்று திரும்பி தன் இரு கால்களாலும் அவன் முதுகில் ஓங்கி உதைக்க பீட்டர் கட்டிலிலிருந்து கீழே போய்விழுந்தான்."இப்ப தெரிஞ்சுதா பொட்டைக் கழுதைகிட்ட நெருங்கி வந்தா இப்படித் தான் உதைக்கும்''எக்காளமிட்டு சிரித்தாள்.இந்த முறை அவளுடைய சிக்னல் அவனுக்கு சரியாக புரிபட்டது.இந்த வாய்ப்பை தவறவிட அவனுக்கு உத்தேசமில்லை போர்க்களம் புகுந்தான் கட்டில் போர்க்களமானது வரைமுறை ஏதுமில்லாத அந்தப் போரில் இருவரும் வென்றனர்.

கொஞ்ச நேரத்தில் போர் முடிந்து அங்கே சமாதான பேச்சுவார்த்தை துவங்கியது."பீட்டர் நான் உன்னை ரொம்ப கஷ்டப்படுத்துறேனோன்னு நினைக்கும் போது ரொம்ப கில்டியா பீல் பண்றேன். நான் ஒரு பெண் என்னதான் எனக்குள் ஆசைகள் தோன்றினாலும் அதை இப்படியா பட்டவர்த்தனமாக பேசுவது? எது என்னை இப்படி பேச வைத்தது என்று எனக்கு தெரியலை. என் படிப்பா? அல்லது வெளிநாட்டு கலாச்சார வளர்ப்பா? எதுவாக இருப்பினும் இப்போது நான் செய்ததையும் பேசியதையும் நினைக்கும்போது அசிங்கமாக தோன்றுகிறது''.

விட்டத்தில் சுழலும் மின் விசிறியை வெறித்து பார்த்தபடியே பேசியவளை இழுத்து தன் மார்பில் படுக்க வைத்துக் கொண்டு மெதுவாக அவள் தலையை கோதி விட்டு "ரெனிகுட்டி ஏன் இப்படி ஃபீல் பண்ற நீ என் மனைவி உன் தேவைகளையும்,விருப்பங்களையும், அந்தரங்கங்களையும் என்னைத்தவிர வேறு யாரிடம் பகிர்ந்து கொள்ள முடியும்.திருமணமான புதிதில் எப்படியெல்லாமோ நான் இன்பம் கண்டிருக்கிறோம் அப்போதெல்லாம் நாம் இருவரும் வருந்தவில்லையே? யாரும் யாரிடமும் குற்றவுணர்வில் பாதிக்க படவில்லையே இப்போது மட்டும் ஏன் இப்படி பேசுகிறாய்''.

அவன் பேச்சு அவளை உற்சாகப்படுத்தியது. விட்டத்தில் பதிந்திருந்த பார்வையை அவன் முகத்துக்கு திருப்பினாள் "பீட்டர் உண்மையைச் சொல்லு நான் அழகாக இல்லையா பிள்ளை பெற்றதால வயசு ஆயிட்டதால என்னை உனக்கு பிடிக்கலையா?''

“யார் சொன்னது நீ அழகா இல்லைன்னு உண்மையை சொல்லனும்னா நான் உன்னை முதல் முதல்ல பார்த்தப்போ உனக்கு என்ன ஒரு 25 வயசு இருக்குமா அப்போ இருந்ததை விட இப்ப தான் ரொம்ப அழகா இருக்க”.

“பின் எதனால் என்மேல் உனக்கு இந்த அட்ராக்ஷன் குறைந்துபோனது. உண்மையை மட்டும் சொல் நீ பொய் சொன்னால் என்னால் எளிதாக கண்டுபிடிக்க முடியும்” என்று சொல்லிவிட்டு பதில் சொல்லப் போகும் அவன் முகத்தை உற்று கவனிக்க வேண்டி எழுந்து அமர்ந்தாள்.

“வெரி சிம்பிள் இதில் உன்னிடம் பொய் சொல்ல என்ன இருக்கு. நீயும் நானும் 50 வயதை தொட்டு விட்டோம் என்னதான் ஆரோக்கியமா இருந்தாலும் காலம் தன் கடமையை செய்யாமல் விடுமா என்ன? உனக்கு மோனபஸ் டைம் நெருங்கி இருக்கலாம். அதனால் உடலில் ஏற்படும் மாற்றங்களால் நீ மனதளவிலும் உடலளவிலும் பாதிப்படைந்து இருக்கக்கூடும் அதை நான் கருத்தில் கொள்ளாமல் என் உடல் தேவைக்காக உன்னை தொல்லை பண்ண கூடாது என்பதற்காகத்தான் நீ ஜாடையாக பேசுவது பல நேரங்களில் தெரிந்திருந்தாலும் உன்னை தீண்டுவதை தவிர்த்திருக்கிறேன்.என்னதான் டியூப் லைட் ஆனாலும் நீ அடிக்கடி சீண்டினால் அதுவும் பக்கென்று பத்திக்கும் என்பது இப்போது புரிந்திருக்குமே”.

அவன் சொன்னதில் உள்ள உண்மை உரைக்கவே கொஞ்சம் நேரம் அமைதியாக இருந்த ரெனிடா“ஓகோ இதுதான் மேட்டரா நான் கூட என்னவோ ஏதோன்னு நினைச்சிட்டேன்”.

“அப்படி என்னதான் நெனச்ச”.

“புதுசா உங்க ஆஸ்பத்திரியில வேலைக்கு சேர்ந்தாலே பப்ளிமாஸ் மாதிரி ஒருத்தி பெயர் கூட என்னவோ பிரியாவோ பத்மாவோ அவளை கரெக்ட் பண்ண தான் இந்த ஓவியம்,வர்ணங்கள் என்று ஏதோ பெரிய ஆர்டிஸ்ட் மாதிரி ஆக்டிங் பண்றீங்கன்னு நினைச்சேன்”.

“அடச்சே ஏண்டி உன் புத்தி இவ்வளவு மட்டமாக போயிருக்கு?” மீண்டும் அவன் அருகே ஒட்டிக்கொண்டு படுத்து “அது அப்படித்தான் உன்மேல் எனக்கு அப்படி ஒரு போசஸிவ்னஸ் அது ஏன்னு தெரியல?ஆனா எப்ப இருந்து இருக்கிறது என்று இன்னும் என் மனசுல நல்லாவே ஞாபகம் இருக்கு.நான் தற்கொலைக்கு முயன்ற அந்த நாளில் என்னிடம் நீ பேசிய வார்த்தைகள் அப்படியே மனதில் பதிந்து இருக்கு அன்று நீ காட்டிய அன்பு எப்படி இன்றுவரை குறையாமல் இருக்குதோ அது போலத்தான் என் பொசசிவ்னசும் உன்மேல் அப்படியே இருக்கு”.

வெளியே வானமும் கடலும் தங்களுடைய வர்ணங்களை மாற்றிவிட்டு இருந்தன

# 2

2

“அம்மா வாம்மா சீக்கிரம் எனக்கு

வயிற்றை புரட்டுது” லீலா தன்னுடைய அவஸ்தையை அம்மாவிடம் சொன்னாள்.“கொஞ்சம் பொறுடி இன்னும் கொஞ்சம் இருட்டட்டும் இப்ப போனா ஸ்கூல் பசங்க அந்தப்பக்கம் விளையாடிகிட்டு இருப்பாங்க”சூரிய வெளிச்சத்தில் ஊரின் ஒதுக்குப்புறமாக உள்ள கருவேலங்காட்டு திறந்தவெளி கழிப்பிடத்திற்கு போவதை ஒத்திவைக்க அம்மா முயற்சித்தாள்.

“என்னால இனியும் அடக்கமுடியாது போல தோணுது”லீலா திணறினாள்.“வயசுக்கு வந்த பொம்பள பிள்ளை இப்படியா பேசுவது? இதுக்கே இப்படின்னா இனியும் தாங்கிக் கொள்ள வேண்டிய விஷயங்கள் எவ்வளவோ இருக்கு” அம்மா நேரங்காலம் தெரியாமல் எதோடு எதையோ தொடர்புபடுத்தி பேச ஆரம்பித்தாள்.

“அம்மா இப்பவே என் கூட காட்டுக்கு வரப் போறியா இல்லை நானே தனியாக போகட்டுமா? இதுக்கு மேல என்னால தாங்க முடியாது அப்புறம் துணியும் வீடும் எல்லாம் நாறி போகப் போவது”லீலா கத்தினாள்.

“ஏண்டி இப்படி பேய் மாதிரி கத்துற வெளியே போறவங்க கேட்டா சிரிக்கப் போறாங்க. அப்படி ரொம்ப அவசரம்னா அந்த குளியலறையில் போ நான் லட்சுமியை விட்டு கழிக்கிறேன்”அம்மாவும் பதிலுக்கு இரைந்து பேசினாள்.“லட்சுமி அக்காவை ஏன் கழுவச் சொல்ற இவ்வளவு பெரிய வீட்டில் ஒரு கக்கூஸ் கட்டாதது உங்க தப்பு அதை நீங்கதான் சரி செய்யணும். என்னை பெற்ற தாய் நீங்க செய்யவேண்டியதை ஒன்னும் தெரியாத பாவம்லட்சுமி அக்கா தலையில் கட்டுநீங்களா”.

“அவசரத்துக்கு தானே போங்கம்மா நான் கழுவிக்கிறேன்”அம்மாவுக்கும் மகளுக்கும் இடையே நடந்த சண்டையில் புகுந்து லட்சுமி ஆறுதலாய் சொல்ல “வேண்டாம் அக்கா அது பாவம் நீங்க என் கூட துணைக்கு காட்டுக்கு வந்தா போதும் லட்சுமி தயங்க லீலா அவள் கையை பிடித்து இழுத்துக்கொண்டு ஓடி-

னாள்.

கேட்டை கடந்து தெருவில் இறங்கி தன் வீட்டை ஒரு முறை முழுதும் உற்று பார்த்தாள். சுற்றிலும் மதில் சுவர் எழுப்பப்பட்டு நடுவே உயரமான அந்த மச்சுவீடு அமைக்கப்பட்டிருந்தது.“இந்த ஊரிலேயே பெரிய வீடு எங்க வீடுதான்” சிறுவயதில் வகுப்பில் மற்ற மாணவர்களிடம் எத்தனை முறை சொல்லி சொல்லி பெருமைப்பட்டுருகிறேன். வீட்டின் மேல் மாடியில் இருந்து பார்க்க ஊர் முழுவதும் தெரியும் என்பதற்காக எத்தனை நண்பர்களை கூட்டி வந்து வேடிக்கை காட்டி இருக்கிறேன். அப்போதெல்லாம் இருந்த பெருமை பொங்கிய உணர்ச்சி இப்போது எங்கே போனது?

வேகமாக நடக்க தூங்கியபோது லீலாவின் மனசில் ஒரு பெரிய சந்தேகம் வந்தது. வீடு என்றால் என்ன? நடந்து கொண்டே மீண்டும் ஒரு முறை தன் வீட்டை பார்த்தாள்.முன்பக்க மேல் மாடி சுவரில் பூ போல் அலங்கரிக்கப்பட்ட பகுதியில் சுப்பு 1933என்று பெயர் பொறிக்கப்பட்டிருந்தது.

வெறும் கல்லும்,மண்ணும், சுண்ணாம்பும் சிமெண்டும் கொண்டு மட்டும் உருவாக்கப்பட்டதா வீடு? இதன் ஒவ்வொரு அங்குலத்திலும் அன்பு,அக்கறை,உழைப்பு,நம்பிக்கை, பாதுகாப்பு போன்ற அம்சங்கள் இல்லையா?ஒவ்வொருவருடைய வாழ்க்கையின் லட்சியமே ஒரு சொந்த வீடு கட்ட வேண்டும் என்பது தானே?ஐம்பது வருடங்களுக்கு முன் தாத்தா எவ்வளவு கனவுகளோடு இந்த வீட்டை கட்டினாரோ சற்று முன் வரை எனக்கு கொள்ளை பிரியமாயிருந்த வீடு இந்த கணம் திடீரென்று எனக்கு ஏன் பிடிக்காமல் போனது?

ஐம்பது ஆண்டுகளாக கடும் மழை, வெள்ளம் போன்றவற்றில் இருந்து நம்மை பாதுகாத்தது இந்தவீடுதானே. எப்பேர்பட்ட கோடை காலமானாலும் வீட்டிலுள்ள ஜன்னல்களை திறந்து வைத்தால் போதும் குளிர்ந்த காற்று உள்ளே வந்து குதுகளிக்க செய்யுமே. இந்த வீடு தன் கடமையை சரியாக தானே செய்தது அப்படியே இருக்க எதனால் எனக்கு பிடிக்காமல் போனது?

ஓ இன்று எனக்கு ஏற்பட்ட அவசர நிலைக்கு இந்த வீடு பயன்படாமல் போனதாலோ? அதற்கு யார் காரணம்தாத்தாவா? அன்று அவர்களுக்கு கழிவறையை பற்றி தெரியாமல் இருந்திருக்கலாம். ஆனால் இந்த நவீன யுகத்தில் மனிதனின் தேவைக்கேற்ப கட்டடத்தில் மாறுதல் செய்யாமல் போனது யார் தவறு?கண்டிப்பாக வீட்டின் மேல் இல்லை நாம்தான் தவறுயிழைத்திருக்கிறோம். நமக்கான தேவைகள் என்ன என்பது நமக்குத்தான் தெரியும் அதற்கு ஏற்ப மாறுதல்கள் செய்ய வேண்டியது நாம் தான்.

இனியாவது பிறரை குறை கூறாமல் நம்முடைய தவறுகளை கண்டறிந்து களைய பார்ப்போம்.லீலாவுக்குள் ஒரு தெளிவு பிறந்தது.

அம்மா சொன்னது போலவே சில பையன்கள் அங்கே கிரிக்கெட் விளையாடிக் கொண்டிருக்க சற்று தள்ளி அர்ச்சுனா ஆற்றின் கரையில் அடர்த்தியாய் வளர்ந்திருந்த கருவேலம் காட்டுக்குள் இருவரும் போனார்கள்.

பெயர்தான் அர்ச்சுனா நதி அது ஒரு காட்டாறு தான்.விருதுநகர் மாவட்டத்திலுள்ள மேற்கு தொடர்ச்சி மலைபகுதியில் பலத்த மழை பெய்யும் போது உண்டாகும் வெள்ளப்பெருக்கு இந்த வழியே ஆறாக ஓடுகிறது பெரும்பாலும் வருடத்தின் அக்டோபர் நவம்பர் டிசம்பர் மாதத்தை தவிர வேறெப்போதும் தண்ணீர் இல்லாமல் வறண்டு போய் தான் கிடைக்கும்.

இப்படி வறண்டு போய் கிடந்த நதியின் கரையோரம் அடர்த்தியாய் கருவேல மரங்கள் முளைக்க நதியின் இருகரையோரமும் இருந்த கிராமங்களுக்கு எல்லாம் அதுதான் திறந்தவெளி கழிப்பிடமாக மாறிப்போனது.ஒவ்வொரு கிராமத்திலும் திறந்தவெளி கழிப்பிடங்கள் பரந்து விரிந்து இருக்க மக்களுக்கு வீடுகளில் கழிப்பிடம் கட்டவேண்டும் என்கிற நினைப்பே இல்லாமல் போனது.

இருவரும் திரும்பி வரும்போது பெரிய பையன் ஒருத்தன் பேட்டிங் செய்து கொண்டிருந்தான். இளம்பெண்களை பார்த்தவுடன் தன் வீரதீர சாகசத்தை காட்ட வேண்டி அப்போது போடப்பட்ட பந்தை பெண்களை நோக்கி ஓங்கி அடித்தான். பந்து அவர்களை கடந்து சென்றது. பந்தை எடுக்க ஓடிவந்த சிறுவன் இவர்களை கடக்கும் முன் சட்டென்று நின்றான் ‘‘அக்கா பாம்பு’’ என்று அலறினான்.‘‘பாம்பா எங்கே எங்கே’’ என்று பெண்கள் இருவரும் பதறினார்கள்.

ஆட்களின் சலசலப்பினால் அது வரை மறைவாக படுத்திருந்த பாம்பு அங்கிருந்து தப்பிச் செல்ல முயன்றது. பாம்பு எங்கே இருக்கிறது என்பது தெரியாமல் பெண்கள் இருவரும் பதறி ஆளுக்கு ஒரு திசையில் ஓட தொடங்கினர். அப்போது லட்சுமியின் கால் பாம்பின் வால் மேல் மிதித்துவிட பாம்பு லட்சுமியின் காலில் கொத்தியது. காலில் ஏதோ பெரிய முள் குத்தியது போல் வலித்ததால் லட்சுமி குனிந்து தரையை பார்க்க பாம்பு பயந்து பின்வாங்கியது. அருகில் இருந்த புதருக்குள் சென்று மறைந்தது.

‘‘லீலாம்மா என்னை பாம்பு கடிச்சுரிச்சி’’ லட்சுமியின் அலறல் சத்தம் கேட்டு விளையாடிக்கொண்டிருந்த பையன்கள் அருகே ஓடிவந்தார்கள்.

லீலா என்ன செய்வது என்று தெரியாமல் திகைத்து நின்றாள்.‘‘அக்கா சீக்கிரம் வாங்க. வீட்டுக்கு போய் அப்பாவிடம் சொல்லி ஆஸ்பத்திரிக்கு போகலாம்’’. லட்சுமியை விரைவாக வீட்டில் கொண்டுபோய் சேர்க்க வேண்டும் என்று லீலா விரும்பியதால் பாம்பு கடித்தால் நடந்து கொள்ள வேண்டிய நடைமுறைகளையும் முதலுதவியையும் முற்றிலும் மறந்துபோயிருந்தாள்.அல்லது அதைப்பற்றியே அவளுக்கு தெரியாமல் இருந்திருக்கலாம்.

அங்கு விளையாடிக் கொண்டிருந்ததில் இருபது வயது மதிக்கத்தக்க இளை-ஞன் வேகமாக அவர்களை நெருங்கி வந்தான்.“தயவுசெய்து நான் சொல்வதை கேளுங்கள். இந்த நேரத்தில் பதட்டப்படவோ அவசரப்படவோ வேண்டாம். அவ்-வாறு பதட்டபட்டால் நாடித்துடிப்பு அதிகமாகி அதனால் விஷம் வேகமாக உடலில் பரவ வாய்ப்புள்ளது. அது உயிருக்கே ஆபத்தாய் கூட முடியலாம்”.

முன்பின் தெரியாத ஒருவன் அதுவும் சிறு பிள்ளைகளோடு விளையாடிக் கொண்டு இருப்பவன் வந்து அறிவுரைசொல்வது லீலாவுக்கு சுத்தமாக பிடிக்க-வில்லை. “உனக்கு பாம்பை பற்றி என்ன தெரியும். எங்களுக்கு உதவி செய்வ-தாக இருந்தால் முதலில் அந்த பாம்பை பிடி. அது என்ன வகை பாம்பு என்று தெரிந்தால் தான் சிகிச்சை செய்ய வசதியாக இருக்கும் என பெரியவங்க சொல்ல கேள்விப்பட்டிருக்கிறேன்” லீலா அவனிடம் அதட்டலாக பேசினாள்.

அதை அவன் சட்டை செய்யாமல் “என் மூதாதையர்கள் பாம்பு பிடிப்பதை-யும்,அதற்கான விஷ முறிவு மருந்து தயாரிப்பதையும் தொழிலாக செய்தவர்கள் அதனால் அதைப்பற்றி எனக்கும் ஓரளவு தெரியும்.கடித்த பாம்பின் தன்மையை தெரிந்து கொள்வதற்காகத்தான் சில மருத்துவர்கள் பாம்பை கொண்டு வரவேண்-டும் என சொல்லி இருப்பார்கள். முதலில் பாம்பு கடித்த இடத்தை எனக்கு காட்-டுங்கள் அது என்ன வகையான பாம்பு என்பதை சொல்கிறேன்”பேச்சில் எந்தவித பதட்டமும் இல்லாமல் நிதானமாக பேசினான் அவன்.

லட்சுமிக்கு அவன் வார்த்தைகளின் மேல் நம்பிக்கை வரவே சேலையை சற்று உயர்த்தி அவன் முன் தன்னுடைய காலை நீட்டி காட்டினாள். அவளுடைய இடது கணுக்காலுக்கு சற்று மேலே நான்கைந்துபல் தடம் பதிந்து இருந்தது அதில் ஒன்றில் இருந்து மட்டும் லேசாக ரத்தம் வழிந்தது.

“கவலைப்படாதீர்கள், உங்களை கடித்தது விஷமற்ற சாதாரண ஒரு பாம்பு தான்.உங்களிடம் இருந்து தன்னை தற்காத்து கொள்ள வேண்டி லேசாக கடித்தி-ருக்கிறது. இதுவே விஷமுள்ள பாம்பாக இருந்தால் இரண்டு பல் தடம் மட்டுமே தெரியும். அதுவும் உங்களை மூர்க்கமாக தாக்கியிருந்தால் பல் ஆழமாக பதிந்து இரண்டு இடத்திலிருந்தும் அதிக அளவில் ரத்தம் வெளியேறி இருந்திருக்கும். கடிபட்ட இடம் சற்று நேரத்தில் நன்றாக வீங்கிவிடும் மயக்கம் வருவது போல் இருக்கும். நல்லவேளை அப்படி ஏதும் உங்களுக்கு ஆகவில்லை”.

பாம்புகளை பற்றிய அவனுடைய அனுபவ பேச்சு லீலாவுக்கு வியப்பாக இருந்-தது.“அப்படியானால் இப்போதுஎன்ன செய்ய வேண்டும். இதற்கான வைத்தியமும் உங்களுக்கு தெரியுமா?” இப்போது அவளுடைய பேச்சில் மரியாதை தானாகவே வந்து ஒட்டிக்கொண்டிருந்தது.

“எனக்கு வைத்தியம் செய்ய தெரியாது. ஆனால் இதற்கான முதலுதவி செய்-யத் தெரியும். அதை இப்போது செய்கிறேன் இனி வைத்தியம் பார்க்கும் வரை

அவர்கள் வேகமாக நடக்கவோ ஓடவோ கூடாது. அதிக குலுங்கல் இல்லாமல் பாதுகாப்பாக ஆஸ்பத்திரிக்கு அழைத்துச் செல்ல வேண்டும்'' என்று இவர்களிடம் பேசிக் கொண்டிருந்தவன் அருகிலிருந்த பையன்களிடம் திரும்பி ''டேய் மணி நீ போய் பஸ் ஸ்டாப் பக்கத்துல ஏதாவது ஆட்டோ நிக்குதான்னு பார்த்து கூப்பிட்டு வாடா'' என்று கூட்டத்திலிருந்ததில் கொஞ்சம் விவரமான பையன் ஒருவனை அனுப்பி வைத்தான்.

''நான் வேண்டுமானால் என்னுடைய வீட்டுக்கு போய் என் அப்பாவிடம் சொல்லி வண்டி ஏற்பாடு செய்து கொண்டு வரட்டுமா? அதுவரை நீங்க பார்த்துக்குவிங்களா''

''அதுக்கென்ன நான் பார்த்துக்கிறேன். நீங்க அப்படியே செய்யுங்க ஆனா அதுக்கு முன்னாடி அதோ நாங்க விளையாடிக்கொண்டிருந்த இடத்துக்கு பக்கத்தில் சில குடிசைகள் தெரியுது பாருங்க அங்க தான் எங்க வீடு இருக்கு. அங்க இவங்களை மெதுவாக அழைச்சிட்டு வாங்க நான் முன்னாடி போய் முதலுதவிக்கு தேவையான ஏற்பாடுகளை செய்கிறேன். டேய் பசங்களா இவங்களோட சேர்ந்து இந்த அக்காவை பத்திரமா கூப்பிட்டு வர உதவி செய்யுங்கள்'' என்று சொல்லிவிட்டு தன் வீட்டை நோக்கி ஓடினான்.

அவர்கள் மெதுவாக வந்து சேர்வதற்குள் வீட்டிற்கு வெளியே ஒரு கயிற்றுக் கட்டிலை எடுத்து போட்டு ஒரு வாளியில் தண்ணீரும் சோப்பு எடுத்து வைத்திருந்தான். லட்சுமி வந்தவுடன் கட்டிலில் படுக்க வைத்து கடிபட்ட இடத்துக்கு சற்று மேலே ஒரு கயிற்றால் கட்டினான். பின் நச்சு வாயை தண்ணீர் ஊற்றி சோப்பு போட்டு கழுவி சுத்தம் செய்தான். அதற்குள் லீலா வீட்டிற்கு போய் தகவல் சொல்லி அவளுடைய தந்தை யாரிடமிருந்தோ கார் ஒன்றை ஏற்பாடு செய்துகொண்டு வந்தார். எல்லோருமாக சேர்ந்து லட்சுமியை காரில் ஏற்றி பின்சீட்டில் படுக்க வைத்தனர்.லீலாவும் லட்சுமிக்கு அருகில் அமர்ந்து கொண்டாள். கார் மருத்துவமனையை நோக்கி விரைந்தது.

# 3

3

அந்த நண்பகல் வேளையில் கோபாலசாமியின் வீடு யுத்த பூமியாகியிருந்தது. லீலாவும் அவளுடைய தாய் கோமதியும் உரக்க பேசிக்கொண்டதை அருகிருந்து கேட்க முடியாமல் வெளியே திண்ணையில் இருந்த சேரில் சாய்ந்து கோபாலசாமி கண் மூடிக் கேட்டுகொண்டிருந்தார்.

லீலா பேசுவதில் நியாயம் இருக்கத்தான் செய்கிறது.பின் எதனால் அவள் எது சொன்னாலும் கோமதி அவற்றை மறுதலித்து பேசுகிறாள்.ஓரிரு வருடங்களாகவே இது தொடர்ந்து நடந்து கொண்டிருக்கிறதே ஏன் என்று தெரியாமல் கோபாலசாமி குழம்பிப் போனார்.

டீன்-ஏஜ் பருவம் என்பது பட்டாம்பூச்சி கூட்டில் இருந்து வெளிவரும் பருவத்துக்கு ஒப்பானது. எப்படி கூட்டிலிருந்து வெளிவந்தவுடன் உலகத்தையே சுற்றி வரவேண்டுமென பட்டாம்பூச்சி விரும்புமோ அதே போன்ற மனநிலை இளம் வயதினருக்கு கண்டிப்பாக ஏற்படும்.அதுவரை இருந்த நடைமுறைகள் எல்லாம் மிக பழமையானதாக தவறானதாக தோன்றும்.மாற்றங்களை தன்னுள் வாங்கி வேகமாக மாறுதல்களை செய்ய விரும்பும்.பழமைவாதிகளிடம் கேள்விகள் கேட்கும். புதுமையை விரும்பாதவரை எதிர்த்து நிற்கும்.

இந்த பருவ மாற்றத்தின் வினோதமான இயல்புகளை புரிந்துகொள்ள இயலாமல் அந்த வீடு தவித்தது. ஊரில் ஏதேனும் பிரச்சனை என்றால் யாராயிருந்தாலும் பெரிய வீட்டுக்காரரும் தீப்பெட்டி ஆபீஸ் முதலாளியுமான கோபாலசாமியை தான் வந்து பார்ப்பார்கள்.ஊர் பிரச்சினையை கூட உடனே தீர்த்து வைக்க முடிகிறது. ஆனால் இந்த வீட்டில் அம்மாவுக்கும் மகளுக்கும் தினந்தோறும் நடக்கும் வாக்குவாதங்களை முடிவுக்கு கொண்டு வரத்தான் ஒரு வழியும் புலப்படவில்லை

நம்வீட்டில் மட்டும்தான் இந்த பிரச்சனையா இல்லை ஊரில் அநேகம் வீடுகளில் இப்படித்தான் நடக்கிறதா? பதின்ம வயதை அடைந்து விட்டால் தங்களுக்கு எல்லாம் தெரியும் யாருடைய அறிவுரையும் கண்டிப்பும் தங்களுக்கு தேவை இல்லை என இளையதலைமுறை நினைக்கிறது. அதை புரிந்து கொள்-

ளாமல் பெற்றோர்களும் இன்னும் தங்களுடைய பிள்ளைகள் ஒன்றும் தெரியாத குழந்தைகள்தான் என்று நினைத்து அவர்களை தங்கள் கைப்பிடிக்குள்ளேயே வைத்துக்கொள்ள முயல்கிறார்கள்.தங்கள் இருவருக்கிடையேயும் காலத்தால் ஒரு தலைமுறை இடைவெளி உண்டாகி விட்டதை இருவரும் உணர மறுக்கின்-றனர்.இதுதான் பிரச்சினைக்கு காரணம்.

“முடிவா என்னதான் சொல்ற?” கோமதியின் குரல் உரக்க கேட்டது.“லட்சுமி-யக்கா உடம்பு சரியாக வரை இங்கேயே இருக்கட்டும். அவங்களை நாம தான் நல்ல பார்த்துக்கணும்”.

“அதெல்லாம் முடியாது. அவ அம்மாவை வரச்சொல்லி தகவல் அனுப்பி இருக்கேன் வந்தவுடன் அவளோட அனுப்பி விடலாம் இங்க வச்சு அவளுக்கு பணிவிடை செய்ய என்னால் முடியாது”.

“உன்னால முடியாட்டி விட்டுடு நான் பாத்துக்குறேன். என்னால தானே அவங்களுக்கு இந்த நிலை அவங்களை குணமாக்க வேண்டியது என் பொறுப்பு”லட்சுமியின் நிலைக்கு தான்தான் காரணம் என லீலா நம்பினாள்.

“அதான் சாதாரண பாம்புக்கடி விஷம் ஒன்றும் ஏறலைன்னு டாக்டர் சொன்-னாரில்லை அதற்கப்புறமும் ஏன் இப்படி கிடந்து குதிக்கிற”

“விஷம் ஏறலைதான் ஆனா பாம்பு கடிபட்ட அதிர்ச்சி, பயம் இதையெல்லாம் யோசிச்சு பாரு ஒன்றிரண்டுநாள் அவங்க நல்லா ரெஸ்ட் எடுக்கட்டும்.ஏன் இரண்டு நாளைக்கு வீட்டு வேலைகளை நீ செய்ய மாட்டியா? உனக்கு ஏதாவது உதவி வேணும்னா என்னை கூப்பிடு நான் வந்து செஞ்சு தரேன்”ஏனோலட்சு-மியை அவள் வீட்டுக்கு அனுப்புவதில் உடன்பாடில்லாத லீலா உறுதியாக பேசி-னாள்.

“ஆமா அப்படியே நீ வந்து செய்திட்டாலும் உன் வேலையை பார்க்கவே நாலு பேரு வேணும்.நீ சாப்பிட்ட தட்டை அடுப்படிக்கு கொண்டுவந்து என்னைக்காவது கழுவி வைத்துஇருக்கியா?சும்மா பேசுறாபேச்சுன்னு”அம்மா கிண்டலாக பேசினா-லும் அதில் இருந்த உண்மையை உணர்ந்து லீலா மௌனமானாள். பதிலுக்கு பதில் பேசுவதை நிறுத்தினாள். இனி இவ்வாறு அம்மா பேசி விடாதபடி நடந்து கொள்ள வேண்டுமென்று தீர்மானித்தாள். தன்னுடைய சிறுசிறு தேவைகளுக்கு கூட அடுத்-தவரை எதிர்பார்த்துக் கொண்டிருப்பது இவ்வளவு பெரிய தவறு என்பதை உணர்ந்-தாள்.

இருவரும் பேச்சும் மெதுவாக ஸ்துதி குறைந்து கொண்டு வந்து அமைதியா-னது.சமாதான கொடி பறக்கத் தொடங்கிய பின் கோபால்சாமி மெதுவாக உள்ளே வந்தார்.

“அப்பா உங்களிடம் நான் சில கேள்விகள் கேட்பேன் சரியான பதில் சொல்-லணும்”இப்போது லீலாவின் பார்வை கோபாலசாமியின் மீது விழுந்தது.உடனே

அவர் பதறி போய் “ஏன் உங்க அம்மா கூட சண்டை போட்டது போதாதா? இப்ப என்னோட ஆரம்பிக்க போறேன்னு நினைக்கிறேன்.யாரு கூடயும் சண்டை போடாமல் உன்னால இருக்கவே முடியாதா?கொஞ்ச நாளா இதையே ஒரு பொழுதுபோக்காக வைத்திருக்கிறது மாதிரி தெரியுது”.

“என்னுடைய கேள்விக்கு நீங்க உண்மையான பதில் சொல்லாத பட்சத்தில் அதுதான் நடக்கும். இப்ப கொஞ்சம் கொஞ்சமா விவரம் தெரிகிற போது என்ன சுத்தி நடக்கிற தப்புகளை சுட்டிக்காட்டி பேசுறேன். அது உங்களுக்கு சண்டை போடுற மாதிரி தெரிஞ்சா அது என் தப்பல்ல”.

“சரி கேளு”அவள் கேள்விகளை எதிர்கொள்ள தயாரானவர் அவளுக்கு அருகில் இருந்த சேரில் அமர்ந்தார்.

“உங்களுக்கு எவ்வளவு சொத்து இருக்கு”முதல் கேள்வியே சற்று வில்லங்கமாக வந்து விழுந்தது. இவள் ஏன் திடீரென்று இப்படி ஒரு கேள்வி கேட்கிறாள் என்பது புரியாமல் குழம்பிவர் “இந்த வீடும் சுற்றியுள்ள பத்து சென்ட் இடமும் தீப்பெட்டி ஆபீசும் ஊருக்கு மேற்கால உள்ள 10 ஏக்கர் கரிசக்காடும் தான் என் மொத்த சொத்தும். எதுக்கு இப்ப இதை கேக்குற”.

“எல்லாம் ஒரு காரணமாத்தான். இவ்வளவு சொத்து இருக்கு, தீப்பெட்டி ஆபீஸில் நல்ல வருமானம் வருது, அந்த காலத்திலேயே பத்தாவது வரை பெரிய படிப்பெல்லாம் படிச்சவர், ஊரில் உள்ளவர்களுக்கு புத்திமதி சொல்லும் பெரிய மனுஷன் இப்படிப்பட்டவரின் வீட்டில் ஒரு கக்கூஸ் கட்ட வேண்டும் என்ற நினைப்பே ஏம்பா இதுவரை உங்களுக்கு வரல”

“லீலா இது கிராமம். இங்கே கழிவறைக்கு என்ன அவசியம் வந்தது. காலா காலமாய் இப்படி காட்டுப்பாக்கம் போவதுதானே வழக்கம். இதற்கு போய் ஏன் வீணா காசு செலவழிச்சு கக்கூசு கட்டிக்கிட்டு விட்டுட்டேன்”மாற்றங்கள் என்பதை ஏற்றுக்கொள்ளாத வயது அது.

“கிராமத்தில் இருப்பவர்களும் மனிதர்கள்தானே இயற்கையையும் இயற்கை உபாதைகளும் எல்லோருக்கும் பொதுவானவையே.கௌரவமான, நாகரீகமான குடும்பத்தை சேர்ந்த யாரும் தன் குடும்ப பெண்களை இப்படி காட்டுப் பக்கம் போக அனுமதிக்க மாட்டார்கள். அது ஒரு மானக்கேடான விஷயம் மாத்திரமல்ல நேற்று லட்சுமி அக்காவுக்கு நடந்தது போல பலருக்கும் நேர்ந்திருக்கிற ஆபத்தும் கூட”லீலா நேர்த்தியாக தன்னுடைய வாதங்களை எடுத்து வைத்தாள்.

“நேற்று நடந்தது ஒரு எதிர்பாராத சம்பவம் இதையெல்லாம் பெரிதுபடுத்தாதே. இத்தனை வருடமும் நாம் எல்லோருமே இப்படி காட்டுப்பாக்கம் தானே போய் வந்தோம். இந்த ஒரு சம்பவத்தினால் உனக்கு ஏன் இத்தனை ஆவேசம் உன் திடீர் மனமாற்றத்திற்கு என்ன காரணம்”கோபாலசாமி தன் பங்கிற்கு எதிர்கேள்வி

கேட்டார்.

“நல்லவேளை நேற்றைய சம்பவத்தில் உயிர் போகவில்லை, அதனால் அது சாதாரண விஷயமாக தெரிகிறது. உயிர் போய் இருந்தால் என்ன ஆகியிருக்கும் உங்களைப் போன்றவர்கள் அப்போது கூட கலங்கி இருக்க மாட்டீர்கள். ஏனென்றால் லட்சுமி அக்கா உங்களை பொருத்தவரை ஒரு வேலைக்காரி தானே எனக்கோ அம்மாவுக்கோ ஏதேனும் நேரும் வரை நீங்கள் மாறவே மாட்டீர்கள்”.

அப்பா பதில் பேசாமல் அமைதியாக இருந்தார்.தன்னுடைய பேச்சு அவரை சிந்திக்க வைத்து விட்டதை உணர்ந்தவள்“அப்பா எல்லா மாற்றங்களும் ஏதேனும் ஒரு வினாடிக்கும் குறைவான நேரத்தில் தோன்றுபவை தான். பூமி தோன்றிய காலம் தொட்டு எல்லா நாளும் மரத்திலிருந்து பழங்கள்,காய்கள், இலைகள் கீழே விழுந்து கொண்டே தான் இருக்கின்றன. இதை எல்லோரும் சாதாரணமாக பார்த்தது போல தான் விஞ்ஞானி ஐசக் நியூட்டனும் அதை எல்லா நாளும் பார்த்துக் கொண்டிருந்தார். ஆனால் திடீரென்று ஒரு நாள் தானே அவருக்கு அவ்வாறு ஏன் கீழே விழுகின்றன என ஆராய தோன்றியது. அப்படித்தானே புவியீர்ப்பு விசை என்றால் என்ன என்பதை கண்டறிந்தார். அதுபோலத்தான் இதுநாள் வரை கழிவறையின் அவசியம் நமக்கு தெரியாமல் இருந்தது. நேற்றைய சம்பவத்தின் மூலம் நமக்கு ஒரு பாடம் கிடைத்தது. இனி அவ்வாறு நடக்காமல் இருக்க தேவையான வழிமுறைகளை பார்ப்போம்”ஒரு அறிவியல் விளக்கத்துடன் லீலா சொல்ல கோபாலசாமி அதற்குமேல் எந்த மறுப்பையும் தெரிவிக்க முடியவில்லை.

“பேசாமல் வெளியே இருக்கிற குளியலறையை கக்கூசா மாற்றி விடுவோம். நம்ம தீப்பெட்டி ஆபீஸ் கக்கூசு சுத்தம் செய்ய வர்ற தோட்டியை வைத்து இங்கேயும் தினமும் சுத்தம் செஞ்சுக்கலாம்”நவீனத்துக்கு மாற அப்பாவின் மனது முரண்டு பிடித்தது.

“அந்ததப்பை மட்டும் எப்போதும் செய்துவிடக்கூடாது அப்பா. ஒருவர் கழிவை மற்றொருவர் சுமப்பது எவ்வளவு பெரிய கொடுமை தெரியுமா?அவரும் நம்மைப் போன்ற ஒரு மனிதர் தானே பாவம் வயிற்றுப் பிழைப்புக்காகவும் ஜாதிய அடக்குமுறைகளுக்காகவும் அவர் எவ்வளவு மோசமான அந்த தொழிலை செய்ய வேண்டி இருக்கிறது பார்த்தீர்களா? நம்முடைய ஆபீஸில் கூட நீங்கள் அப்படி செய்வது எனக்கு உடன்பாடு இல்லாதது தான். ஆனால் இதுவும் இல்லையென்றால் பெண் தொழிலாளர்களின் பாடு ரொம்ப மோசம் ஆகிவிடுமே என்று தான் இதுவரை பொறுத்துக் கொண்டிருந்தேன். இனி நம் வீட்டில் கட்டுவதை போல் தீப்பெட்டி ஆபீசிலும் நல்ல கழிவறைகள் கட்ட வேண்டும்”இதுதான் சாக்கு என்று லீலா தங்களுடைய தீப்பெட்டி ஆபீசிலும் மாற்றத்தை கொண்டுவர விரும்பினாள்.

“நீ சொல்ற மாதிரி கட்ட முடியாதும்மா பக்கத்தில் உள்ள குடிதண்ணீர் கிணறுகள் எல்லாம் கெட்டுப்போகும் ஊர்க்காரங்க சம்மதிக்க மாட்டாங்க”

“அப்பா நீங்க எந்த காலத்துல இருக்கீங்க?நவீன தொழில்நுட்பத்தில் இதெல்லாம் ஒரு பெரிய பிரச்சினையே இல்லை. சித்தப்பா வீட்ல பார்த்த பிறகுமா இப்படி பேசுறீங்க? அங்கெல்லாம் படுக்கையறைக்குள்ளேயே கக்கூஸ் வச்சிருக்காங்க. பெரும்பாலான வீடுகளில் கக்கூஸ் இருக்கிறதால குடிதண்ணீர் கெட்டுப் போச்சா என்ன”.

“எதை நீ மாற்ற வேண்டும் என்று நினைக்கிறாயோ முதலில் நீ அதுவாக மாறிவிடு” அப்படின்னு நம்ம தேசப்பிதா காந்திஜி சொன்னதை கொஞ்சம் யோசிச்சு பாருங்க. ஊரில் முதன்முதலா உங்களைப் போன்ற ஒரு மனிதர் வீட்டில் கழிவறை கட்டினால் கண்டிப்பா இந்த ஊரு உங்களைப் பின்பற்றும். திறந்தவெளி கழிப்பறைக்கு போக வேண்டிய அவசியம் நம்ம ஊர் ஆளுகளுக்கு ஏற்படாது.அதனால நீங்க ஏன் எல்லோருக்கும் முன் மாதிரியா இருக்கக்கூடாது”.

கோபாலசாமி இயற்கையாகவே நல்ல மனிதர் பக்குவமானவர். நவீன உலகின் மாற்றங்கள் அவரிடம் போய்ச் சேரவில்லை. நவீனத்தை பற்றி யாரும் இப்படி நேருக்கு நேர் அமர்ந்து தெளிவாக எடுத்துரைத்தது இல்லை. லீலா பக்குவமாகச் சொல்ல அவர் மனது மாற்றங்கள் செய்து பார்த்தால் என்ன என நினைத்தது.

“சரி சரி ரொம்ப குதிக்காதே நான் போய் மேஸ்திரியை பார்த்து பேசுறேன்.அவன் எவ்வளவு செலவு இழுத்து வைக்க போறானோ? முடிந்தால் நாளைக்கு வேலையை துவங்கசொல்றேன். நீ போய் அம்மாவிடம் சண்டை போடாமல் லட்சுமிக்கு தேவையான உதவிகளை செய்” இதை கேட்ட உடனே ஓடிவந்து சேரில் அமர்ந்திருந்த தந்தையை பின்பக்கமாக முதுகை கட்டிஅணைத்து காதை பிடித்து திருகி “என் செல்ல அப்பான்னா அப்பா தான்” என்று கொஞ்சினாள்.

“போதும் போதும் அப்பனும் பொண்ணும் கொஞ்சுகிறது.வெளியே யாராவது பார்த்தால் சிரிக்கப் போறாங்க. வயசுக்கு வந்த பொண்ணு அப்பனுக்கு முன்னாடி துள்ளிக்கிட்டு திரியுதுன்னு” அம்மா சிரித்தபடி கண்டித்தாள்.

“கோமதி இதில் ஊர் பார்த்து சிரிக்க என்ன இருக்கு. எத்தனை வயசானாலும் நம்ம பொண்ணு நம்ம பொண்ணு தானே. நம்மிடம் செல்லம் கொஞ்சாமல் வேறு யாரிடம் கொஞ்சுவாள் . நம்முடைய சந்தோஷங்களையும் துக்கங்களையும் கோபதாபங்களை நம்முடைய வீட்டில் தானே காட்டிக் கொள்ள முடியும்.பல சமயங்களில் அவள் சரியாகத்தானே பேசுகிறாள் அப்படி இருந்தும் நீ ஏன் அவளிடம் சிடுசிடுக்கிறாய்”.

“ஏங்க எனக்கு மட்டும் அவள் மேல் பாசம் இல்லையாஎன்ன? நானும் உங்களைப் போல் செல்லம் கொடுத்தால் என்னாகிறது. எதிர்காலத்தில் இவள் குடும்ப வாழ்வில் ஏதாவது ஏற்றத்தாழ்வு வந்துவிட்டால் ஊர்க்காரர்கள் என்ன சொல்வார்கள் வளர்ப்பு சரியில்லை சின்ன வயசிலேயே அம்மாக்காரி கண்டித்து வளர்க்கா-

ததின் விளைவுதான் இதுன்னு பேசுவார்களே என்ற பயம் தான் இப்படி என்னை பேச வைக்குது''

பெண் பிள்ளைகளை பெற்ற ஒரு சராசரி இந்திய தாயின்படபடப்புடன் கோமதி பேசினாள். ஊர் பேசுமே என்ற பயத்தில் பெண் குழந்தைகளின் அடிப்படை உரி-மைகளை கூட பறிக்கிறோமே என்கிற கவலை அவர்களுக்கு எப்போதும் இருந்த-தில்லை. அதனால் தான் கல்வியில், பொருளாதாரத்தில் நாடு முழுவதும் பெண்-கள் பின்தங்கியே இருக்கின்றனர்.வீடும் நாடும் வளர்ச்சி அடைய பெண்ணுக்கான சுதந்திரம் தேவை என்கிற சிந்தனையே இவர்களிடம் வரவாய்ப்பில்லை.

''நீ என்ன சொல்றேன்னு எனக்கு புரியலை. ஏற்றத்தாழ்வுன்னு எதைச் சொல்ற என் படிப்பை பற்றியா? நீ இப்படி எல்லாம் கண்டிக்கலைன்னா நான் ஒழுங்கா படிக்காம கூமுட்டையாகி விடுவேனா''லீலா உள்ளே புகுந்து கேட்டாள்.

''போடி கூறுகெட்டவளே உன்னை பெத்தவாடி நான். நீ எவ்வளவு பெரிய கெட்டிக்காரி படிப்பில் சுட்டின்னு எனக்கு தெரியாதா?படிப்பு விஷயத்துலநம்ம ஊர்ல உன்னை அடிச்சிக்க ஆள் இல்லைன்னு எனக்கு தெரியும். இந்த வருஷம் ஸ்கூல்ல நீ பஸ்டு வருவேன்னு புஷ்பா டீச்சர் சொல்லி இரண்டு மூன்று தரம் காது குளிர கேட்டு இருக்கேன். என் பயம் வேற'' சற்று பேச்சை நிறுத்திவிட்டு பின் தொடர்ந்தாள்.

''நல்ல மார்க் எடுத்துட்டு மேல படிக்கப் போறேன்னு காலேஜூக்கு போக போற அங்க எவனையாவது பார்த்து பிடித்துபோய் காதல் கத்திரிக்காய்ன்னு சுத்திரு-வியோ அது ஊருக்கெல்லாம் தெரிந்து குடும்ப மானம் சந்தி சிரிக்குமோன்னு-தான் பயமே. அதனால்தான் நீ சொல்ற நல்ல விஷயத்தை கூட பலமுறை சிந்-தித்து உடனே பதில் அளிக்காமல் உன்னை கொஞ்சம் கட்டுப்பாட்டுக்குள் வைக்க முயற்சித்துக் கொண்டே இருக்கிறேன். நீ எங்கே அடங்கி இருக்க''சலிப்புடன் பேசி முடித்தாள்.

லீலா அவள் பேச்சை கேட்டவுடன் ஆக்ரோசமானாள்.''இப்பதான் தெரியுது நீ அங்க சுத்தி இங்க சுத்தி அடுத்து எங்க வர போறேன்னு.என் மேற்படிப்பு கனவு உன் கண்ணை உறுத்துது அதற்கு தடை போட இப்பவே தயாராகிற அப்-படித்தானே''மேற்கொண்டு அவள் வார்த்தைகளை விடுவதற்கு முன் கோபாலசாமி குறுக்கிட்டார்.

''லீலா அம்மா சொல்வதிலும் ஒரு விஷயம் இருக்கு. நீ ஒழுங்கா இருந்தாலும் எல்லோருக்கும் வரக்கூடிய பருவ கோளாறில் நீயும் சிக்கிக்கொள்ள வாய்ப்பி-ருக்கு.அதனால் உன் எதிர்காலத்தைப் பற்றி ஏற்கனவே நான் தீர்மானித்து வைத்-திருந்ததை உன்னிடம் சொல்லணும் என்று நினைத்தேன். இப்ப அம்மாவே ஆரம்-பித்து வைத்து விட்டாள் அதனால இப்பவே பேசி விடுவோம். நீ பத்தாவது வரை படித்தாலே போதும் அடுத்து ஓரிரு வருஷங்கள் வீட்டிலிருந்து சமையலையும்

வீட்டு வேலைகளையும் கத்துக்கோ. நான் சொந்த பந்தத்தில் நல்ல மாப்பிள்ளை இருக்கான்னு பார்க்க ஆரம்பிக்கிறேன். அப்படி நல்ல பையன் யாராவது சிக்கி-னால் உடனே கல்யாணத்தை வைச்சுக்கலாம்'' கோபாலசாமி தீர்மானமாக சொல்-லிவிட்டு லீலாவின் எதிர் கேள்விகளை தவிர்க்க வேண்டி சட்டென்று எழுந்தார். இது என்னுடைய முடிவு உன்னுடையபதில் தனக்கு தேவையில்லை என்பது போல் இருந்தது அவருடைய நடவடிக்கை.

மேஸ்திரியை பார்க்க கிளம்பினார்.அப்படி டக்கென்று பேச்சை முடித்து அப்பா கிளம்பியதை பார்த்ததும் லீலா பதறி போனாள்.இப்போது பத்தாம் வகுப்பு தானே படிக்கிறோம் காலேஜ் படிப்புக்கு இன்னும் வருடங்கள் இருக்கிறது. நம்முடைய அடுத்த குறி மேல்நிலை படிப்புக்கு எப்படியாவது அனுமதி வாங்க வேண்டும். ஏதாவது ஒரு நல்ல நேரம் பார்த்து அப்பாவிடம் பேசி சம்மதம் வாங்கிக் கொள்-ளலாம் இப்போது கழிவறை பிரச்சினையை பற்றி மட்டும் யோசிப்போம் என தீர்-மானித்தாள்.

''அப்பா நான் சித்தப்பா வீடு வரை போய் இரண்டு நாட்கள் தங்கி விட்டு வரட்டுமா?''.''தாராளமா போயிட்டு வா. நானும் டவுனுக்குதான் போக வேண்டி இருக்கு. நீ சீக்கிரம் தயாரானால் அப்படியே உன்னை கொண்டுபோய் விட்டுவிட்டு போகிறேன்'' தான் லீலாவின் மேற்படிப்பை பற்றி பேசியதற்கு எதிர்ப்பு தெரிவிக்-காத மகளின் போக்கு அவருக்கு ஆச்சரியத்தை தந்தது.

# 4

4

மாலைநேரத்தில் நெடுஞ்சாலையில் தனியார் பேருந்து ஒன்று வந்து நின்றது.லீலா மட்டுமே அந்த நிறுத்தத்தில் இறங்கினாள்.

மண் சாலைகளை அகலப்படுத்தி நெடுஞ்சாலைகள் உருவானபோது அந்த கிராமம் நெடுஞ்சாலையில் இருந்து அரை மைல் தொலைவு விலகிப் போய் நின்றது. தினமும் காலை ஒரு முறையும் இரவு ஒரு முறையும் மட்டுமே ஓர் அரசுப் பேருந்து ஊருக்குள் வந்து செல்லும். மற்ற நேரங்களில் அருகில் உள்ள நகரத்துக்கு செல்ல வேண்டுமானால் இப்படி அரை மைல் தூரம் நடந்து வந்து நெடுஞ்சாலையிலிருந்து பஸ் ஏற வேண்டும்.

அந்த இடத்தில் ஒரு பேருந்து நிறுத்தம் இருக்கிறது என்பதற்கான ஒரு அடையாளமே கந்தசாமி டீக்கடையினால்தான் வந்தது. அருகில் வேறு கடைகளோ கட்டிடங்களோ இல்லாதஅந்த நெடுஞ்சாலை ஓரத்தில் பெரிய புளிய மரத்தடியில் ஒற்றை கூரைக்கடையாக தனித்து இருந்தது.

காலை ஐந்துமணி முதல் இரவு பத்து மணி வரை கடை திறந்திருக்கும்.கடை திறந்து இருப்பதற்கு அறிகுறியாய் எப்போதும் வானொலியின் இரைச்சல் கேட்டுக் கொண்டிருக்கும்.வானொலியில் ஏதேனும் நிகழ்ச்சிகள் இருந்தாலும் சரி இல்லாவிட்டாலும் சரி கந்தசாமி அதை நிறுத்தி வைப்பதே இல்லை.அது ஏதாவது ஒரு சத்தத்தை வெளியிட்டுக் கொண்டே இருக்கும்.

காலையிலும் மாலையிலும்''ஆல் இந்தியா ரேடியோ செய்திகள் வாசிப்பது சரோஜ் நாராயணசுவாமி''என்ற அந்த கம்பீரக் குரலுக்கு அந்த ஊரில் ரசிகர்கள் அதிகம். செய்தி கேட்பதற்காகவே காலையும் மாலையும் ஒரு பெருங்கூட்டம் கந்தசாமி கடையில் கூடிவிடும்.இதனால் வியாபாரமும் அதிகரிக்கும் ஒருசில நேரங்களில் அடிதடியும் நடக்கும்.

டீக்கடை பெஞ்சில் எப்போதும் யாராவது அமர்ந்து அரட்டை அடித்துக் கொண்டிருப்பார்கள். அதற்கு தோதாக கந்தசாமி எல்லா தினசரி பேப்பர்களையும் வாங்கி போட்டிருப்பார்.அதில் தான் படித்ததை மற்றவர்களிடம் சொல்லி நாட்டு

நடப்புகளை அலசி கொண்டிருப்பார்கள்.

பஸ்ஸில் இருந்து இறங்கியவளின் கண்ணில் பட்டவரை பார்த்ததும் அவளுக்கு அடையாளம் தெரிந்தது. லட்சுமியை பாம்பு கடித்த போது உதவியவன். அன்று இருந்த அவசரத்தில் கார் வந்தவுடன் அவனிடம் நன்றி கூறாமல் அவசர அவசரமாக கிளம்பி விட்டோமே நம்மை பற்றி அவன் என்ன நினைப்பான் என்று தோன்றவே மெதுவாக அவன் நின்ற கடை அருகில் சென்றாள்.

‘‘முழு மெஜாரிட்டியில் ராஜீவ்காந்தி ஜெயிச்சு இருக்காரு.பெரிய படிப்பு படித்த இளவட்ட பையன். ஏதாவது நல்ல திட்டங்களை கொண்டு வரப்போறாரு பாருங்க. நிச்சயமா நாடு வேகமா முன்னேறி விடும்’’பேப்பரை கையில் பிடித்திருந்த ஒரு பெரியவர் அரசியல் ஆருடம் கூறினார்.

‘‘கிழிச்சாரு கூட பதவியேற்ற மந்திரிகளின் மூஞ்ச பாரு. எல்லாம் அதே பழைய பெருச்சாளிகள். அந்தம்மா இருந்தபோது கொஞ்சம் அடங்கி இருந்தார்கள். இவர் அப்பாவி இவர என்ன பாடுபடுத்த போறாங்களோ. இவர கொஞ்சம் கூட சட்டை செய்யாமல் எப்படி எல்லாம் சுத்துல விட போறாங்கன்னு பாரு’’எதிர்த்தரப்பு வேகமாய் மறுத்தது.

அவளருகில் நெருங்கி வருவதை பார்த்தவுடன் அங்கே சலசலத்த பேச்சுக்கள் நின்றது. பேசிக் கொண்டிருந்தவர்கள் அமைதியாக எழுந்து போயினர்.‘‘வாங்க டீ சாப்பிடுறீங்களா காபி சாப்பிடுறீங்களா’’என்று அவன் பவ்யமாக கேட்டான்.

தன் வாழ்நாளில் இதுவரை டீக் கடையில் போய் நின்று ‘டீ’ குடித்திராத லீலாவுக்கு அன்றுஏனோ மறுக்கத் தோன்றாமல் ‘‘டீ’’என்றாள். ஒருமுறைதான் பார்த்திருக்கிறான் இத்தனைக்கும் அவன் தான் உதவி செய்தவன் அவனுக்கு நான் அல்லவா ஏதாவது வாங்கிக் கொடுத்து இருக்க வேண்டும். அதை விடுத்து அவன் டீயா காப்பியான்னு கேட்க வெட்கமே இல்லாமல் டீ என்கிறோமே லீலாவுக்கு உள்ளம் குறுகுறுத்தது.‘‘வாங்க உட்காருங்க’’ என்று அருகிலிருந்த பெஞ்சை காட்ட அதில் அமர்ந்தாள். அவன் டீ கொண்டு வந்து கொடுத்தான்.

‘‘அன்றைக்கு அவசரத்தில் உங்களுக்கு நன்றி சொல்லாமல் கூட போய் விட்டேன்.ஆஸ்பத்திரியிலிருந்து வந்தபின் இரண்டு நாள் வெளியூர் போயிட்டு இப்பதான் வாரேன். உங்களை இப்போ இங்கே பார்க்கலைன்னா கொஞ்சம் நேரம் கழித்து உங்க வீட்டுப் பக்கம் வரலாம் என்று நினைச்சேன். ஆனா நல்லவேளையா உங்களை இங்கேயே பார்த்துவிட்டேன்’’சுற்றி வளைக்காமல் நேராக விஷயத்துக்கு வந்தாள்.

‘‘இது ஒரு பெரிய விஷயமாங்க.இதற்கு போய் யாராவது தேடி வந்து நன்றி சொல்வார்களா.வடை சூடா இருக்கு சாப்பிடுறீங்களா?’’ நாசூக்காய் பேச்சை மாற்றினான்.‘‘வேண்டாங்க டீயே உங்களை பார்த்து பேச வேண்டி தான் ஒத்துக்கிட்டேன். என் பெயர் லீலா தீப்பெட்டி ஆபீஸ் ஓனர் கோபாலசாமியின் மகள். உங்க

பெயரை தெரிஞ்சுக்கலாமா? உங்களுக்கு எந்த ஊர்? இதற்கு முன் உங்களை இங்கே பார்த்ததில்லையே?''.

''என் பெயர் சிவமணி. எனக்கும் இதே ஊர் தான்.இதுவரை மதுரை விளையாட்டு பள்ளியிலும் கல்லூரியிலும் தங்கி படித்துவிட்டு இப்ப சில நாளைக்கு முன்னர் தான் வந்தேன். அரசுப் பள்ளிக்கூடத்தில் உடற்பயிற்சி ஆசிரியராக விண்ணப்பித்து இருக்கிறேன். வேலை கிடைக்கிற வரை டீக்கடையில் அண்ணனுக்கு உதவியாக இருக்கேன். உங்களை எனக்கு ஏற்கனவே தெரியும். நான் ஏழாம் வகுப்பு படிக்கும்போது நீங்க மூன்றாம் வகுப்பு என்னவோ படித்துக்கொண்டு இருந்தீங்க.அதற்கப்புறம் இப்பதான் பார்க்கிறேன் நல்லா வளர்ந்து அழகா பொன்னிற மேனியாளாய் பேரழகோடு பளபளத்தாலும் உங்களுடைய பிளஸ் பாயிண்டு உங்க கண் தாங்க.உங்களுடைய அழகான குண்டு குண்டான கண்கள் இன்னும் எத்தனை வருஷமானாலும் சரியா அடையாளம் காட்டிக் கொடுத்து விடும்'' எதார்த்தமாய் சொல்லி சிரித்தான்.

பொதுவெளியில் சட்டென்று ஒரு ஆண் அவளுடைய கண்களை வர்ணித்தது லீலாவுக்கு என்னவோ போல் இருந்தது.இவன் உண்மையிலேயே என்னை அடையாளப்படுத்த வேண்டி என் கண்களை குறிப்பிட்டு பேசுகிறானா? இல்லை என்னை ஏதாவது புகழ்ந்து பேசி கவர்வதற்காக இப்படி முயற்சிக்கிறானா?லீலாவுக்கு குழப்பமாக இருந்தது.

இதற்குதான் அம்மா பயப்படுகிறாளோ? ஆண்கள் பெண்களை இப்படி புகழ்ந்து பேசி பேசி தான் மயக்கி விடுகிறார்களோ?பெண்கள் வீழும் நேரம் பார்த்து காத்திருப்பார்களோ? இந்த போலி வார்த்தைகளுக்கு எல்லாம் மயங்கி விடுவார்களா பெண்கள் அவ்வளவு பலவீனமானவர்களா? எதற்கும் இவனிடம் வனமாக இருக்க வேண்டும்.பெண்களுக்கே உரிய அச்சமும் எச்சரிக்கை உணர்வும் அவளிடம் வந்து ஒட்டிக் கொண்டது.இந்த டீயை குடித்து முடிக்கும் வரை அவன் கேட்கும் கேள்விகளுக்கு மாத்திரம் பதில் சொல்லிவிட்டு சீக்கிரம் இந்த இடத்தை விட்டு கிளம்ப வேண்டும் என முடிவு செய்தாள்.

''அந்தபெண் யார் உங்க வீட்டில் வேலை பார்ப்பவரா'' அவனே கேள்வியை தொடர்ந்தான்.''உண்மையை சொல்லனும்னா வேலை பார்க்கிறவங்க.ஆனால் என்னை பொறுத்தவரை அவங்க எனக்கு உடன்பிறவா அக்கா தான்''.

''இப்படி வீட்டில் வேலை செய்றவங்களையும் சகோதரியாக பாவிக்கிறதுக்கு உண்மையிலேயே பெரிய மனசு வேணுங்க. இப்ப உங்க வீட்ல தான் இருக்காங்களா?அவங்க உடம்புக்கு எப்படி இருக்கு?''.

''நீங்க சொன்னது போலத்தான் டாக்டரும் சொன்னாரு. ஒன்னும் பயப்பட தேவையில்லை என்று சொல்லி ஊசி போட்டு சில மருந்துகளும் கொடுத்து இருக்கிறார் சில நாட்கள் ஓய்வு எடுத்தால் போதும் என்றார். உடம்பு சரியாகி விட்டது

அடிபட்டதால் ஏற்பட்ட பயம், பீதி இன்னும் மனசில் இருக்கு அதைவிட அவங்க வீட்டை நினைத்து தான் ரொம்பவும் பயந்துட்டாங்க. அவங்க புருஷனுக்கு தகவல் சொல்லிவிட்டோம். இரண்டு நாள் ஆகியும் அந்த ஆளை காணோம். குடிச்சிட்டு எங்கே விழுந்து கிடக்கிறோனோ".

"என்ன சொல்றீங்க அவங்களை பார்த்தால் சின்ன வயசு பெண்ணாக தெரிகிறார்கள் அதுக்குள்ள கல்யாணம் ஆயிடுச்சா?"சிவமணி ஆச்சரியத்துடன் கேட்டான்.

அவன் ஆச்சரியமாக கேட்ட விதத்தில் உருகிப்போன லீலா சில நிமிடங்களுக்கு முன் தனக்குத் தானே விதித்துக் கொண்ட சுய கட்டுப்பாடுகளை உடைத்துக்கொண்டு லட்சுமியின் கதையை சொல்ல தொடங்கினாள். "அவங்க கதை ரொம்ப பரிதாபமானது. சின்ன வயசுலயே அப்பா தவறிட்டதால அதுவரை நல்லா படிச்சிக்கிட்டுருந்த லட்சுமி அக்காவால் ஐந்தாம் வகுப்புக்கு மேல் படிக்க முடியவில்லை.

அதிலிருந்து அவங்க அம்மாவோட சேர்ந்து வீட்டு வேலை செய்யறதுக்கு போக தொடங்கிட்டாங்க. அப்படித்தான் நாலஞ்சு வருஷத்துக்கு முன்னாடி எங்க வீட்டுக்கு வேலைக்கு வந்து சேர்ந்தாங்க.அம்மாவும் மகளும் ஆளுக்கு ஒரு இடத்தில் வேலை செய்து கொஞ்சம் கொஞ்சமாய் பணம் சேர்த்தது அந்த ஆண்டவனுக்கு பொறுக்கவில்லை போலும். லட்சுமி அக்காவின் அம்மாவுக்கு திடீரென்று ஒருநாள் உடல்நிலை மோசமானது. மருத்துவமனையில் கொண்டு போய் காட்ட காசநோய் என்று சொல்லி விட்டார்களாம்.

அதனால் அந்தம்மாவால் வேலைக்கு போக முடியாமல் வீட்டில் இருக்க வேண்டிய நிலை. லட்சுமி அக்காவின் வருமானம் மட்டுமே வர அதுவும் அந்த அம்மாவின் மருத்துவச் செலவுக்கென செலவாக மீண்டும் அவர்கள் வீட்டில் கஷ்டம் தலை தூக்க ஆரம்பித்தது. மொத்த குடும்பப் பொறுப்பும் லட்சுமி அக்கா தலையில் வந்து விழுந்தது.அந்த சிறு வயதிலேயே அத்தனை கஷ்டத்தையும் தோளில் சுமந்தாள் லட்சுமி அக்கா.

பணகஷ்டம் என்ற பேய் பிடித்தால் அது தனக்கு துணையாககஷ்டம்,தோல்வி,அவமானம், குடும்ப சிக்கல்கள் என்கின்ற பூதங்களையும் துணைக்கு அழைத்து வரும் அல்லவா? அப்படித்தான் ஒரு பூதத்தையும் கொண்டு வந்து சேர்த்தது அதன் பெயர் கணேசன்.

தனக்கு ஏதேனும் நேரும்முன் மகளுக்கு ஒரு வாழ்க்கை துணையை உண்டாக்க விரும்பிய அம்மாவெளியே நல்ல மாப்பிள்ளையை தேடி செலவு செய்து கல்யாணம் பண்ணி வைக்க வழியில்லாமல் அவளுடைய தம்பி முறையுடைய தாய்மாமன் கணேசனுக்கு லட்சுமி அக்காவை கட்டி வச்சுட்டாங்க.

அப்போ இவங்களுக்கு வயசு 16 அந்தாளுக்கு 35 வயசு. மின்சார வாரியத்தில் வயர்மேன் வேலை பார்க்கிறான்.அந்த ஆளு ஒரு முழுநேர குடிகாரன். எப்போ பார்த்தாலும் குடி தான். போதை இல்லாமல் அவனை பார்க்கிறது கஷ்டம். பாதி-நாள் குடித்துவிட்டு ரோட்டில் விழுந்து கிடந்துஉறங்குவான். தப்பித்தவறி வீட்டுக்கு வந்தால் அன்று இரவு ஒரே அடிதடி ரகளை தான்.

இங்கே வீட்டு வேலைகளை எல்லாம் செய்து விட்டு சாயங்காலமா போய் அவங்க வீட்டு வேலைகளையும் முடித்து விட்டு குளித்து சுத்தமான ஆடை அணிந்து அவங்க நிற்கிறத பார்த்தால் யாருக்காக வேண்டி இப்படி அலங்கரித்துக் கொண்டு நிக்கிற என்று கேட்பானாம்.அதற்காக குளிக்காமல் தினமும் உடை மாற்றாமலுமா இருக்க முடியும்? எந்த அலங்காரமும் செய்யாமல் அழுது வடிந்து கொண்டே நின்றாலும் இப்படி மூஞ்சு வச்சுக்கிட்டா மனுசன் எப்படி நிம்மதியா வீட்டுக்கு வர்றது என்று அடிப்பானாம்.

பாவம் லட்சுமி அக்கா சம்பாதிக்க வேண்டி இங்கே வந்து கஷ்டப்பட்டு உழைக்கிறாங்க. இரவு ஓய்வெடுக்க வீட்டுக்கு போனால் அவன் தொல்லை.அவங்க சொல்வதை கேட்கும் போது அந்த ஆள் இருக்கிறதும் ஒன்னு-தான் இல்லாட்டியும் ஒன்னுதான் அவன் சீக்கிரம் செத்தா கூட பரவாயில்லைன்னு தோணுது.

ஏங்க குடிச்சா ஒரு மனுஷன் என்ன வேணாலும் பேசலாமா? எப்படியும் நடக்-கலாமா?அப்படி அவன நடத்துகிற கேடுகெட்ட சாராயத்தை எப்படிங்க பொதுவெ-ளியில் விற்பதற்கு அரசு அனுமதிக்கிறது.மதுவிலக்கை உரக்கச் சொன்ன காந்தி-யின் தேசம் அல்லவா இது. சுதந்திரம் வாங்கி இன்னும் 50 ஆண்டுகள் கூட ஆகவில்லை அவருடைய கொள்கைகளுக்கு அவ்வளவுதான் மதிப்பா? நம்ம முத-லமைச்சர் நடித்த படங்களில் எல்லாம் குடிக்கிறது தப்பு அது எப்படியெல்லாம் குடும்பங்களை பாதிக்கும்ன்னு சொல்லியிருப்பாரே ஆனால் அவர் ஆட்சியில் எப்-படி இந்த தப்பான பொருளை விற்பனை செய்ய அனுமதிக்கிறார்? அவருடைய சொல்லுக்கும் செயலுக்கும் நிறைய வித்தியாசம் இருக்கே'' லீலா மனதில் உள்-ளதை படபடவென்று கொட்டினாள்.

சிவமணி அவள் பேச்சினிடையே குறுக்கிடாமல் அமைதியாக கேட்டுக்-கொண்டிருந்தான்.''என்னங்க திடீர்னு அமைதி ஆயிட்டீங்க. குடியைப் பற்றி சொன்னது உங்களுக்கு பிடிக்கலையா?இல்லை நீங்க எம்ஜிஆரின் ரசிகரா? நான் அவரை விமர்சித்ததால தான் இப்படி கம்முன்னு இருக்கீங்களோ?''அவன் அமைதி அவளுக்கு நெருடலாய்ப்பட அதே படபடப்புடன் கேட்டாள்.

''அப்படி எல்லாம் ஏதுமில்லை.அவர் படத்தில் சொன்னது தத்துவம் போலி-ருந்தாலும்அது அந்த சினிமாவின் ஒரு காட்சியே.ஆனால் அரசியல் அப்படியல்ல அரசு நடத்த பணம் வேண்டும் வருமானத்திற்கு வேண்டி மக்களை சீரழிக்கவும்

அரசு தயங்காது இது எதார்த்தம்.கடந்த அரசு தொடங்கியது இவர்கள் அதை பின்பற்றுகிறார்கள் இந்த விஷயங்களில் இவர்களுக்கிடையே எந்த வேறுபாடும் இல்லை.

இது தனிமனிதனின் அல்லது சமுதாயத்தின் அல்லது அரசாங்கத்தின் தவறாக இருக்கலாம்.ஆனால் நேரடியாக பாதிக்கப்படப்போவது குடிக்கின்ற தனிமனிதனும் அவனை சார்ந்துள்ள குடும்பமும் தான். இதைப்பற்றி எந்த அரசாங்கமும் கவலைப்படுவதில்லை.

மதுவினால் ஒவ்வொரு வீட்டிலும் பிரச்சினைதான். குடும்பத்துக்கு ஒருத்த-ராவது இந்த மது பழக்கத்திற்க்கு அடிமையாகி ஒட்டுமொத்த குடும்பத்தையும் அழித்து விடுகிறார்கள்.நெடுநாளைக்கு அந்தக் குடும்பத்தையே தலையெடுக்க விடாமல் தடுமாறி போக வைக்கிறார்கள்.

அதுபோல எங்க வீட்டிலும் ஒரு ஆள் உண்டு.அவர் குடிகாரர் ஆனதற்கு பின்னுள்ள கதை வித்தியாசமானது இந்த கதையின் முடிவில் ஒரு கேள்வி வரு-கிறது அதற்கு என்னால் பதில் காண முடியாமல்நீண்ட நாட்களாக திண்டாடி கொண்டிருக்கிறேன்''லீலாவின் கேள்விக்கு நீண்ட பதிலளித்து முடிவில் அவளிடம் ஒரு கேள்வி எழுப்ப தயாராய் ஒரு கதையுடன் காத்திருந்தான்.

''என்னங்க திடீர்னு கதை, கேள்வியின்னு புதிர் போடுறீங்க''தான் டீ குடித்த-வுடன் வீட்டிற்கு கிளம்ப வேண்டும் என்று மனதிற்குள் எடுத்துக்கொண்ட உறுதி-மொழியை மறந்து லீலா ஆர்வமாய் கேட்டாள்.

“இது வேற யாரும் எழுதியதில்லை எங்கேயும் படித்ததும் இல்லை. இது என் குடும்ப கதை இதில் எங்கே எப்படி தப்பு நடந்தது? யார் செய்தது தவறு? என்று இதுவரை எனக்கு புரியவில்லை அதைத்தான் உங்களிடம் அப்படி சொன்னேன். என் கதையை கேட்க உங்களுக்கு கொஞ்சம் நேரமும் பொறுமையும் இருந்தால் கேளுங்கள் சொல்கிறேன்'' என்று அவள் முகத்தை பார்க்க அவளோ தான் எங்கு அமர்ந்து யாருடன் பேசிக் கொண்டிருக்கிறோம் என்பதை மறந்து அவன் சொல்லப் போகும் கதையை கேட்க சிறுகுழந்தையின் ஆவலுடன் காத்திருந்தாள்.

# 5

5

“அன்னைக்கு நீங்க பார்த்த குடிசை வீடு இல்லை எங்க சொந்த வீடு. முன்பு நாங்க ஊருக்கு வெளியே எங்களுக்கு சொந்தமான தோட்டத்து வீட்டில் குடியிருந்தோம். எங்க தோட்டத்துக்கு பக்கத்தில் சில வீடுகள் மட்டுமே இருந்தது. அதில் என் அம்மாவின் சொந்தக்காரர்கள் குடியிருந்தார்கள். நாங்கள் சற்று வசதியாகவும் அப்பா வைத்தியராகவும் இருந்ததால் தாழ்த்தப்பட்ட வகுப்பைச் சார்ந்திருந்தாலும் ஊரில் மரியாதை உயர்வாய் இருந்தது.

பரம்பரை பரம்பரையாக செய்து வந்ததால் நாட்டுமருந்து,விஷ முறிவு மருந்து, லேகியம் போன்றவற்றை தயாரிப்பதில் அப்பா கில்லாடியாக இருந்தார். எந்த நோய்க்கும் வேலுச்சாமி வைத்தியரை பார்த்தால் போதும் என்ற அளவுக்கு பெயர்வாங்கியவர்.

“வைத்தியரே சீக்கிரம் வெளியே வரும். நெஞ்சு வலி தாங்க முடியாம மளிகை கடை அண்ணாச்சி துடித்துக் கொண்டிருக்காரு” ஒருநாள் அதிகாலையில் வீட்டின் முன் நின்று யாரோ உரக்க அழைக்கும் குரல் கேட்டது.

வைத்தியர் வெளியே வந்து “என்னாச்சு அவருக்கு? எப்போதிலிருந்து வலி தொடங்கியது?” என்று கேட்டார்.

“அது தெரியல பால் கறக்க அவர் வீட்டுக்கு போனப்ப வீட்டுக்குள்ளே இருந்து அவர் குரல் கேட்டது. அவருடைய வீட்டுக்காரம்மா தான் வெளியே வந்து ரொம்ப நேரமா யாராவது வருவார்களானு தேடுறேன் நீதான் வந்து இருக்க சீக்கிரமா போய் வைத்தியரை அழைச்சிட்டு வர முடியுமான்னு கேட்டாங்க. நான் உடனே உங்களை கூப்பிட ஓடி வந்துட்டேன்”என்று வந்தவன் அரைகுறையாக விவரம் சொன்னான்.

“சரி கொஞ்சம் பொறு” என்று உள்ளே போனவர் அங்கிருந்த வைத்தியத்தின் கடவுளான தன்வந்திரியின் படத்தை வணங்கி அதன் முன்னிருந்த சிறிய மரப்பெட்டியை திறந்து மருந்துகள் எல்லாம் இருக்கிறதா என சரிபார்த்து பெட்டியைகையில் எடுத்துக் கொண்டு அவனுடன் நடந்தார்.

ஐம்பது வயதை தாண்டிய கொளுத்த உடல் அமைப்பை கொண்ட அண்ணாச்சி படுக்கையில் கிடந்து வலியால் முனகிக் கொண்டிருந்தார். நிதானமாக அவரை பரிசோதித்து பார்த்ததில் அதிகப்படியான வியர்வையோ வாந்தி எடுத்ததற்கான அறிகுறியோ தெரியவில்லை. இது உண்மையான நெஞ்சுவலி அல்ல கடுமையான வாயு பிடித்தம் தான் அதனால் வலி அதிகம் தெரிகிறது. வயதான காரணத்தினாலோ சற்றும் வலி பொறுக்காத உடலமைப்பை கொண்டிருந்ததாலோ அண்ணாச்சி பயந்து போய் இருந்தார்.

"அம்மா ஒரு கப் பசும்பாலில் பத்து பதினைந்து பல் பூண்டை தோல் எடுத்து போட்டு நன்றாக வேகவைத்து அப்படியே கொண்டு வாங்க" என்று அந்த அம்மாவை அனுப்பி வைத்தார். பால் வந்தவுடன்"அண்ணாச்சி எந்திரிச்சு பாலில் வேக வைத்த பூண்டை சாப்பிட்டு அந்தபாலையும் குடிங்கபார்க்கலாம்" என்று கூற முனகியபடி எழுந்து அமர்ந்து அண்ணாச்சி அப்படியே செய்தார். கொஞ்சம் நேரத்தில் மேல்புறமும் கீழ்ப்புறமும் வாயு வெளியேற ஆரம்பித்தது.உடலுக்குள் அடைபட்டு கிடந்த வாயு வெளியேறியவுடன் வேதனை குறைந்தது.

பின் மருந்து பெட்டியில் இருந்து ஒரு சூரணத்தை எடுத்துஇரண்டு துண்டு பேப்பர்களில் சிறிது சிறிது தட்டி இரண்டு பொட்டலங்களாக கட்டினார்."இதை காலை சாப்பாட்டுக்கு பின்னும் இரவு சாப்பாட்டுக்கு பின்னும் வாயில் போட்டு சுடு தண்ணீர் குடிங்க எல்லாம் சரியாகிவிடும்"என்று மருந்து பெட்டியை மூடினார்.

"வைத்தியரே விடியற்காலையில் திடீர்னு துவங்கிய வலி உயிரே போற மாதிரி தோணிச்சு இப்ப கொஞ்சம் கொஞ்சமா வலி எல்லாம் நீங்கி போறது மாதிரி தெரியுது. ஏன் இப்படி ஆச்சு?" இனியும் இப்படி ஆகக் கூடாது என்பதற்காக அண்ணாச்சி கவனமாக கேள்வி கேட்டார்.

"அண்ணாச்சி வயசு ஐம்பதுக்கு மேல ஆயிடுச்சு இல்ல. உடம்புக்குள்ள இருக்கிற மிஷின்கள் எல்லாம் கொஞ்சம் கொஞ்சமா தேய்மானமாகி மக்கர் பண்ண ஆரம்பிக்கும். வயதாகும்போது எப்படி கடுமையான வேலைகளை செய்யாமல் உடல் உறுப்புகளுக்கு ஓய்வு கொடுக்கிறோமோ, கவனமா பார்க்கிறோமோ அதுபோலத்தான் வாய்க்கும் வயிற்றுக்கும் கொஞ்சம் ஓய்வு கொடுக்கணும்.இருக்குங்கிறதுக்காக கண்டதையும் கண்ட நேரத்திலும் வாயில் அள்ளிப் போட்டு அரைச்சுக்கிட்டு இருந்தா வயிற்றில் உள்ள ஜீரண உறுப்புகளுக்கு வேலைப்பளு கூடும். அது தாங்க முடியாம சில நேரங்களில் உள்உறுப்புக்கள் மக்கர் பண்ண மொத்த உடம்பும் பாதிக்கப்படும். கடையில் எப்படி அளந்து அளந்து வியாபாரம் செய்கிறீர்களோ அதுபோலத்தான் வயிற்றிற்கும் அளந்து போட வேண்டும். சரி நான் கிளம்பட்டுமா? இப்போதைக்கு இந்த சூரணத்தை மறக்காமல் போடுங்கள். இரண்டு நாள் கழித்து வாங்க பேதி மருந்து தாரேன்.அதை குடித்து வயிற்றை சுத்தமாக வச்சுக்கங்க எந்த நோயும் பக்கத்தில் அண்டாது" மருந்து பெட்டியை

கையில் எடுத்துக்கொண்டு கிளம்பினார்.

“இருங்க வைத்தியரேவிடியகாலையில எனக்காக இவ்வளவு தூரம் வந்து இருக்கீங்க. ஒரு கப் காப்பியாவது சாப்பிடாமல் போனால் எப்படி? ஏண்டி இங்கே நிக்கிற போ. போய் சீக்கிரம் இவருக்கு காபி கொண்டு வா”மனைவியை விரட்டி-னார் அண்ணாச்சி.

“வேண்டாம் அண்ணாச்சி அவசரம் என்கிறதால பூஜையை கூட முடிக்காமல் அப்படியே ஓடி வந்துட்டேன்.காலையிலபூஜையை முடிந்தால்தான் எந்த ஆகாரத்-தையும் எடுத்துக் கொள்வேன்”

“ரொம்ப அதிசயமாய் தான்யா இருக்கு உன் குடும்பம். நீயோ நம்ம சாமியை கும்பிட்டு பூஜை புனஸ்காரங்களை முடிச்சுட்டு தான் ஆகாரமே சாப்பிடுற.ஆனால் உன் பொண்டாட்டி வேறு மதத்துக்கு போய் விட்டாலாமே? இயேசு சாமி கும்பிடும் கூட்டத்திற்கு தலைவி போல்இருக்கலாமே? ஊரில் சொல்லிக்கிறாங்க. நாளைக்கு பஞ்சாயத்து ஆபீஸ் முன்புள்ள மைதானத்தில் வெளியூரில் இருந்து பெரிய பெரிய போதகர்களையெல்லாம் வரவைத்து கூட்டம் நடத்த போறாளாம் ஊருக்குள்ள இதே தான் பேச்சா இருக்கு”

“என்ன அண்ணாச்சி சொல்றீங்க அவளுக்கு வேற மதத்தின் மீதுபற்றுஇருப்-பதுதெரியும்.குழந்தைகளின் நலனுக்காகவும் படிப்புக்காகவும் இயேசுவை வேண்-டிக்கொள்ள பிரார்த்தனை கூட்டத்திற்கு போவாளேதவிரதானே பெரிய கூட்டம் நடத்தற அளவுக்கெல்லாம் போகமாட்டாள்”

“நான் என்ன பொய்யா சொல்றேன்? நீங்க ஊருக்குள்ள போய் பாருங்க கலர்கலரா பெரிய சைஸ் வால்போஸ்டரெல்லாம் ஒட்டியிருக்காங்க. இரவு ஜெபம் முடிந்தவுடன் அனைவருக்கும் சாப்பாடு வழங்கப்படும் என்றுபோட்டிருக்கு. அதுக்கு கூட மளிகை சாமான் எல்லாம் நம்ம கடையில தான் ஆர்டர் கொடுத்து இருக்காங்க”அண்ணாச்சி தனக்கு தெரிந்த விஷயத்தை எல்லாம் ஒன்றுவிடாமல் ஒப்புவித்தார்.

தன்மனைவியைப் பற்றி பிறர் சொல்ல அறிந்துகொள்வது ஒரு கணவனுக்கு எவ்வளவு பெரிய அவமானம்.நல்லதோ கெட்டதோ அது முதலில் கணவனுக்கு தானே தெரிந்திருக்க வேண்டும். ஏனென்றால் அதனால் நேரப் போகும் லாப நஷ்-டங்களை தூக்கி சுமப்பவன்அவன்தானே. வேலுச்சாமி பதிலேதும் கூறாமல்வெளி-யேறினார். தெருவில் நடக்கையில் வண்ண வண்ண சுவரொட்டிகள் ஆங்காங்கே கண்ணில் பட்டது. கோட்சூட் அணிந்த இளவயது போதகர்கையை உயர்த்தி ஆசீர்வதித்து கொண்டிருக்க எழுப்புதல் கூட்டங்கள் என்ற வாசகம் தாங்கி நின்ற வால்போஸ்டரின் கீழ்ப்பகுதியில் ரீட்டாவாக மாறி இருந்த பேச்சியம்மாள் தலை-யில்முக்காடிட்டு சிரித்துக்கொண்டிருந்தாள். ஒரு சுவரொட்டியை முழுதாக கிழித்து கையில் வைத்து பார்த்தார்.

வால்போஸ்டரை பார்க்கப் பார்க்க வேலுச்சாமிக்கு ஆத்திரம் தலைக்கேறியது அவர் தன்னை மறந்தார்.ஒருகையில் மருந்து பெட்டியுடனும் மறுகையில் சுருட்டிய சுவரொட்டியுடனும் தன் தோட்டத்து வீட்டை நோக்கி ஓடினார்.

# 6

## 6

கதவை திறந்து உள்ளே வந்து பார்த்தபோது ரீட்டா முழங்காலிட்டு ஜெபித்துக் கொண்டிருந்தாள்.வேலுச்சாமியின் ஆத்திரம் அளவு கடந்தது. கையிலிருந்த மருந்துப்பெட்டியை சுவரில் விசிறி அடித்தார் பெரும் சப்தத்துடன் அந்த பெட்டி சுவரில் மோதி தெறித்து விழுந்தது. உள்ளிருந்து மருந்துகள் அறை முழுவதும் சிதறின. என்றாலும் ரீட்டா எதையும் கண்டுகொள்ளாமல் கண்களை கூட திறக்காமல் ஜெபித்துக் கொண்டிருந்தாள்.உறக்கத்திலிருந்து பதறி எழுந்த பிள்ளைகள் இருவரும் என்ன நடக்கிறது என்பது புரியாமல் விழித்துக் கொண்டிருந்தனர்.

தோட்டத்து வீட்டில் ஏதோ சத்தம் கேட்டது கண்டு பக்கத்து வீட்டுக்காரர் அது என்ன என்று அறிந்துகொள்ள உள்ளே வந்தார். ஆவேசமாக வேலுச்சாமி நின்று கோபமாக பேசுவதை வீட்டிற்கு வெளியேயிருந்தே அறிந்து கொண்டவர் பக்கத்து வீடுகளில் இருந்த உறவுகளிடம் தான் பார்த்ததை சொன்னார்.“என்னவென்று தெரியவில்லை வைத்தியர் பயங்கர கோபத்தோடு நிக்கிறாரு ஏதோ பெரிய தகராறாயிருக்கும் போல”என்றார்.

அருகில் குடியிருந்தரீட்டாவின் உறவுக்காரர்கள் திரண்டு வந்தனர். வைத்தியரை வெளியே வருமாறு அந்த கூட்டம் அழைத்தது. பொறுமையாய் இருக்கும்படி அறிவுரை கூறியது. வெளியே கூட்டம் சேர்ந்து விட்டதை உணர்ந்து ரீட்டா கண்களைத் திறந்தாள்.

என்னவென்று கேட்பதைப் போல் எதிரில் ஆக்ரோஷத்தோடு நின்ற வேலுச்சாமியை மிக சாதாரணமாக பார்த்தாள்.“என்ன இது” கையில் இருந்த சுவரொட்டியை அவள் முகத்தில் எறிந்தார்.“அது என்னவென்று அதிலேயே விளக்கமாக போட்டுருக்கேதெரியலையா? நல்லா படிச்சு பாருங்க புரியும்”மறுபடியும் சுவரொட்டியை அவரிடம் காண்பித்து நிதானமாக சொன்னாள்.

“யாரை கேட்டு இதில் உன் படம் போட்டாங்க”

“நானாகத்தான் கொடுத்தேன்”“குடுக்குறதுக்கு முன்னாடி ஏன் என்னை கேட்கலை?”

“கேட்டா போடக் கூடாதுன்னு தான் சொல்லுவீங்க. ஆரம்பத்திலேயே உங்களுடைய எதிர்மறை பேச்சையெல்லாம் ஏன்கேட்டுக்கிட்டுனு தான் கேட்கல. அதுவுமில்லாம அது என்னுடைய படம் அதை போட நான் யாரிடம் அனுமதி கேட்கணும்?” அத்தனை பேரும் பார்த்துக் கொண்டிருக்கிறார்கள் என்கிற உணர்வே இல்லாமல் கணவனிடம் அலட்சியமாக பதில் சொன்னாள்.

வேலுச்சாமி அவளுடைய அலட்சியமான பேச்சினால் வெறி கொண்டார்.. வாழ்க்கையில் முதல்முறையாக மனைவியை அடிக்க பாய்ந்தார். அதற்குள் வீட்டுக்கு வெளியே நின்ற சிலர் உள்ளே ஓடி வந்து அவர் கையைப் பிடித்துக் கொண்டனர். அப்போதும் ஆத்திரம் அடங்காத வைத்தியர் அருகில் நின்றவளை எட்டி உதைத்தார்.இடுப்பில் உதைபட்டதால் ரீட்டா அப்படியே சரிந்து விழுந்தாள். ஆண்கள் வைத்தியரை வெளியே இழுத்துச் சென்றனர். சில பெண்கள் உள்ளே ஓடி வந்து தரையில் விழுந்து கிடந்த ரீட்டாவை மெல்ல தூக்கினார்கள்.

அத்தனை பேர் முன்வைத்து அடிபட்டது ரீட்டாவுக்கு அவமானமாகி விட்டது.“அண்ணே யாராவது போய் நம்ம பாஸ்டர் ஐயாவை வர சொல்லுங்க. இன்னைக்கு இரண்டில் ஒன்றுஎன்ன என்று பார்த்திரலாம்.ஒண்ணு இவர் என்னோடு சேர்ந்து நம்ம திருச்சபைக்கு வரணும். தேவனே மெய்யான தெய்வம் என்று ஏற்றுக்கொண்டு ஞானஸ்தானம் எடுக்கணும். இல்லை என்னையும் என் பிள்ளைகளையும் பிணமாகத்தான் நாளைக்கு பார்க்கமுடியும்”ரீட்டாவின் குரல் கொடூரமாக மாறி இருந்தது.

இறைபக்தி, மதநம்பிக்கை இதையெல்லாம் தாண்டி மிரட்டல் பாணியில் பேசினாள்.இதற்கு முன் எப்போதும் அவள் இப்படி கடுமையாகப் பேசி யாரும் பார்த்ததில்லை. கூட்டம் அவளுடைய பேச்சை கூர்ந்து கவனித்தது.யாரோ இருவர் போதகரை அழைக்க ஓடினார்கள்.

வைத்தியருக்கு என்ன செய்வதென்றே தெரியவில்லை. இவள் மனமாற்றம் தொடங்கியபோதே நாம் ஏன் தடுக்கவில்லை?கிறிஸ்தவமும் நல்லமதம் தானே என தோன்றியதாலா? இயேசு பெருமான் அன்பைத்தானே போதித்தார்?இயேசுவின் போதனைகளை கேட்ட முரடர்கள் கூட திருந்திஇருந்திருக்கிறார்களேமென்மையானவர்களாய் மாறி இருக்கிறார்களே.ஆனால் இயற்கையையிலேயேஅன்பானவளாய் பாசமுள்ள தாயாய் இருந்த இவள் ஏன் இப்படி மாறிப் போனாள்? இதற்கு மதமா காரணம்? இவளுக்கு இப்படி பிரிவினையையும் மத துவேஷத்தையும் யார் போதித்தது? என்னை இப்படி மிரட்டி பணிய வைக்க முயற்சிப்பது ஏன்? இத்தனை வருஷமாக பின்பற்றிய பழக்க வழக்கத்தையும் கடவுளையும் இவள் பேச்சை கேட்டு எப்படி ஒரே நிமிடத்தில் தூக்கி எறிந்துவிட்டு விடமுடியும்?.

“ரீட்டா கொஞ்சம் யோசிச்சு பேசுமா. அவசரப்படாதே நீ உனக்கு பிடிச்ச சாமிய கும்பிட்டுக்கோ வைத்தியர் அவருக்கு பிடிச்சத செய்யட்டும். இத்தனை

நாள் அப்படித்தானே இருந்தீங்க இப்ப என்ன ஆச்சு? நீ சொல்லாம கொள்ளாம போஸ்டரில் படம் போட்டதால தானே அவர் கோபப்படுகிறார் இரண்டு பேரும் கொஞ்சம் மனம் விட்டுப் பேசினால் எல்லாம் சரியாகிவிடும் அதை விட்டுவிட்டு வேற ஏதாவது தப்பான முடிவு எடுத்து விடாதே'' கொஞ்சம் வயதான பெண்ணொருவர் இருவருக்கும் கேட்கும் வகையில் உரக்க பேசினார்.

"எவ்வளவு நாள்தான் பொறுமையாக இருக்கிறது? சரி இன்னைக்கு திருந்துவார் நாளைக்குத் திருந்துவார்ன்னு காத்திருந்தது தான் மிச்சம். நான் ஜெபிக்கும்போது கூப்பிடுவேன் வருவதில்லை.தேவனை பற்றிஅத்தனை நல்ல விஷயங்களையும் சொல்றேன். அவர் நிகழ்த்திய அதிசயங்களை சொல்றேன் காது கொடுத்து கேட்கிறதில்லை. வீட்டுக்குள்ள வந்து பாருங்க ஒரு அறை முழுக்க சிலைகளையும் படங்களையும் வைத்து தினமும் பூஜை பண்றேன்னு கூத்தடிக்கிறார். இவர் பூஜை பண்ணி வைத்தியம் பார்த்த பெரியவீட்டு பழனிச்சாமிக்கு கேன்சர்போனதா? உயிர் போனது தான் மிச்சம். அதுவே நம்ம சபைக்கு வரும் ஆல்பிரட் சகோதரருக்கும் தான் நாலு வருஷத்துக்கு முன்னாடியே கேன்சர் வந்தது. அவர் நமது சபையில் சேர்ந்து ஞானஸ்தானம் கொடுத்து நாம் எல்லோரும் அவருக்காக தேவனிடத்தில் பிரார்த்தனை செய்ய இப்ப கேன்சர் குணமாகி முழு ஆரோக்கியத்தோடு இருக்கிறாரா இல்லையா?இதையெல்லாம் சொன்னால் புரிஞ்சுக்கவே மாட்டேங்கிறார்''.

"இவர் கெட்டது மட்டுமில்லாமல் பிள்ளைகளையும் ஒவ்வென்னாகெடுக்கிறார். இப்பவே மூத்தது அவரை மாறி பேசுது கொஞ்சம் விட்டா இளையவனும் அவரை மாதிரி ஆகிவிடுவான். அதான் இன்னைக்கு என்ன ஏதுன்னு பார்த்திடலாம்'' ரீட்டா குரலை உயர்த்தி அங்கு இருக்கின்ற கூட்டத்துக்கு கேட்கும்படி பேசினாள்.

அவள் பேசியதில் அர்த்தமே இல்லை என்று கூட்டம் உணர்ந்தது. யாரையும் கட்டாயப்படுத்தி அறுசுவை உணவைக்கூட உண்ணவைக்க முடியாத போது கடவுளையே மாற்றுவது என்பது நடக்கக்கூடிய காரியமல்ல என்பதை கூட்டத்தில் இருந்தவர்கள் உணர்ந்தாலும் அவளிடம் இப்போது பேசுவது வீணானது என நினைத்து அமைதியாக நின்றார்கள்.

கொஞ்ச நேரத்தில் நடுத்தர வயது போதகர் பைக்கில் வந்தார். அதுவரை வீட்டுக்குள்ளிருந்து பேசிக்கொண்டிருந்த ரீட்டா வெளியே ஓடிவந்தாள்."வாங்கபாஸ்டரைய்யா நீங்கதான் இவரை சரி செய்யணும்.வரவர இவரை சாத்தான் கடுமையாகஆட்டுவிக்கிது. இல்லைனா நான் அமைதியா தேவனை துதித்துக் கொண்டிருக்கும் போது வந்து என்னை எட்டி உதைப்பாரா? நான் வாங்கிய அடியை பார்த்து ஊரே பதறிப் போச்சு''என்று சொல்லிவிட்டு தாரை தாரையாய் கண்ணீர் விட்டாள்.

"என்ன வைத்தியரேஇதெல்லாம்? எவ்வளவு விவரமான ஆளு நீங்க இப்படி பொம்பளைய எட்டி உதைக்கலாமா? ஏதாவது ஒண்ணு கிடக்க ஒண்ணு ஆகிப்

போச்சுன்னா குடும்பம் என்னத்துக்கு ஆகிறது. சிஸ்டர் சொல்வது போல சாத்தான் உங்களை கடுமையாக தான் ஆட்டுவிக்கிது அதிலிருந்து விடுபட தேவனாகிய இயேசு கிறிஸ்துவை ஏற்றுக் கொள்வதில் உங்களுக்கு என்ன பிரச்சனை?"போதகரும் அமைதியான முகபாவத்துடன் அழுத்தமாக தன் முடிவை சொன்னார்.

"அதே கேள்வியை நான் உங்களிடம் கேட்கிறேன். என் இஷ்ட தெய்வத்தை நான் வழிபடுவதில் உங்களுக்குஎன்ன பிரச்சனை? ஏன் என் அமைதியை, நிம்மதியை கெடுக்கிறீர்கள்? உங்களால நான் ஊருக்குள்ள தலைநிமிர்ந்து நடக்க முடியல. என்னுடைய மானம் மரியாதை எல்லாம் போச்சு".

"ஐயா உங்களுடைய மதத்தில் உங்களைப் போன்ற கீழ்சாதி ஆளுக்கு எங்கே மரியாதை இருக்கு? மேல் சாதிக்காரன் உங்களை நாயை போல நடத்துறான். பொதுக் குளத்தில் தண்ணீர் எடுக்கக்கூடாது, காலில் செருப்பு போட்டுக்கிட்டு ஊருக்குள்ள போகக் கூடாது,தாழ்த்தப்பட்ட வகுப்பில் உள்ளவயசானவங்களைக் கூட வாடா போடான்னு அழைப்பது என்று இன்னும் எத்தனை எத்தனை கொடுமைகள்?வேறு எந்த மதத்திலாவது இப்படி கொடுமை நடக்குதா?" பாஸ்டர் நீளமாக பேசிவிட்டு எப்படி நம்ம பேச்சிலே வைத்தியரை மடக்கி விட்டேன் பார்த்தீர்களா என்பதை போல் கூட்டத்தை பார்த்தார்.

அவர் பேசிமுடிக்கும் வரை இடையே குறுக்கிடாமல் அமைதி காத்த வைத்தியர் "ஐயா இந்த கொடுமை எல்லா மதத்திலும் எல்லா தேசத்திலும் வேறு வேறு வடிவில் நடந்து கொண்டே தான் இருக்கிறது உலக நாகரிகத்தின் உச்ச நிலையில் இருப்பதாக அறியப்படுகின்ற அமெரிக்காவில் ஆண்டாண்டு காலமாய் இனவெறி, நிறவெறி என்ற போர்வையில் இது நடக்கிறது. மார்ட்டின் லூதர் கிங் போன்ற மேதைகள் மக்களிடையே விழிப்புணர்வையும் புரட்சியையும் உண்டு பண்ணிய பின்னரும் இந்த கொடுமை தொடர்கதையாக இப்போது வரை தொடர்ந்து கொண்டுதான் இருக்கிறது".

"அரபு தேசங்களை பற்றி சொல்ல வேண்டிய தேவையே இல்லை. தினமும் கொல்லப்படும் அப்பாவிகளின் குருதியால் அந்த பாலைவன நிலப்பரப்பு எல்லாம் சிவப்பாக காட்சியளிக்கிறது. உலகில் இந்திய தேசம் தான் ஏதோ ஓரளவு சகிப்புத்தன்மையுடன் இதுவரை இருந்துகொண்டிருக்கிறது அதற்கு உலை வைத்து விடாதீர்கள்" வைத்தியர் இப்படி பதில் கூறுவார் என அங்கு யாரும் எதிர்பார்க்கவில்லை. அவர் பேசியதை அவர்கள் ஏற்கவும்,ரசிக்கவும் இல்லை என்பதை அவர்களுடைய முகமே காட்டிக்கொடுத்தது.

ரீட்டா இடையே புகுந்து"பார்த்தீர்களா பாஸ்டரைய்யா இவர் இப்படித்தான் நாம ஒன்னு சொன்னா இவர் பதிலுக்கு ஒன்னு சொல்லுவார். நீங்க உள்ளே வாங்க நாளைக்கு கூட்டம் நல்லபடியா முடியட்டும் நானும் என் இரண்டு பிள்ளைகளும் சீக்கிரம் ஞானஸ்தானம் எடுக்கிறோம். அப்ப இவர் மட்டும் தனியா என்ன

பண்ணுவார் என்று பார்க்கலாம்''என்று மிகச்சாதாரணமாக தன்னுடைய அடுத்த அஸ்திரத்தைவீசினாள். அவள் அழைப்பை ஏற்று போதகரும் சில ஆண்களும் பெண்களும் படியேறி வீட்டினுள் நுழைந்தனர்.

வீட்டினுள் நுழைந்து சுற்றும் முற்றும் பார்த்த போதகருக்கு உடல் உதறியது. உரத்த குரலில் ''இங்கே சாத்தான்கள் நிறைஞ்சிருக்கு'' என்று கத்தினார்.''சாத்-தான்,சாத்தான்'' என்று கத்தியபடி அவர் சுட்டிக்காட்டிய இடத்தில் வைத்தியர் வைத்திருந்த சில சாமி சிலைகளும் மருத்துவத்தின் கடவுளாக கருதப்படும் தன்-வந்திரியின் பெரிய படமும் மாட்டப்பட்டிருந்தது. வந்தவர்களுக்கு டீ போடலாம் என்று சமையலறைக்கு போன ரீட்டா போதகரின் அலறல் சத்தம் கேட்டு ஓடிவந்-தாள்.''சகோதரி இந்த வீட்டில் ஏகப்பட்ட சாத்தான்கள் உள்ளன.அதனால் தான் நீங்கள் எவ்வளவு ஜெபித்தாலும் கர்த்தரை துதித்தாலும் உங்களுக்கு முழு பலனும் கிடைக்காமல் போய்விடுகிறது அவற்றை உடனே அப்புறப்படுத்துங்கள்'' என்று கூறிவிட்டுரபட,பிக், ட்ரீ,பாரூ,லீப, ரூ,ஜிப,கு என்று ஏதேதோ கூறினார் உடனி-ருந்த ஊழியக்காரர்கள் அந்நிய பாஷையில் பேசுகிறார் என்றார்கள்.

கொஞ்ச நேரத்தில் நார்மலான போதகர்''சகோதரி தேவனிடத்திலிருந்து உங்-களுக்கு வந்த செய்தி என்னவென்றால் இந்த வீட்டை சாத்தான்கள் ஆக்கிர-மித்துள்ளது. நீங்கள் உடனே அவற்றை அப்புறப்படுத்துங்கள் அல்லது இங்கிருந்து விலகிப் போங்கள்'' என்று சொல்லி நிறுத்தினார். ரீட்டா போதகரின் வாக்கை வேதவாக்காக ஏற்றாள்.

உள்ளே ஓடிச்சென்று வைத்தியர் வழிவிட வைத்திருந்த ஒரு பெரிய சிவலிங்க சிலையை தூக்கிக்கொண்டு வெளியே ஓடிவந்தாள்.அத்தனை பேரும் பார்த்துக்-கொண்டிருக்க அதை தூக்கி எறிந்து உடைத்தாள். அடுத்ததை எடுக்க உள்ளே ஓடினாள்.

வெளியே இருந்ததில் சிலர் ''ரீட்டா கொஞ்சம் பொறு இப்படி தூக்கி எறி-யாதே'' என்று கத்தினார்கள்.சில வினாடிகளுக்குள் நடந்துவிட்ட இச்சம்பவத்தை பார்த்துக்கொண்டிருந்த வைத்தியருக்கு ஆத்திரம் பொங்கியது. சட்டென்று தன்னை விடுவித்துக் கொண்டு உள்ளே ஓடினார்.

அங்கே ரீட்டா இரண்டு கைகளிலும் இரண்டு சிறிய சிலைகளை தூக்-கிக்கொண்டு வந்தாள்.அவளை மேற்கொண்டு நகரவிடாமல் எதிரே போய் நின்று''அதை தொடாதே.மரியாதையாக அது இருந்த இடத்திலேகொண்டு-போய்வை'' என்று அதட்டினார். அவரை சிறிதும் கண்டு கொள்ளாமல் ரீட்டா அவரை கடந்து வெளியே போக முயன்றாள். அவளை தடுத்து அவள் கைகளில் இருந்த சிலைகளை பறிக்க முயன்ற போது நடந்த தள்ளுமுள்ளுவில் ரீட்டா கீழே விழுந்தாள்.

“ஐயோ இதை கேட்க ஆள் யாரும் இல்லையா? என்னை இப்படி கொடுமைப்படுத்துறானே” ரீட்டா குரலை உயர்த்த வெளியே நின்று கூட்டம் மறுபடியும் உள்ளே ஓடி வந்தது.பெண்ணுக்கான பலமா பலவீனமா இது.தான் நினைத்ததை சாதிக்க விரும்பினால் அவள் எந்த எல்லைக்கும் போக தயாராகிறாள்.அப்போது எதிரில் நிற்பது யார் தனக்கு வேண்டப்பட்டவரா,நண்பனா,உறவினரா,எதிராளியா,பகைவனா என்று எதையும் பார்ப்பதில்லை.

யோசிக்காமல்அரங்கேற்றும் இந்த கணநேரத்து நாடகத்தால் ஆயுளுக்கும் அது தரும் வலியையும் வேதனையையும் அவமானத்தையும் சம்பந்தப்பட்ட எல்லோரும் சுமக்க வேண்டியிருக்கிறது.

அதற்கு மேலும் பொறுமை காக்க முடியாது. இந்த கூட்டமும் நமக்கு சாதகமாக இல்லை என்று நினைத்த வைத்தியர் தேங்காய் உடைக்கபூஜை அறையில் வைத்திருந்த பெரிய அருவாள் போன்ற தடித்த கத்தியை வெளியே எடுத்தார்.

“எவனாவது உள்ளே வந்தா அவ்வளவுதான் ஒரே வெட்டில்தலையை தனியாஎடுத்துடுவேன். ஏன்டா யார் வீட்டில் வந்து யார் நாட்டாமை பண்ணுவது போங்கடா வெளியே” காற்றில் கத்தியை சுழற்றி உள்ளே வந்தவர்களை விரட்டினார்.“ஆத்திரப் படாதீங்க பிரதர் கொஞ்சம் அமைதியா இருந்து நான் சொல்வதை கேளுங்க.இந்த பிரச்சினைகளுக்கெல்லாம் நீங்களோ ரீட்டா சிஸ்டரோ காரணம் அல்ல எல்லாம் அந்த சாத்தான்களின் வேலைதான் அமைதியா இருங்க”என்று சொல்லியபடி போதகர் நெருங்கிவர “எங்கிருந்து வந்தது சாத்தான். நீதாண்டா எல்லாத்துக்கும் காரணமே. உன்னால் தாண்டா என் குடும்பம் சிதைந்து போச்சு. உன்னை இனி உயிரோடு விடமாட்டேன் என்னை போல இன்னும் எத்தனை பேரின் குடி கெடுக்க போறியோ?உன்னை கொன்றால்தான் எல்லாம் சரியாகும்” என்று கூறி போதகர் மேல் பாய்ந்தார்.

கையிலிருந்த கத்தியை கொண்டு போதகரை வெட்ட முயற்சித்தார். கணநேரத்தில் சுதாரித்த போதகர் வைத்தியரின் தாக்குதலில் இருந்து தப்பித்து வீட்டுக்கு வெளியே ஓடினார். அவரை விடாமல் வைத்தியரும் விரட்டிக்கொண்டு வந்தார். அவர் கையில் இருந்த கத்தியை பார்த்தவுடன் வெளியே நின்ற கூட்டம் சிதறி ஓடியது.

வெறி கொண்டுவெட்டவரும் வைத்தியரிடம் இருந்து தப்பிக்க போதகர் தலைதெறிக்க ஓடினார். கால் போன பாதைகளில் எல்லாம் ஓடி ஆள்நடமாட்டம் அதிகம் இருந்த ஊருக்குள்ஓடினார்.போதகரையே இலக்காகக் கொண்டு வேற எதையும் கவனிக்காமல் வைத்தியரும் அவரை விரட்டிக்கொண்டு ஓடினார். கொஞ்சம் இடைவெளிவிட்டு பயத்தால் சிதறி ஓடிய கூட்டத்தில் இருந்த ஆண்கள் பின் தொடர்ந்து வந்தனர்.

வெள்ளை அங்கி அணிந்த ஒருவர் வேகமாக ஓடுவதையும் அவரை வைத்தியர் கையில் நீண்ட கத்தியுடன் துரத்துவதையும் அதற்குப்பின் ஒரு கூட்டம் விரட்டிக் கொண்டு வருவதையும்ஊர் கூடி நின்று வேடிக்கை பார்த்தது. ஊர் கூடி நின்று வேடிக்கை பார்ப்பதை உணர்ந்தவுடன் தான் வைத்தியருக்கு தான் என்ன செய்து கொண்டிருக்கிறோம் என்பது தெரிந்தது.

“மருத்துவ பெட்டியை எடுத்த கையில் ஆளை வெட்டுவதற்கு கத்தியா? என்ன கேவலமான செயல் இது”என்று நினைத்தவுடன் வைத்தியரின் வேகம் குறைந்தது. உயர்த்தி பிடித்து இருந்த கத்தியை தாழ்த்திக் கொண்டார். ஒரு மரத்தடியில் நின்றார்.சில நிமிடங்கள் நன்றாக மூச்சுவிட்டு தன்னை ஆசுவாசப்படுத்திக் கொண்டு வீடு திரும்பினார்.

வீடு அமைதியாய் இருந்தது.ரீட்டாவையும் மற்ற கூட்டத்தையும் காணவில்லை. குழந்தைகள் மட்டும் தனியாக அமர்ந்திருந்தார்கள். இன்று காலையில் எழுந்ததிலிருந்து என்ன நடக்கிறது என்பதை குழந்தைகளால் அறிந்து கொள்ள முடியவில்லை. அவர்கள் வாழ்நாளில் இதற்கு முன் இப்படி தாய்,தந்தையர் சண்டையிட்டு பார்த்ததில்லை.

வேலுச்சாமிக்கு அன்றைய நாளில் தன்னைச்சுற்றி நடந்தது எல்லாம் ஒரு கனவாக இருக்க வேண்டுமென்றுவிரும்பினார். யாருக்கு என்ன தீங்கு செய்தேன்? ரீட்டாவை எப்படி பழையது போல் ஆக்குவது என யோசிக்க யோசிக்க அவர் முன் ஒரே ஒரு வழியே உள்ளது போல் தோன்றியது. பேசாமல் அவள் சொல்வது போல் வேதத்துக்கு மாறிவிடலாம். சிவனை கும்பிட்டால் என்ன?தேவனை துதித்தால் என்ன? இவையெல்லாம் எதற்காக உருவாக்கப்பட்டவை நிம்மதியான வாழ்க்கையை வேண்டி தானே? எனக்கு நிம்மதியான வாழ்க்கை மதம் மாறினால்தான் கிடைக்குமென்றால் மாறி விட வேண்டியது தான். வைத்தியருக்கு மனதினுள் ஒரு தெளிவு பிறந்தது. ஏன் இத்தனை ஆர்ப்பாட்டம் இதை ஏன் முன்பே யோசித்து இருக்கக்கூடாது.சரி படவேண்டிய அவமானத்தை பட்டுதானே ஆகணும்.

பயந்து ஓரமாய்ஒடுங்கிக்கொண்டிருந்த குழந்தைகளை அருகில் அழைத்து மடியில் அமர்த்திக் கொண்டார்.“பயப்படாதீங்கடா எல்லாம் சரியாயிடுச்சு. அப்பாவுக்கு கோபம் இல்லாம போயிருச்சு. இனி எல்லோரும் அம்மா பேச்சை கேட்டு சந்தோஷமாய் இருப்போம்” என்று ஆறுதல்படுத்தி அவர்களை அணைத்தவாறே தரையில் படுத்து மூன்று பேரும் உறங்கி போனார்கள்.

எவ்வளவு நேரம் அப்படி உறங்கினாரோ தெரியவில்லை யாரோ அழைப்பது போன்ற உணர்வு தோன்றவே வைத்தியர் மெதுவாக கண் திறந்து பார்க்க சீருடை அணிந்த இரண்டு காவலர்கள் நின்று கொண்டிருந்தனர்.

“சீக்கிரம் எந்திரிச்சு பிள்ளைகளையும் அழைச்சிட்டு ஸ்டேஷனுக்கு வாங்க வைத்தியரே. உங்க மேல ஸ்டேஷனில் புகார் கொடுத்திருக்காங்க அதனால ஐயா

உங்களை விசாரிக்க வேண்டி அழைச்சிட்டு வரச் சொன்னார்"வந்திருந்த ஒரு போலீஸ்காரர் அவசரபடுத்தினார்.

"என் மேலயா? யார் பாஸ்டரய்யா கொடுத்தாரா?ஏதோ கோபத்துல கத்திய தூக்கிட்டு கொஞ்சம் தூரம் விரட்டி விட்டேன்.அது பெரிய தப்புதாங்கஅதுக்காக அவரை நேரா பார்த்து மன்னிப்பு கேட்டுகிறேன்.அதைதவிர அவருக்கும் எனக்கும் எந்த பகையும் இல்லைங்க"

"அவர் இல்லை வைத்தியரே. உங்க பொண்டாட்டி தான் புகார்கொடுத்திருக்-காங்க. காலையில அவங்களை அடிச்சிங்களாமே உண்மை தானா?எஸ்ஜ ரொம்ப கோபக்காரர் அதுவும் பொம்பளைகளுக்கு ஏதாவது பிரச்சினை என்றால் அவ்வ-ளவுதான். சீக்கிரம் வீட்டை பூட்டிகிட்டு வாங்க போகலாம்"

குழந்தைகளை அழைத்துக்கொண்டு காவலர்களுடன் நடந்து போக ஊரே கூடி நின்று வேடிக்கை பார்த்தது. அவமானம் ஈட்டியால் அவரைக் குத்திக் கொண்டி-ருந்தது

# 7

7

இந்தியாவில் அரசு அலுவலகங்கள் காவல் நிலையங்கள் இரண்டு வகையாகசெயல்படுகின்றன.வசதிபடைத்தவர்கள், அதிகாரத்தில் உள்ளவர்கள் போன்றவர்களுக்கு ஒரு மாதிரியாகவும் படிக்காத அடித்தட்டு மக்கள், பாமரர்கள் ஒருவிதமாகவும்நடத்தப்படுகிறார்கள்.

குற்றம் சாட்டப்பட்ட வசதியானவர்கள் காவல் நிலையங்களில் மிக கௌரவமாய் நடத்தப்படுகிறார்கள்.மாமியார் வீட்டில் தலை தீபாவளிக்கு வந்த மருமகனை கவனிப்பது போல் தடபுடலாக இருக்கும் அதிகாரிகளின் செயல்பாடுகள்.

இதுவே ஆட்டைக் காணோம், மாட்டை காணோம், பம்புசெட்டில் மாட்டியிருந்த மோட்டரை காரணம் என புகார் கொடுக்கச் செல்லும் விவசாயிகள், பாமரமக்கள் படு கேவலமாய் நடத்தப்படுகிறார்கள்.ஒரு புகார் கொடுக்க பலமுறை அலைக்கழிக்கப்படுகிறார்கள்.அவமானப்படுத்தப்படுகிறார்கள். கடைசியில் புகாரே கொடுக்க வேண்டாம் தொலைந்தது தொலைந்ததாகவே இருக்கட்டும் நம்மால் வெட்டியாக அலைய முடியாது என்ற மனநிலைக்கு அவர்களை கொண்டு வருகிறார்கள்.இத்தனைக்கும் இந்தியாவில் பணக்காரர்களை விட ஏழைகள் தான்அதிக லஞ்சம் கொடுக்கிறார்கள்.லஞ்சத்தை வாங்கும் போது மட்டுமே ஏழைகளும் ஒரு உயிருள்ள ஜீவராசி தான் என நினைக்கிறார்கள்.

குழந்தைகளுடன் காவல்நிலையத்தைநெருங்கியபோது வைத்தியருக்கு வயிற்றை கலக்கியது. அவருடைய வாழ்நாளில் காவல்நிலையத்தின் படியை தொட்டது இதுவே முதல் முறை. காவல் நிலையத்தின் முகப்பில் மாட்டப்பட்டிருந்த மகாத்மாவின் பெரிய புகைப்படம் இன்னும் பயத்தை தூண்டியது.சிறுவயதிலிருந்து அவர் பார்த்த எல்லா படங்களிலும் மகாத்மா புன்னகை பூத்தபடி இருந்தார். ஆனால் இங்கு மாட்டப்பட்டிருந்த படத்தில் ஏனோ தரையில் அமர்ந்திருந்த காந்தி கவலையுடன் இருந்தார். இங்கு நடக்கும் கொடுமைகள் அறிந்துதான் மகாத்மாவும் புன்னகையை மறந்தாரோ?.

என்ன தவறு செய்துவிட்டோம் மனைவியை அடித்தது குற்றம் தான். ஆனால் அந்த குற்றத்தை செய்ய தூண்டியது அவள் தானே. அவள் நடந்துகொண்ட விதம், பேசிய பேச்சுக்கள் யாருக்கும் கோபத்தை வரவழைக்கதான் செய்யும். இது கேட்கும் நியாயவான்கள் யாராக இருந்தாலும் குறைந்தபட்சம் என்னை மன்னிக்கவாவது செய்வார்கள் என்ற நம்பிக்கையில் உள்ளே போனார் வேலுச்சாமி.

முறுக்கு மீசையுடன் வயதான எஸ்ஐ யை பார்த்தவுடனேயே யாராயிருந்தாலும் பயந்துதான் போவார்கள். அவர் உருவத்தை போலவே குரலும் கரடுமுரடாக இருந்தது.“வைத்தியரே ஊருக்குள்ள உம்மை பத்தி நல்ல அபிப்பிராயம் இருக்கிறதால உங்கள உட்காரவைத்து கேள்வி கேட்கிறேன். அந்த மரியாதையை காப்பாத்திகோங்க நான் கேட்கிற கேள்விகளுக்கு ஆமாம், இல்லை என்கிற இரண்டே வார்த்தையில் பதில் சொல்லணும். சும்மாவளவளகொலகொலான்னு பேசி என்னை டென்ஷன் ஆக்ககூடாது” என்று எச்சரித்துவிட்டு இருக்கையை விட்டு எழுந்து வைத்தியரை நெருங்கி வந்தார்.

“இன்னைக்கு காலையில உங்க பொண்டாட்டியை அடிச்சீங்களா?” இதற்கு எப்படி ஒரே வார்த்தையில் பதில் சொல்வது என வைத்தியர் யோசிக்க“ஆமாவா இல்லையா” என்றவாறு அவர் தோளில் கை வைத்தார்.“ஆமா்ங்க” பதறிப்போய் பதிலளித்தார் வைத்தியர்.

“அப்படினாஅந்த பொம்பள சொன்னது உண்மைதான்னு இவரேஒத்துக்கிட்டாரு.இனி புகார ஏத்துக்கிட்டு அதன்மேல்நடவடிக்கை எடுக்க வேண்டியதுதான். இது 302 அதாவது கொலைமுயற்சி வழக்கு.யோவ்கான்ஸ்டபிள் இவரை லாக்கப்பில் வை.சாயங்காலம் நல்லா விசாரிச்சுட்டு எஃப்ஐஆர் போட்டுக்கொள்ளலாம்”என்ன ஏது என்று எதையும் முழுமையாக விசாரிக்காமல் தானாகவே ஒரு தீர்மானத்திற்கு வந்தார்.

வைத்தியர் காவல்நிலையத்தில் சிக்கி கொண்டதைஅறிந்த டீக்கடை கந்தசாமியும் வேறு சிலரும் போய் ஊர் பிரமுகர்களிடம் தகவலை சொல்லி அவர்களை திரட்டிக்கொண்டு காவல்நிலையம் வந்தனர். அப்படி மொத்தமாக ஊர் பிரமுகர்களை பார்த்ததும் எஸ்ஐ பேசும் தோணிமாறியது.

அதுவரைஅந்த காவல்நிலையத்தில் காணப்பட்ட கெடுபிடி முற்றிலும் காணாமல் போனது. எஸ்ஐ அங்கே வந்திருந்த ஊராரிடம் குலைந்து பேச ஆரம்பித்தார். அவர் பணிவு கண்டவுடன் வந்திருந்த கூட்டம் எகிற ஆரம்பித்தது.

“சார் இதெல்லாம் குடும்ப விஷயம். இன்னைக்கு சண்டைபோட்டு ஆவேசத்தில் புகார் கொடுத்துட்டாங்க.நாளைக்கே சமாதானம் ஆகிட போறாங்க. இதுல நீங்க புகுந்து ஏன் இவ்வளவு அவசரம் காட்டுறீங்க?”கூட்டம் குரல் உயர்த்தியது.

“பொம்பளைங்க கொடுத்த புகார் மேல உடனே நடவடிக்கை எடுக்கலைன்னா மேல இருந்து ஏன்னு கேட்டு என்னை டார்ச்சர் பண்ணுவாங்க அதுக்குத்தான்

உடனே கூப்பிட்டு விசாரிப்போம்னுவரச்சொன்னேன்''.மேலிடத்தை காரணம் காட்டி எஸ்ஐ தப்பிக்க பார்த்தார்.

''சரி விசாரிச்சுட்டீங்க இல்ல அவரை விடுங்க.இரண்டுமூன்று நாளில்பிரச்சனை முடியலைன்னா சட்டப்படி என்ன செய்யணுமோ செய்ங்க நாங்கள் தலையிட மாட்டோம். நீங்க கூப்பிடும் போது இவரை கொண்டு வந்து ஒப்படைக்க வேண்டியது எங்க பொறுப்புன்னு எழுதித்தாரோம் போதுமா?''

காவல் நிலையத்தில் எழுதிக் கொடுத்து வைத்தியரை வெளியே கொண்டு வந்த கூட்டம் ஒரு காரில்ஏற்றிக்கொண்டு வந்து வீட்டில் விட்டது. இவர்களை எதிர்பார்த்து காத்திருந்தது போல ரீட்டாவோடும் ஒரு கூட்டம் இருந்தது. ஒரு நீண்ட பஞ்சாயத்து நடந்த பின்னரும் ரீட்டா உறுதியாக இருந்தாள்.

''இனி இவருடன் நான் சேர்ந்து வாழ முடியாது. பிரச்சனைகளை தற்காலிகமாக தீர்க்க வேண்டி தான் இவர் தேவனை ஏற்றுக் கொள்வதாக கூறுகிறார். ஆனால் நானோ இனி என் வாழ்வே தேவனை துதிப்பதற்காகத்தான் என முடிவு செய்து விட்டேன். அதனால் சாதாரண இல்லற வாழ்க்கை வாழ இனி என்னால் முடியாது. பிள்ளைகளையும்அவரே பார்த்துக் கொள்ளட்டும். என் பெயரில் உள்ள இந்த வீட்டை திருச்சபைக்கு வழங்கப் போகிறேன். அதனால் சீக்கிரம் வேறு இடம் பார்த்து அவர்களை போகச் சொல்லுங்கள்''.

இரண்டு பக்கமும் அமர்ந்திருந்த கூட்டம் அதிர்ந்தது. என்ன பெண் இவள் எது இவளை இப்படி மாற்றியது?எட்டு வருடம் இவருடன் சந்தோசமாக குடித்தனம் நடத்திய பெண் ஒரேநாளில் இப்படி மாற என்ன காரணம்?என தெரியாமல் குழம்பி போனார்கள்.

உயிர் என்ன மெழுகுவர்த்தியா இப்படி உருகி வழிந்தோடிபோகிறதே.உயிரோடு நான் இருக்க மரணம் எனக்குநிகழ்ந்துவிட்டதா? நான் ஜடமாகி போனேனோ? இருக்கும்போதே மரண வலியை அனுபவிப்பது என்பது இதுதானோ? என வேலுச்சாமிக்கு தோன்றியது. ஆனால் ரீட்டா எந்தவித சலனத்தையும் முகத்தில் காட்டாமல் தனித்து நின்றாள். கூட்டம் அந்த அதிர்ச்சியிலிருந்து மீளாமல் அமைதியில் உறைந்து போய் நின்றது.

''ரீட்டா குடும்பம் என்றால் சின்னசின்ன பிரச்சினைகள் வரலாம்.என்ன பிரச்சனை என்றாலும் அதை பேசிதீர்த்துக்கலாம். அதை விட்டுட்டு குடும்பமே வேண்டான்னு அறுத்துகிறது நல்லதில்லை. வைத்தியரை விடு ஆம்பளை எப்படியாவது பிழைத்துக் கொள்வார். ஒன்னு அறியாத இந்த இரண்டு பிஞ்சு குழந்தைகளை பார் இதுகள் என்ன பாவம் செய்தது. தாய்தந்தை இருக்கும்போதே இதுகள் அனாதை ஆகணுமா சொல்லு''யாரோ ஒரு பெரியவர் அவள் அருகே போய் பேசினார்.

“தேவனின் படைப்பில் யாரும்அனாதையில்லை. எல்லோருக்கும் எல்லாமுமாய் இருந்து ஆண்டவர் இரட்சிப்பார்” ரீட்டா விட்டேத்தியாய் பேசினாள்.

“சகோதரி உங்களுடைய விருப்பம் புரியுது. ஆனால் அதை செயல்படுத்தும் முறை தான் தவறாக இருக்கிறது. இவர்தான் உங்களோடு இணைந்து திருச்சபைக்கு வரவும் ஞானஸ்தானம் எடுக்கவும்சம்மதிக்கிறாரே. இன்னும் எதற்கு இந்த பிடிவாதம். இன்றைய நாளில் நடந்ததை மறந்து ஒரு புது வாழ்வைத் தொடங்குங்கள்” போதகரும் தன் பங்கிற்கு அவளை அமைதியாக இருக்குமாறுஅறிவுறுத்தினார்.

“புது வாழ்வை தான் துவங்க போகிறேன் பாஸ்டரைய்யா. இனி திருச்சபையே என் வீடு, பாவப்பட்ட மக்களுக்காக வேண்டி அல்லும்பகலும் தேவனிடத்தில் ஜெபிப்பதே என் பணி”.

ஒரு நிமிடத்தில் ரீட்டா இல்லறம் துறந்தாள். பந்தபாசம் அறுத்தாள் ஒரு ஆண் சன்யாசியாவது எளிது. குடும்பசுமை அதிகரிக்கும்போதும் சமாளிக்க முடியாத பிரச்சனைகள் ஏற்படும்போதும் தலைமறைவாக தப்பி ஓடுவதெல்லாம் அதன் ஒரு வகைதான். அந்நிலை ஏற்படும்போது அந்த குடும்பத்தின் தலைவி தான் சிக்கி கொள்வாள்.

அப்படி இக்கட்டான சூழ்நிலைக்குள் சிக்கிக்கொள்ளும் பெண்கள் எல்லாருமே தங்களுடைய கடும்முயற்சியினாலும் மனஉறுதியினாலும் எல்லா பிரச்சினைகளையும் வெற்றிகரமாக கடந்து விடுவார்கள்.குடும்ப வண்டியை சீராக செலுத்தி பிள்ளைகளை படிக்க வைத்து விடுவார்கள்.

ஆனால் பெண் ஒருத்தி திடீரென குடும்ப சுமையை கணவனிடம் நகர்த்தி விட்டால் என்னவாகும்? எப்படிப்பட்ட உறுதியான, வசதியுள்ள ஆணாக இருந்தாலும் அல்லாடி தான் போவான். அவனுடைய எதிர்காலமே இருண்டு போகும். மறுநாள் காலை பொழுது விடிந்தால் என்ன செய்வது என்பது தெரியாமல் சித்தம் கலங்கி நிற்க வேண்டியிருக்கும். மனைவி இறந்தால் மறுமணம் செய்ய பெண் பார்க்க ஓடுகிறார்களே ஆண்கள் ஏன் தெரியுமா? உடல் தேவைமட்டுமே காரணமல்ல.ஆண்களால் தனித்து இயங்க முடியாது.தனி ஒருவனாய் இருந்து குடும்பபாரம் சுமக்க இயலாது.தன்னுடைய கையாலாகாததனத்தை மறைக்கவே தனக்கு ஒரு துணையை தேடிக்கொள்கிறார்கள்.துக்கமோ,சந்தோஷமோ,கோபமோ அதை வெளிப்படுத்த ஒரு வடிகாலாக பெண் அவனுக்கு தேவை. ஆனால் பெண்கள் அவ்வாறு இல்லை எது நடந்தாலும் வெளியே காட்டிக்கொள்ளாமல் நிலைமையை சமாளிப்பது அவர்களுக்கு கைவந்த கலை.

அங்கிருந்த அத்தனை பேரும் எவ்வளவோ எடுத்து சொல்லியும் ரீட்டா காது கொடுத்து கேட்கவில்லை. கடைசியாக எப்படியாவது அவளை மடக்க வேண்டும் என்பதற்காக “உன் விருப்பப்படியே இந்த வீடு என் பெயரில் இருக்கு அதனால்

இதை நான் வைத்துக் கொள்வேன் இதை தேவனின் திருச்சபையாக ஆக்குவேன் என்று சட்டம் பேசினாய் இல்லையா? அதுபோல சட்டப்படி உனக்குள்ள இரண்டு பிள்ளைகளில் ஒருவன் அப்பாவோடும் ஒருவன் அம்மாவோடும் இருக்க வேண்டும் என்பது தானே சட்டம். அப்படியானால் உன் பங்குக்கு நீ யாரை பார்த்துக்கொள்ள போகிறாய்?தாயிக்கு தலைமகன் தந்தைக்கு இளைய மகன் என்று கடைசி காலத்தில் சடங்கு செய்வது வழக்கம். அதன்படி நீ மூத்தவனை வைத்து கவனித்து கொள்கிறாயா?'' பஞ்சாயத்தார் கேள்வி எழுப்பினர்.

சிறிது நேரம் யோசித்த ரீட்டா ''இளையவனை நான் பார்த்து கொள்கிறேன். இனி வேற எதுவும் பேசவேண்டாம். எல்லோரும் கிளம்புங்கள். எனக்கு ஜெபம் செய்யவேண்டிய நேரம் வந்து விட்டது'' என்று கூறி யாருடைய பதிலை எதிர்பாராமல் வீட்டுக்குள் போகஎத்தனித்தாள்.

அப்போது யாரும் எதிர்பாராத செயலை வைத்தியர் செய்தார்.ரீட்டாவை நோக்கி ஓடிச்சென்று அவள் காலில் விழுந்து பாதங்களை பற்றிக்கொண்டார்.''என்னை மன்னிச்சிடு பேச்சி இனி நீ சொல்றதுதான் எனக்கு தெய்வம். நான் ஏதாவது அறிவுகெட்டதனமா பேசியிருந்தால் அதை பெரிதுபடுத்தாமல் இத்தோடு விட்டுடு. இன்றைக்கு நடந்ததையும் பேசியதையும் எல்லாம் ஒரு கனவா நினைச்சு எல்லோரும் மறந்து விடுவோம். உனக்கு இந்த ஊர் பிடிக்கலைனா சொல்லு வேற எங்கேயாவது போய் கூட பிழைச்சுக்கலாம். ஆனால் என்னை விட்டு பிரிஞ்சி போறேனு மாத்திரம் சொல்லாத.அத தாங்கிக்கிட்டு என்னால உயிர் வாழ முடியாது'' கண்ணீர் வழிய வழிய வைத்தியர் பேசியது அங்கு இருப்பவர்களைஉணர்ச்சிவசப்படுத்தியது.

ரீட்டா அவர் கைகளிலிருந்து தன் பாதத்தை விடுவித்து இரண்டடி பின்வாங்கினாள்.''நீங்கள் உயிர் வாழ்ந்து தான் ஆகவேண்டும். உங்களுடைய கடமையை செய்து தான் தீரவேண்டும்.என் கடமை என்னவென்று கர்த்தர் தீர்மானித்துவிட்டார் அதன் வழி நடக்க போகிறேன். தயவு செய்து என்னை தடுக்காதீர்கள். இப்படி பிரிந்து போவதால் உங்கள் மேல் அன்பு இல்லை என்று நினைக்காதீர்கள். உங்கள் மேல் நான் வைத்திருக்கும் காதலும் பிள்ளைகளின் மேல் நான் கொண்ட பாசமும் எத்தகையது என்பதை விவரிக்க என்னிடத்தில் வார்த்தைகள் இல்லை. ஆனாலும் இதைவிட பெரிய காரியங்களை செய்யச்சொல்லி கர்த்தர் எனக்கு கட்டளையிடுகிறார் என தோன்றுகிறது. அதனால் உங்களை விட்டு போகிறேன் என்னை மன்னியுங்கள்'' என்று சொல்லி திரும்பி நடந்தாள்.

கூட்டம் கொஞ்சம் கொஞ்சமாக களைய துவங்கியது.போதகர்அந்த இடத்தில் மண்டியிட்டு அமர்ந்தார். கர்த்தரை நோக்கி துதிக்கத் தொடங்கினார். ''பரலோகத்தில் இருக்கும் எங்கள் பிதாவே உம்முடைய நாமம் பரிசுத்தப்படுவதாக உம்முடைய ராஜ்ஜியம் வருவதாகதேவனே உன்னை அறிந்து கொள்ளாத ஜனங்களிடத்தில்

உன் மகிமைகளை சொல்லி உன் வழியை பின்பற்ற அழைப்பது என் தலை-யாய பணியாய் செய்து வந்தேன்.எனக்கு கற்பித்த விதம் தவறோஇல்லை நான் இவர்களுக்கு போதித்த முறை தவறோ அல்லது அந்த சகோதரி தான் தவறுத-லாக புரிந்து கொண்டாரோ தெரியவில்லை.இது யார் செய்த தவறோ அவர்களு-டைய குடும்பம் பிரிந்து சின்னாபின்னமாகி கிடக்கிறது. இது ஒன்று சேர அருள் புரியுங்கள்.இந்த கணத்தில் நான் அனலில் விழுந்த புழுவாய் ஒரு குடும்பத்தை பிரித்த குற்ற உணர்ச்சியில் துடித்துக் கொண்டிருக்கிறேன் அதிலிருந்து என்னை மீட்டு எடுங்கள் தேவனாலே கூடாத காரியங்கள் ஒன்றும் இல்லை என்பது எனக்கு தெரியும் அதை நான் விசுவாசிக்கிறேன் இங்கு என் விசுவாசத்தை மெய்ப்பிக்க நீங்கள் அதிசயம் நிகழ்த்த வேண்டும்இந்த குடும்பத்தில் அமைதியும் சந்தோசமும் திரும்ப உம்மைவேண்டி பிரார்த்திக்கிறேன்'' என்று சொல்லி பிரார்த்தித்துவிட்டு கனத்த இதயத்துடன் வெளியேறிப் போனார்.

வைத்தியர்கொஞ்ச நேரம் அப்படியேமண்ணிலே படுத்து இருந்தார்.பின் மெது-வாக எழுந்துதரையிலே சம்மணமிட்டு அமர்ந்தார்.பித்து பிடித்தவர் போல வெட்-டவெளியை வெறித்து பார்த்தபடியேயிருந்தார்.பிள்ளைகள் காலையிலிருந்து சாப்-பிடாததால்பசியாலும் போலீஸ் ஸ்டேஷனுக்கு நடந்து போனகளைப்பாலும் தூங்கி விட்டன.

சற்று நேரத்தில் கதவை திறந்து வெளியே வந்த ரீட்டா சிவமணியின் புத்த-கப்பை, வைத்தியரின் மருந்துப் பெட்டி மற்றும்இரண்டு பெரிய பைகளில் உடை-கள் போன்றவற்றை திணித்து வெளியே கொண்டுவந்து வைத்துவிட்டு இளைய மகனை தூக்கிக்கொண்டுஉள்ளே போய் கதவை அடைத்துக் கொண்டாள். மறுப-டியும் தேவனை துதித்து ஆராதனை பாடல்கள் பாட தொடங்கினாள்.

துக்கத்தின் பான பாத்திரம்
ஆண்டவர் என் கையில் தந்தால்
சந்தோசமாக அதை வாங்கி
அல்லேலூயா பாடுவேன் நான்

அம்மாவின் குரல் வீட்டினுள்ளிருந்து ஓங்கி ஒலித்தது.நானும் அப்பாவும் அம்மா வந்து கதவை திறப்பாள் என நீண்ட நேரம் அங்கேயே காத்திருந்-தோம்.கதவு திறக்கபடவே இல்லை என்ன செய்வதென்று தெரியாமல் பொருள்-களை எடுத்துக் கொண்டு வெளியேறிய நாங்கள் அன்றிரவு நம்ம ஊர் சாவடியில் படுத்து உறங்கினோம்.

என் அப்பாவின் சேவை ஊருக்கு தேவையாய் இருந்ததால் சில நாட்களில் இப்போது நாங்கள் குடியிருக்கும் புறம்போக்குபகுதியில் ஊர்காரர்கள் ஒன்று சேர்ந்து ஒரு குடிசை வீட்டை உருவாக்கி கொடுத்தார்கள்.அன்றைய சம்பவங்கள் இன்னும் என் நெஞ்சில் ஆழமாக பதிந்து இருக்கின்றன. சிறுவனாய் இருந்ததால்

அவர்கள் பேசியதின் அர்த்தம் அப்போது முழுமையாக புரியவில்லை. பிரச்சினை முழுவதும் நன்கு அறிந்த கந்தசாமி அண்ணன் திரும்பத் திரும்ப சொல்லக்கேட்டு அவர்கள் பேசிய வசனங்கள் கூட மனப்பாடம் ஆகிவிட்டது.

அப்பாவுக்கு சமையலை பற்றியோ வீட்டை பற்றியோ ஒன்றுமே தெரியாது வைத்தியத்தை தவிர வேறொன்றும் அவர் அறிந்து கொள்ளாமலேயே இருந்து-விட்டார். அம்மாவும் எங்களை அந்த அளவுக்கு சிறப்பாக கவனித்தாள். அம்மா இல்லாமல் அப்பா ஒவ்வொரு காரியத்திற்கும் ரொம்ப சிரமப் பட்டார்.

ஒருமுறை பள்ளியில் உடன் படிக்கும் மாணவர்கள் கேலி பேசுகிறார்கள் இனி நான் பள்ளிக்கூடம் போகமாட்டேன் என்று அழுது ஆர்ப்பாட்டம் செய்த என்னை சமாதானப் படுத்திய அப்பா "நானே வாரேன் அவர்கள் யார் என்று என்னி-டம் காட்டு கண்டிச்சு வைக்கிறேன். டீச்சரிடம் சொல்லி கண்டிக்க சொல்கிறேன். இதுக்கெல்லாம் பயந்து பள்ளிக்கூடம் போகாமல் இருக்கலாமா?" என்று சமாதா-னப்படுத்தி உறங்க வைத்தார்.

சொன்னது போலவே மறுநாள் காலை நான் கிளம்பும்போது அப்பாவும் கிளம்-பினார். வீட்டில் பிரச்சனை நடந்தபின்அன்றுதான் நானும் அப்பாவும் சேர்ந்து வெளியே கிளம்புகிறோம். துள்ளலோடு அப்பாவின் கையைப் பிடித்து நடந்த என்னை ஏனோ ஊருக்குள் போகும் நேர்பாதையில் பள்ளிக்கு அழைத்து போகா-மல் ஊருக்கு வெளியே உள்ள காட்டுப்பாதை வழியேஅழைத்துப்போனார்.

அப்போதுதான் மாணவர்கள் ஒவ்வொருவராக வந்து கொண்டிருந்தனர். அப்-பாவுக்கு பழக்கமான ஆசிரியரிடம் சொல்லி என்னை விட்டுவிட்டு திரும்பிய அப்-பாவை மறைந்திருந்து பார்த்தேன். அவரும் ஊருக்கு பயந்து காட்டுப் பாதை வழி-யாகவே வீட்டுக்கு திரும்பினார்.

ஆட்களை சந்திப்பதை தவிர்த்ததால் வைத்திய தொழில் முடங்கியது. வரு-மானம் குறைந்தது.வீட்டில் பசியும் பட்டினியும் தலைதூக்கியது. யாரோ சொன்ன வழிகாட்டுதலின்படி என்னை கொண்டுபோய் மதுரையில் உள்ளவிளையாட்டு பள்-ளியில் சேர்த்தார். போகமாட்டேன் என்று அடம் பிடித்தவனை ஒருவழியாக அங்கே கொண்டுபோய் விட்டு வந்தார். அந்த கோபம் எனக்கு பல மாதங்கள் நீடித்தது.

ஒருமுறை விடுமுறைக்கு வந்தபோது கந்தசாமி அண்ணன் தான் அப்பா சொன்ன அந்த காரணத்தை சொன்னார்."நான் வேண்டுமானால் இந்த ஊரிலேயே இருந்து இந்த அவமானத்தையும் பசி பட்டினியையும் தாங்கிக் கொள்ளலாம்.பாவம் சின்னப் பையன் அவன் ஏன் அவஸ்தைபடனும்? விளையாட்டு பள்ளிக்கூடத்திலே சேர்ந்தால் மூணு வேளையும் நல்ல சாப்பாடு, தங்க வசதியான இடம், காலேஜ் வரை இலவச படிப்பு, அது முடிந்தவுடன் அரசு வேலை இப்படி எல்லாம் கிடைக்-கும் போது அவனை இங்கேயே வைத்திருந்து கஷ்டப்படுத்த கூடாது" என்று

சொல்லியிருக்கிறார். நான் தான் அவரை சரியா புரிஞ்சுக்கல.

நானும் இல்லாத சமயத்தில் எப்படியோ குடிக்க பழகி விட்டார். இப்ப இவரிடம் யாரும் வைத்தியம் பார்க்க வருவதில்லை. என்ன நோய் என்றாலும் ஊசி போட்டு சரி செய்து கொள்ளலாம் என்று பக்கத்து டவுனில் உள்ள டாக்டரை பார்க்க போய்விடுகிறார்கள். அப்படியே யாராவது வந்தாலும் அவர்களிடமிருந்து கிடைக்கிற பணத்தில் உடனே போய் குடித்துவிட்டு வந்து படுத்துக்கிறார். ஒரு வைத்தியர் இந்த மது பழக்கத்தினால் நோயாளியாகி விட்டார்'' தன்னுடைய நீண்ட கதையை கூறி முடித்தார் சிவமணி.

வானம் இருட்ட துவங்கியிருந்தது. அவன் கதையை கேட்டு மனம் கனத்து போயிருந்தது. லீலாவின் வாய் ஊமையாகி போனது. இந்த நேரத்தில் என்ன பேசுவது இந்த சூழ்நிலையை எப்படி கையாள்வது என்பதைப்பற்றி சிந்திக்க மூளை மறுத்தது.. அவள் மூளையின் அத்தனை படிமங்களிலும் அவன் சொன்ன கதை பதிந்திருந்தது. அதனால் மௌனமாக எழுந்தாள் யாரிடமும் பேசாமல் விடை பெறாமல் வீடு நோக்கி நடக்க துவங்கினாள். அவர்களும் அவளை புரிந்து கொண்டதால் மேற்கொண்டு ஏதும் கேட்கவில்லை.

``ஏண்டிஇத்தனை நேரம்?இருட்டிடுச்சே கொஞ்சம் சீக்கிரம் வரக்கூடாதா?'' அம்மா கேட்க அவளிடம் சிவமணியின் குடும்ப கதையை கூறினாள்.

``பல வருஷத்துக்கு முன்னாடி நடந்த விஷயம் இது.பாவம்டி அந்த குடும்பம். நீ அந்த பையனை பார்த்தியா? ரொம்ப நல்லபையன்னு ஊருக்குள்ள பேச்சு.அடுத்தமுறை பார்த்தா நான் வீட்டுக்கு வர சொன்னேன்னுசொல்லு''

சிவமணியின் மேல் அம்மாவுக்கு நல்ல அபிப்ராயம் இருந்தது.அவன்அடிக்கடி வீட்டுக்கு வந்து சென்றான். லீலா பத்தாம் வகுப்பில்எடுத்த சிறந்த மதிப்பெண்களும் சிவமணியின் கடுமையானசிபாரிசும் அவள் மேற்கொண்டு படிக்க அனுமதி வாங்கித் தந்தது.

# 8

8

ஆடிட்டர் உடன் அமர்ந்து கணக்குகளை பார்த்துக்கொண்டிருந்த ராமலிங்கம்அவர்போனதும் எழுந்து உள்ளே வந்தார்.“அர்ச்சனா இந்த வருஷம் கடைகளில் நல்ல லாபம்.எல்லா செலவுகளும் போக ஒரு பெரிய தொகை உபரியாய் வந்து நிக்குது. இப்படி வரும் உபரி வருமானத்தை வேற எதிலாவது இன்வெஸ்ட் பண்ணலாமா என்று யோசிக்கிறேன். எதில் முதலீடு செய்யலாம் என யோசித்து சொல்லேன்” ராமலிங்கம் மிகுந்த சந்தோஷத்துடன் மனைவியிடம் கேட்க அவளும் யோசிக்க தொடங்கினாள்.

ராமலிங்கத்தின் அப்பா நகரில் மைய பகுதியில் நாடு சுதந்திரம் அடையும் முன்னே துவங்கிய துணிக்கடை கொஞ்சம் கொஞ்சமாகவளர்ந்து பெரிதாகியது. ராமலிங்கம் படிப்பை முடித்து தொழிலில் நுழைந்தவுடன் அது நாலு கால் பாய்ச்சலில் பாய்ந்தது. அர்ச்சனாவை திருமணம் செய்த பின் அவளின்யோசனைபடி புதிய தொழிலாக நகைகடை ஆரம்பிக்க வியாபாரம் ஓகோவென்று பெருகியது. தற்போது இரண்டு இடங்களில் நகைக்கடைகளும் மூன்று இடங்களில் துணிக்கடைகளுமாக பிரம்மாண்ட நிறுவனமாக வளர்ந்து நிற்கிறது. சுமார் மூவாயிரம் தொழிலாளர்களுக்கு முதலாளி என்பதில் ராமலிங்கத்திற்கு எப்போதும் பெருமைதான்.

தன் நிறுவனங்களை சரியாக நான்கு பாகங்களாக பிரித்து ஒரு பங்கு தன் பெயரிலும் மற்றொன்று மனைவியின் பெயரிலும் மற்ற இரண்டு பங்குகளை மகள்கள் இருவரின் பெயரிலும் பதிவு செய்தார். எல்லா கணக்கு வழக்குகளும் அவரிடம் எப்போதும் சரியாக இருக்கும்.முறையாக பில்படி வரி செலுத்தி விடுவதால் எந்த பயமுமின்றி தொழில் நடத்தினார். அதுபோல அரசியல் கட்சிகளுக்கு நிதி வழங்குவதிலும் வள்ளலாக இருந்தார் அதனால் அவருக்கு எல்லா கட்சிகளிலும் மிகுந்த செல்வாக்கு உண்டு.

“ஏங்க வரும் பணத்தை சேமித்து புதிதாக ஒரு வீடு கட்டினால் என்ன”அர்ச்சனா கேட்டாள்.

“ஏன் அர்ச்சனா இந்த வீடு தான் இருக்கிறதே இது போதாதா? நம்முடைய திருமணம் முடிந்தவுடன் நாம் இருவரும் ஆசையாக பார்த்து பார்த்து கட்டிய வீடாச்சேஇது”

“இது எனக்கு ரொம்ப பிடித்த வீடு தான் என்றாலும் இப்ப காலம் மாறிப்-போச்சு. இதைவிட நல்லநல்ல டிசைன்களில் வீடுகளை பார்க்கும்போது நம்ம வீடெல்லாம் ஒண்ணுமே இல்லைன்னு தோணுது. அதில்லாமல் சுற்றிலும் நெருக்-கமாய் வீடுகள் வந்துவிட்டன. காரை எடுத்து வெளியே இறங்க முடியலை. ஜன நெருக்கடி மூச்சு முட்டுது. பேசாம ஊருக்கு வெளியில் ஒரு பெரிய இடமா வாங்கி அதில் வசதியாக வீடு கட்டலாம். இன்னும் கொஞ்சவருஷம் தான் நாம் இப்படி ஓடிஓடி வேலை செய்ய முடியும்.அப்புறம் அமைதியாக ஓய்வெடுக்க ஒரு நல்லஇ-டம் தேவை. அதை இப்போதிருந்தே நல்லா பிளான் பண்ணி தயார் செய்யணும்”.

ராமலிங்கத்துக்கு மனைவி சொன்னதில் இருந்த உண்மை புரிந்தது.எனவே உடனே அந்த யோசனையை அங்கீகரித்தார். தங்களுடைய கனவு இல்லம் ஒரு அமைதியான இடத்தில் அமைய வேண்டும் என்பதற்காக நீண்டநாள் தேடி நகரத்-தின் வெளியே ஒதுக்குப்புறமாக இருந்த அந்த இடத்தை வாங்கினார். நல்ல தண்-ணீர் வசதியுள்ள அந்த இடத்தை வேலைக்கு ஆள் வைத்து பராமரித்தார்.விதவி-தமான மரங்களை வளர்க்கதொடங்கினார். அந்த பகுதியிலேயே இவர்களின் இடம் தான் பச்சை பசேலென காட்சி அளித்தது.

புதிதாக வீடு கட்டலாம் என முடிவு செய்ததிலிருந்து தினம் தினம் ஒவ்வொரு நிமிடமும்அவர்களுக்கிடையேபுதிய வீட்டில் எத்தனை அறைகள் இருக்க வேண்-டும் அதில்என்னென்ன நவீன வசதிகள் வேண்டும் என்பதை பற்றியதாகவே இருந்தது.இந்த ஆலோசனைகளில் அவர்களுடைய பிள்ளைகளும் கலந்து கொண்டனர்.தங்களுடைய அறையில் வேண்டிய வசதிகளை பற்றி கூறினர்.

தங்களுடைய கற்பனைகளை எல்லாம் கூறி நகரின் தலைசிறந்த கட்டுமான நிறுவனத்திடமிருந்து மாடல் வரைபடங்களை வாங்கி ஆராய்ந்தார்கள். ஒரு சிறிய நீச்சல் குளத்துடன் கூடிய ஆடம்பரமான வீட்டுக்கு வரைபடத்தை தயாரித்தார்கள். அதற்கு தேவையான அனுமதிகளை வாங்கி ஒரு நல்ல நாளில் வீட்டுப் பணி-களை துவங்க முடிவு செய்தனர்.

“நாளைக்குகாலையில பூமிபூஜை வச்சுக்கலாம் என்று ஐயர் சொன்னார் நான் சரின்னு சொல்லிட்டேன். அதனால நாளைக்கு காலையில கோவிலுக்கு போக முடியாது.இன்னைக்கே போய் சாமி கும்பிட்டுட்டு வந்து விட்டால் நாளை அதி-காலை நாம் தோட்டத்துக்கு போக வசதியாக இருக்கும்” ராமலிங்கம் சொன்னதை உடனே ஏற்றுக்கொண்டு தயாரானாள் அர்ச்சனா.

கோவிலுக்கு போகும் வழியில் கோயிலுக்கு வெளியே பிச்சை எடுப்பவர்க-ளுக்கு வழங்க சில உணவு பொட்டலங்களை வாங்கி வைத்துக் கொண்டார்கள்.

சாமி தரிசனம் முடிந்து வெளியே வரும்போது படியில் அமர்ந்து தர்மம் கேட்-டவர்களுக்கு அர்ச்சனா தன் கைப்பையை திறந்து பணத்தை எடுத்து கொடுத்-தாள். பிச்சைக்காரர்கள் ஓடோடி வந்தனர் அத்தனை பேருக்கும் பணம் கொடுத்து மலையிலிருந்து இறங்கி வந்தார்கள்.மலையடிவாரத்திலும் பெரிய பிச்சைக்காரர்கள் கூட்டம் இருந்தது.ராமலிங்கம் டிரைவரை நோக்கி சைகை காட்ட அவர் காரில் வாங்கி வைத்திருந்த உணவு பொட்டலங்கள் இருந்த பெட்டியை தூக்கி வந்தார்.

கும்பலாக நின்ற பிச்சைக்காரர்கள் முண்டியடித்துக்கொண்டு உணவு பொட்ட-லங்களை வாங்கிச் சென்றார்கள். எல்லோருக்கும் கொடுத்த பிறகும் சில உணவு பொட்டலங்கள் மீதம் இருந்தது. நடைபாதை வியாபாரிகள் சிலரும் வந்து கூச்-சமில்லாமல் வாங்கி சென்றனர்.உழைக்கும் வர்க்கத்தை சார்ந்த இவர்கள் இலவ-சமாக கிடைக்கிறது என்பதற்காக தங்களை தாங்களே தரம் தாழ்த்திக் கொண்டு பிச்சைக்காரர்கள் பட்டியலில் இணைந்தனர்.

அங்கே அழுக்கு நைட்டி அணிந்த தலை மொட்டை ஆக்கப்பட்ட ஒரு பெண் படிக்கட்டில் அமர்ந்து அர்ச்சனாவையே பார்த்துக் கொண்டிருந்தாள். கடைசியாக இருந்த உணவு பொட்டலத்தை அவளிடம் கொடுத்துவிட்டு கிளம்பலாம் என்னை நினைத்து அர்ச்சனா அவளருகே சென்றாள். உணவு பொட்டலத்தை அவனிடம் நீட்டினாள்.

அந்தப் பெண் கொஞ்ச நேரம் அர்ச்சனாவையும் உணவு பொட்டலத்தையும் மாறி மாறி பார்த்தாள்.அவளுடைய பார்வை அர்ச்சனாவுக்கு வித்தியாசமாக தெரிந்தது. அதில் உள்ளது ஆச்சரியமா,கோபமா, வேண்டாமென்ற மறுதலிப்பா, வேண்டும் என்ற ஆர்வமா ஒன்றுமே புரியவில்லை. ஆனால் அவளுடைய பார்வை தன்னுள் ஊடுருவி செல்வதை அர்ச்சனாவால் உணர முடிந்தது.சட்-டென்று எழுந்து அர்ச்சனாவின் கையில் இருந்த உணவு பொட்டலத்தை பறித்து வேகமாக திறந்தாள். அதேவேகத்தில் அர்ச்சனாவின் முகத்தில் விசிறி அடித்தாள்.

“போடி திருடி கொள்ளைக்காரி நீ திருடி கொண்டு வந்ததை நான் சாப்பி-டனுமா? இதையும் நீயே வச்சுக்கோ. கோடி கோடியா கொள்ளையடித்து ஆயிரம் மாடி வீடு கட்டி நீயே குடி இருந்துக்கோ. யாருக்கும் கொடுக்காமல் நீயே அனு-பவி. போடி போ என் முன்னால் நீக்காதேபோயிரு” என ஆவேசம் வந்தவளாய் கத்தினாள்.

ஒருகண நேரத்திற்குள் நிகழ்ந்த இந்த சம்பவத்தை கடைவீதியில் நின்றவர்கள் அதிர்ச்சியுடன் பார்த்தனர். சற்று சுதாரித்த டிரைவர் அந்தப் பெண்ணை தாக்க முயன்றான் ராமலிங்கம் அவரை தடுத்து பிடித்துக்கொண்டார். ஆனாலும் எதை-யும் பொருட்படுத்தாமல் ஒரு கொடூர சிரிப்புடன்அந்தப் பெண் விடாமல் “திருடி திருடி” என மனநிலை பாதிக்கப்பட்டவள் போல் திரும்பத் திரும்ப கத்திக்கொண்-டேயிருந்தாள்.

சில பிச்சைக்காரர்கள் ஓடி வந்து அவள் கையை பற்றி பிடித்து தரதரவென்று இழுத்துக்கொண்டு போனார்கள்.அவர்களிடம் முரண்டு பிடித்தபடி திரும்பத் திரும்ப அர்ச்சனாவை பார்த்து முறைத்துக் கொண்டு போனாள்.கண் பார்வையிலிருந்து அவள் மறைந்தாலும் அவள் போன பாதையையே பார்த்துக்கொண்டு முகத்திலும் உடையிலும் சாதமும் சாம்பாரும் வழிய அர்ச்சனா அப்படியேநின்றுகொண்டிருந்-தாள். தண்ணீர் கொடுத்து முகம்கழுவ வைத்து அவளை காரில் ஏற்றிக் கொண்டு வீடு திரும்பினர்.

வீட்டுக்குள் நுழைந்தவுடன் ஹாலில் இருந்த சோபாவில் வந்தமர்ந்த அர்ச்சனா வெகுநேரமாக ஒன்றும் பேசவில்லை. கண்ணை கூட இமைக்காமல் எங்கோ வெறித்து பார்த்தபடி அப்படியே அமர்ந்திருப்பதை பார்த்த ராமலிங்கத்துக்கு பயமாக இருந்தது.அங்கு நிலவிய மயான அமைதியை குலைக்க நினைத்தார்.

“அர்ச்சனா அவள் ஒரு பைத்தியக்காரி போல அதனால் தான் நாம் நல்லது செய்தது கூட தெரியாமல் அப்படி நடந்து கொண்டாள். நீ போய் குளித்து வேற ட்ரஸ் போட்டுக்கிட்டு வா நாம வீடு கட்ட போற இடம் வரை போயிட்டு வரு-வோம்” என்று அவள் மனதை மாற்ற முயற்சித்தார்.

“நான்திருடியாங்க. என்னை பார்த்து ஏன் அப்படி சொன்னாள். ஒரு முறை இரு முறை அல்ல பலமுறை சொன்னாளே எதனால் என்னை பார்த்ததும் அவளுக்கு அப்படிதோன்றியது”அர்ச்சனாவுக்கு துக்கம் பொங்கியது.

“விடு அர்ச்சனா நான்தான் சொன்னேனே அவள் பைத்தியம் என்று இன்-னுமா அதையே நினைச்சுகிட்டு இருக்க”ராமலிங்கம் பதில் சொல்ல முடியாமல் தவித்தார்.

“அவள் சாப்பாட்டை என்மேல் விசிறி எறிந்தது வேண்டுமானால் பைத்தியக்-காரத்தனம் என நினைக்கலாம் ஆனால் அவள் சொன்ன சொல் இன்னும் என் மனதில் கல்வெட்டு மாதிரி பதிந்து இருக்கு. அதிலும் பொட்டலத்தை அவளிடம் நீட்டியபோது உடனே வாங்காமல் என்னையே வெறித்து பார்த்தாலே ஐயோ அந்த பார்வை அந்த கண்கள் அதை நினைக்கும்போது இன்னும் என் உடம்பு நடுங்கி போகுது”.

“அவளுக்கு பைத்தியம் முத்திப் போச்சின்னு நினைக்கிறேன். அதனால தான் தலையை மொட்டையடித்து இப்படி கோவில் வாசலில் கொண்டுவந்து அனா-தையாய் விட்டுவிட்டு போயிருக்காங்க.அவாபார்வையிலெல்லாம் ஒன்றுமில்லை அவளுடைய கோரமான முகம் தான் உன்னை பயமுறுத்தி இருக்கும்”

“ஏங்க நான் சொல்வது உங்களுக்கு புரியலையா? அவள் என்னை அசிங்கப்-படுத்தியதாக நான் நினைக்கல. என்னிடம் ஏதோ தப்பு இருக்கிறதை கண்டுபிடித்து எனக்கு கொஞ்சம் கடுமையாய் உணர்த்தி இருக்கான்னு நினைக்கிறேன்”.

“ஏது போற போக்கை பார்த்த அவளை ஏதோ ஞானி மாதிரியும் சித்தர் மாதிரியாவும்உருவகப்படுத்துவ போல தெரியுதே. அவள் அந்த அளவுக்கு ஒர்த்-தான ஆளா தெரியல. அவள் பேச்சுக்கும் எந்த முக்கியத்துவமும் தரவேண்டிய-தில்லை.அப்படியே முக்கியத்துவம் கொடுத்தாலும் நீ ஒன்றும் தப்பு செய்யலையே. இத்தனை வருஷமா கூடவே இருக்கிற நான் கண்டுபிடிக்காததை அவள் என்ன கண்டுபிடிச்சிட போறா”ராமலிங்கம் மனைவிக்கு ஆறுதல் சொல்ல முயன்றார்.

“நம்முடைய தப்பு நமக்கு தெரியாதுங்க பிறருக்கு தான் தெரியும். சாதாரண ஆட்கள் அதை நமக்கு சுட்டிக்காட்ட தயங்குவார்கள். இவளை போன்ற ஆட்-களுக்கு எந்த ஒளிவுமறைவோ தயக்கமோ இல்லை அதனால் வெளிப்படையாக முகத்தில் அடித்தார் போல்சொல்லிவிட்டாள்”ராமலிங்கத்தின் எந்த சமாதானத்தை-யும் ஏற்க அர்ச்சனா தயாராக இல்லை.

“சும்மா மனசை போட்டு குழப்பிக்காத அர்ச்சனா. ஒரு பைத்தியத்தின் பேச்-சுக்கு இத்தனை முக்கியத்துவம் தேவையில்லை. நான் இவ்வளவு சொன்ன பிறகும் நீ சமாதானம் ஆகவில்லை என்றால் சீக்கிரம் கிளம்பி வா நாம போய் டாக்டர் பீட்டரை பார்ப்போம். அவரோட கொஞ்சநேரம் பேசினால் போதும் மனசு ரிலாக்ஸ் ஆகிடும்”பீட்டரின் பெயரை கேட்டவுடன் அர்ச்சனாவுக்கும் அதுதான் சரி என்று தோன்றியது. வேகமாய் உள்ளே போய் தயாராகி வந்தாள்.

கிளினிக்கில் பீட்டர் முன் அமர்ந்து அர்ச்சனா அன்று நடந்த முழு விவரத்-தையும் கூற டாக்டர் அமைதியாக நடுவே குறுக்கிடாமல் கேட்டுக்கொண்டார்.“ஏன் டாக்டர் அவள் என்னை அப்படி பார்த்தாள் அங்கே அத்தனை பேர் இருக்க என்னை பார்த்து மட்டும் திருடி கொள்ளைக்காரி என பலமுறை உரக்க சொன்-னாலே எதனால்?”

“அர்ச்சனா உங்களுடைய பிரண்டா சொல்லனும்னா இது உப்புக்கு பெறாத சமாச்சாரம் லீவ் இட். இல்லை ஒரு டாக்டரின் கன்சல்டிங் வேணும்னா ஒரு பத்து நிமிஷம் நீங்க இரண்டு பேரும் என்னிடம் உண்மையை மட்டுமே பேச வேண்டி-யிருக்கும்”

“நான் உன்னை பீட்டர் என்று பெயர் சொல்லாமல் டாக்டர் என்று சொன்-னபோதே புரிஞ்சிக்கவேண்டாமா? நான் ஒரு கன்சல்டிங்கிற்காகத்தான் உன்னை பார்க்க வந்தேன்” அர்ச்சனா தீர்க்கமாய் சொன்னாள்.

# 9

9

“கடவுள் என்பது எப்படி கண்ணுக்கு தெரியாத ஒரு சூட்சுமமான வினோத விஷயமோ அது போல் தான் மனசும். நம் உடம்பில் இது எங்கே இருக்கிறது அதன் உருவம் என்ன செயல்பாடுகள் என்ன ஒருவருக்கு ஒருவர் அது எவ்வாறு வேறுபடுகிறது என்பது யாருக்கும் தெரியாது. எந்த ஒரு மருத்துவரோ ஆராய்ச்சி-யாளரோ கண்டுபிடிக்க முடியாத அதிசய விஷயம் இது.

மருத்துவ ரீதியில் உடலின் முழுமையான இயங்கு நிலைக்கு மூளையே காரணம்.எல்லா உறுப்புகளும் சரியாக இருந்துமூளை செயல்படாத நிலை ஏற்பட்-டால் அதையே மூளைச்சாவுஎன்கிறோம். அந்த நபர் உயிரோடு தான் இருப்பார் ஆனால் பிணமாக கருதப்படுவார் அதை சரிசெய்ய இயலாது.

மூளை கட்டளையிடுவதை உடலின் எல்லா உறுப்புகளும் எப்பாடுபட்டாவது செயல்படுத்த முயற்சிக்கின்றன. ஆனால் கண்ணுக்கு தெரியாமல் ஆட்டம் காட்-டும் மனசு எதற்கும் கட்டுப்படாது.அது பல நேரங்களில் மூளையையே ஸ்தம்பிக்கச் செய்து தான் விரும்பியதை செய்து முடிக்கின்ற ஆற்றல்படைத்தது. உதாரணமாக சொல்ல வேண்டுமென்றால் தற்கொலைகளை சொல்லலாம் மனிதனின் எல்லாவித நெருக்கடியான சூழ்நிலைகளையும் சமாளிக்கும் வகையில் மூளை செயல்படும். அது முடியாது போகும் சூழலில் மூளை சில நேரங்களில் சற்று அசர மனது உடம்பை தன் கட்டுப்பாட்டுக்குள் கொண்டு வந்து ஒரு கண நேரத்தில் எதிர்மறை எண்ணங்களை தோற்றுவித்து உயிரை மாய்த்து கொள்கிறது.

அதுபோலவே ஒவ்வொருவரின் மனதும் தன்னைத் தானே சுயமதிப்பீடு செய்து கொள்கிறது. தன்னுடைய அழகை பற்றி வருமானத்தை பற்றி ஒழுக்கத்தைப் பற்றி நேர்மையைப் பற்றி என்றெல்லாம் முழுமையான ஒரு முடிவு செய்து வைத்திருக்-கும். எதிர்பாராத நேரத்தில் யாரேனும் அந்த முடிவுக்கு எதிர்மறையான கருத்து தெரிவிக்கும் போது கடுமையாகமனதுபாதிப்படைகிறது.

உங்களுடைய விசயமும் அதுபோலத்தான் நாம் மிக நேர்மையானவர் என்று உங்கள் மேல் ஒரு மாய பிம்பத்தை மனதுக்குள் உண்டாக்கி வைத்திருந்தீர்கள்.

அந்தப்பெண் அதன்மேல் கல்லெறிந்து விட்டாள். உங்களுடைய மனதில் இருந்தது மிக உறுதியான பிம்பம் என்றால் ஒன்றும் ஆகாது. ஆனால் அது ஒரு மில்லிய பிம்பம் போல்தோன்றுகிறது. அதனால் தான் நொறுங்கிப் போய் விட்டீர்கள்''.

“அப்படி நொறுங்கிய பிம்பத்தினால் பாதிப்பு ஏதும் இல்லையா? அந்தப் பெண் சொன்னதில் அர்த்தமில்லை என்கிறாயா?''

“உண்மையிலேயே அவள் சொன்னதற்கு அர்த்தம் இருக்கலாம் இல்லாமலும் போகலாம். அர்த்தம் கண்டுபிடிக்க வேண்டும் என உட்கார்ந்து யோசித்தால் ஒவ்வொரு சொல்லுக்கும் பலவிதமான அர்த்தங்களை கண்டுபிடிக்கலாம்''.

“உன்னுடைய பதில் எனக்கு சரியாக புரியவில்லை கொஞ்சம் விளக்கமாக தான் சொல்லேன்''.

“அவள் குறித்து மனதினுள் மீண்டும் மீண்டும் கேள்வி எழும்புகிறது என்றால் உங்கள் மனது உங்கள் நேர்மையின் மேல் சந்தேகப்பட ஆரம்பித்துவிட்டது. இதை முற்றிலும் போக்க வேண்டுமானால் உங்கள் நினைவு தெரிந்த நாளிலிருந்து உங்களுடைய எல்லா செயல்பாடுகளும் எப்படிப்பட்டவை என்பதை ஒரு முறை தயவுசெய்து பாருங்கள். வாடிக்கையாளர்களிடம் அரசாங்கத்திடம் உங்களுடைய தொழிலாளிகளிடம் அக்கம்பக்கத்தாரிடம் குடும்பத்தினரிடம் என எல்லாவற்றையும் யோசித்துப் பாருங்கள்''.

“வாடிக்கையாளர்களுக்கு நகரில் எங்களிடம் தான் குறைந்த விலைக்கு தரமான பொருள்கள் கிடைக்கிறது. நாங்கள் ஒருபோதும் தள்ளுபடி தருகின்றோம் என்ற பெயரில் வாடிக்கையாளர்களைஏமாற்றுவதில்லை. அதுபோல அரசுக்கு முறையான வரி செலுத்துவதால் தான் மூன்றாவது முறையாக சிறந்த நிறுவனம் என பரிசு பெற்றுள்ளோம். எங்கள் ஊழியர்களுக்கும் அரசு நிர்ணயித்த அத்தனை சட்டரீதியான பணபலன்களையும் வழங்குகிறோம். இதுமட்டுமல்லாமல் நாங்களாகவே தொழிலாளர் நலனுக்காக பல்வேறு வகையான செலவுகளையும் செய்கின்றோம். எங்களை பொறுத்தவரை குடும்பத்தாரிடமும் உறவினரிடம் மற்ற யாரிடமும் ஒரு சிறு பிணக்கு கூட ஏற்பட்டதில்லை. இத்தனை நாளும் எங்களால் யாருக்கும் அறிந்தோ அறியாமலோ சிறு இடைஞ்சல் கூட கொடுத்ததில்லை'' ராமலிங்கம் தன்னிலை விளக்கம் அளித்தார்

“இப்படி ஏமாற்றுவது மட்டுமல்ல என்னை பொருத்தவரை அளவுகடந்த பண சேமிப்பு கூட ஒருவகையில் பதுக்கல் அல்லது திருட்டு தான்.அந்த வகையிலும் யோசித்து பாருங்கள்''.

ராமலிங்கத்துக்கு சட்டென்று ஆத்திரம் வந்தது.“பீட்டர் நான் கடுமையாக உழைக்கிறேன் அதற்கேற்ற வருமானத்தைஈட்டுகிறேன் இது எப்படி தப்பாகும். நேர்மையான முறையில் தொழில் செய்து சம்பாதிக்கிறேன். அதற்கு சட்டப்படி உரிய வரியும் கட்டுறேன். இதில் பதுக்கல் எங்கே வந்தது''.

“ராமு கொஞ்சம் பொறுமையாயிருங்க நான் விளக்கமா சொல்றேன். உங்க கடைக்கு ஒரு நாளைக்கு ஆயிரக்கணக்கான வாடிக்கையாளர்கள் வாராங்க அத்தனை பேரையும் நீங்களே போய் சந்தித்து பொருள்களை காட்டி வியாபாரம் பண்ணீங்களா? இல்லையே அதற்கான பணியாளர்கள் தானே அதை செய்கிறார்கள். நீங்கள் அமைதியா ஏசி ரூமுக்குள் அமர்ந்திருக்கிறீர்கள் அவ்வளவுதான். உங்களுக்காக அவர்கள் களத்தில் போராடுகிறார்கள். உங்கள் உழைப்பையும் அவர்களின் உழைப்பையும் ஒப்பிட்டு பாருங்கள் அப்போது தெரியும் யார் கஷ்டப்படுகிறார்கள் என்று அதன் பலனை யார் அதிகம் அனுபவிக்கிறார்கள் என்று. நீங்கள் சொல்லலாம் நான் தானே பணம் முதலீடு செய்கிறேன் என்று ஆனால் அவர்கள் சிந்தும் ஒவ்வொரு துளி வியர்வையும் தான் அந்த பணத்தை பல மடங்காக பெருகச் செய்யும் மந்திரக்கோல்.எனவே அரசு சொன்னதை கொடுத்துவிட்டேன் என்று கடமைக்கு செய்வதை விட்டுவிட்டு அவர்களின் தேவையை பூர்த்தி செய்யும் அளவு ஊதியம் கொடுப்பது ஒன்றும் தவறில்லையே”.

“அவனவனுக்கு ஆயிரம் தேவைகள் இருக்கும் அதை எல்லாம் நிறைவேற்ற முடியுமா? நீ ஒரு டாக்டர் என்று கன்சல்டிங்கிற்க்கு வந்தால் நீ என்னவோ யூனியன் லீடர் மாதிரி பேசிகிட்டு இருக்கியே”ராமலிங்கத்திற்கு அந்தப் பேச்சை தொடர்வதில் உடன்பாடு இல்லாமல் இருந்தது.

“ராமு பல பெரிய பணக்காரர்கள் ஏன் தீராத வியாதியோட அல்லாடிக் கொண்டிருக்கிறார்கள் தெரியுமா? உன்னை போல தான் நாம்தான் நேர்மையாய் இருக்கோமே சட்டப்படி எல்லாம் செய்கிறோமே என வெளியே காட்டிக் கொண்டாலும் அவர்களுடைய உள்மனது ஏதோ சரியில்லையோ எங்கோ தவறு நடக்குதோ பணியாளர்களில் யாராவதுதுரோகம் செய்து இருப்பார்களோ போட்டியாளர்களை எப்படி சமாளிப்பது என்று அல்லும் பகலும் உள்ளே கிடந்து அடித்து கொள்ளும். இதற்கு விடை கிடைக்காமல் போவதால் உறக்கம் வராமல் தவிக்கும். நாட்கள் ஆகஆக உறக்கம் குறையகுறைய உடலின் அத்தனை அவயங்களும் நோய் உள்புக கதவு திறந்து காத்திருக்கும். உடல் தளரும் அதோடு சேர்ந்து புத்தியும் தடுமாறும்.

தடுமாறும் புத்தி கொண்டவனால் சிறப்பான முடிவுகளை எடுக்க முடியாது. சரியான நேரத்தில் சரியான முடிவு எடுக்காத எவனாலும் நிலையான வெற்றியை பெறவே முடியாது.அதன்பின் எல்லாமே இறந்த காலம் ஆகிவிடும்

இந்த சாம்ராஜ்யத்தையே நான்தான்உருவாக்கினேன்,கட்டிகாத்தேன்,விரிவாக்கினேன் என்றெல்லாம் பழைய கதைகளை வேண்டுமானால் அப்போது பேச முடியுமே தவிர புதிதாக ஒன்றும் செய்ய முடியாது. பல நிறுவனங்கள் ஓஹோவென வேகமாய் வளர்ந்து சட்டென்று விழுந்து தரைமட்டமாக மண்ணோடு மண்ணாகஇதுதான் காரணம். அவர்களோடு பல தலைமுறை நிலைத்து நிற்கும் நிறுவனங்கள்

சிலவற்றையும் ஒப்பிட்டு பார் வித்தியாசம் என்ன என்று புரியும்''பீட்டர் மனதின் அடிவேர் தொடங்கி நிறுவனம் வரை எல்லாவற்றையும் சொல்லிக் கொடுத்தார்.

சற்று நேர அமைதிக்கு பின் அர்ச்சனா பேச துவங்கினாள்''பீட்டர் நான் ஏதோ ஒரு பைத்தியக்காரி பேசியதன் அர்த்தம் என்ன என்று உன்னிடம் கேட்க வந்தால் நீ என்னை பைத்தியமாக்கி விடுவாய் போல் தோன்றுகிறது. நான் என்ன செய்ய வேண்டும் என்பதை கொஞ்சம் தெளிவாக தான் சொல்லேன்''.

''அதான் ஆரம்பத்திலேயே சொன்னேனே இது ஒரு பைத்தியத்தின் பேச்சு என்று நினைத்தால் அதை கண்டுக்காமல் விட்டுவிடு. இல்லை அவள் பேசியது மீண்டும் மீண்டும் மனதுக்குள் வந்து டிஸ்டர்ப் பண்ணினால் வேறு வழியில்லை நான் சொன்னபடி ஏதாவது செய்ய முடியுமான்னு யோசித்துப் பாரு'' இருவரும் டாக்டரிடம் விடைபெற்றுக்கொண்டு கிளம்பினர்.

பீட்டரின்அறையிலிருந்து வெளியேறும் முன் அங்கே ஒட்டப்பட்டிருந்த சார்லி-சாப்ளினின்புகைப்படத்துக்கு அருகிலிருந்த வாசகம் அவளை ஈர்த்தது.''லைப்சல்-யூட்ஸ் யூ வென் யூமேக் அதர்ஷ் ஹாப்பி''.

ஒன்றிரண்டு மாதங்கள் ஆனாலும் அர்ச்சனாவால் அந்த சம்பவத்தை மறக்க முடியவில்லை.பல இரவுகள் உறங்காமல் தவித்தாள். பீட்டர் சொன்னபடி செய்தால் என்ன? லாபம் கொஞ்சம் குறையும் அவ்வளவுதானே உடல்நலத்தை காட்டிலும் லாபம் முக்கியம் இல்லையே. நிர்வாக படிப்பில் பட்டம் வாங்கியிருந்த அர்ச்சனா யோசித்து ஒரு திட்டம் தீட்டினாள். தங்களுடைய ஊழியர்கள் அனைவருடைய சம்பளத்தையும் சற்று உயர்த்தினாள். அதைவிட ஒவ்வொருவரும் விற்பனை செய்-யும் அளவுக்கேற்ப ஊக்கத்தொகையும் வழங்கப்படும் என அறிவித்தாள்.

ஊக்கத் தொகை பெறவேண்டி பணியாளர்கள் மும்முரமாய் வேலை செய்தனர். கடைக்கு வருபவரை ஓடோடிச் சென்று அன்புடன் கவனித்தனர். ஒரு வாடிக்-கையாளர் பத்து இருபது சேலைகளை கலைத்துப் போட்டாலும் சளைக்காமல் அடுத்ததை எடுத்து காட்டிய விதம் மக்களுக்கு பிடித்துப்போனது. ஒரு ஆடை வாங்கலாம் என்று வந்தவர்கள் அதனாலயே சந்தோசமாக இரண்டாக வாங்கி-னர்.நிறுவனத்துக்கும் ஊழியர்களுக்கும் வருமானம் கூடியது. லாபம் குறையுமோ-என்ற எதிர்பார்ப்பிற்கு மாறாக லாபம் எகிறியது.

''பீட்டர் நீ சொன்னதை செய்ததில் எல்லோருக்கும் மகிழ்ச்சி. எல்லோருக்குமே கூடுதல் வருமானம் கூடுதல் சந்தோஷம். ஆனால் எனக்கு இது போதாது என தோணுது. என்ன செய்யலாம்?'' அடுத்தமுறை பீட்டரை சந்தித்தபோது மகிழ்ச்சி-யில் திளைத்திருந்த அர்ச்சனா இந்த கேள்வியை கேட்டாள்.

''அர்ச்சனா எதுவும் அளவோடு இருப்பது நலம்.இதற்குமேல் பணமாக கையில் கொடுத்தால் ஊழியர்கள் தப்பானவழிக்கு போகவும் வாய்ப்பிருக்கு. ஒவ்வொரு ஊழியரிடம் தனிப்பட்ட முறையில் பேசிப்பார். அவங்க குடும்ப நிலவரம், தேவை-

யறிந்து அதற்கேற்ப ஏதாவது உதவிகள்தேவை என்றால்செய்''பீட்டர் இந்தமுறை-யும் அவளுக்கு ஒரு நேர்வழி காட்டினான்.

கடைக்கு போகும்போதெல்லாம் நேராக தன்னுடைய அறைக்குச் சென்று அமர்ந்து கொள்ளும் அர்ச்சனா அன்றிலிருந்து முற்றிலும் மாறுபட்டடாள். வாடிக்-கையாளர்கள் இல்லாத சமயங்களில் ஒவ்வொரு பணியாளராக சந்தித்து பேசி-னாள். அவர்களுடைய குடும்ப பின்னணி தற்போதைய நிலவரங்களை கேட்டறிந்-தாள். முதலாளியம்மா இப்படி நேரில் வந்து தங்களோடு பேசுவதையே ஊழியர்கள் பெருமையாக நினைத்தனர். அதிலும் உதவி தேவைபட்டவர்களுக்கு அவர்கள் கேட்காமலேயே வீடு தேடி சென்று உதவியபோது அர்ச்சனாவை தங்கள் குடும்-பத்தில் ஒருத்தியாகஎண்ணிதலையில் வைத்து கொண்டாட துவங்கினார்கள்.

அடுத்தமுறை பீட்டரை சந்திக்க வந்தபோது‘‘என்ன அர்ச்சனா ரொம்ப ஹேப்-பியா இருக்க போல நீ தூரத்தில் வரும் போதே உன் முகம் ஆயிரம் வாட்ஸ் பல்பு போல் பிரகாசிக்கிதே''.

‘‘பீட்டர் நீ எனக்கு பல புதிய விஷயங்களை அறிமுகப்படுத்திக் கொண்டேஇ-ருக்க. இதுவரை என்னுடைய உலகம் என்பது நானும் என் கணவரும் இரண்டு குழந்தைகளுமாக தான் இருந்தது ஆனால் இப்போதோ என் வீட்டிற்குள்ஐந்தாயி-ரம் உறவினர்கள் இருப்பதாய் உணர்கிறேன். நீ சொன்னத நான் முழுசா செய்-தேனா என்று தெரியல. ஆனால் நான் இதை செய்ததற்கே தொழிலாளிகள் என் மேல் அத்தனை பாசத்தோட இருக்காங்க.என்னைவிட வயதில் மூத்தவர் இளை-யவர் யாரா இருந்தாலும் அம்மா, அம்மா அப்படின்னு என்னை பார்த்து கூப்பி-டும்போது எவ்வளவு சந்தோஷமா இருக்கு தெரியுமா?''

‘‘அர்ச்சனா நீயும் இந்த புகழ் போதைக்குஅடிமையாயிட்டியோன்னுஎனக்குசந்-தேகம் வருது''.அர்ச்சனா மௌனமாக சார்லிசாப்ளின் வாசகத்தை சுட்டிக்காட்டி-னாள்.

‘‘புகழ்ச்சி என்பது மிகப்பெரிய போதையை தரக்கூடியது அதற்கு அடிமையாகி விட்டால் சில நேரங்களில் பெருத்த நஷ்டத்தையோ, மன கஷ்டத்தையோ சந்திக்க வேண்டிவரும் என்பது எனக்குத் தெரியும். ஆனால் இப்ப நான் அடிமைப்பட்டு இருப்பது புகழ்ச்சிக்கு அல்லபாசத்துக்குகாக. என் தகுதிக்கு மீறி கிடைக்கின்ற வருமானத்தை எனக்காக அல்லும் பகலும் பாடுபட்டு உருவாக்கித்தரும் சொந்-தங்களுக்கு என்னால் ஆனதை சரியாக செய்கிறேன் என்கிற திருப்திக்காக. இது எனக்கு போதாது இன்னும் ஏதாவது செய்யணும் நான் சொல்லாமலேயே தொழி-லாளிகளை கசக்கிப் பிழியாமலேயே வரும் இந்த கூடுதல் வருமானத்தையும் ஏதா-வது நல்லது செய்ய பயன்படுத்த வேண்டும். என்ன செய்யலாம்?''.

‘‘உங்கள் அனைவரின் கடும் உழைப்புக்கு கிடைத்த வருமானம் அல்லவா நீங்-கள் என்ன வேண்டுமானாலும் செய்யலாம்.ஏற்கனவே திட்டமிட்டபடி ஒரு புதிய

வீடு கட்டலாம் இல்லை இன்னும் மன அமைதி தான் வேண்டும் என நினைத்-தால் ஒரு முதியோர் இல்லம் கட்டுங்கள்.ஏனென்றால்இன்னும் கொஞ்ச நாளில் நாமும் போக வேண்டிய இடம் அதுதானே. எனவே மிகத்தரமான சுகாதாரமான எல்லா வசதிகளும் அடங்கிய ஒரு இல்லமாக அதை உருவாக்க வேண்டும்''.

“வெரிகுட் ஐடியா பீட்டர் இதுக்குத்தான் நாங்க உன்னை தேடிவருகிறது. அதேதான் நானும் சில நாட்களாக நினைச்சுக்கிட்டு இருந்தேன் ஆனால் இந்த முதியோர் இல்லம் நம்நாட்டில் வேறு எங்கும் இல்லாத அளவுக்கு வசதியாகவும் தரமாகவும் எப்படி இருக்க வேண்டும் என்பதற்கு நான் ஏற்கனவே ஒரு பெஞ்ச்-மார்க்நிர்ணயித்து விட்டேன். அது என்னவென்றால் இன்று நாம் வாழும் வளமான வாழ்வை அந்த இல்லத்தில் வாழும் முதியவர்களும் அனுபவிக்க வேண்டும்'' என்-றாள் அர்ச்சனா.

“அப்ப சீக்கிரம் அதற்கான வேலைகளை ஆரம்பிப்போம்.நகரத்தின் போக்குவ-ரத்து நெருக்கடிக்கு அப்பால் அமைதியான இடமாய் பார்க்க சொல்வோம்'' ராம-லிங்கம் அந்தத் திட்டத்தில் ஆர்வம் காட்டினார்.

“இதற்காக நாம் இனி புதிதாக இடம் பார்க்க வேண்டாம். ஏற்கனவே நமக்காக வாங்கிய அந்த தோட்டத்திலேயே இல்லத்திற்கான கட்டிட பணிகளை துவங்க-லாம்'' .

“அது உன் கனவு இல்லம் கட்டுவதற்கு வாங்கிய இடமாச்சே அதை ஏன் இதற்காக பயன்படுத்தணும் வேறு இடம் சீக்கிரமாக பார்த்து கட்டிட வேலைகளை ஆரம்பிக்கலாம்''ராமலிங்கம் வேகமாக மறுத்தார்.

“நம்ம நாட்டில் குடியிருக்க வாடகைக்கு கூட வீடு கிடைக்காமல் அல்லது வழியில்லாமல் பல லட்சம் பேர் பிளாட்பாரத்தில் வாழ்ந்துகிட்டு இருக்காங்க.நம்-மைபோன்றவர்களோஆடம்பரத்திற்கு ஊர் ஊருக்கு வீடு வாங்கி போடுகிறோம். இதுவும் ஒரு வகை பதுக்கல் தானே.நம்மை போன்றவர்கள் பெருந்தொகை கொடுத்து இடங்களை வளைப்பதால் பாவம் ஏழைகள் செயற்கையாக விலை உயர்ந்த நிலத்தை வாங்க பெருந்தொகை கொடுக்க வேண்டிவருமே.கொடுக்க முடி-யாதவர்களின் சொந்த வீட்டு கனவு கருகிப் போகும்.இதுவும் நாம் செய்யும் பாவக் கணக்கில் சேர தானே செய்யும். இதிலிருந்து மீளத்தானே இத்தனை பாடுபட்-டோம். நமக்கு இன்னொரு வீடுங்கிற நினைப்புவேண்டாங்க. இருக்கிற அந்த வீடு நம்முடைய சொர்க்கலோகம்தான்.நாம வாழற வாழ்க்கைதரத்தை அவங்களுக்கு தரணும் என்று இப்பதானே முடிவெடுத்தோம். இந்த புதுவீட்டை எப்படி பார்த்து பார்த்து டிசைன் பண்ணினேன். இதை அவர்களுக்கு கொடுப்போமே. அது அவர்-களுக்கு சரியா வரலைன்னா அதற்கப்புறம் அவர்களுக்கு வேறு இடம் பார்த்து கட்டிக் கொடுக்கலாம்''.

ராமு அரைமனதுடன்ஒத்துக்கொண்டார்.பல நாட்கள் மூவரும் கூடிபேசி அதை எப்படி செயல்படுத்துவது என்பதை தீர்மானித்தனர். தேவையான பணியாளர்கள் நியமிக்கப்பட்டு எப்படி செயல்பட வேண்டும் என பயிற்றுவிக்கப்பட்டனர். கட்டிடம் முழுமையாக தயாரானது. கிரகப்பிரவேசத்திற்கு சில நாட்களே இருந்தன என்ன பெயர் வைப்பது என்பதில் மூவருக்கும் குழப்பம் நிலவியது.

“ஏங்க பேசாம கோவிலுக்கு போய் சீட்டு எழுதி போட்டு பார்க்கலாம்.எந்த பெயர் வருதோ அதையே வச்சுக்கலாம்”என்று அர்ச்சனா ஐடியா கொடுத்தாள். ராமலிங்கம் மறுபேச்சில்லாமல் ஒப்புக்கொண்டார்.

“எந்த கோவிலுக்கு போவது திருப்பதிக்கு போவோமா?” ராமு வினவ“வேண்டாம் அன்னைக்கு போனோமே அந்த கோவிலுக்கு போவோம் எனக்கு அந்த பொம்பளய பாக்கணும் போல தோணுது”என்று அர்ச்சனாவிடம் இருந்து தீர்க்கமான பதில் வந்தது

“ஏன் அவளை பார்த்து நான் ஒன்றும் திருடி இல்லை ரொம்ப நல்லவள் என்று சொல்லப் போறியா?பழையதை மற அர்ச்சனா”

“நல்லது செய்யாட்டியும்உண்மையிலேயே யாருக்கும் இடைஞ்சல் செய்யாமல் இருந்தாலே போதும் நாம நல்லவங்க தான். இதை போய் யாரிடமும் நிரூபிக்க வேண்டிய அவசியம் இல்லை. அன்று நடந்த சம்பவத்திற்கு பிறகும் இரண்டாம் முறை நான் அவளை சந்திக்க வருவேன் என்று நினைத்து கூட பார்த்து இருக்க மாட்டாள்.அந்த நேரத்தில் படக்குனு முன்னால போய் நின்னாஅவளுடைய ரியாக்சன் எப்படி இருக்கும்னு பார்க்க ஆசைப்படுகிறேன்”.

மறு நாள் கோவிலுக்கு போய் தரிசனம் செய்து தங்களுக்கு பிடித்த பல பெயர்களை துண்டு சீட்டில் எழுதி போட்டு தேர்ந்தேடுக்க வசந்தம் என்ற பெயர் வந்தது. வழக்கம் போல் தர்மம் கேட்டவர்களுக்கு பணம் கொடுத்துக் கொண்டு கீழே வரும் வழிநெடுகிலும் அர்ச்சனா அந்தப் பெண் இருக்கிறாளா என தேடிக் கொண்டு வந்தாள். எங்கும் அவளை காணவில்லை.

காரிலிருந்து டிரைவர் கொண்டுவந்த உணவு பொட்டலங்களை அனைவருக்கும் வழங்கினாள். கடைசியில் இருந்த ஒரு பொட்டலத்துடன் அர்ச்சனா சுற்றுமுற்றும் பார்த்துக் கொண்டு சற்று நேரம் நின்றிருந்தாள்

“யாரு என்னைத்தானே தேடுற.நானும் கொஞ்ச நாளா நீ எப்ப வருவேன்னு ஆசையோடு காத்துகிட்டு இருக்கேன்” என்ற அதே வெண்கல குரலோடு திடீரென்று அந்தப் பெண் வந்து எதிரேநிற்க அனைவரும் திடுக்கிட்டனர்.அர்ச்சனா அந்தப் பெண்ணை உற்று கவனித்தாள். இந்த முறை அவள் கண்ணில் அத்தனை ஆவேசம் இல்லை ஒரு புன்சிரிப்புடன் அமைதிததும்ப நின்றிருந்தாள்.

“என் கூட இங்கே வாயேன்” என்று கெஞ்சலாக அழைத்து அவள் பதிலுக்கு காத்திராமல் முரட்டுத்தனமாக அர்ச்சனாவின் கையை பிடித்து இழுத்துக்கொண்டு

ஓடினாள். அவள் பிடியிலிருந்து தன் கரத்தை விடுவித்துக்கொள்ள அர்ச்சனா செய்த முயற்சிகள் பலனளிக்கவில்லை. அவள் வேகத்துக்கு ஈடு கொடுக்க முடி-யாமல் அர்ச்சனா தடுமாறினாள். கொஞ்சதூரம் அவளுடன் ஓடியவள் சேலை தடுக்க தடுமாறி கீழே விழப்போனாள். அவளை அப்படியே தாங்கிப் பிடித்து கோவில் படிக்கட்டில் உட்கார வைத்தாள்.

அப்போதுதான் அர்ச்சனா அந்த மாற்றத்தை உணர்ந்தாள் தன் கரத்தை பிடித்து இழுத்து வந்த போது அவளுடைய கை ஒரு ஆணின் கையை போல் சொரசொரப்பாகவும் உறுதியாகவும் வலுவானதாகவும் இருந்தது ஆனால் கீழே விழப்போனவளை தாங்கி பிடித்து உட்கார வைத்தபோதுஅவளுடைய கை மயிலி-றகை போல் மென்மையானதாய் தெரிந்தது.

அர்ச்சனாவின் திகைப்பு அடங்குவதற்குள் அவள்அருகில் மரத்தடி பிள்ளை-யாருக்கு அணிவிக்கப்பட்டிருந்த பூமாலையை எடுத்து அர்ச்சனாவின் கழுத்தில் அணிவித்தாள். பிள்ளையார் சிலைக்கு முன் வாழையிலையில் படையலிடப்பட்டி-ருந்த சர்க்கரை பொங்கலை எடுத்துவந்து அர்ச்சனாவுக்கு ஊட்டி விட்டாள்.

“எல்லோருக்கும் சோறு கொடுத்தயில்ல இப்ப உனக்கு நான் தாரேன். சந்தோ-ஷமா சாப்பிடு” என்று பொங்கலை கையில் பிசைந்து அவள் வாயில் வைத்தாள். அர்ச்சனாவும் ஏனோ மறுக்காமல் அமைதியாகஅதை சாப்பிட்டாள். இலையில் இருந்த பொங்கல் காலியாக தான் அணிந்திருந்த நைட்டியில் கையை துடைத்-துக்கொண்டு கிளம்பினாள்.

முற்றும் நினைவிழந்தவளாய் அந்தப் பெண்ணின் செயல்களுக்கு உடன்பட்டு அமைதியாக இருந்த அர்ச்சனா அவள் போகப்போகிறாள் என்பதை உணர்ந்-தவுடன் “அம்மா உங்கள் பெயர் என்ன?” என வினவினாள். அந்தப் பெண் திரும்பி கொஞ்ச நேரம் அர்ச்சனாவையே ஊடுருவி பார்த்துக்கொண்டு இருந்து-விட்டு“வசந்தம்” என்று சொல்லிவிட்டு நடந்து போயி பிச்சைக்காரர்கள் கூட்டத்-துடன் கலந்தாள்.

அங்கு நடந்தவற்றை எல்லாம் கூட்டத்துடன் சேர்ந்து நின்ற ராமலிங்கம் அதி-சயத்துடன் பார்த்துக்கொண்டிருந்தார்.

# 10

10

“மரணம் என்றால் என்ன? எதனால் அதை கண்டு மனிதன் பயப்படுகிறான்? கட்டிலில் மெதுவாக எழுந்து அமர்ந்தவாறு வைத்தியர் வேலுச்சாமி அந்த கேள்வியை கேட்டார்.அவர் பேச வாயை திறக்கும்முன்னே அதிலிருந்து கிளம்பிய மதுவின் துர்நாற்றம் கட்டிலுக்கு எதிரே சேரில் அமர்ந்திருந்த லீலாவை வந்து தாக்கியது.

சிவமணியின் கதையை கேட்டதிலிருந்து வைத்தியரை சந்திக்க வேண்டுமென நினைத்துக்கொண்டிருந்த லீலா அந்த வார இறுதியில் லட்சுமியை அழைத்துக்கொண்டு சிவமணியின் குடிசைக்கு வந்தாள். அவள் எதிர்பார்த்ததற்கு முற்றிலும் மாறுபட்டு இருந்தார் வேலுச்சாமி. கலைந்த தலையை பார்த்தாலே இது எண்ணெய் தேய்த்துபடிய வாரி பல வருடங்கள் இருக்கலாம் என தோன்றியது. வாயிலிருந்து மிகமோசமாக மதுவாடை வீசியது வாடிக்கையாகி அதுவே அவருடைய நிரந்தர மணமாகி விட்டது. குடித்து குடித்து கண்கள் சிவந்து முகம் வீங்கி பார்க்கவே விசித்திரமாக இருந்தார். உடல் இளைத்து சிறுத்து தலை பெரிதாக இருந்தது.

அவரது கேள்விக்கு என்ன பதில் சொல்வது என தெரியாது லீலா முழித்தாள். ஏன் என்னிடம் இந்த கேள்வியை கேட்கிறார் நான் அவரிடம் ஏதாவது கேட்டுவிடுவேன் என்ற பயத்தில் முந்திக்கொண்டு இப்படி எடக்குமடக்கான கேள்வியை கேட்கிறாரோ? அவர் பேச்சு எதை நோக்கி செல்கிறது என்பது தெரியும்வரை அமைதியாக இருக்க லீலா முடிவு செய்தாள்.

“என்னதெரியலையா? இதையெல்லாம் எந்த பாடப்புத்தகத்திலும் வைத்து சொல்லிக் கொடுக்கமாட்டாங்க. நாமதான் அனுபவத்தில்கத்துக்கணும்.அனுபவம் வரணும்கிறதுக்காக நாம் என்ன செத்தா பார்க்க முடியும்” ஏதோ தமாஷ் சொன்னதை போல் நினைத்து சத்தமிட்டு சிரித்தார்.

அப்பாவின் பேச்சு சம்பந்தம் இல்லாமல் இருப்பதை கண்டு சிவமணிக்கு வெறுப்பாக இருந்தது.லீலா வற்புறுத்தியதால் தான் இவரை பார்க்க அவளை

அழைத்து வந்தான்.வீடுதான் கௌரவமானதாய் இல்லாவிட்டாலும் அதில் இருக்-கும் மனிதர்களாவது மரியாதை தெரிந்தவர்களாக இருக்க வேண்டாமா? அப்பா ஏன் இப்படி நடந்துகிறார்?வந்திருப்பது பெண்கள் என்பதை தெரிந்துகொண்டபின்-னராவது இவர் சற்று நாகரிகமாக பேசலாமே? ஒருவேளை நேற்றிரவு குடித்தது இன்னும் வேலை செய்கிறதோ? அவனுக்கு கவலையாக இருந்தது.

வீட்டிற்கு வந்திருக்கும் நண்பர்களைஅவமதிப்பது அழைத்து வந்தவனுக்கு எவ்-வளவு சங்கடத்தை தரும் என்று இவருக்கு தெரிந்திருக்க வாவாய்ப்பில்லை. ஏனென்றால் இவருக்குத்தான் நண்பர்களே இல்லையே. இனி என்ன செய்யலாம் எப்படி இவர்களை அவரிடமிருந்து விடுவித்து வெளியே அழைத்துச் செல்வது என யோசிக்க தொடங்கினான்.

“இயற்கையான மரணம் சுகமானது.காம்பிலிருந்து பூ உதிர்வதை போன்ற மென்மையான ஒரு செயல் அது.விபத்து,தற்கொலை, நீண்ட நாள் நோய்வாய்பட்டு கிடப்பது போன்றவற்றில் தான் வலி வேதனை எல்லாம். இரவு உறங்கி காலை கண் விழிக்காமல் போவதெல்லாம் எவ்வளவு பெரிய விடுதலை. அங்கே மரணம் ஒரு கனவை போன்று நிகழ்ந்துவிடும்.இருந்தாலும் ஏன் மனிதர்கள் அதை கண்டு அஞ்சுகிறார்கள்?ஏன்மரணவேதனை என்ற வார்த்தையைப்பிரயோகிக்கிறார்-கள். இந்த கேள்விக்காவதுஉன்னிடம் பதில் இருக்கிறதா?” வைத்தியர் அவ்வளவு சீக்கிரம் லீலாவை விடுவதாய் தெரியவில்லை.

லீலாவுக்கு அவர் ஏதோ சொல்ல வருகிறார் என்பது புரிந்தது.அவரின் இந்த கேள்விகளை தவிர்க்க நினைத்தாள். ஆனால் வைத்தியர் இவளிடம் இருந்து ஏதாவது பதில் வரட்டும் என்ற பாவனையில் அவள் முகத்தையே பார்த்துக் கொண்டிருந்தார்.இனி வேறு வழியில்லைஏதாவது பதில் சொல்லவேண்டுமே என நினைத்து “இறந்தபின் உடலை எரிப்பதை பார்த்தும் புதைப்பதை பார்த்தும் உயி-ருடன் இருக்கும்பிறருக்கு அந்த பயம் உண்டாகிஇருக்கலாம். தீயால் உடல்முழு-தும் சுடப்படுமோமண் கொண்டு உடல் மூடப்படுமோ என்ற அச்சத்தின்காரணமாக அந்த வார்த்தை பிரயோகம் இருக்கலாம்”என்று சொன்னாள்.

“வைத்தியராய் இருந்தபோது நானும் அப்படித்தான் நினைத்தேன். ஆனால் மரண வலி என்றால் என்னவென்று நானும் என் வாழ்வில் ஒரு முறை அனுப-வித்தேன்.கவலைகளே இல்லாமல்வாழ்வின் ஒவ்வொரு கணமும் மகிழ்ச்சி கடலில்-திளைத்துக் கொண்டிருந்தஎனக்கும் ஒரு பெருத்தஅடி விழுந்தது. எட்டு வருடத்-தில் ஒருநாளும் கோபப்படாத மனைவி, என் காலையே சுற்றிக்கொண்டு நடக்கும் பிள்ளைகள் என்றிருந்த குடும்பம் அந்த ஒரே நாளில்சின்னாபின்னமானது.

என்னை விட்டு பிறந்து போகிறேன் என்று அவள் சொன்னபோது எப்படி இருந்தது தெரியுமா? யாரோ என் நெஞ்சை பெரிய கத்தியால் கீறி நான் உயிரோடு இருக்கும் போதே என் இதயத்தை அறுத்து தனியாக எடுத்து எரிவதைப் போல்

தோன்றியது. ராட்டினத்தில் சுற்றும்போது நம் அடிவயிறு கலங்கி ஆட்ரீலின் என்ற அமிலம் சுரக்குமே அது அபரிமிதமாயி உடம்பெல்லாம் பரவியது போல் ஒரு உணர்வு. நான் இருந்தேன் ஆனால் இல்லை. என்னுள் உயிர் இருந்தது ஆனால் இல்லை. இதேபோன்ற உணர்ச்சிக் கலவைகளின் குவியல் தான் மரண வலியாய் இருக்குமோ என்ற சந்தேகம் எனக்கு அப்போது தோன்றியது.

மொத்தத்தில் பிரிவு என்பது தான் மரணம் என்பதன் பொருளாய் நான் உணர்ந்த நேரத்தில்தான் இந்தமது அரக்கன் கொஞ்சம் கொஞ்சமாக என்னுள் புகுந்தது. போதையில் இருந்தால் எல்லாவற்றையும் மறக்கலாம் என்ற தப்பான முடிவில் குடிக்க ஆரம்பித்தேன் ஆனால் அது உள்ளே போனவுடன் மேலும் மேலும் பழைய சம்பவங்களை மனம் அசை போட ஆரம்பித்தது. அதை அடக்க மேலும் மேலும் குடித்து முழுநேர குடிகாரனானேன்'' வைத்தியர் லீலா கேட்காம-லேயே தன்னிலை விளக்கம் அளித்தார்.

லீலா பதில் பேசாமல் நீண்ட நேரம் அவரையே உற்றுப் பார்த்துக் கொண்-டிருந்தாள். அவள் பார்வையின் அர்த்தம் புரியாமல் வைத்தியரும் சிவமணியும் லட்சுமியும் அமைதியாக இருந்தனர். திடீரென்று எழுந்த லீலா "வாங்க போக-லாம்"என்றாள்.தன் சோககதையை கேட்டவள்உலக இயல்புபடி ஆறுதலாக பேசு-வாள் என காத்திருந்த வைத்தியர் ஏமாற்றம் அடைந்தார்."என்னம்மா ஒண்ணுமே பேசாமல் கிளம்புற"என்றார்.

"என்ன பேச சொல்றீங்க? இப்ப இல்லை எப்பவுமே யார் சொன்னாலும் கேட்-கக் கூடாது திருந்த கூடாது என்கிற மனநிலைக்கு நீங்க போயிட்டீங்க. யார் ஒருவர் தான் செய்கின்ற தவறை நியாயப்படுத்த முயற்சிக்கிறாரோ அவர் அந்த தவறுக்கு அடிமையாகிவிட்டார் என்று அர்த்தம். அந்த தவறை வேண்டுமென்றே விருப்பப்பட்டுதான் செய்கிறார் என்றும் அர்த்தம். அதனால உங்களிடம் பேசுவதோ இல்லை புத்திசொல்வதோ பயனற்றது" என்று சொல்லி நிறுத்தினாள்.

வைத்தியரின் தலை குனிந்து தரையை பார்த்துக்கொண்டிருந்தது. தன்னுடைய பேச்சு ஏதோ ஒரு விதத்தில் அவரை பாதித்தது அறிந்து லீலா அடுத்த அஸ்-திரத்தை வீசினாள்."சரி உங்கள் மனைவி, மகன் பிரிவு உங்களுக்கு மட்டும்தான் சோகத்தைதருமா?ஏன் இவருக்கு வேதனை தராதா? இத்தனை சின்ன வயதில் எல்லாவற்றையும் இழந்து நிற்கிறார். அதை மறக்க இவரும் குடிக்கட்டுமா அப்-படி செய்தால் அதை பார்த்து சந்தோசமாக ஏற்றுக்கொள்வீர்களா?எல்லோரும் மனுஷங்கதான் எல்லோருக்கும் வேதனை துக்கம் இருக்கத்தான் செய்யும் அதை மறக்க குடிக்கிறேன் என்று கிளம்பினால் ஊர் உலகத்துல ஒருத்தன் மிஞ்சாமல் எல்லோரும் குடிகாரனா தான் திரியணும்" படபடவென்று பொரிந்து தள்ளிவிட்டு-குடிசையைவிட்டு வெளியேறினாள். லட்சுமி அவள் பின்னாலே ஓடிவந்தாள்.

“என்னம்மாஇப்படி சொல்லிக்காம டக்குனு வெளியேறிவிட்டீர்கள். அவங்க என்னவோ ஏதோன்னு நினைத்து வருத்தப்பட போறாங்க” லட்சுமி தவிப்புடன் கேட்டாள்.

“அக்கா அவர் இப்பத்தான் யோசிக்க தொடங்கியிருக்கிறார் நான் அங்கே நின்றால் என் முகம் பார்த்து பேச தயங்கியோ அல்லது ஒரு பெண்ணிடம் தன் தவறை ஒத்துக் கொள்வதா என நினைத்தோ தான் செய்தது சரிதான் என வாதம் செய்ய விரும்புவார். அதற்கு இடம் கொடுக்காமல் நான் வெளிவந்ததால் இனி தனக்குள்ளாகவே தான் செய்வது சரியா தவறா என்பதை பற்றி யோசிப்பார்.அதற்கு நேரம் கொடுப்பதற்காகத்தான் வெளியேறினேன். வேணும்னா பாருங்களேன் இதற்கு நல்ல பலன் கிடைக்கும்” உறுதியோடு சொன்னால் லீலா.

“லீலாம்மா எனக்கு கொஞ்ச நாளாகவே ஒரு சந்தேகம். அதை கேட்கலாமா கூடாதான்னு யோசிச்சிட்டே இருந்தேன். இப்ப கேக்குறேன் தப்பா இருந்தா மன்னிச்சிடுங்க. அந்த சிவமணி மேல இவ்வளவு அக்கறை காட்டுறீங்களே நீங்க அவரை காதலிக்கிறீர்களா?”.

நடந்து கொண்டிருந்த லீலா நின்றாள்.“அக்கா ஒரு ஆணுடன் பழகினால் உடனே அதற்கு பெயர் காதலா? இந்த உலகத்துல காதல் என்கிற வார்த்தையை விட பவர்ஃபுல்லான வார்த்தை ஒண்ணு இருக்கு தெரியுமா?நட்பு. அதுவும் இந்த வயசுல சிவமணி போல ஒரு நண்பன் கிடைக்க கொடுத்து வச்சிருக்கணும்.அவன் பல கஷ்டங்களில் சிக்கி கிடந்தாலும் எல்லோருடைய கஷ்டங்களுக்கும் தீர்வுகாண நினைக்கிறான். சிலமுறை நானே சோதித்துப் பார்த்தேன் எந்த விரோதமும் இல்லாமல் தன்னுடைய கருத்தை நேருக்குநேர்தெரிவிக்கிறார். அவன் பார்வை அங்கே இங்கே அலைவதில்லை.பின் நின்று கேலி செய்வதில்லை நான் நட்பு பாராட்ட இதெல்லாம் போதும் என்று நினைக்கிறேன்”தீர்க்கமாக சொல்லிவிட்டு மீண்டும் நடக்க துவங்கினாள் லட்சுமி பின்தொடர்ந்தாள்.

நல்லவர்களால் தொடர்ந்து தப்பு பண்ண முடியாது. அப்படியே தப்பு பண்ணினாலும் அதை யாராவது சரியான முறையில் சுட்டிக்காட்டி கண்டித்தால் போதும் தப்பு பண்ணுவதை நிறுத்திவிடுவார்கள். ஆனால் ஆள்,நேரம், கண்டிக்கும்முறை சரியாக இருக்க வேண்டும். இவை அனைத்தும் சரியானபடி அமைந்தால் எப்படிப்பட்டவனையும் நேர் பாதைக்கு கொண்டு வரமுடியும். இங்கேயும் அந்த மாயாஜாலம் நடந்தது..

லீலா போய் நீண்ட நேரமாகியும் குடிசையின்னுள்அமைதி நிலவியது. தகப்பனும் மகனும் ஒருவருக்குஒருவர் நேருக்குநேர் பார்க்க முடியாமல் தவித்தனர். மகனுக்கு முன் இத்தனை ஆண்டுகளும் எவ்வளவு கீழ்த்தரமாக நடந்து இருக்கிறேன் என தந்தையும் என்ன இருந்தாலும் இவர் என் தந்தை யாரோ நேற்று அறிமுகமான ஒரு பெண் அவரை ரொம்பவும் நோகடிச்சுட்டு போவதை கண்டிக்-

காமல் இப்படி கல்லாக நிற்கிறோமே என மகனும் மனதினுள் குமுறினர்.

வைத்தியரால் அதற்குமேல் அமைதியாக இருக்க முடியவில்லை."தம்பி அப்பாகிட்ட வாடா. இங்கே வந்து பக்கத்துல உட்காரு.உன்னை பற்றி சிந்திக்காமல் உன் வேதனைகளை பொருட்படுத்தாமல் நான் இத்தனை வருஷமும் பொறுப்பில்லாமல் நடந்துகிட்டதை நினைச்சா ரொம்ப அசிங்கமா இருக்குப்பா உன் அம்மா எனக்கு தந்தவேதனையை இரண்டுமடங்காக்கி உன் மேல ஏற்றிவிட்ட படுபாவி ஆகிவிட்டேனே என்னை மன்னிப்பாயா" என்று கூறியவாறு தன் இரு கைகளாலும் முகத்தில் அடித்துக்கொண்டு கதறினார்.

அப்பாவின் இந்த செயலால் அதிர்ச்சி அடைந்த சிவமணி அவருடைய கைகளை தன் கரங்களால் பற்றிக்கொண்டான்."அப்படி எல்லாம் ஒன்றும் இல்லையப்பா நீங்களாக ஏன் ஏதேதோ கற்பனை செய்து கொள்கிறீர்கள். அந்த பொண்ணுக்கு நம்மைப் பற்றி என்ன தெரியும் உங்களை பார்க்க வேண்டும் என்று கேட்டதால் அழைத்து வந்தேன். வந்த இடத்தில் இப்படி பேசுவாங்கன்னு முன்னாடியே தெரிந்திருந்தால் அழைத்து வந்திருக்கமாட்டேன். எல்லாம் என் தப்பு தான் என்னை மன்னிச்சுக்கோங்கப்பா" அவனுக்கும் கண்ணீர் அருவியாய் கொட்டத்துவங்கியது.

"போடா கிறுக்குப்பயலேகொஞ்ச வயசு பெண்ணா இருந்தாலும் என்ன விவரம் என்ன புத்திசாலித்தனம் அதுக்கு. அட்வைஸ் பண்ணுவது போல இல்லாமல் இதுதான் உண்மை நிலவரம் புரிஞ்சாபுரிஞ்சுக்கோங்க.புரிஞ்சுக்கிட்டாபிழைப்பீங்க என்று சொல்லாமல் சொன்னா பாரு அப்பப்பா பெரிய கில்லாடிதான்டா யார் வீட்டு பிள்ளை இது?"ஆச்சரியத்துடன் கேட்டார்.

"நம்ம தீப்பெட்டி ஆபீஸ் முதலாளி மகள்.பெயர் லீலா பத்தாவது படிச்சுட்டு இருக்கு"என்று அவளை எப்படி சந்தித்தான் என்பதை முழுவதுமாய் சொல்லி முடித்தான்.

"அவ்வளவுதானா வேறு எதுவும் இருக்கா" தகப்பன் ஒருவித நமட்டு சிரிப்புடன் கேட்டான். அப்பாவின் முகத்தில் அப்படி ஒரு சிரிப்பை கண்டிராத மகன் அதன் பொருள் விளங்காமல் முழித்தான்."அவ்வளவுதானா என்றால் என்ன அர்த்தம் எனக்கு புரியலை"அப்பாவியாக மகன் கேட்டான்.

"உங்கள் இருவருக்கும் இடையே அவ்வளவுதான் பழக்கமா இல்லை அப்பாகிட்ட சொல்ல கூச்சப்பட்டு எதையாவது மறைக்கிறயா ஒரு பொண்ணு முன்னபின்ன அறிமுகமாகாத வீட்டுக்கு வருவாளா? தைரியமா குரல் உயர்த்தி பேசும்போதே எனக்கு அந்த சந்தேகம் தோன்றியது. சரி அவள் போகட்டும் அப்புறம் கேட்டுக்கலாம்னு விட்டுட்டேன்.தம்பி மரியாதையா உண்மைய சொல்லிடு" தகப்பன் போலியாக மிரட்டினான்.

“அப்பா தயவுசெய்து உங்க அபவாதத்தை நிறுத்துங்கள். நீங்க நினைக்கிற மாதிரி கீழ்த்தரமான சிந்தனை ஏதும் எங்களுக்கிடையே இல்லை. சாதி, அந்தஸ்து என எதையும் பார்க்காமல் நம்ம வீடு தேடிவந்து பேச காரணம் எங்களுடைய நட்பு.இந்த ஊரில் கந்தசாமி அண்ணனை தவிர என்னிடம் அன்பு காட்டவும் நட்பு பாராட்டுவும் ஆள் யாரும் இல்லையே என்று தவிச்சுகிட்டு இருந்தப்ப கடவுளாய் பார்த்து அனுப்பிய தேவதை அவள். தன்னால் உங்களை சரி செய்ய முடியும் என்று தீர்க்கமாய் நம்புகிறாள். எப்பாடுபட்டாவது உங்களை குடியிலிருந்து மீட்-பேன்என்று உறுதி எடுத்திருக்கா. தயவுசெய்து அவள் முயற்சிக்கு வெற்றியை பரி-சாய் கொடுங்கள். என் தோழியின் வெற்றி என்னுடைய வெற்றி. அவள் பேச்சுக்கு மதிப்பளித்து நீங்கள் குடியை நிறுத்தி பழைய நிலைக்கு திரும்பினால் அதுவே எங்கள் தோழமைக்கு நீங்கள் தரும் பரிசாக கருதுவேன்”சிவமணி உருக்கமாய் வேண்டினான்.

தகப்பன் மகனின் நட்புக்கு பரிசளிக்க முடிவு செய்தான். அந்த கணத்திலிருந்து மது அருந்துவதில்லை என முடிவெடுத்தான்.அப்பனின் முகத்தில் தெரிந்த மலர்ச்சி மகனுக்கு மகிழ்ச்சியாய் தொற்றிக்கொண்டது.

# 11

11

கார் வந்து நின்றதையோ அதிலிருந்து இறங்கி பீட்டர் வீட்டினுள் வந்ததையோ கவனிக்காமல் ரெனிடா ஏதோ தீவிரமாக சிந்தித்துக் கொண்டு சோபாவில்அமர்ந்திருந்தாள். வழக்கமாக பீட்டர் வீட்டுக்குள் வரும் போதெல்லாம் “ஹாய் டியர்” என உரக்க அழைப்பாள்.

“ஏன்இப்படிகத்துற ரோட்ல போறவங்க எல்லாம் திரும்பிப் பார்க்கிறார்கள் பாரு”என்றுஒருநாள் பீட்டர் கூட அவளை கடிந்து கொண்டான்.

“ஹலோ மெண்டல்டாக்டர் என் சத்தத்திலேயே நான் என்ன மூடில் இருக்கிறேன் என்று உன்னால கண்டுபிடிக்க முடியுதான்னு பார்க்கத்தான் இத்தனை நாளும் அப்படி கத்தி கத்தி கூப்பிடுறேன். இன்னைக்கு தான் ஏன் கத்துற என்றே கேட்டிருக்க. இனி என்னைக்கு என் குரலை வைத்துஎன்மனநிலை எப்படி இருக்குன்னு ஆராய்ச்சி செய்வ”என்றுகிண்டலடித்தாள்.

அன்றிலிருந்து துவங்கிய குரல் ஆராய்ச்சியில் இன்று அமைதி நிலவுகின்றது.இதுவும் விளையாட்டா இல்லை உண்மையிலேயே இவளுக்கு ஏதாவது பிரச்சனையா? இவன் உள்ளே போய் தயாராகி உடைமாற்றிக்கொண்டு வரும்வரை அவளிடமிருந்து எந்த பேச்சும் வரவில்லை. ஆளும் இருந்த இடத்தை விட்டு நகரவில்லை. இவள் இப்படிப்பட்ட ஆள் இல்லையே விளையாட்டுக்கு கூட பத்து நிமிஷம் அமைதியாக இவளால் ஓரிடத்தில் இருக்க முடியாது. உண்மையிலேயே ஏதோ பிரச்சனை தான் என்பதை தெரிந்து கொண்டாலும் எப்போதும் போல் அவளிடம் தோற்றுப் போக விரும்பினான்.

“என்ன ரெனி அமைதியா இருக்க. இந்த அமைதிக்கும் என்ன காரணம் என்று கண்டுபிடிக்க வேண்டுமா? அது ரொம்ப கஷ்டமாச்சே நீ ஏதாவது லொடலொடன்னு பேசினாலாவது அதை வச்சு என்ன ஏதுன்னு ஒரு கெஸ்சிங்கிள் அடித்து விடலாம். இப்படி அமைதியாய் இருந்தால் எப்படி கண்டு பிடிக்கிறது. மைண்ட் ரீடிங் செய்யலாமென பார்த்தால் கண்ணை கூட அசைக்காமல் இப்படி பிடிவாதமாய் இருந்தால் எப்படி முடியும்”

அப்போதும் அவள் அமைதியாக இருக்கவே ஏதோ பெரிய பிரச்சினை தான் என உணர்ந்து தன் விளையாட்டு பேச்சை நிறுத்தி“ரெனிரெனிகுட்டி” என அவள் தோளில் தட்டினான். டக்கென்று விழித்து பார்த்த ரெனிடா“பீட்டர் வந்துட்டியா சாரி நீ வந்ததை கவனிக்கல”என்று சுரத்தில்லாமல் பேசினாள்.

“ரெனிநான் வந்து ரொம்பநேரமாச்சு. நீ எவ்வளவு நேரமாய் இப்படி உட்கார்ந்து இருக்க? உடம்புக்கு ஏதாவது செய்யுதா? உன்னை பார்த்தால் ரொம்ப டல்லாக இருப்பது போல் தெரியுதே”

“பீட்டர் இன்னைக்கு ஹாஸ்பிடலில் ஒரு அதிர்ச்சியான சம்பவம் நடந்திருச்சு. அதுக்கப்புறம் என்னால நிம்மதியா இருக்க முடியவில்லை.அந்தளவு அது என்னை ரொம்ப டிஸ்டர்ப் செய்துவிட்டது. வேற எந்த வேலையிலும் கவனம் செலுத்த முடியல. அதனால மதியத்தோடு லீவ் போட்டுட்டு வந்துட்டேன். எப்படி காரை ஓட்டினேன் வீடுவந்து சேர்ந்தேன் என்பதேதெரியல”.

“என்னாச்சு ஏதாவது சிசேரியன் கேஸில் பிரச்சனையா? டெலிவரியில் எப்போதாவது உயிரிழப்பு ஏற்படுவது எல்லாம் மருத்துவ துறையில் வழக்கம்தானே அதை வைத்து பேஷண்டின் உறவினர்கள் யாராவது பிரச்சனை செய்தார்களா? அதற்கு பயந்தா இப்படி வீட்டில் வந்து பதுங்கியிருக்க? பிரச்சனையை ஆஸ்பிட்டல் மேனேஜ்மென்ட் பார்த்துக்கொள்ளும்கவலைப்படாத. சீக்கிரம் உள்ளே போய் ரெடியாகிட்டு வா வெளியே எங்கேயாவது போயிட்டு வரலாம். உனக்கு இன்னைக்கு சமையல் வேலையில் இருந்து விடுதலை. எனக்கு உன் சாப்பாட்டில் இருந்து விடுதலை”ரெனிடாவை இயல்பு நிலைக்கு கொண்டுவர பீட்டர் இந்த மட்டமான ஜோக்கை சொல்லி பெரிதாக சிரித்தார் என்றாலும் ரெனிடாவிடம் எந்த மாறுதலும் இல்லை.

“ப்ளீஸ்பீட்டர் நான் சொல்ல வந்ததை முழுசா கேளு டெலிவரியில் உயிர் இழப்பு என்பது சகஜம்தான். என்னுடைய இருபத்திரண்டுவருஷஅனுபவத்திலே பத்து பதினைந்து கேசில் மரணம் நிகழ்ந்து இருக்கு.குழந்தை உயிருடன் பிறக்க தாய் உயிரிழந்த கேஸ் எல்லாம் பாத்திருக்கேன். அதையெல்லாம் கடந்து வந்த என்னை இன்னைக்கு நடந்த சம்பவம் உலுக்கியிருச்சி”.

“சரி அது என்னவென்று சொல்லுபார்ப்போம்” பீட்டர் வேண்டுமென்று அவள் அருகே நெருங்கி அமர்ந்தான். கதை கேட்பவன் போல் அவள் முகத்தருகே தன் முகத்தை கொண்டு போனான்.

“நம்ம பொண்ணு கூட ஸ்கூலில் படித்தாலே ரஞ்சிதான்னு ஒரு பொண்ணு அவள் அம்மா கூட போலீஸ் இன்ஸ்பெக்டர். அவங்க இன்ஸ்பெக்டரா ப்ரோமோஷன் ஆனப்ப நாம அந்த பங்ஷனுக்கு அவங்க வீட்டுக்கு போனோம். ஞாபகம் இருக்கா”.

“ஆமா அவங்க பேரு சத்யகலா ஒன்றுஇரண்டு வருடங்களுக்கு முன்னாடி எங்க ஹாஸ்பிடல் இருக்கிற ஏரியா இன்ஸ்பெக்டராகஇருந்தாங்க. அப்பல்லாம் நான் காரில் போகும்போது அடிக்கடி அவங்கள பார்ப்பேன்.இப்ப கொஞ்ச நாளா ஆளையே காணோம் புரொமோஷனில் எங்கேயும் மாறி போய்விட்டார்களோ என்னவோ சரி இப்ப அவங்களுக்கு என்ன?”

“ரஞ்சிதா என்னுடைய பேஷன்ட் கர்ப்பமா இருந்தவள் கடைசி மூணு மாசமா என்னிடம்தான் செக்கப்புக்கு வந்தாள். இன்னைக்கு அவளுக்கு டெலிவரி. கடைசி நேரத்தில் ஏற்பட்ட கிரிட்டிக்கல் சிச்சுவேஷன் காரணமா சிசேரியன் பண்ணித்தான் குழந்தையை வெளியே எடுத்தேன்”.

“ரெனிக்குட்டி மெடிக்கல் எதிக்சில் ஒருபேஷண்டின் தகவல்களை அவர் அனுமதியில்லாமல் வேறு யாருடனும் பகிர்ந்து கொள்ளக் கூடாது. இதை மறந்துட்டியா?”.

“டேய் முட்டாளே நீ என் புருஷன் என்கிறதனால இதை உன்னிடம் சொல்லல. நீ ஒரு டாக்டர் அதுவும் சைக்யாரிஸ்ட் என்பதால் கன்சல்ட்பண்றேன். உன்னிடம் ஒபினியன் கேட்கிறேன்அவ்வளவுதான்”.

பிரச்சனை சற்று தீவிரமானது என்பதை உணர்ந்து பீட்டர் தன்னுடைய விளையாட்டு பேச்சை நிறுத்தினர்.அவள் என்ன சொல்ல போகிறாள் என்பதை கூர்ந்து கவனிக்க தயாரானார்.

ரெனிடா தொடர்ந்தாள்“சிசேரியன் என்பதால் ஆபரேஷன் தியேட்டருக்கு கொண்டுபோய் ரஞ்சிதாவுக்கு அனஸ்தீசியா கொடுத்தோம். எல்லா பெண்களைப் போலவும் இவ்வளவு மயக்கத்தில் ஏதேதோ உளறிக்கொண்டிருந்தாள். தியேட்டரில் எனக்கு உதவியாய் இருக்கும் லதா தான் அவளிடம் கடைசியாக பேசிக்கொண்டிருந்தாள். அவர்கள் பேசியதை ஆரம்பத்திலிருந்து நான் அப்படியே சொல்கிறேன் இதிலிருந்து என்ன புரிகிறது என நீ கடைசியில் சொல்” என்று கூறிவிட்டு ஆப்ரேஷன் தியேட்டரில் நடந்த உரையாடலை அப்படியே சொல்ல துவங்கினாள்.

“ரஞ்சிதா ஏன் அழுகிறீர்கள்.உங்களுக்கு பயமாஇருக்கா? சிசேரியன் என்பது இப்போதெல்லாம் ரொம்ப சாதாரணமாகி போச்சு.செக்கப்புக்கு வரும்போது டாக்டர் உங்களுக்கு சொல்லியிருக்காங்க இல்லையா?”.

“டாக்டர் சொன்னாங்க நானும் என்னை தயார்படுத்திக்கிட்டு தான் வந்தேன் என்றாலும் இந்த ட்ரஸ் போடும்போது உள்ளுக்குள்ள ஒரே உதறலாய் இருக்கு. என்னாகுமோ ஏதாகுமோ என மனம் படபடக்குது”

“ஒன்னும் கவலைப்பட வேண்டியதில்லை ஒரு ஐஸ்கிரீம் சாப்பிடுவது எவ்வளவு சுலபமானதோ அதுபோல சுலபமாகவும் அதை சாப்பிடுவதற்கு ஆகும்நேரத்திர்க்குள்ளும் ஆபரேஷன் முடிந்துவிடும்.நீங்க கொஞ்சம் ரிலாக்ஸா இருங்க” மயக்க-

மருந்து டாக்டர் வந்து மயக்கமருந்தை செலுத்தினார். ரஞ்சிதா முழுமையாகமயக்கமாக அனைவரும் காத்திருந்தனர்.

மெல்ல மெல்லமயக்கத்துக்குள் ஆழ்ந்து போக துவங்கிய ரஞ்சிதா லேசாக முணுமுணுக்க துவங்கினாள். பின் அழ ஆரம்பித்தாள்.“ஐஸ்கிரீம். அந்த பெயரை சொல்லாதே. என் ஆயுள்கால எதிரி அதுதான். நல்லா இருந்த என் வாழ்க்கையை நாசமாக்கி ஓடி ஒளிய வைக்கிற பேய் தான் அந்த ஐஸ்கிரீம்” சற்று பெரிய குரலில் பேசினாள். எல்லோரையும் போலத்தான் அவளும் ஏதோ பேசுகிறாள் என நினைத்து நாங்களும் ஆபரேஷனுக்கு தயாரானோம்.

# 12

12

அந்த நாள் இன்னும் என் மனசுல நல்லா ஞாபகம் இருக்கு.

எங்க ஸ்கூலுக்கு போகும் வழியில் புதுசா ஒரு ஐஸ்கிரீம் கடை திறந்த-நாள்.நான் எப்போதும் போலீஸ் ஜீப்பில் தான் பள்ளிக்கூடத்துக்கு போவேன் சில சமயம் அம்மா கூட வருவாள் மகேஷ் அங்கிள்தான் ஜீப் டிரைவர்.அன்றுஜீப்பில் என்னை பள்ளிக்கு கூட்டிப் போகும் வழியில் மகேஷ் அங்கிள் என்னிடம் "ஐஸ்-கிரீம் வேணுமா" என்று கேட்டார். நான் ஆவலுடன் தலையாட்ட அந்த கடைக்கு அழைத்துப் போய் பெரிய பாக்ஸ் ஐஸ்கிரீம் வாங்கித் தந்தார். அதன்பின் நான் கேட்கும் போதெல்லாம் ஐஸ்கிரீம் வாங்கி தந்தார்.

ஒரு நாள்"இதுபோல நிறைய ஐஸ் கிரீம் என் வீட்டிலேயே இருக்கு உனக்கு வேணும்னா லீவு நாளில் என் வீட்டுக்கு வா தாரேன் என் வீடு உனக்கு தெரி-யுமில்ல"என்றார். மகேஷ் அங்கிள் வீடு எங்கள் போலீஸ் குவாட்டர்சில் தான் இருந்தது. ஒரு லீவு நாள் மதியவேளை நான் ஐஸ்கிரீம் தின்ன வேண்டி அவர் வீட்டுக்கு போனேன். அவர் மட்டுமே இருந்தார். என்னை அழைத்து அருகில் அமர்த்தி ஐஸ்கிரீம் எடுத்து கொடுத்தார்.அதை நான் சாப்பிட அவர் என்னை ஒரு மாதிரி தடவிக் கொடுத்தார். அவரின் கைகள் என் முழு உடம்பிலும் நகர்ந்து கொண்டு இருந்தது. என் நெஞ்சிலும் தொடைகளிலும் அவர் கை வைக்கும்போது ஏதோ போல் இருந்தது.

ஐஸ்கிரீம் மேல் எனக்கு இருந்த ஆசை அவரை தடுக்க தோன்றாமல் அல்லது தடுத்தால்நாளை மீண்டும் ஐஸ்கிரீம் கிடைக்காதோ என்ற அச்சத்தின் காரணமா-கவோ நான் அவரை தொட அனுமதித்துவிட்டு அமைதியாக ஐஸ்கிரீம் சாப்பிட்-டேன். அவர் தன் காரியத்தில் கண்ணாக இருந்தார். இறுதியாக என் ஜட்டியை கழட்டினார். அது எனக்கு என்னவோ போல் இருக்கவே "வேண்டாம்அங்கிள் என் அம்மாவுக்கு தெரிந்தால் திட்டுவார்கள்" என்றபடி வெளியே போக முயற்சித்தேன்.

"அதெல்லாம் ஒன்னும் இல்ல பாப்பா. ஃப்ரிட்ஜில் புதுசா பெரிய டூட்டி ஃப்-ரூட்டி ஐஸ்கிரீம் பாக்ஸ்இருக்கு. அதை உனக்கு கொடுத்தால் சாப்பிடும்போது உன்

வயிறு தாங்குமான்னு பார்க்கத்தான்கழற்றினேன். ஐஸ்கிரீம் முழுவதையும் சாப்பிட உன் வயிற்றில் இடம் வேண்டுமே'' என்றபடி ஒருவித சிரிப்புடன் இந்தமுறை என் அடிவயிற்று பகுதியில் அவர் தடவியபடி இருக்க நான் தடுக்கவில்லை. அவர் எழுந்துபோய் ஒரு பெரிய பாக்ஸ் எடுத்து வந்தார் அதை திறந்து பார்த்தால் மஞ்சள் நிற ஐஸ்கிரீமில் ஆங்காங்கே சிவப்பு பச்சை டூட்டிஃப்ருட்டிசிதறல்கள் அழகாய் எட்டிப்பார்த்தன.பாக்சை என் கையில் தராமல் அவர் படுக்கை அறைக்குள் கொண்டுபோனார். நான் ஒரு நாய்க்குட்டியை போல அவரை பின் தொடர்ந்தேன்.

''கட்டிலில் இங்கே படுத்து டிவியில் பொம்மை படம் பார்த்துகிட்டு சாப்பிடு'' என்று அவர் சொன்னதை நான் அப்படியே செய்தேன். ஐஸ்கிரீம் என்னை மயக்கியது என் பின்பக்கமாக படுத்து ஏதோ செய்துகொண்டிருந்தவர் திடீரென எழுந்தார். அப்போதுதான் பார்த்தேன் அவர் உடலில் ஆடைகள் இல்லை. எனக்கு என்ன செய்வது என்று தெரியவில்லை அவர் அப்படியே என் மேல் சரிந்தார்.என் கன்னத்திலும் உதட்டிலும் உடலில் பிற பகுதிகளிலும் முத்தமிட்டார். என்னையும் முத்தம் தர சொன்னார். ஏனோ அப்போது அவர் சொன்னதையெல்லாம் செய்தேன். என்னால் அவருடைய உடல் பாரத்தை தாங்கமுடியவில்லை மூச்சு முட்டியது தொடை இடுக்குகள் வலித்தன கண்கள் இருட்டின. நான் தூங்கினேனாமயங்கினேனா எனக்கே தெரியாது.

நான் கண் திறந்து பார்த்தபோது மகேஷ் அங்கிள் என்னருகே அமர்ந்து டிவி பார்த்துக்கொண்டிருந்தார்.''என்ன பாப்பாதூங்கிட்டியா? இன்னும் ஐஸ்கிரீம் நிறைய இருக்கு வேண்டுமா?'' என ஒன்றும் நடக்காதது போல் பேசினார். எனக்கு இனி என்றும் ஐஸ்கிரீமே வேண்டாம் என தோன்றியது. உடைகளை அணிந்து கொண்டு ''நான் வீட்டுக்கு போகிறேன்''என்றேன்.''தாராளமா போ உனக்கு எப்போ ஐஸ்கிரீம் தேவையோ அப்ப இங்கே வா. இந்த பிரிட்ஜில் எப்போதும் உனக்காக ஐஸ்கிரீம் இருக்கும்''என்று எல்லா பல்லையும் காட்டி சிரித்து வழியனுப்பி வைத்தார்.

என் வீட்டை நோக்கி நடந்தேன் என்னால் பழையது போல் நடக்க முடியவில்லை. காலைஅகட்டிஅகட்டி வைத்து நடக்க வேண்டியிருந்தது.இடுப்பின் இருபுறங்களிலும் வலி அதைவிட மோசமாக பிறப்புறுப்பு பகுதியில் ஏதோ கத்தியை வைத்து கீறியதை போன்று எரிந்தது. நடக்க கால்களை நகர்த்தும் போது ஜட்டியோடுஅது ஒன்றுடன் ஒன்று உரசி கடுமையான வலியைத் தந்தது. ஒருவழியாக வீடு வந்து சேர்ந்த நான் கட்டிலில் படுத்து மீண்டும் உறங்கி விட்டேன்.

''என்னடி விளக்கு வைக்கும் நேரத்தில் இப்படி படுத்து உறங்கிற'' அம்மாவின் பெரும் குரல் கேட்டு கண்விழித்த போது லேசாக இருட்ட துவங்கியிருந்தது. ஒன்றும் பதில் பேசாமல் கழிவறைக்கு போனேன். சிறுநீர் கழிக்க முயன்ற போது ரத்தம் வந்தது. பயத்தில் அம்மாவை அழைக்க வந்தவள் பார்த்துவிட்டு ''ரஞ்சிதா பெரிய

மனுசி ஆகிட்டா'' என எல்லோரிடமும் போனில் தெரிவிக்க துவங்கினாள்.

சில மாதங்கள் அமைதியாக போய்க்கொண்டிருந்த வாழ்க்கையில் திரும்பவும் சூறாவளி வீசியது. அன்று துவங்கியது இன்றுவரை விரட்டி விரட்டி அடிக்கிறது. அம்மா இல்லாத ஒருநாள் பகலில் வீட்டிற்கு மளிகை சாமான்கள் கொண்டு வந்து கொடுக்க மகேஷ் அங்கிள்வந்தார்.“என்ன பாப்பா இப்பவெல்லாம் ஐஸ்கிரீம் சாப்பிட வரதேயில்லையேஎன்ன ஐஸ்கிரீம்வேண்டாமா?'' என நைசாக பேசி-னார்.“வேணும் தான்ஆனா அங்கே வந்தா நீங்க என்னவோ செய்றீங்க. எனக்கு பயங்கரமா வலிக்குது. அன்னைக்கு ரத்தமே வந்துருச்சு தெரியுமா?''.

“அது முதல் தடவைங்கிறதாலே அப்படி இருந்திருக்கும். இனி போகப்போக வலியே இருக்காது பாரேன். அன்னைக்கு அப்படி செய்ததால் தானே நீ பெரிய மனுஷியான. சந்தோசமான விஷயம் நடந்திருக்கு அதுக்கு போய் பயப்படுறீயே'' என்று சொல்லிக்கொண்டே நெருங்கி வந்து என் தோள்களை பற்றினார்.என்னால் மறுக்க முடியவில்லை. என் கேள்விகளுக்கு விடை சொல்ல இவர் தான் சரியான ஆள் என நம்பினேன்.

“அப்படின்னா அன்னைக்கு நீங்க அப்படிசெய்ததால தான் எனக்கு ரத்தம் வந்ததா? ரத்தம் வந்தா தான் பெரியமனுஷியா? பெண்கள் எல்லோரும் பெரி-யமனுஷி ஆகணும்னா இப்படித்தான் செய்யனுமா?''இப்படி என்னிடம் இருந்த கேள்விகள் நீண்டது.

“பின்ன ஒன்னும் பண்ணாம உடம்பு எப்படி குழந்தை பெத்துக்க தயாராகும். மாசம் மாசம் உனக்கு இரத்தம் வருதா அப்படின்னா உனக்கு உடம்பு குழந்தைப்-பெத்துக்க தயார் ஆயிடுச்சுன்னு அர்த்தம். இனி அன்னைக்கு போல ஏதாவது செய்தால் வலி இருக்காது. ரொம்ப சுகமா இருக்கும் சொர்க்கத்துக்கு போவது போல மனசு கிறங்கி போகும்'' சொல்லி கொண்டே அன்று அவர் செய்-ததை போலவே இன்றும் செய்தார். நான் அந்த சொர்க்கலோக அனுபவத்திற்காக அவரை அனுமதித்தேன். எங்கள் வீட்டு படுக்கை அறையிலேயே அது நடந்-தது. எனக்கும் அது பிடித்திருந்ததால் இந்த ஐஸ்கிரீம் காரியங்கள் தேவையான போதெல்லாம் நடந்தேறியது.

ஒரு நாள் காவலர் குடியிருப்பு கட்டிடங்களை ஆய்வுசெய்த வந்த டிஎஸ்பி வள்ளி நாயகத்திடம் நானும்மகேஷ் அங்கிளும் கையும் களவுமாக மாட்டினோம். எங்கள் வீட்டுக்கு அங்கிள் வந்த அவசரத்தில் கதவை தாளிட மறக்க அந்தநேரம் உள்ளே வந்த டிஎஸ்பி யிடம் ஆடைகளற்ற நிலையில் இருவரும் சிக்கினோம். அவர் அமைதியாக அங்கிளை பார்த்து “டிரஸ்ஸ மாட்டிகிட்டு என் பின்னாடி வா'' என்று அழைத்து போனார். அன்றிலிருந்து அங்கிளை பார்க்கவே முடியவில்லை. பின்னர்தான் தெரிந்தது அவரை வேறு மாவட்டத்திற்கு மாறுதல் செய்து விட்டார்-கள் என்று.

சில நாட்களுக்கு பின் எங்கள் வீட்டை வள்ளிநாயகம் குடியிருந்தஅதிகாரிகள் குடியிருக்கும்அடுக்குமாடி குடியிருப்புக்குமாற்றினார்கள். எங்கள் வீடும் வள்ளிநாயகத்தின் வீடும் மூன்றாவது தளத்தில் எதிரெதிரே அமைந்திருந்தது. அங்கு போன இரண்டாம் நாள் அவர் ஏன் எங்கள் வீட்டை அவர் வீட்டருகே மாற்றினார் என புரிந்தது. மனைவி இல்லாமல் குழந்தைகளை கட்டி கொடுத்து விட்டு தனியாக வாழ்ந்தவருக்கு ஒரு துணை தேவையாயிருந்தது.

இன்னும் ஓய்வு பெற சில மாதங்களே இருந்த நிலையில் நான் மாட்டியது அவருக்கு கொண்டாட்டம்தான்.ஆனால் வயதான காரணத்தால் அவரால் என்னை ஒன்றும் செய்யமுடியவில்லை. அவர் அங்கிருந்த சில மாதங்களில் எப்போதெல்லாம் என் அம்மாவுக்கு இரவு வேலையோ அப்போதெல்லாம் அவர் வீட்டுக்கு நான் போக வேண்டும். முழு நிர்வாணமாக அவருடன் ஒரே படுக்கையில் படுக்க வேண்டும். அவருக்கு உறக்கம் வரும் வரை கைகளால் எதையாவது செய்வாரே தவிர என்னோடு உறவு கொள்ளவில்லை. அவர் உறங்கிய உடன் நான் எழுந்து என் வீட்டிற்கு சென்று விடுவேன்.

அவர் ஓய்வு பெற்ற நாளில் நடைபெற்ற பார்ட்டி தான் என் வாழ்நாளில் பெரிய திருப்புமுனை நாளாக அமைந்தது. பார்ட்டி முடிந்தவுடன் ஏதோ காரணம் சொல்லி என் அம்மாவை கமிஷனர் ஆபீஸ் இரவு பணிக்கு அனுப்பினார் வள்ளிநாயகம். என்னை வேறு இரு அதிகாரிகளுக்கு அறிமுகம் செய்துவைத்தார். அன்று இரவு அவரது வீட்டில் அந்த இரு அதிகாரிகளுடனும் படுக்க வேண்டியிருந்தது. வள்ளிநாயகம் விடை காலி செய்துகொண்டு போகும் முன் மேலும் இரண்டு மூன்று முறை அவர்களுக்கு உடன்பட வேண்டியிருந்தது.அவர்களுடன் சேர்ந்துஅவர்களின் டிரைவர்களும் தான்.

வள்ளிநாயகம் போனபின்மகேஸ் அங்கிள் எப்படியோ டிரான்ஸ்பர் வாங்கி இங்கேயே வந்து விட்டார். நானும் பள்ளிப் படிப்பை முடித்து கல்லூரி போக துவங்கினேன். மீண்டும் எங்கள் உறவு தொடர்ந்தது. அதன் உச்சம் ஒருநாள் காவலர் குடியிருப்பு வளாகத்தில் இருந்த பிள்ளையார் கோவிலில் திருவிழா நடைபெற்ற போது அங்கிள் என்னை அழைத்துக்கொண்டு அவர் குடியிருந்த குடியிருப்பு கட்டிடத்தின் மொட்டை மாடிக்கு போனார். கீழே கோவிலில் போடப்பட்டிருந்த வண்ண விளக்குகளின் மெல்லிய வெளிச்சத்தை தவிர மொட்டைமாடிமுழுவதும் கும்மிருட்டாக இருந்தது. அந்த மாடியில் தோதான மறைவிடம் தேடி போய் உறவு கொண்டோம். இதை எப்படியோ தெரிந்துகொண்ட ஒருவன் எங்களை பின் தொடர்ந்து வந்து நானும் உறவு கொள்வேன் இல்லையேல் இப்போதே கீழே உள்ள எல்லோரையும் சத்தம் போட்டு மேலே அழைப்பேன் என மிரட்டினான். அவனோடு கொஞ்ச நேரம் பேசிபார்த்த அங்கிள் பயந்துபோய் என்னை ஒத்துக் கொள்ள சொன்னார். அவன் அவன் முடிந்ததும் அடுத்தவன் என நான்கு பேர்

மாறி மாறி வந்து என்னை சிதைத்தனர். இதை என்னவென்று சொல்வது கற்பழிப்பு என்றா நான் தான் எந்த எதிர்ப்பும் காட்டாமல் சம்மதித்தேனே அப்படியானால் என் இஷ்டப்படி தான் நடந்ததா இல்லையே நான்தான் மிரட்டப்பட்டேனே.

கீழே கலை நிகழ்ச்சிகள் முடிந்தன. அந்த வளாகமே அமைதியில் ஆழ்ந்தது. மொட்டைமாடியில் நான் தனித்து கிடந்தேன் பயந்து ஓடிய அங்கிளை காணவில்லை. ஒருவேளை இப்படி இவர்களை திட்டமிட்டு வரவைத்தது அவர்தானோ? என்னை மிரட்டி பணியவைக்க தான் இந்த நாடகமோ? என்னுள் பலவாறு சிந்தனை ஓடியது.

என்னால் எழுந்திருக்க முடியவில்லை. என் உடைகள் இருட்டில் எங்கேயோ கிடக்கிறது அதை எப்படி தேடியேடுக்க? இப்படியே எவ்வளவு நேரம் நிர்வாணமாக படுத்துக்கிடப்பது விடிந்தால் ஆட்கள் வருவார்கள் அவர்கள் பார்வையில் சிக்கினால் அவ்வளவுதான். ஒருவர் இருவர் என கூடிக்கொண்டேபோய்இது எதில் போய் நிற்கும் என் மரணத்தில் தானா என கலங்கிப் போனேன்.

யாரோ வரும் ஓசை கேட்கவே சற்று மறைந்து கொள்வோம் என முயற்சிக்க உடல் நகர மறுத்தது. நடந்து வந்தவன் காலில் ஏதோ தென்பட குனிந்து அதை எடுத்தான். அது என் உடைகள் என்பது இங்கிருந்து பார்க்கும்போது தெரிந்தது. அதை கையில் வைத்துக்கொண்டு மெதுவாக சுற்றிலும் பார்த்தான் ஒன்றும் தெரியாததால் தன் சட்டை பையில் கையை விட்டு தீப்பெட்டியை வெளியே எடுத்து பற்றவைத்தான்.தீக்குச்சியின் வெளிச்சத்தில் நான் கீழே நிர்வாணமாக கிடப்பதை பார்த்தவன் தீக்குச்சியை அணைத்து மீண்டும் இருள் சூழ விட்டு என்னை நோக்கி வந்தான்.

# 13

13

“என்னம்மா இப்படி கிடக்க என்ன நடந்தது?” என்று கேட்டான். கோவில் திருவிழாவுக்கு போயிட்டு வீட்டுக்கு தனியா வந்துகிட்டு இருந்தப்போ யாரோ முன்பின் தெரியாத சிலர் என்னை தூக்கிட்டு வந்து இப்படி செஞ்சுட்டாங்க” என்று கூசாமல் பொய் சொன்னேன். அவன் என்னை தூக்கி நிறுத்தினான். அருகிலி-ருந்த சுவரை பிடித்துக்கொண்டு நிற்க சொன்னான். அவன் போய் மொட்டை மாடியின் மற்றொரு புறம் இருந்த வாட்டர் டேங்கில் இருந்து பக்கெட்டில் தண்ணீர் கொண்டு வந்தான். என்மேல் தண்ணீர் ஊற்றி உடலை கழுவி சுத்தம் செய்து-விட்டான். பின் தன் தோளில் கிடந்த துண்டால் துடைத்து என் ஆடைகளை ஒவ்வொன்றாக அணிவித்தான்.

“நான் உன்னை கீழே கொண்டு போய் விடுகிறேன். அதன்பின் நீயாக உன் வீட்டிற்கு போகமுடியுமா என்று பார் முடியவில்லை என்றால் உன் வீடுவரை கொண்டு வந்து விடுகிறேன்”

“ரொம்ப நன்றி நீங்கள் யார் இந்த நேரத்தில் இங்கு எப்படி வந்தீர்கள்?”

“நான் இரவு நேரத்தில் குல்பி ஐஸ் விற்பவன் இங்கே திருவிழாவுக்கு குல்பி விற்க வந்தேன். எல்லாம் விற்று முடிந்துவிட்டதால் வண்டியை கழுவ தண்ணீர் எடுக்க வந்தேன்”.

மெதுவாக என்னை யாரும் பார்க்காதவாறு என் வீட்டுக்கு கொண்டு வந்து சேர்த்தான். நான் கூறிய நன்றியை கூட காதில் வாங்கிக் கொள்ளாமல் போய்-விட்டான் இருட்டில் பெண்ணுருவம் தெரிந்தாலே சலனப்படும் ஆண்கள் மத்தியில் இவன் நல்லவனாக இருக்கிறானே என ஆச்சரியப் பட்டேன்.

அந்த ஆச்சரியத்தின் வாழ்நாள் அர்ப்பமாகிபோனது. மறு நாள் இரவு என் வீட்டு கதவு தட்டப்பட்டது வழக்கம் போல் இப்போதும் அம்மா இல்லை.

“பாப்பா குல்பி வேணுமா?” என்று ஒருமாதிரி விகாரமாக சிரித்தபடி அவன் நின்றான்.“எனக்கு ஒன்றும் வேண்டாம் முதல்ல இங்கிருந்து போங்க” என்றபடியே கதவை மூட முயன்றேன்.

“இப்படி சொன்னால் எப்படி இதற்காகவா நேத்து உன்னை காப்பாற்றி வீடு-வரை கொண்டுவந்து சேர்த்தேன். ஏதோ என்னையும் கொஞ்சம் கவனித்தால் தான் என்னவாம்” என்றவாறு கதவைத் தள்ளித் திறந்து கொண்டு உள்ளேவந்தான். மற்ற எல்லோரையும் விட குல்பிகாரன் மிக மோசமான நடந்து கொள்ள ஆரம்-பித்தான்.

இரவு நேரத்தில் குல்பி விற்க வருபவன் அம்மா இருக்கிறாளா இல்லையா என்பதை எப்படியோ தெரிந்து கொண்டு வந்துவிடுகிறான். இவனை எப்படி சமா-ளிப்பது என்று தெரியவில்லை. ஒன்று எங்காவது கண்காணாத இடத்துக்கு ஓடி விட வேண்டும் இல்லை இவனை கொன்றுவிட வேண்டும் என்றெல்லாம் தோன்-றியது.

என்னை பற்றிய விஷயங்கள் எப்படியோ வெளியே தெரிய ஆரம்பித்தது. நாங்கள் இருப்பது காவலர் குடியிருப்பு என்பதாலும் என் அம்மா ஒரு இன்ஸ்-பெக்டர் என்பதாலும் வீட்டுக்கு பக்கத்தில் பிரச்சனை இல்லை.கல்லூரிக்கு போகும் வழியிலும் பஸ் நிறுத்தத்தில் நிற்கும் போதும் அருகில் உள்ள ஆட்டோ ஸ்டாண்-டில் இருப்பவர்கள் என்னை பார்த்து ஏதோ பேசுவது போல் தோன்றியது.

ஒருநாள் மதியம் கல்லூரி விட்டு திரும்பும்போது கூட்டமில்லாத பேருந்தில் நான் அமர்ந்திருந்த சீட்டுக்கு பின் சீட்டில் இருவர் வந்து அமர்ந்தனர். பார்க்க கல்லூரி மாணவர்கள் போலிருந்தனர்.“மச்சி எதுக்கு பயப்படுற தைரியமா கேளுடா குச்சி ஐஸ்,குல்பி ஐஸ் விக்கிறவன் எல்லாம்அனுபவிக்கிறான்.அவனுகளைவிட நாம எந்தவிதத்தில் மட்டம். வேணும்னா கேட்கிற பணத்தை கூட கொடுத்திடு-வோம்” என தங்களுக்குள் பேசுவதை போல் என்னை அழைத்தனர்.என்னை ஒரு விபச்சாரியின் நிலையில் வைத்துபார்த்தனர் எனக்கு ஆத்திரம் பொங்கியது.

“யாருடா நீங்க என்னடா வேணும் உங்களுக்கு. ஒரு பொதுஇடத்தில் வைத்து இப்படி அநாகரிகமா நடந்துக்க வெட்கமா இல்லையாஉங்களுக்கு. ஒழுங்கா இறங்கி போறீங்களா இல்லை கத்தி கூப்பாடு போட்டு பிரச்சினை பண்ணாட்டுமா?” என்று பின்னால் திரும்பி அவர்களை பார்த்து மிரட்டினேன். இரண்டு பேரும் மிரண்டுபோய் அடுத்த ஸ்டாப்பில் இறங்கி போய்விட்டனர். இதை முன்பே நான் ஏன்செய்யவில்லை? ஒவ்வொருவரும் இப்படி மிரட்டி தானே என்னை அனுபவித்-தனர். இனி யாருக்கும் பணியகூடாது என்று முடிவெடுத்தேன்.

ஆனால் என் செயலுக்கு இரண்டு நாட்களிலேயே ஒரு எதிர்செயல் நடந்தது. மாலை கல்லூரி முடிந்து வீடு திரும்பும்போது ஒரு வளைவில் நின்றிருந்த மாருதி ஆம்னி கார் அருகே சென்றதும் கதவு திறந்து உள்ளிருந்த ஒருவன் என் கைக-ளைப் பற்றியிழுத்து காருக்குள் போட்டான். மற்றவன் காரை வேகமாக ஓட்ட தொடங்கினான்.என்ன நடந்ததுஎன உணர்ந்து நான் கூச்சல் போட துவங்கினேன். என்னை இழுத்து உள்ளே போட்டவனின் கால் என் கழுத்தை மிதித்து அழுத்தி-

யது. எனக்கு மூச்சுமுட்ட என் எதிர்ப்புகள் அடங்கியது.

நகரின் வெளிப்பகுதியில் ஆள் நடமாட்டம் இல்லாத ஒரு மறைவான பகுதிக்கு காரை கொண்டு போய் நிறுத்தினார்கள். அவர்கள் இருவரையும் ஒருசேர பார்த்-தபோது தான் எனக்கு அடையாளம் தெரிந்தது. பஸ்ஸில் வைத்து என்னை சீண்-டியவர்கள்.

“அன்னைக்குகூப்பிட்டபோதேவந்திருந்தால் இத்தனை சிரமம் இருந்திருக்குமா? பஸ்ஸில் வைத்து பத்தினி வேஷம் போட்ட இப்பபாரு இப்படி தூக்கிட்டு வர வேண்டியதாகிடுச்சு. காருக்குள்ளேயே வைச்சுங்கிறதால ரொம்ப டேமேஜ் ஆகபோற பாரேன்”ஒருவன் வில்லனை போல் டயலாக் அடித்தான்.

“வேண்டாம் என்னை விட்ருங்க இல்லேன்னா என் அம்மாகிட்ட சொல்லிடு-வேன்”

“போ போய் சொல்லிக்கோ உங்க அம்மா எத்தனை பேரை அரெஸ்ட் பண்-ணுவா.குல்பிகாரன் மூலமா உன் விஷயம் ஊர்பூராவும் பரவியிருக்கும். இனி தினம் ஒருத்தன் உன்னை தேடிவர தான் போறான். அப்படி எல்லோரையும் அரெஸ்ட் பண்ணி உங்க அம்மா எங்கே கொண்டுபோய் வைக்கிறாங்கன்னுபார்க்-கலாம்” என்று சொல்லியவாறு என் தொடைகளில் கை வைத்தான்.

என்னை அவன் அரை நிர்வாணமாக்கியிருந்தபோது எங்கிருந்தோ ஒருபோ-லீஸ்ஜீப்வந்து அருகில் நின்றது. அதில் என் அம்மா இருந்தாள் ஒரு வழியாக நான் தப்பினேன்.வீட்டிற்கு வந்தவுடன் ஏதும் என்னிடம் கேட்காமல் தன் இடுப்-பில் இருந்த பெல்ட்டை கழற்றி என்னை அடித்தாள். உடலின் எல்லா பாகத்திலும் அடிபட்டு வீங்கிப் போனது. அவள் ஆத்திரம் தணிந்து சகஜநிலைக்கு திரும்பிய பின்னர்தான் அமைதியாக என்ன நடந்தது என்று கேட்டாள்.

நான் எதையும் அவளிடம் மறைக்க விரும்பவில்லை. முதல்முறை மகேஷ் அங்கிளிடம் துவங்கி இன்றுவரை நடந்த அனைத்தையும் சொன்னேன்.“அம்மா அன்று நான் பெரிய மனுஷியானதும் மகிழ்ச்சியில் குதித்தாயே. நீ லீவு எடுத்து என்னோடு இருந்த இரண்டு நாளில் எப்பவாவது என் உடலை பரிசோதித்-தாயா?இந்த எட்டு வருடத்தில் உனக்குத் தெரியாமல் இரண்டு முறை அபார்சன்-செய்துள்ளேன். அப்போதெல்லாம் சோர்ந்து நான் கிடக்க அருகில் வந்து ஆதர-வாய் தொட்டு என்ன செய்கிறது ஏன் இப்படி படுத்திருக்க என்று என்றாவது கேட்டு இருக்கியா?அறை வாசலில் நின்றபடியேகாய்ச்சலா?தலைவலியா? மாத்-திரை இருக்கு எடுத்து போட்டுக்க என போகிற போக்கில் சொல்லிவிட்டு தானே போன

விட்டுட்டு ஓடிப்போன அப்பாவுக்கு முன் தலைநிமிர்ந்து வாழ்ந்து காட்-டனும்.அதற்கு பணம்,பதவி தேவையின்னு நினைச்சு இப்படி ராத்திரி பகலாவே-லையின்னு ஓடினாயே என்னைப்பற்றி எப்பவாவது யோசித்து பார்த்தியா? சின்ன

வயசிலிருந்து என்னுடைய ஒவ்வொரு இரவும் நரகமாய் தான் இருந்திருக்கு. ஒன்று நான் தனியாக பூட்டப்பட்ட அறைக்குள் ஒத்தையில கிடப்பேன். அல்லது நீ இருந்து அருகில் படுத்தாலும் ஒன்றும் பேசாமல்படுத்து ஒருநிமிடத்திற்குள்உ-றங்கிகுறட்டை விடுவதைபார்த்துக் கொண்டிருப்பேன். நாளாகநாளாக முதலாவது தேவலை என தோன்றியது. யாருடைய அரவணைப்பாவது தேவைப்பட்ட போது தான் வள்ளிநாயகம் சார்கிட்ட மாட்டினேன். நிர்வாணமாய் அவர் அருகே படுத்-தாலும் அவர் சொல்லும் சுவையான நிகழ்ச்சிகளையும் சம்பவங்களையும் கேட்பதே எனக்கு ஆனந்தமாய் இருந்தது.

இதுவரைபதினாறு பேர் பலமுறை பலவழிகளில் பயமுறுத்தி என்னை யூஸ் பண்ணிவிட்டாலும் வலியால் என் உயிர் போவது போல் இருந்தாலும் நான் இது-வரை இதுபற்றி ஏன் உன்னிடம் சொல்லவில்லை தெரியுமா? நீயும் நானும் நெருக்-கமாக இல்லை. நம்முடைய அம்மா மகள் உறவு உண்மையாகவே உயிர்ப்புடன் இருந்தால் நான் சொல்லாமலே உன்னால் என் உடலிலும் மனதிலும் ஏற்பட்ட மாற்றங்களை கண்டறிந்து இருக்க முடியும்.

இன்று ஏதோ எதேச்சையாக ரோந்து போனபோதுகண்டுபிடித்திருக்க. இதுவும் ஒருவகையில் நல்லதுதான் இதற்கு மேலும் தொடராமல் இதை எப்படி முடிவுக்கு கொண்டுவருவது என பல நாட்களாய் யோசித்துக்கொண்டிருந்தேன். ஒருவழியும் புலப்படாமல் இறுதியாக தற்கொலைதான் வழி என நினைத்து அதற்கும் முயற்-சித்தேன். ஆனால் அதை செயல்படுத்த தைரியம் இல்லை. இப்போ என் எதிர்-காலத்தைப் பற்றி சிந்திக்க முடியாத இடத்தில் நான் இருக்கிறேன். இனிமேலாவது என்னை பற்றி யோசியேன் என்னை நல்வழிபடுத்தேன்'' என அம்மாவின் காலை கட்டிக்கொண்டு அழுதேன்.

என் கதையை கேட்டு அம்மாவும் அழுதாள்.“தப்பெல்லாம் என்னால தான் நடந்தது. பாவம் உன்னை போய் அடித்து விட்டேனே'' என வருந்தினாள்.அன்று இரவு இருவரும் ஒரே படுக்கையில் தான் படுத்தும் விடியவிடிய இருவரும் ஒன்-றும்பேசிக்கொள்ளவில்லை. ஆனால் ஒரு வினாடி பொழுதும் உறங்கவும் இல்லை. விடிவதற்குள் அம்மாவிடம் ஒரு திட்டம் தயாராக இருந்தது.

காலையிலேயே என்னை மதுரையில் இருக்கும் பாட்டி வீட்டுக்கு அனுப்பி வைத்தாள். போனில் கேட்ட பாட்டியிடம் “படிப்பு முடிந்து சும்மாதான் வீட்டில் இருக்கா. அங்கே வந்தால் சமையலாவது கத்துக்குவாளே அதான் அனுப்புறேன்'' என்று சாமர்த்தியமாக சமாளித்தாள்.

மதுரை எனக்கான நகரமாக இருந்தது. இரண்டு ஆண்டுகளில் என் மனது பழைய சம்பவங்களை மறந்து இயல்பு நிலைக்கு வந்திருந்தது உடலும் சீராக இருந்தது. ஏதோ ஒரு தூரத்து உறவான தீபக்கை அம்மா எனக்காக பேசி முடித்-தாள். தீபக் பெங்களூருவில் உள்ள ஒரு பன்னாட்டு நிறுவனத்தில் உயர்பொறுப்பில்

இருக்கிறார். தீபக்கை மணமுடித்து நானும் பெங்களூர் போனேன்.

தீபக் ரொம்ப தங்கமானவர் தெரியுமா? உலகில் அவரைப்போன்ற நல்ல ஆண்மகன்களும் இருக்கிறார்களா என்ன?என்ன ஒருஅமைதி. என்னை வற்புறுத்தி எந்த வேலையையும் செய்ய வைப்பதே இல்லை. அவரிடம் எந்த கேள்வியும் கேட்கலாம். அதற்கு மிகப்பொறுமையாக விளக்கமாக தரும் பதில் என்னை அதிசயிக்க வைக்கும். அவருடன் என் ஒவ்வொரு இரவும் அத்தனை ஆனந்தமானது.மென்மையான அவர் கை என்மீது படும்போது மயிலிறகால் வருடிக் கொடுப்பது போல் தோன்றும். தீபக் ஐ லவ் யூ டா'' என்று முணுமுணுத்தாள்.

அனஸ்தீசியா செலுத்தி அவள் முழு மயக்க நிலைக்கு வர சில நிமிடங்கள் ஆகலாம் என்பதற்காக காத்திருந்த எங்களுக்கு அவள் பேச்சு மிகுந்த அதிர்ச்சியளித்தது. ஒருவழியாக சமாளித்து சிசேரியன் செய்து முடித்து வெளியே வந்தாலும் நாங்கள் ஒருவருக்கொருவர் பேசமுடியாத சூழ்நிலையில் இருந்தோம். அதற்கு மேலும் என்னால் ஹாஸ்பிட்டலில் பணியில் இருக்க முடியவில்லை என்பதால் வீட்டுக்கு கிளம்பி வந்துவிட்டேன்''.

# 14

14

“இதிலிருந்து உனக்கு என்ன தெரியுது பீட்டர்”சோர்வான குரலில் ரெனிடா-கேட்டாள்.

“ரெனிடா உடலின் ஒவ்வொரு பாகத்தையும் மூளையே கட்டுப்படுத்துகிறது என்பதை நீ அறிவாய். அதனால் தான் நம்முடைய செயல்பாடுகள் எல்லாம் ஒரு சீரான நேர்கோட்டில் இயங்குகிறது. அனஸ்தீசியா கொடுக்கப்படும் போது மூளை தன் கட்டுப்பாட்டை இழக்கிறது. அதிலிருந்து எந்த உத்தரவும் எந்த உறுப்புக்கும் போகாததால் ஒட்டுமொத்த உடம்பும் ஸ்தம்பித்து போகிறது.

கண்கள் விழித்திருக்கும் எதிரில் இருப்பவரை பார்க்கும் ஆனால் அது மூளை-யில் பதிவு செய்யப்படாததால் சுயநினைவுக்கு வந்தபின் என்ன பார்த்தோம் என்-பதை அறியமுடியாது. அதேபோல் ஆபரேஷன் தியேட்டரின் வாசனையை நுக-ரமுடியும் ஆனால் அது என்ன வகையான வாசனை என்பதை சுயநினைவுக்கு வந்தபின் சொல்லமுடியாது. மருத்துவர்கள் பேசுகின்ற சத்தம் கேட்கும் ஆனால் என்ன பேசுகிறார்கள் என்பதை அறிந்து கொள்ளமுடியாது. இதேபோலத்தான் கைகளின் செயல்பாடும் இல்லாமல் போகும்.

கட்டுப்பாடு இழந்து கழிவுகளை வெளியேற்றகூடும் என்பதால் தான் ஆபரே-ஷனுக்கு முன்பாகவே வயிறு சுத்தம் செய்யப்படுவதும். அதேபோல்தான் வாயும் தன் கட்டுப்பாடுகளை இழக்கும்போது தான் சொல்ல நினைப்பதை வெளியில் கொட்டிவிடுகிறது”.

“பீட்டர் நானும் டாக்டர் தான்கிறத மறந்துட்டியா. நீ அனஸ்தீசியாவின் செயல்பாடுகளை பற்றி சொல்ற நான் கேட்டது ரஞ்சிதாவின் மனநிலையை பற்றி”

“எந்த குழந்தையும்
நல்லகுழந்தைதான்
மண்ணில் பிறக்கையிலே
அவன் நல்லவன் ஆவதும்
தீயவனாவதும் அன்னை வளர்ப்பதிலே

என்று ஒரு பழைய பாடல் இருக்கு கேட்டுருக்கியா அது ரொம்ப சத்தியமான வார்த்தைகள்.குழந்தை வளர்ப்பில் பெற்றோருக்கு தான் முக்கிய பங்கு இருக்கிறது. அவர்கள் எப்படி வளர்க்கிறார்களோஎதை சொல்லிக்கொடுத்து வளர்க்கிறார்களோ அதன்படியே குழந்தை வளர்கிறது.மனிதகுலத்தின் வளர்ச்சியே கேள்விகள் என்ற அஸ்திவாரத்தின் மேலேகட்டமைக்கப்பட்டதாகும். ஒவ்வொன்றுக்கும் கேள்வி கேட்டு பதில் கண்டறிய முயற்சித்து அதன் வெற்றி தோல்வியின்பலனாகத்தான் உலகில் இத்தனை வளர்ச்சியும் ஏற்பட்டது.

குழந்தைகளுக்கு மூளை வளர்ச்சி அடையும்போது வெளியுலகம் தெரிய ஆரம்பிக்கும் போது அவர்களுக்குள் ஆயிரமாயிரம் கேள்விகள் தோன்றும்.அந்த கேள்விகளுக்கெல்லாம்தன் பெற்றோரிடமே விடை காண முயற்சிக்கும்.

தன் குழந்தைகளின் கேள்விகளுக்கு பதில்கள் பெற்றோரிடம் இருக்க வேண்டும். 99 சதவீத பெற்றோருக்கு சாதாரணமாகஎந்த கேள்விக்கும் சரியான பதில் தெரியாது. எனவே குழந்தைகளின் கேள்வியை தவிர்க்க அவர்களுடைய கவனத்தை திசை திருப்ப டிவி பக்கமோ செல்போனுக்கோ அவர்களை தாரை வார்த்து விடுகிறார்கள்.

இதைவிட கொடுமை சிலர் தவறான பதில்களை குழந்தைகளுக்கு சொல்லிக் கொடுத்து விடுகிறார்கள். சிறுவயதில் பதிந்த அந்த தகவல்தான் சரி என்று குழந்தைகள் முடிவு செய்து விடுகின்றனர்.

உதாரணத்துக்கு கிராமத்திலுள்ள ஒரு அரசு பள்ளி விழாவுக்கு சென்றிருந்தேன் கடந்தாண்டு 10ஆம் வகுப்பில் பள்ளியிலேயே நல்ல மதிப்பெண் பெற்ற மாணவன் அவன். அவனிடம் மழை எப்படி பெய்கின்றது என கேட்டேன்.“மாரியாத்தாவை வேண்டிக்கொண்டு வருஷாவருஷம் பொங்கல் வைக்கிறோமேஅதனால்தான்” என்று அவனிடமிருந்து பதில் வந்தது. இத்தனைக்கும் ஆறாம் வகுப்பிலேயே அறிவியல் பாடத்தில் மழை பெய்வது எப்படி எதனால் என்று படங்களுடன் விவரிக்கப்பட்டு பாடமாக நடத்தப்பட்டுள்ளது.நன்றாக படிக்கிற பையனாக இருந்தாலும் திடீரென்று அவரிடம் கேள்வி எழுப்பும்போதுஅவன் மூலையில் யாரோ அவனுக்கு சிறுவயதில் சொல்லிக் கொடுத்ததுதான் நினைவுக்கு வந்திருக்கிறது.

ரஞ்சிதாவின் விஷயத்தில் நடந்த அத்தனை கொடுமைக்கும் காரணம் தனிமை. எந்த குழந்தைக்கும் அதன்டீன்ஏஜ் பருவத்தை கடக்கும் வரை பெற்றோர்கள்அரவணைப்பு கட்டாயம்தேவை. குழந்தைகளுக்கு குழந்தையாய்,தோழனாய்,குருவாய், உற்ற பாதுகாவலனாக இருக்க வேண்டும். என் தந்தையிடம் எந்த கேள்வி வேண்டுமானாலும் கேட்கலாம்சரியான பதில் கிடைக்கும், என் தாயிடம் எந்த பிரச்சனையை பற்றியும் பேசலாம் நல்ல தீர்வு கிடைக்கும் என்கிற அடிப்படை நம்பிக்கையை சிறுவயதிலேயே குழந்தைகளிடத்தில் உண்டாக்க

வேண்டும்.

சத்யகலாவுக்கு திருமணவாழ்வில் ஏற்பட்ட தோல்வி அவரை வீறுகொண்டு எழவைத்திருக்கலாம். இந்த சமுதாயத்தில் பணம்,பதவி இருந்தால்தான் தலைநிமிர்ந்து வாழலாம் என நினைத்து அதை சம்பாதிக்க கடுமையாக உழைத்திருக்கிறார். அதில் வெற்றியும் பெற்றார். இந்த வெற்றிக்கு அவர் கொடுத்த விலைரஞ்சிதாவின் வாழ்க்கை. தனக்கு ஒரு பெண் குழந்தை இருக்கிறது அதற்கு தன்னுடைய அரவணைப்பு தேவை என்பதை மறந்து போனதுதான் பெரிய சோதனை.

அவளால் தன் மகளுக்கு தேவையானபோது ஐஸ்கிரீமோஅல்லது அவள் விரும்பிய பொருளையோ வாங்கித்தர முடிந்திருந்தால் அந்த குழந்தை மகேஷ் போன்ற கயவர்களிடம் சிக்கியிருக்காது.ஆனால் அவளோ குழந்தையின் விருப்பம் என்ன என்பதுகூட தெரிந்து கொள்ளாமல் வேலைவேலை என காலில் ரெக்கை கட்டிக்கொண்டு பறந்தாள்.

“ரஞ்சிதாஇவ்வளவு கஷ்டங்களை அனுபவித்துஇருக்கிறாள் என்றாலும் சில நேரங்களில் அவள் சந்தோசமாக அதை ஏற்று கொண்டிருக்கிறாளே கடைசியாக நிறையபேர் சீரழிக்க துவங்கியதால் தானே பயந்தாள்”ரெனிடா ரஞ்சிதாவின் மனநிலையை பற்றி கேள்வி எழுப்பினாள்.

“ஒன்றை புரிந்துகொள் ரெனி மகேஷோடும் வள்ளிநாயகத்தோடும் அவள் உறவு கொண்டதை தவறாகவோ வெறுப்பாகவும் நினைக்கவில்லை. ஏனென்றால் மகேஷ் சரியோதவறோ அவளின் கேள்விகளுக்கு பதில் கொடுத்தவன் தன் உடலைப் பற்றி செக்ஸை பற்றி என சகல விஷயங்களையும் அவன் மூலம் தெரிந்து கொண்டாள்.

அதுபோலவள்ளிநாயகமும் அவளை நிர்வாணபடுத்தினாலும் தாய் தராத அரவணைப்பை கொடுத்துள்ளார். அந்த சிறுவயதில் பரிசத்துக்காக ஏங்கிய அவளுக்கு அவர் மூலம்தான் அது கிடைத்தது. இவர்களை தவிர மற்றவர்கள் எல்லாம் வேட்டை நாய்கள். சங்கிலியை அவிழ்த்து விட்டவுடன் எங்காவது ஒரு சிறு பிராணியாவது கிடைத்துவிடாதா என அலைபவர்கள். அவர்களிடம் வகையாக மாட்டிய பின்தான் ரஞ்சிதா தன் தவறை உணர்ந்து இருக்கிறாள். மொட்டைமாடி சம்பவத்திற்குப் பின் தன் தவறுகள் எப்படிப்பட்ட புதைகுழியில் கொண்டுபோய் தள்ளி விட்டிருக்கிறது என்பதையும் இது தன்னுடைய எதிர்காலத்தையும் பாதிக்குமே என்பதையும்உணர்ந்திருக்கிறாள்”.

“இதற்கு என்ன தான் தீர்வு?”

“இப்போதுள்ள போக்சோ சட்டத்தின்படி இந்த குற்றங்களுக்கு கடும் தண்டனை உண்டு.18வயதுக்கு குறைவான குழந்தைகளுடன் அவர்கள் சம்மதத்துடன் உறவு கொண்டாலும் அது கற்பழிப்பு என்ற வகையில் குற்றமாக கருதப்படும். இவள் விஷயத்திலோ பலர் சேர்ந்து கேங்ரேப் செய்துள்ளனர்.இந்த குற்றத்திற்கு கண்டிப்-

பாக மரணதண்டனை கூட கிடைக்கலாம். ஆனால் யார் புகார் கொடுப்பது யார் வழக்கை நடத்துவது. அவளுடைய அம்மா ஒரு போலீஸ்அதிகாரியாகஇருந்தாலும் மகளை அங்கிருந்து மறைத்து வைக்கத்தான் முயன்றாரே தவிர யார் மேலும் புகா-ரளிக்கவும் நடவடிக்கை எடுக்கவும் முயற்சிக்கவில்லை. இதிலிருந்து அவர் சட்-டப்படி நடவடிக்கை எடுக்க விரும்பவில்லை என நினைக்கிறேன்''பீட்டர் தனக்குத் தெரிந்த சட்டபிரிவுகளைகூறினான்.

“இவள் எல்லாம் ஒரு தாயா? மகளை அரவணைத்து பாதுகாக்க முடியாதவள் போலீஸ் இன்ஸ்பெக்டராக இருந்து ஊரை எப்படிகாப்பாற்ற போகிறாள். சரி அது-தான் முடியல தான் பெற்ற மகளுக்கு இப்படி ஒரு கொடுமை நடந்திருக்கிறது அதை பார்த்த பின்னும் எப்படி இவளால் பொறுமையாக இருக்க முடிகிறது. ஐந்து நிமிஷம் அவள் கதையை கேட்ட எனக்கே எவ்வளவு ஆத்திரம் வருகிறது அவர்-கள் எல்லோரையும் தேடித்தேடி வெட்டி கொல்லனும் போல ரத்தம் கொதிக்-குது.ஆனா இவ என்னடான்னா மகளை கொண்டுபோய் மறைச்சு வைக்-கிறா''ரெனிடா ஆத்திரத்தில் கத்தினாள்.

“கொஞ்சம் அமைதியா இரு ரெனி.அவள் செய்தது ஒருவகையில் சரிதான் என எனக்கு படுகிறது. புகார் என்று போனால்கோர்ட், பத்திரிக்கை செய்திகள் என ஏகத்துக்கும் அவள் பெயர் அடிபடும் இதுவரை சென்னையில் அந்த போலீஸ் காலனியில் மட்டும் அதுவும் ஒரு சிலருக்கு மட்டும் தெரிந்த விஷயம் ஊடகங்க-ளால் உலகமெங்கும் பரப்பப்படும்''.

“இப்பத்தான் பாதிக்கப்பட்ட பெண்களின் பெயரோ, புகைப்படமோ வெளியி-டப்பட கூடாதுன்னு சட்டமிருக்கேஅப்புறம் ஏன் பயப்படனும்?''.

“உலகத்திலேயே இந்திய சட்டதிட்டங்கள்தான் மிகசரியாக ஒவ்வொரு விஷ-யத்தையும் வரையறுத்துள்ளது. ஆனால் அதை இயற்றிய அரசாங்கமும் அமு-லாக்க வேண்டிய நீதித்துறையும்காவல்துறையும் அவற்றை முறையாக கண்கா-ணிப்பதில்லை.இவர்களே அந்த சட்டங்களில் உள்ள ஆயிரம் ஓட்டைகளையும் குற்றவாளிகளுக்கு கற்றுக் கொடுத்து விடுகின்றனர். பாதிக்கப்பட்ட பெண்ணை நூறுமுறை காவல்நிலையத்துக்கும் நீதிமன்றத்திற்கும் அலையவிட்டும் ஆபாச கேள்விகள் பலர் முன்னிலையில் கேட்டும் அவளை மனரீதியாக நொறுக்கி விடு-கின்றனர்.

ஊடக நிறுவனங்கள் ஊடக தர்மத்தை தொலைத்து பல ஆண்டுகள் ஆகின்றன.எந்த செய்தி நிறுவனமும் நம்முடைய செய்தியால் ஒரு பெண் பாதிக்-கப்படக்கூடாது என பார்ப்பதில்லை எதுவாயிருந்தாலும் அவர்களுக்கு அதுஒரு பரபரப்பு செய்தி அவ்வளவுதான். சட்டத்தின்படி பாதிக்கப்பட்ட பெண்ணை தான் காட்டக்கூடாது. ஆனால் அவள் குடியிருக்கும் பகுதிவாசிகளிடம் செய்தி சேகரிக்க தடையேதும் இல்லை என்பதால் அந்தப் பகுதியையும் அங்கு இருப்பவர்களையும்

பேட்டி கண்டு ஒளிபரப்புகின்றனர். அதிலேயே அந்த பெண்ணின் அடையாளம் முழுமையாக வெளிப்பட்டுவிடும் என்பதைப் பற்றி யாருக்கும் அக்கறை இல்லை.

அவர்களாவது பரவாயில்லை இப்போது ஆண்ட்ராய்டு போன் வைத்து இருக்கிறவன் எல்லாம் யூடியூப் சேனல் தொடங்கி விடுகிறான். அதற்குத்தான் எந்த கட்டுப்பாடும் இல்லையே தன்னுடைய வியூசை கூட்டுவதற்கு என்ன வேணும்னாலும் செய்ய தயாரா இருக்கான். இவர்கள் கையில் சிக்காமல் அவளுக்கு ஒரு நல்ல வாழ்க்கை அமைத்துக் கொடுத்த அந்த அம்மாகாரிய பாராட்டணும். ஆமா அவங்க இன்னும் அதேகுவாட்டர்சிலாஇருக்காங்க''.

“இல்லை அந்தம்மா ரொம்ப தெளிவா மகளை மதுரைக்கு அனுப்பி வைத்ததோடு தன்னிடமிருந்த சேமிப்பை கொண்டு கூடுவாஞ்சேரி பக்கமா வீடு வாங்கி பணிமாறுதல் வாங்கி மாநகர பரபரப்பில் இருந்து ஒதுங்கிபோய்விட்டார். சமீபத்தில் விருப்ப ஓய்வு வாங்கி விட்டாராம்''.

“இந்த சுறுசுறுப்பையும் புத்திசாலித்தனத்தையும் முன்பே வெளிப்படுத்தியிருந்தால் அந்த சிறு குழந்தையின் மேல் அன்பை பொழிந்து இருந்தால் இத்தனை விபரீதங்களையும் தவிர்த்திருக்க முடியும். இதுதான் கண்கெட்ட பிறகு சூரிய நமஸ்காரம் செய்வது என்பதோ என்னவோ''.

“பீட்டர் நீ என்ன சொன்னாலும் எனக்கு என்னவோ போல இருக்கு மனசு இயல்புநிலைக்கு வராம அடம் பிடிக்குது. இந்த விஷயத்தில் எப்படியாவது நாம் ரஞ்சிதாவுக்கு உதவ முடியுமா?''.

“ரெனிடா என்ன முட்டாள்தனமான பேச்சு இது. ரஞ்சிதாவின் பிரச்சனை முடிந்து சில வருடங்கள் ஆகிவிட்டன. இப்போது பழையது எல்லாவற்றையும் மறந்து தீபக்கைமணந்து ஒரு புதிய உலகில் அவள் விரும்பிய எல்லாம் கிடைக்கப்பெற்று சந்தோசமாக வாழ்ந்து கொண்டிருக்கிறாள்.மயக்க நிலையில் இன்று அவள் சொன்னதெல்லாம் ஒரு கனவாகமயக்கம் தெளியும் போது மறந்துபோகும். தேவையில்லாமல் ஏதாவது அவளிடம் பேசி அவள் வாழ்வை தொலைத்து விடாதே'' என்று கட்டளையிடும் வகையில் பேசிவிட்டு எழுந்து போனான் பீட்டர்

# 15

15

டவுனுக்குபோக பஸ் ஏற வேண்டி நெடுஞ்சாலைக்கு நடந்தாள்லீலா. அந்த மதிய வேளையில் பஸ்நிறுத்தத்தில் ஒருவர் மட்டுமே நிற்பது தூரத்தில் நடந்து வரும் போதே தெரிந்துவிட்டது. அவளைப் பார்த்ததும் அந்த நபர் மெதுவாக கந்தசாமி கடையின்வலபக்கவாட்டில் போய் ஒழிவதுதெரிந்தது. அது யார் என்பதை பார்க்க வேண்டி கடையின் இடதுபக்கமாக போகாமல் லீலா வலது பக்கமாக சுற்றிக் கொண்டு போனாள்.

அப்படி வேறுபாதை வழியாக இவள் வருவாள் என்பதை எதிர்பாராத அந்த நபர் திடீரென்று இவளை அருகில் பார்த்ததும் அங்கிருந்து வேகமாக நகர துவங்கினார்.''அண்ணே கொஞ்சம் நில்லுங்க என்னை தெரியலையா நான் தான் லீலா. தீப்பெட்டி ஆபீஸ்காரரோடமகள். உங்களை எங்க ஆபிசில் ஒரு தடவை பார்த்திருக்கிறேன்.ஏன் என்னை கண்டவுடன் விலகி போறீங்க?'' அவன் எதிரில் வழிமறித்து நின்றபடி கேட்டாள். அவன் அமைதியாக நின்றான்.

லீலாவின் குரல் கேட்டு கடையில் இருந்து எட்டிப்பார்த்த கந்தசாமி ''லீலா இவனை தெரியலையா?ஊரிலுள்ளஒரே பேமஸ் தோட்டி இவன்தான். உங்க ஆபீஸ்ல இவன் தான் கழிவறை சுத்தம்செய்கிறான். ஒரு வாரமா உன்மேல் கடுங்கோபத்தில் இருக்கான். சரக்கு அடிச்சாசின்னா உனக்கு ஒரே அர்ச்சனை தான். அது தெரிந்துதான் நீ அவன் முன்வந்துநிற்கிறாயோ என்றுபயந்துபோய் ஓடி ஒழிகிறான்''

''ஏன் அண்ணே அப்படி என்மேல் என்ன கோபம் உங்களுக்கு நான் ஏதாவது உங்களுக்கு கெடுதல் செய்து விட்டேனா? தவறு இருந்தால் சொல்லுங்கள் திருத்தி கொள்கிறேன்''. சிரிப்பு மாறாமல் எதிரே நிற்பவளை பார்த்தவுடன் அவனுக்கு என்ன செய்வதென்று தெரியவில்லை.

''என்னை மன்னிச்சுக்கோங்கம்மா ஏதோ போதையில் பேசிட்டேன்''தயக்கத்துடன் எங்கோ பார்த்தபடி முணுமுணுத்தான்.

“நான் கேட்டதுக்கு இது இல்லையே பதில். எந்த போதையில் இருந்தாலும் ஒருவரை திட்டவோ,அடிக்கவோ,மிரட்டவோ ஒரு காரணம் வேணுமே? அது என்ன காரணம் என்றுதான் கேட்டேன். என்னை பார்த்து பயப்பட நான் என்ன பேயா பிசாசா”லீலா அவனை விடுவதாய் இல்லை.

“ஐயோ அப்படி எல்லாம் உங்களைப் போய் யாராவது நினைப்பார்களா? பார்க்கஅமைதியாகஅழகாகமகாலட்சுமிபோலஇருக்கீங்க”இந்த முறை டக்கென்று அவன் பதில் சொன்னான்.

“லீலா இங்கே வா நான் சொல்றேன். இவன்கிட்ட நீ எப்படி கேட்டாலும் சொல்லவே மாட்டான் வெட்டியா உன் நேரம்தான் போகும். அதுவேற ஒன்னும் இல்லை உங்க ஆபீஸ்ல புதுசா நகரத்தில் இருக்கிற மாதிரி கக்கூஸ் கட்டி-னிங்கல்ல அதனால இவனுக்கு வேலையில்லாமல் போயிருச்சாம்.உங்க ஆபீஸில் இருக்கும் கக்கூஸ் போலவே ஊரில் உள்ள பெரிய வீட்டுக்காரங்க எல்லாம் கட்டி விட்டால் எனக்கு என்ன வருமானம் வரும் நான் எப்படிபிழைக்கிறதுன்னு நினைச்சி அதுக்கெல்லாம் காரணம் நீதான்னு திட்டிக்கிட்டு நடக்கிறான்”கந்தசாமி காரணத்தை விளக்கினார்.

“இவ்வளவு தானா நான் கூட வேற என்னவோ ஏதோன்னு நினைச்சுட்டேன். அண்ணே வாங்க கால்வலிக்குது அந்த பெஞ்சில் உட்கார்ந்து பேசுவோம்” என்று கூறி கடையின் முன் பக்கம் நகர அவன் அங்கேயே நின்றான். யாரும் எதிர்பார்க்-காத வேளையில் அவன் கையை பிடித்து இழுத்து வந்தாள். அதற்குள் கடையை விட்டு கந்தசாமியும் சிவமணியும் வெளியே வந்தனர்.

அவள் பிடியிலிருந்து நாசுக்காக தன் கையை விடுவித்துக் கொண்டஅந்த நபர் மிகுந்த தயக்கத்துடன் தன் துண்டை எடுத்து அக்குளில் வைத்துக்கொண்டு பவ்ய-மாக சற்று தள்ளி நின்றார்.“தயவு செய்து இங்கே உட்காருங்கள். நீங்கள் நின்றால் நானும் நிற்க வேண்டியிருக்கும். எனக்கு கால்வலிக்கிறது அதனால் நிற்கமுடியாது. எனவே உட்காருங்கள்” என சற்று கடுமையாக காட்டுவதைப் போன்றதோணியில் கூறினாள்.

அவர் பயந்துபோய் பெஞ்சின்அருகேதரையில் குத்த வைத்துஅமர்ந்-தார்.“அண்ணே என்ன செய்கிறீர்கள் மேலே பெஞ்சில் உட்காருங்கள். எனக்கு எதிரே தரையில் அமர்ந்து என்னை தர்மசங்கடத்திற்குள்ளாக்காதீர்கள்”லீலா பதட்-டத்துடன் பேசினாலும் அவன் அப்போதும் தயங்கவே சிவமணியும் கந்தசாமியும் நிலைமையை உணர்ந்து அவள் அருகே வந்தனர்.

“லீலா நீ என்ன சொன்னாலும்செய்வான். ஆனால் உனக்கு சரிசமமாய் மேலே உட்காரமாட்டான் அப்படியே அவனை பழக்கப்படுத்தி விட்டார்கள் இத்தனை வருஷமா கடை நடத்திவிட்டு வாரேன் அவன் இதுவரை இந்த பெஞ்சிலே உட்-கார்ந்தது இல்லை. அதற்காக நான்தான் அவனை உட்கார கூடாதுன்னு சொன்-

னேன்என்றுநினைச்சுக்காதே. நான் ஒருபோதும் யாரையும் அப்படி சொன்னதில்லை இவனாகவே அப்படி நடந்து கொள்கிறான்'' கந்தசாமி குறுக்கே புகுந்து நிலவரத்தை சொன்னார்.

“அண்ணே இப்போ நீங்க பெஞ்சில் ஏறி உட்காரலைனா நானும் தரையில் உட்கார வேண்டியிருக்கும் எது வசதி“ என்றவாறு பெஞ்சில் இருந்து எழுந்து தரையில் அமர போனாள். அவன் உடனே பதறி எழுந்தான். பெஞ்சின் ஒரு ஓரத்தில் அமர்ந்தான்.“இதுதான் சரி இப்ப சொல்லுங்க உங்க பெயர் என்ன? உங்களுக்கு கல்யாணம் ஆயிருச்சா? குடும்பத்தில் யார்யார் இருக்காங்க?''வெகு இயல்பாய் அவனிடம் கேள்விகள் கேட்டாள்.

அந்த நபர் சத்தமில்லாமல் அழத்தொடங்கினார். கண்ணீர் தாரை தாரையாக வழிந்தது. பார்த்துக்கொண்டிருந்த மூவரும் பதறிப் போனார்கள் காரணம் தெரியாமல் திகைத்தனர்.

“எல்லா சிறுவர்களையும் போல எனக்கும் சிறுவயதில் ஏதாவது பெயர் வைத்திருப்பார்கள். ஆனால் இப்போது என் பெயர் என்ன என்பதே எனக்கு மறந்து போச்சு. என்று நான் என் அப்பாவோடு தெருவில் இறங்கி வேலைக்கு போனேனோ அப்போதே என் பெயர் தோட்டி மகன் என்றாகிவிட்டது. அப்புறம் நான் தனியாக வேலைக்கு போக என் பெயர் தோட்டி என்றானது இதை சொல்லியே எல்லோரும் கூப்பிட்டதால் என் உண்மையான பேரு மறந்து போச்சு. ஒரு முறை ஏதோ கணக்கெடுக்க வந்தவங்க கூட இதுபோல தான் உன் பெயர் என்ன என்று கேட்ட போது தோட்டி என்றேன்.“அது உன் வேலை உன் பெயர் என்ன'' என்று திரும்பவும் கேட்டனர் நான் என்ன பதில் சொல்வது என்று தெரியாமல் மறுபடியும் தோட்டி என்றேன். அவர்கள் தலையில் அடித்துக்கொண்டு “பாவம் கிறுக்கன் போல'' என்று சொல்லிவிட்டு போயினர். நீங்களும் அப்படி திட்டினாலும் பரவாயில்லை என் பெயர் தோட்டிதானுங்க'' அவன் அழுகையுடன் பேசி அவர்களையும் அழ வைத்தான் .

சற்று நேரம் அமைதியாக இருந்த லீலா “கந்தசாமி அண்ணா இப்போது உடனடியா இவருக்கு நாம் ஒரு பெயர் வைப்போம். சிவமணி நீங்களும் கொஞ்சம் யோசிச்சு சொல்லுங்களேன்''.

“இவருடைய உயரத்தையும் நல்ல உடல்கட்டையும் பார்க்கும்போது ஏதாவது வீரமான பெயர் தான் வைக்கணும்''சிவமணி யோசனையுடன் சொன்னான்.

“ஆஹா கண்டுபிடித்துவிட்டேன் வெற்றிவேல் எப்படி இருக்கு பெயர் உங்களுக்கு பிடிச்சிருக்கா அண்ணே''.

கந்தசாமியும் சிவமணியும்கைகளை தட்டி ஆமோதித்தனர்.“சூப்பரான பெயர். இவருக்கு பொருத்தமாக இருக்கும்''என்றார்கள். அந்த நபரோ ஒன்றும் பேசாமல்

அமைதியாக இருந்தார் “ஏன் அண்ணே அமைதியாக இருக்கீங்க இந்த பெயர் உங்களுக்கு பிடிக்கலையா?” லீலா அவர் முகத்தை பார்த்தவாறு கேட்டாள்.

“பெயர் நல்லாத்தான் அம்மா இருக்கு வெற்றிவேல் அதுக்கு என்ன குறை. எந்த பேராய் இருந்த என்ன அதுவா வந்து சோறு போட போகுது?. என்னுடைய எட்டாவது வயசில் அந்த வேலையை செய்ய தொடங்கியது இப்ப அதுவும் இல்லாமல் போனால் என்ன செய்வது என்பதுதான் என் கவலையே” சந்தோசம் இல்லாமல் அந்த மனிதன்பேசினான்.

“இதுதானா உங்க பிரச்சனை அதை எப்படியாவது சரி பண்ணலாம். தயவு செஞ்சு உங்களை நீங்களே தாழ்த்திக்காதீர்கள். உலகம் மிகப்பெரியது நேர்மையாக சுய கவுரவத்துடன் வாழவேண்டும் என மனஉறுதியோடு இருந்தாலே போதும் அதற்கான கதவுகள் தானாக திறக்கும். சிலநாட்கள் பொறுத்திருங்கள் வேறு வேலைக்குஏதாவது ஏற்பாடுசெய்வோம்” லீலா அவருக்கு நம்பிக்கையளிக்கும் வகையில் பேசினாள்.

நான்கு பேரும் யோசனையில் ஆழ்ந்தனர்.“அண்ணே வேலை தானே வேணும். எனக்கு தெரிந்த லாரி ஆபிஸில் லாரிக்கு சரக்கு ஏற்றஇறக்க ஆள் வேண்டும் என்று சொல்லி இருந்தார்கள். லாரிசெட் முதலாளி எனக்கு நல்லா-தெரிந்தவர். ரொம்ப நல்லவர் நல்ல சம்பளம் தந்து பார்த்துக்குவார். சம்பளத்தை வாரமாகவோமாசமாகவோவாங்கிக்கலாம். நீங்க சரின்னு சொன்னா நாளைக்கு கூப்பிட்டு போய் சேர்த்து விடுக்கிறேன் என்ன போறீங்களா?” சிவமணி வேலைவாய்ப்பைப் பற்றி சொன்னவுடன் வெற்றிவேல் டக்கென்று எழுந்து அவன் காலில் விழுந்தான். சிவமணி பதறி பின்வாங்கினான்.

“வெற்றி அண்ணே என்ன இது இப்படி காலில் எல்லாம் விழுந்துகிட்டுஅதுவும் உங்களைவிட சின்னப் பையனிடம் போய். முதல்ல எந்திரிங்க” என அவரை தொட்டு தூக்கி விட்டான்.

“இதில் என்ன தப்பு இருக்கு. எனக்கு எவ்வளவு பெரிய உதவி செஞ்சி இருக்கீங்க இன்னைக்கு போய் வேலையில் சேரனும் என்றாலும் சரி நான் தயாரா இருக்கேன்.ஏன்னா வீட்டில் அவ்வளவு பற்றாக்குறை வயசான அப்பாவையும் அம்மாவையும் கவனிக்கவே தோட்டிவேலை என்றாலும் பரவாயில்லை என்று பார்த்தேன். இதற்கு நீங்கள் சொல்லும் வேலை எவ்வளவோ மேல் உங்களை எல்லாம் என் ஆயுளுக்கும் மறக்கமாட்டேன்” வெற்றிவேல் மறுபடியும் அழுதான்.

“இப்படிஅழுதால் எல்லாம் விடமாட்டோம். உங்களுக்கு புதுசா பெயர் வச்சிருக்கோம் அதுக்கு இப்பவே பார்ட்டி கொடுக்கணும். வேலை வாங்கி கொடுத்ததற்கு அப்புறமா சம்பளம் வாங்கியவுடன் இன்னொரு முறை பார்ட்டி தரணும். செலவாகும் என்று நினைச்சு கண்ணில் படாமல் ஒழிந்து கொண்டால் பின்னே நாங்களே தேடி வந்திடுவோம் பார்த்துக்கோங்க” லீலா அந்த இடத்தில் சூழ்நி-

லையை மாற்றி அனைவரையும் சிரிக்க வைத்தாள்.

“பார்ட்டியின்னா என்ன செய்யணும்” வெற்றிவேல் அப்பாவியாக கேட்க லீலா சிவமணியைப் பார்த்தாள். அவன் கடைக்குள் போயி அங்கிருந்த ஒரு வட்டவடிவ பன்ரொட்டியையும் ஒரு கத்தியையும் எடுத்து வந்தான். டேபிளில் ஒரு செய்தித்-தாளை விரித்து அதன்மேல்பன்ரொட்டியைவைத்தான்.

“இன்றைக்கு உங்களுக்கு பெயர் வச்சிருக்கோமில்ல இதுதான் உங்க பிறந்த தேதி என ஞாபகம் வச்சுக்கோங்க. இந்த தேதியிலேயே உங்க பிறந்தநாளை வருஷ வருஷம் கொண்டாடுங்க. உங்களுக்கு கல்யாணம் ஆயிடுச்சா?”

வெற்றிவேல் நாணத்துடன் தலையை குனிந்து கொண்டு “இன்னும் இல்-லைங்க”என்றான்.

“லீலா போதும்போதும் இனி இவருக்கு பொண்ணு பாக்குற வேலையையும் கொடுத்து விடாதே.அப்படியே நீ சொல்றதுக்காக நாங்க பார்த்து தந்தாலும் ஒரே நாளில் இத்தனை சந்தோஷத்தையும் கொடுத்தால் இவர் தாங்க மாட்டார். முதல்ல வேலைக்கு போயி கொஞ்சம் சம்பாதிக்கட்டும். பெண் பார்க்கிறது எல்லாம் அப்-புறம் வெச்சுக்கலாம்.என்ன வெற்றிவேல் அண்ணே நான் சொல்றதெல்லாம் சரி-தானே” என்று சிவமணி கேட்க வெற்றிவேல் நாணத்துடன் தரையைப் பார்த்துக் கொண்டிருந்தான்.

“பேச்சகுறைப்பா சீக்கிரம் கேக்கை வெட்டுங்க” “கேக் எங்க இருக்கு” “இதோஇங்கே இருக்கிற என் கடை பன்னை தான் சொன்னேன் பாரு எவ்வளவு ஃப்ரெஷ்ஷாகஇருக்குன்னு”. “போன வாரம் வாங்கினப்ப சொல்லவேண்டியதை இப்ப சொல்றாரு. சீக்கிரம் வெட்டுங்க சாப்பிடுவோம் இல்லன்னா பூசணம் பிடிச்சி-ரப்போது”“உங்களுக்கு போய் ஓசிக்கு கொடுக்கிறேன் பாரு என்ன சொல்லணும்”

சிவமணி வெற்றிவேலுவின் கையைப்பிடித்து பன்னை வெட்ட “ஹேப்பி பர்த்டே டூ யூ” என மற்றவர்கள் பாடினர்.

# 16

16

லீலா இப்போதெல்லாம் கல்லூரிக்கு சென்று வரும் போதும் ஓய்வு நாள்களில் நேரம்கிடைக்கும் போதும்கந்தசாமி கடைக்குவந்து விடுவாள். இவளுடைய போக்கில் தவறு ஏதும் கண்டுபிடிக்க முடியாததால் கோமதியும், கோபாலசாமியும் அவளைகண்டிக்கவில்லை. முன்பு இவளைப் பார்த்ததும் நகர்ந்து போன டீக்கடை வாடிக்கையாளர்கள் இப்போது அவளுடைய நண்பர்கள் ஆகிவிட்டனர். இதில் வயது வித்தியாசம் ஏதுமில்லை சிறுவர்கள் முதல் முதியவர் வரை பட்டியல் நீளும்.

இதனால் எப்போதும் கந்தசாமியின் கடையில் கூட்டம் இருந்தது. இந்த நண்பர்கள் குழு ஒன்று கூடி விட்டால் அவ்வளவுதான் ஒவ்வொருவரும் தான் படித்த செய்திதாள் செய்தியையும் ரேடியோவில் கேட்ட செய்தியையும் வைத்து சினிமா,அரசியல், விளையாட்டு என ஒன்றுவிடாமல் அலசிதீர்ப்பார்கள்.

"என்ன தாயி நாளைக்கு இந்தியா பாகிஸ்தான் கிரிக்கெட் போட்டி இருக்காமே பாகிஸ்தானில் நடக்கிறதால நமக்கு ரேடியோவில் சொல்லுவாங்களா?"வயதான கிரிக்கெட் ரசிகர் ஒருவர் மெல்ல கேட்டார்.

"உலகத்துல எங்க என்ன நடந்தாலும் ரேடியோவில் செய்தியாசொல்வாங்க. அதுமட்டுமல்ல போட்டி நடக்கிற அதே நேரத்தில்ஒவ்வொரு பந்துக்கும் என்ன நடக்குது அப்படின்னு வர்ணனை கூட இருக்கு அது உங்களுக்கு தெரியாதா?" அவருக்கு தெரியாத விஷயத்தை தான் சொல்லிக் கொடுப்பதில் லீலாவுக்கு அதீதமகிழ்ச்சி.

"அது எப்படி தாயி காலையில் இருந்து சாயங்காலம் வரை விளையாடுவதை பற்றி சொல்லிக்கொண்டே இருந்தா அந்த ஆளுக்கு வாய் வலிக்காதா?ரேடியோவும் தான் சூடாகி போகுமே"அடுத்து சந்தேகத்தை எழுப்பினார்.

"ஒரு போட்டி முழுக்க ஒருஆள் மட்டுமே அப்படி பேசிக்கிட்டு இருக்கிறதில்லை. ஒவ்வொரு அரைமணி நேரத்திற்கு இரண்டுபேர் வீதம் மாறிமாறி வந்து பேசுவாங்க. அப்பத்தான் அஞ்சுநாள் நடக்கிற டெஸ்ட்போட்டியை பத்தி அவங்களால பேச முடியும். இது மாதிரி தான் மின்சார சாதனங்களும் தொடர்ந்து நீண்ட

நேரம் உபயோகித்தால் சூடாக தான் செய்யும் இது ஒன்னும் பெரிய விஷயம் இல்லை''

''அவங்க என்ன பாசையில் சொல்லுவாங்க அது நமக்கு புரியனுமே. நாமதான் படிக்காத தற்குறியாச்சே. அந்நிய பாஷை எல்லாம் நமக்கு எங்கே புரியபோ-குது''அவரது கவலை இளமையில் படிக்காததன் மேல் திரும்பியது.

''ரொம்ப கவலைப்படாதீங்க இப்பதான் ப்போர்,சிக்ஸ்,பவுண்டரி,பேட்டிங்,பவு-லிங், பில்டிங்இதெல்லாம் தமிழ் ஆகிருச்சே அதனால உங்களுக்கு ஈஸியா புரியும் நானும் கூட கொஞ்சநேரம் வாரேன்''.

மறுநாள் காலை அவர்களுக்கு ரேடியோவில் கிரிக்கெட் வர்ணனை வைத்து கொடுத்தாள். கொஞ்சநேரம் அவர்களோடு இருந்து ஆங்கில வர்ணனையை தமி-ழில் மொழிபெயர்த்தாள்.''புதுசாய் சச்சின் டெண்டுல்கர் என்று ஒரு பையன் வந்து இருக்கான்.போனவாரம் அவன் தான் ஒருநாள் போட்டி மழையால் நிறுத்தப்பட்டு கண்காட்சிப் போட்டியா மாற்றி விளையாடியபோது பாகிஸ்தானின் பிரபல சுழல் பந்து வீச்சாளர் அப்துல்காதரின் ஒரு ஓவரில் 28ரன் அடிச்சான்'' ஒரு பெரியவர் மற்றவர்களுக்கு கடந்த வார சம்பவத்தை நினைவுபடுத்தினார்.

''ஐயோ அந்தப் பையன்தான் இப்ப உள்ளே இறங்கின முதல் ஓவரிலேயே சரி-யானபடி அடி வாங்கிட்டான். பாகிஸ்தானின் வாக்கர்யூனிஸ் பவுன்சர் பந்தில் மூக்-கில் அடிபட்டதால் ரத்தம் வருதாம்''லீலா பதட்டமாக தமிழ் வர்ணணை கொடுத்-தாள்.

''இவனும் அவ்வளவுதானா ஏற்கனவே 7 விக்கெட் போயிருச்சு இனி பத்து நிமிஷத்துல எல்லோரும் வெளியே வந்துருவாங்க பாரேன். நம்ம டீம்ல தான் பழையவர்களும் சரியில்ல புதுசா வருபவர்களும் ஒழுங்கா விளையாட மாட்டேங்-கிறாங்க. இந்த மேட்ச் அரோகராதான்''வர்ணனை கேட்டுக்கொண்டிருந்த கூட்-டத்தை சோகம் சூழ்ந்தது.

''என்னம்மா விளையாட்டு நடக்குதா இல்லையா? இப்ப மைதானத்திற்குள் என்ன நடக்குது அந்த பையனுக்கு பதில் யார் இறங்கியிருக்கிறாங்க''போட்டியின் மேல் நம்பிக்கை இழந்தாலும் அனைவரும் களநிலவரத்தை அறிய ஆவலாக இருந்தனர்.

''கொஞ்சம் பொறு''என்பதை போல் சைகை காட்டிய லீலா வர்ணனையை சற்று கூர்ந்து கவனித்து விட்டு ''அந்த புதுபையன் மைதானத்தை விட்டு போக-மறுத்து விட்டானாம். அதனால் மருத்துவர்கள் வந்து மைதானத்திற்குள் வைத்து சிகிச்சை அளிக்கிறார்கள்.. அதுதான் போட்டி கொஞ்ச நேரம் தடைபட்டது''.

''அவன் பேசாமல் ஓய்வு அறைக்கு திரும்பிவிடலாம். நல்ல உடல் நலத்துடன் இருப்பவர்களே பாகிஸ்தானின் வேகப்பந்துவீச்சை சமாளிக்க முடியாது. வாசிம்

அக்ரம், இம்ரான்கான், வாக்கர்யூனிஸ் இவர்களின் வேகத்துக்கு முன் இந்தியா தாங்காது.ஸ்ரீகாந்த், ரவிசாஸ்திரி,கபில்தேவ் போன்றஜாம்பவான்களே போன வேகத்தில் திரும்பி வாராங்க. இவன் காயத்தோட என்ன செய்ய போறான்'' கூட்டம் விரக்த்தியில் பேசியது.

ரேடியோ கரகரத்தது அதிலிருந்து ஓ என அலையடிப்பது போல் சத்தம் எழும்பி சில வினாடிகள் நீடித்து அடங்கியது.''என்னம்மா அடுத்த விக்கெட்டா?'' கூட்டம் கன்னத்தில் கைவைத்து சோகமாய் கேட்டது.

''இல்லை நம்முடைய கணிப்புகள் தான் தப்பாகின்றன. அந்தப் பையன் அடிக்க துவங்குகின்றான். தன்னை தாக்கிய வாக்கர் யூனிசின் அடுத்த ஓவரிலேயே ஒரு அழகான ஷாட் அடித்து தன்னுடைய கணக்கை துவங்கிவிட்டான்''அங்கிருந்தவர்கள் சற்று நிமிர்ந்து அமர்ந்தனர்.

ஆண்டவன் நாக்குக்கு ஏன் எலும்பு வைக்கவில்லை என்று அப்போது புரிந்தது. இதுவரை அவநம்பிக்கை பேச்சுக்களே நிரம்பியிருந்த சபையில் இப்போது பேச்சு அப்படியே தலைகீழாக மாறியது.

''அவன் தாண்டா ஆம்பிள.ரத்தம் சிந்தினாலும் களத்திலிருந்து வெளியே போகாமல் நின்ற இடத்திலிருந்துசாதிக்கிறான் பாரு. இன்னைக்கு பெரிய ஸ்கோர் எடுப்பானோஎன்னவோ''எது அந்தப் பையன் மேல் நம்பிக்கை கொள்ள செய்தது. அடி வாங்கியும் களத்தில் நின்றதா? உறுதியோடு சமயம் பார்த்து காத்திருந்து தன்னை தாக்கியவனைதிரும்ப தாக்கியதா? ஒருவன் மேல் எப்படி மற்றவர்களுக்கு உடனே நம்பிக்கை வருகிறது என்ற கேள்வி லீலாவின் மனதில் எழுந்தது.

''யோவ் பெருசு பெரிய ஸ்கோர் எடுக்கிறதை விட தன்னை தாக்கியவன் பந்திலேயேப்போர் அடிச்சு தன் கணக்கை துவங்கினான் பாரு அங்கே நிற்கிறான்நம்மசுள்ளான்''.

''நான்கூட அவன் போட்டோவை பார்த்தேன். பால் வடியும் முகத்துடன் அமைதியா அழகா இருக்கான்'' லீலா தான் ஆங்கில புத்தகத்தில் சச்சின் படத்தை பார்த்தது பற்றி கூறினாள்.

''லீலா உனக்கு அவனை பிடிச்சிருக்கா உங்க அப்பாகிட்ட சொல்லு சச்சின் எங்கிருந்தாலும் தேடி பிடிச்சு அவனை உனக்கு கல்யாணம் கட்டி வைப்பாரு. கோபாலசாமிக்குஎவ்வளவு செல்வாக்கு இருக்கு தெரியுமா? ஆமா அந்த பையன் என்ன ஜாதியோ மதமோ?''

பேச்சு திசை மாறி போவதை உணர்ந்த கந்தசாமி இதுதான் சாக்கு என்று ரேடியோவை நிறுத்தினார்.''ரேடியோ சூடாயிடுச்சு கொஞ்ச நேரம் நிறுத்தி வைப்போம்.இனி நாளைக்கு கேட்கலாம். எல்லோரும் போய் வேலைய பாருங்க'' என கூட்டத்தை கலைத்தார்.

“இவன் தான் என்னவோ அதிசயப்பட்ட ரேடியோ வச்சிருக்கிற மாதிரியும் நமக்கெல்லாம் ஒன்னும் தெரியாத மாதிரியுமில்லபேசுறான். கல்யாண வீட்டுக்கு மைக்செட் கட்டுறாங்க கோவில் திருவிழாவுக்கு மைக்செட் கட்டுறாங்க. அதெல்லாம் நாள்கணக்கில் பாடுது இவன் கொஞ்சநேரம் போடுறதுக்கு இப்படி கணக்கு பார்த்துக்கிட்டு நம்மிடம் ரேடியோ சூடாயிடுச்சு அதுஇதுன்னு பொய் புளுகுறானே” எழுந்து போனதில் ஒருவர் முணுமுணுப்பது போல் சற்று சத்தமாக எல்லோருக்கும் கேட்கும்படி பேசிக்கொண்டு போனார்.

கூட்டம் கலைந்து போனபின்“லீலா நீ ஏன் டீச்சர் ஆகக்கூடாது” திடீரென்று சிவமணி கேட்டான்.“டீச்சரா நானா சான்சே இல்லை. டீச்சர் ஆகறதுக்கு படிப்பு மட்டும் போதாது எவ்வளவு பொறுமை வேண்டும் தெரியுமா? என் சுபாவத்திலேயே பொறுமை என்கிற வார்த்தைக்குகூட இடமில்லை. அதுவுமில்லாம இப்போ பதினொண்ணாம் வகுப்புபோறதுக்கே எவ்வளவோ போராடி சம்மதம் வாங்கினேன் தெரியுமில்ல.இதற்கு மேற்கொண்டு படிக்க கண்டிப்பா விடமாட்டாங்க. இப்போது எனக்கு வீட்டில் தீவிரமாக மாப்பிள்ளை பார்த்துக் கொண்டிருக்கிறார்கள் அதனால் மேற்கொண்டு என்னை படிக்க வைப்பார்களா என்பதுசந்தேகமே”.

“வீட்டில் எப்படியாவது முயற்சித்து பாரேன். நானும் உன் பெற்றோரிடம் பேசி பார்க்கிறேன். அப்படியே திருமணமானாலும் உன் கணவரின் சம்மதம் பெற்று மேற்படிப்பு படி. ஆசிரியர் பணி உனக்கு பொருத்தமாக இருக்கும்”.

“சிவமணி எப்போதும் எனக்கு நீங்கள் நல்லதையே சொல்லி இருக்கிறீர்கள். இப்போது ஏன் என்னை ஆசிரியராக சொல்கிறீர்கள்? தயவுசெய்து உண்மையான காரணத்தை சொல்லுங்கள் இது ஒன்னும் ஜோக் இல்லையே”.

“இது ஜோக் இல்லை ரொம்ப சீரியஸ். உனக்கு இயற்கையிலேயே ஒரு பெரும் கூட்டத்தைவழிநடத்திச் செல்கிற ஒரு ஆற்றல் இருக்கிறது. இந்த ஆளுமைதன்மை கொண்டவர்களால் சிறுவயது மாணவர்களிடத்தில் முழுமையான ஆதிக்கம் செலுத்த முடியும். உன்னுடைய ஆதிக்கம் உன் நல்ல குணம் அவர்களுக்கு கல்வியாக போதிக்கப்படும்போது ஒரு நல்ல சமுதாயத்தை உருவாக்குவதற்கு நிறைய வாய்ப்பிருக்கிறது”.

“ஆனால்எனக்கு சிறுவர்களை கட்டுப்படுத்தி கொண்டு போகக்கூடிய பொறுமை இல்லையே. என்னுடைய படபடப்பு தேவையில்லாமல் குரல் உயர்த்தி பேசுவது போன்ற குணங்கள் பிரச்சனையை உண்டு பண்ணிவிடுமே”.

“லீலா எதையும் நேர்மறையாக சிந்தித்துப்பார் நினைத்ததெல்லாம் நடக்கும். உதாரணமா இப்ப ரேடியோவில் மேட்ச் கேட்டியேகளத்துல அந்த சின்னபையன் அடிவாங்கிய பின்னரும் களத்தை விட்டு வெளியேறாமல் உள்ளேயே முதலுதவி சிகிச்சை பெற்று விளையாட துவங்கினானே ஏன்தெரியுமா? அவனுக்கு அவன் மேல் நம்பிக்கை இருந்தது. தன்னால் சாதிக்க முடியும் என்ற அவனுடைய தன்-

னம்பிக்கையே அவனுக்கு வெற்றி தேடிதந்ததை பார்த்தாயா?இப்போது உன் பிரச்-சனை பொறுமையில்லை படபடப்பாக இருக்கிறது அதுதானே?.

உன் படபடப்பு குறைய நிறைய புத்தகங்களைபடி.எங்களை போன்றவர்களுடன் வெட்டியாக பேசி பொழுதை வீணடிப்பதை விட புத்தகங்கள் உனக்கு தோழன் ஆகட்டும். ஒரு புதிய உலகத்தை அது உனக்கு காட்டும். அந்த உலகத்தில் நுழைந்த பின் நீ நீயாக இருக்கமாட்டாய் நிச்சயம் மாறிப்போவாய்.முயற்சித்து தான் பாரேன்''சிவமணி லீலாவின் வாழ்க்கை பாதையை அந்தக் கணத்திலிருந்து மாற்-றினான்.

“எனக்கும் நிறைய படிக்கணும்னு ஆசைதான் எந்தமாதிரி புத்தகங்கள்படிப்-பது?” வழிகாட்டியாய் குருவாய் ஒரு நண்பன் கிடைத்தால் போதும் எப்பேர்-பட்டவர்களும் நல்வழிபடுவார்கள் என்பதற்கு அவர்களுடைய நட்பு உதாரணமாக இருந்தது.

“உனக்கு எதன் மேல்ஆர்வம் இருக்கிறதோ அதை எல்லாம் படி.தமிழிலும் ஆங்கிலத்திலும் ஏராளமான நல்ல புத்தகங்கள் உண்டு நானும் சிலவற்றை தேர்ந்-தெடுத்து தருகிறேன். ஆனால் உன் ஆசிரியர் முயற்சியை மட்டும் விட்டு விடாதே''.

“ஓகோ அதனால் தான் உடற்கல்வி ஆசிரியருக்கு படித்தாயோ?”

“நான் படிக்க அங்கே போனது ஒரு விபத்து போன்றது. என் பசியைப் போக்க வேண்டி அங்கே படிக்கப்போனேன். படிப்பு முடியும் தருவாயில்தான் தெரிந்தது நான் கற்றது எவ்வளவு பெரிய சொத்து என்பது. இதைப் பயன்படுத்தி பலநூறு மாணவர்களை கண்டிப்பாக என்னால் முன்னேற்ற முடியும் என நினைக்கிறேன்''.

“பள்ளிக்கூடத்தில் பாடம் நடத்தும் ஆசிரியர்கள் மாணவர்களை முன்னேற்ற முடியும் என்று முதலில் நீ சொன்னதை வேண்டுமானால் ஏற்கிறேன். ஆனால் ஒரு உடற்கல்வி ஆசிரியர் எப்படி மாணவர்களை முன்னேற்ற முடியும்.நீ உடற்-கல்வி ஆசிரியர் என்பதற்காக உன் வேலையை ரொம்ப உயர்த்தி பேசுறியோன்னு எனக்கு சந்தேகமா இருக்கு''அவனைப் பார்த்து கேலி செய்வதுபோல் சிரித்தாள்.

“ஒரு மாணவன்விளையாட்டில் ஆர்வம் காட்டுகிறான் என்றால் அவன் ஒழுக்-கத்துக்கு கட்டுப்பட்டு இருக்கிறான் என்பது பொருள். ஒழுக்கம் இல்லாதவர்கள் எப்போதும் விளையாட்டு துறையில் கால்பதிக்க முடியாது. அதை மீறி ஏதேனும் குறுக்கு வழியில் முன்னேறி வந்தாலும் அவர்களால் சிறப்பான வெற்றியை பெற்று நீடித்த புகழ் பெறமுடியாது. இதற்கு மிகசமீபத்திய உதாரணமாக ஒருவரை சொல்-லலாம். அர்ஜென்டினாவின் கால்பந்து ஜாம்பவான் டியாகோ மரடோனா அவர் காலில் பந்து சிக்கினால் அவ்வளவுதான் எதிரணியின் அத்தனை பேரும் குறுக்-கிட்டாலும் கோல் போஸ்ட் நோக்கி பந்து போவதை யாராலும் தடுக்க முடி-யாது.உலகமெல்லாம் அவரைசாகசக்காரர்,கால்பந்தின் அனைத்து மந்திர வித்தை-

களும் தெரிந்தவர் என்றெல்லாம் தலையில் வைத்து கொண்டாடியது. அத்தனை புகழ்பெற்ற நபர் சென்ற உலக கோப்பையில் ஒழுங்கீனமாக போதைமருந்து பயன்-படுத்தினார் என்பதால் சொந்த நாட்டு மக்களே அவரை வெறுக்க துவங்கினர். அவர் அவமானப்பட்டு விளையாட்டை விட்டு வெளியேற வேண்டிய அவல நிலை உண்டானது.

பி.டி.உஷா போன்ற வீராங்கனைகள் தடகளத்தில் உலகளவில் ஜொலிக்க துவங்கி இருப்பதால் தற்போது இந்தியாவில் விளையாட்டுத்துறையின் மேல் ஒரு கவனம் ஏற்பட்டுள்ளது. ஒவ்வொரு துறையும் கொஞ்சம்கொஞ்சமாக நவீனப்படுத்-தபடுகிறது. அரசாங்கங்கள் நிதி ஒதுக்கீடு செய்து வீரர்களையும் மைதானங்களை-யும் மேம்படுத்தி வருகின்றன. இந்த சூழ்நிலையைப் பயன்படுத்தி நிறைய கிராமப்-புற இளைஞர்களைக்கு கொண்டு வந்து சாதிக்க வைக்கமுடியும்''

நீ எதுவாக ஆக நினைக்கிறாயோ அதுவாகவே மாறிவிடு என்ற சுவாமி விவேகானந்தரின் பொன்மொழிக்கேற்ப சிவமணியும் தான் என்ன செய்ய வேண்டும் என்பதை ஏற்கனவே திட்டமிட்டு அதற்காகவே தன்னை அர்ப்பணித்துக் கொண்-டான்.

''என் ஆசிரியர் பணி கனவுக்கு வேறு ஒரு காரணமும் உண்டு. மதவழிபாட்-டின் மூலமே ஒரு மனிதனின் வாழ்க்கையை மாற்றி விடமுடியும் என்ற கொள்-கையை பிறருக்கு போதிக்க வேண்டி என் அம்மா எங்களை உதறி போனார். அவருடைய கூற்று உண்மையோ இல்லையோ ஆனால் கடும் உழைப்பின் மூல-மும் பயிற்சியின் மூலமும் தன்னம்பிக்கையாலும் உச்சத்தை அடையமுடியும் என்-பதை என் மாணவர்களுக்கு போதிக்க போகிறேன். அதில் ஒருவர் வெற்றி பெற்-றாலும் என்வழி சரியானதுதான் என திருப்தி கொள்வேன்''.

''இது உன் அம்மாவுக்கு எதிரான சவாலா அல்லது ஒருமதத்தின் கொள்-கையை தோற்கடிக்க செய்யவேண்டும் என்கிற முயற்சியா?''

''நீ தவறாக புரிந்து கொண்டிருக்கிறாய் லீலா நீ சொன்ன இரண்டும் என் நோக்கமல்ல.என் அம்மாவின் மதநம்பிக்கைக்கு நான் ஏன் சவால் விடுக்க வேண்-டும்? அது அவருடைய தனிப்பட்ட விருப்பம்.அதேபோல்தான் கிறிஸ்தவமும் அவர்களுக்கென்று ஒரு முறையான வழிமுறைகளின்படி தங்களுடைய கருத்துக்-களை மக்களிடத்தேகொண்டு சேர்க்கின்றனர். ஒவ்வொருவருக்கும் வாழ்வில் சில குறிக்கோள்கள் இருக்கும் என்னுடைய குறிக்கோளை சொன்னேன். என் மாண-வர்களை விளையாட்டுத்துறையின் உச்சத்துக்கு கொண்டு போவதே என்னுடைய குறிக்கோள்''

சிவமணியின் உற்சாகமும் நம்பிக்கையும் லீலாவையும் தொற்றிக்கொண்-டது.''நான் ஆசிரியர் ஆனால் என்ன? முயற்சித்து தான் பார்ப்போமே''.

பன்னிரண்டாம் வகுப்பில் லீலா அந்தப் பள்ளியிலேயே முதல் மாணவியாக வர சிவமணி அவளுடைய கல்லூரி படிப்பின் முக்கியத்துவத்தை அவள் வீட்டில் எடுத்துரைக்க ஒருவழியாக பெற்றோர் சம்மதிக்கலீலாவின் கல்லூரிப்படிப்பு இனிதே துவங்கியது.

# 17

17

தன் அறையில் அமர்ந்து படித்துக் கொண்டிருந்த லீலா தற்செயலாக சமையலறைக்கு வர வீடு பரபரப்பாக இருந்தது.கோமதியும் லட்சுமியும் சேர்ந்து பலகாரங்கள் செய்து கொண்டிருந்தனர்.அப்பாவின் சொந்தக்கார பெண்மணிகள் சிலர் பட்டுச்சேலை அணிந்துஹாலில் அமர்ந்து பேசிக்கொண்டிருந்தனர்.

“அம்மா இன்னைக்கு என்ன விசேஷம்?வீடே மணக்குது நெய்யிலே முந்திரி வதக்கின வாசம் என்னை படிக்க விடாமல் இங்கே இழுத்துகிட்டு வந்துருச்சு”என்று இரண்டு முந்திரியை எடுத்து வாயில் போட்டபடி கேட்டாள்.

“என்னடி இப்படி கேக்குற நேத்து ராத்திரியே சொன்னேனே இன்னைக்கு சாயங்காலம் உன்னை பெண் பார்க்க வர்றாங்கன்னு அதுக்குள்ள மறந்துட்டியா இல்ல இதயும் ஏதாவது காரணம் சொல்லி தட்டி கழிக்கலாமின்னு பிளான் பண்றயா” அம்மா பதறினாள்

“ஏன்மா டென்ஷன் ஆகுற நேத்து நீ சொன்னது எனக்கு மறந்து போச்சு. போன தடவை வந்த மாப்பிள்ளை சரியில்லை அதான் வேண்டாம் என்று சொன்னேன். இன்னைக்கு வாரவர் என் கண்டிஷனுக்கு ஒத்துகிட்டா போதும் உடனே சரின்னு சொல்லிடுவேன்.எனக்கு கல்யாணமே வேண்டாம்னு ஏதும் வேண்டுதலா என்ன?”

“அப்படி என்னதான் உன் கண்டிஷன் அதையாவது சொல்லு”.

“அது பெர்சனல் மேட்டர். பெண் பார்க்க வருபவரிடம் மட்டும் தான் சொல்வேன்”.

“உன்னை பெண் பார்க்க வருபவரிடம் தனியே பேச விடுவது தப்புன்னு தோணுது. இதுபோல எங்கயாவது நடக்குமா? கல்யாணத்துக்கு முன்னாடியே பெண் போய் தனியா பேசலாமா? உன்னை பத்தி எல்லோரும் என்ன நினைப்பாங்க உன்னை பெற்ற என்னை என்ன சொல்வாங்க?” மகள் கண்டிஷன் அது-இது என்று ஏதேதோ பேச தாய்க்கு மனம் பதைபதைத்தது.

“ஐயோ அம்மா உலகம் எப்படி எல்லாமோ மாறி போச்சு தெரியுமா. இப்ப போய் இந்த சின்ன விஷயத்துக்கெல்லாம் டென்ஷனாகிறியே. ஆயுசுக்கும் கூட வாழப் போறவன் குணத்தை தெரிஞ்சிக்க இரண்டு நிமிஷம் தனியா பேசுவதில் தப்பில்லை. ஊர் உலகத்தில் இது பெரிய குத்தமுன்னு யாரும் சொன்னதில்லை. அப்படியே சொன்னால்தான் என்ன? என்னை அடங்காபிடாரியின்னுசொல்லு-வாங்க. என்னை பெற்ற உன்னை ஒரு அடங்காப்பிடாரியைப் பெத்த பிசாசுன்னு சொல்லுவாங்க அவ்வளவு தானே”.

“நீஇதுவும் சொல்லுவ இதுக்கு மேலயும் சொல்லுவ எல்லாம் உங்க அப்பா கொடுக்கிற செல்லம். போதாக்குறைக்கு அந்த டீக்கடைகாரனும் அங்கு வந்து உன் கூட அரட்டை அடிக்கிற கொஞ்சம் வெட்டிபசங்களும் தான்காரணம். இதனால உன் கல்யாணத்தில் ஏதாவது பிரச்சனை வருமோஎன்று தான் பயமா இருக்கு”.

“அடபோம்மா வர்றவன் தான் உலகத்தின் கடைசி ஆம்பளையா இவனை விட்டா இங்கு வேற ஆண்களே இல்லையா என்ன? என் பிரண்ட்ஸ்களால்என்-னம்மா பிரச்சினை வரப்போவது? அவங்க எல்லோருமே என்னுடைய கல்யாணத்-திற்காக ஆவலுடன் காத்திருக்கிறார்கள். ஆனால் எனக்கு ஏத்த மாதிரி ஆள்தான் கிடைக்க மாட்டேங்கிறான்.அப்படி ஒருத்தன தேடி கண்டுபிடிச்சு கொண்டுவருவதை விட்டுட்டு வெட்டித்தனமா ஏதேதோ பேசிகிட்டு இருக்கீங்கலே”.

“சரி போய் கொஞ்சநேரம் தூங்கு. சாயங்காலம் அஞ்சுமணிக்கு அவங்க வர்-றப்ப நல்லா அலங்கரிச்சு ஒரு தேவதை மாதிரி வந்து நிக்கணும். முதல் பார்வை-யிலேயே மாப்பிள்ளை உன் அழகைப் பார்த்து சரின்னு சொல்லி விடனும்”.

மிகச் சரியாக மாலை ஐந்துமணிக்கு மண்சாலையில் புழுதி பறக்க ஒரு வாடகை கார் வந்து வீட்டுவாசலில் நின்றது. கோபாலசாமியும் சில உறவினர்களும் மாப்பிள்ளை வீட்டாரை அழைத்துக்கொண்டு வீட்டினுள் வந்தனர்.

மாப்பிள்ளையும் அவரின் தாய் தந்தை மற்றுமொரு உறவினர்களுடன் கோபா-லசாமி ஹாலில்இருந்தசேரில் வந்துஅமர்ந்தனர். பெண் பார்க்கும் படலத்தை வேடிக்கை பார்க்க சிறு கூட்டமே கூடியிருந்தது.தீப்பெட்டி ஆபீஸில் வேலை பார்க்கும் சில பெண்களும் பக்கத்து வீட்டு குழந்தைகளும் தரையில் விரிக்கப்-பட்டிருந்த ஜமுக்காளத்தில் அமர்ந்திருந்தனர். சில இளவயது பெண்கள் லீலாவை அலங்கரித்து கொண்டிருந்தனர்.

“லீலா நேரமாச்சு அவங்க எல்லாம்காத்திருக்காங்க. காபி கொண்டுபோய் கொடு” என்று சொல்லியபடியே லீலாவின் அறைக்குள்நுழைந்தகோமதி அவளின் அலங்காரத்தை கண்டு அசந்து போனாள்.மயில் தோகை நிற பட்டுப் புடவை லீலாவின் அழகை மேலும் அழகாக்கியது.

“என்கண்ணே பட்டுடும் போலதெரியுதுடி. இன்னைக்கு உன்னை பார்க்க எவ்-வளவு கொள்ளை அழகு தெரியுமா?உன்னை பெத்த எனக்கே இப்படி உன்னையே

வச்ச கண் வாங்காம பாக்கணும்னு தோணுதுன்னா மத்தவங்க என்ன சொல்வாங்க.வேணும்னா பாரேன் மாப்பிள்ளை உன்னை பார்த்து மயங்கி உடனே கல்யாணத்துக்கு ஓகே சொல்லிடுவாரு''.

அம்மா சொன்னதை கேட்டுமகள் முகம் இன்னும்நாணத்தால்சிவந்தது. “போம்மா ரொம்பத்தான் கேலி பண்ற இவங்க எல்லாம் போகட்டும். அப்புறமா உன்னை பார்த்துக்கிறேன்''செல்லமாக தன் தாயை மிரட்டினாள்.

லீலா கையில் காபி தட்டுடன் ஹாலுக்கு வந்தாள். அவள் நடந்து வர தரையில் அமர்ந்திருந்த பிள்ளைகள் ஒதுங்கி பாதை அமைத்து தந்தனர். வந்திருந்தவர்களுக்கு காபி கொடுத்தாள். மாப்பிள்ளை வீட்டாரை நமஸ்கரித்தாள். பலகார தட்டுகள் கொண்டுவரப்பட்டு அவர்களுக்கு முன்னால் இருந்த டீப்பாயில் அடுக்கப்பட்டன.

“இவர்தான் மாப்பிள்ளை பெயர் செந்தில்குமார். பத்தாவது வரை படித்திருக்கிறார் ராணுவத்தில் வேலை பார்க்கிறார் நல்ல சம்பளம். ஊரில் சொந்தவீடு,மூன்று ஏக்கர் வாழைத்தோப்பு இருக்கு.வீட்டுக்கு ஒரே பையன்.இந்த லீவுலேயே கல்யாணம் செய்து விடணும்னு மாப்பிள்ளை வீட்டில்அவசரபடுறாங்க. அதனாலதான் உங்க வீட்டில பொண்ணு இருக்குன்னு கேள்விப்பட்ட உடனேயே பொண்ணு பார்த்திடலாம் என்று கிளம்பிவந்தோம்'' மாப்பிள்ளையுடன் வந்தஉறவுக்காரர்அறிமுகப்படுத்தி வைத்தார்.

லீலா லேசாக தலையை உயர்த்திஓரக்கண்ணால்மாப்பிள்ளையை பார்த்தாள்.மாப்பிள்ளை ராணுவத்தில் பணிபுரிகிறார் என்றவுடன் மதிய தூக்கத்தின்போது அவள் கனவில் வந்த கதாநாயகன் பெரிய மீசையுடன் கரடுமுரடாக இருந்தான்.ஆனால் நிஜத்தில் அவளுக்கு நேர்எதிரில் அமர்ந்திருந்தவனோ உயரமாக மாநிறமாக சீராக வெட்டப்பட்ட தலைமுடியை அழகாக வாரி நல்லஉடைஅணிந்து சினிமா ஹீரோ போல் இருந்தான். அவன் பூசியிருந்த சென்ட் வாசம்அந்த அறை முழுதும் கமகமத்தது.லீலாவுக்கு முதல் பார்வையிலேயே அவனை பிடித்து போனது.

தரையில் அமர்ந்திருந்த பிள்ளைகள் பலகாரத்தை ஆவலுடன் பார்ப்பதை கண்ட லீலா உள்ளே திரும்பியபோது ஒரு பலகார தட்டை கையில் எடுத்து வந்து அவர்களுக்கு விநியோகிக்கதுவங்கினாள். சிறு பிள்ளைகளுக்கு இடையே சலசலப்புஉண்டாக பேசிக்கொண்டிருந்த பெரியவர்கள் அமைதியானார்கள்.கோபாலசாமிக்கு என்ன செய்வது என்று புரியவில்லை. “இந்த நேரத்தில் இவள் ஏன் இப்படி சிறு பிள்ளை போல் நடந்து கொள்கிறாள். பார்ப்பவர்கள் என்ன நினைப்பார்கள்'' கவலை அவரை பற்றிக் கொண்டது. அதை உணர்ந்த கோமதி சிறு பிள்ளைகளை அடக்கினாள். அவர்கள் மெதுவாக எழுந்து போய் லீலாவின் அறைவாசலில் நின்று கொண்டனர்.

“லீலாக்கா மாப்பிள்ளை அழகா இருக்காரு.இவரையா கட்டிக்கப்போற?” ஒரு சிறுமி ஆவலாக கேட்டாள்.

“தெரியலை பிறகு சொல்கிறேன்”மெல்லிய குரலில் லீலா பதில் சொன்னாள்.“அக்கா இவரை கடிக்காத உனக்கு வேற நல்ல மாப்பிள்ளை பார்க்கலாம்” கண்ணாடி போட்டு இருந்த பையன் தடை விதித்தான்.

“ஏன்டா அப்படி சொல்ற இவரை உனக்கு பிடிக்கலையா?”“இவன் பேச்ச கேட்காதக்கா இவரை நீ வேண்டாம்னு சொன்னா வேற யாராவது உன்னை பெண் பார்க்க வருவாங்கல்ல அன்னைக்கும் இப்படி பலகாரம் கிடைக்கும்கிறதுக்காகதான் அப்படி சொல்றான்”என்று வேறு ஒரு பெண்பிள்ளை சொன்னாள்.

“ஏன்டா உனக்கு பலகாரம் வேணும்கறதுக்காகவா இவரை வேண்டாம்னு சொல்ற. அவ்வளவு பெரிய வில்லனா நீ”லீலா செல்லமாக அவன் காதை திருகினாள்.

“அது இல்லைக்கா இவரு மில்டரிகாரர் துப்பாக்கி எல்லாம் வைத்திருப்பார். நீ ஏதாவது தப்பு பண்ணினால் அவ்வளவுதான் உன்னை சுட்டிடுவாரோன்னு எனக்கு பயமா இருக்கு”

சிறுவனின் பேச்சை கேட்டு ஹாலில் இருந்த கூட்டம் சிரித்தது. செந்தில் விழுந்து விழுந்து சிரித்தான்.“தம்பி இங்கே வாடா” அந்த சிறுவனை அருகே அழைத்தான். அந்த சிறுவன் பயந்துகொண்டே அவன் அருகே செல்ல அவனை தூக்கி தன் மடியில் வைத்துக்கொண்டான். தட்டிலிருந்து ஒரு அதிரசத்தை எடுத்து அவன் கையில் கொடுத்தான்.“தம்பி துப்பாக்கிங்கிறது ஒரு பயங்கர ஆயுதம்.நாட்டை பாதுகாக்கும்பணியில் இருக்கும்போதுஎதிரிகளுக்கு எதிராக பயன்படுத்த மட்டும்தான் இராணுவத்திலிருந்து ஆயுதங்கள் தரப்படும். இதுபோல லீவுக்கு வரும்போது அதிகாரிகளிடம் அதை திரும்ப கொடுத்துவிட்டு தான் வரவேண்டும். வீட்டுக்கெல்லாம் கொண்டு வர முடியாது”பொறுமையாக அந்த சிறுவனுக்கு உண்மை நிலவரத்தை சொல்லிக் கொடுத்தான். அவன் பேச்சு லீலாவுக்கு ரொம்பவும் பிடித்துப் போனது.

கேள்வி கேட்ட சிறுவன் தெளிவாக மற்ற பிள்ளைகள் சிரித்தன.“அக்கா இவரையே கட்டிக்கோ நல்லா பேசுறாரு”“நல்லா பேசினா போதுமா? முதல்ல அவருக்கு என்னை பிடிக்கணும். எனக்கும் அவரை பிடிக்கணும். அப்புறம் மற்றதெல்லாம் பேசி சரியானா தான் கல்யாணம்”.

“ஏன் உனக்கு அவரை பிடிக்கலையா?”“அது அப்புறம் முதல்ல அவருக்கு என்னை பிடிச்சிருக்கான்னு தெரியுமே?”.

“அவருக்கு உன்னை ரொம்ப பிடிச்சிருக்கு என்கிற விஷயம் சின்ன பையன் எனக்கே தெரிஞ்சு போச்சு. காலேஜுக்கு போற உன்னால தெரிஞ்சுக்க முடிய-

லையா?''

லீலாவுக்கு அதிசயமாக இருந்தது இந்த சிறுவர்களுக்கு எப்படி இதெல்லாம் தெரிகிறது. அவனிடமே கேட்டாள். ''எப்படிடா சொல்ற. எதைவைத்துகண்டுபி-டிச்ச''.

''இது ரொம்ப சிம்பிள் நைசா அவர பாரேன்.அவங்களுக்குள்ள பேசுற சாக்-கிலே அவர் உன்னையே ஓரக்கண்ணால பார்க்கிறார். நிமிஷத்துக்கு நாலு வாட்-டியாவது உன்னை பார்த்து விடுகிறார்''அந்தப் பையன் அவனுடைய பார்முலாவை சொல்லிக் கொடுத்தான்.

''அக்கா அவர் உன்னை சைட் அடிக்கிறார். ரொம்ப மோசமானவரா இருப்பார் போல எதுக்கும் எச்சரிக்கையாய் இரு'' ஒரு சிறுவன் லீலாவை எச்சரித்தான்.

சிறுவர்கள் இப்படி பேச லீலா மெதுவாக யாரும் அறியாத வண்ணம் திரும்பி செந்திலை பார்க்க அவனும் அதுபோல பார்த்துக்கொண்டிருந்தான்.பார்வைகள் ஒன்றோடு ஒன்று மோதிக் கொள்ள அங்கேநாணம்பிறந்தது. சட்டென்று முகத்தை வேறுபக்கம் திருப்பி தலையைகுனிந்து தரையை பார்ப்பது போல் பாவனை செய்-தாள். ஆனாலும் வெட்கத்தில் அவள் முகம் சிவந்து எல்லாவற்றையும் காட்டிக்-கொடுத்தது.

இதற்கு முன் எப்போதும் ஏற்படாத ஏதோ ஒருவித உணர்ச்சி மேலிடுவதை அவளால் புரிந்துகொள்ள முடிந்தது. அவளுக்கு உடலில் ஒருவித பதட்டம் தொற்-றிக்கொண்டது நெற்றியில் வியர்வை அரும்பியது கைகளும் கால்களும் அவளு-டைய கட்டுப்பாட்டில் இல்லாமல் போனது. உடல் இங்கிருக்க மனம் வேறு எதிலோ லயித்திருந்தது.

''மாப்பிள்ளைக்கு உன்னை ரொம்பபுடிச்சிருக்காம்'' அம்மா பூரிப்போடு உள்ளே வந்து சொன்னாள்.''நான் அவரோடு தனியாக பேசணும்மா அப்புறம்தான் என் முடிவை சொல்வேன்''.

''அதெல்லாம் ஒன்னும் தேவையில்லை உனக்கு பிடிச்சிருக்கா இல்லையா என்பதை இப்பவே இங்கேயே என்கிட்ட சொன்னால் போதும்.எனக்கு என்னவோ இவர் தான் உனக்கு பொருத்தமான மாப்பிள்ளையா இருப்பார்னு தோணுது ரொம்ப அடம் பிடிக்காமல் கல்யாணத்துக்கு ஒத்துக்கோ''.

''ப்ளீஸ் அம்மா என்னை புரிஞ்சுக்கோ எனக்கும் அவரை பிடித்திருக்கு. ஆனால் ஒரு இரண்டு நிமிஷம் அவரோடு பேசாமல் என்னால் எதையும் தீர்மா-னமாக சொல்ல முடியாது''.

''அப்படி என்னதான் பேசணும் என்கிட்ட சொல்லு''

''அம்மா உனக்கு நாகரிகமுன்னா என்னன்னு தெரியாதா? ரெண்டு பேரு தனியா பேசணும்னு சொன்னாஅது என்ன என்கிட்ட சொல்லுன்னு சொல்லி

கேட்கிறாயே மரமண்டை''.

இவர்கள் இருவரின் கிசுகிசு பேச்சு ஹால் வரை கேட்டதோ என்னவோ மாப்பிள்ளை ''லீலாவுடன் நான் ஒரு நிமிஷம் தனியா பேசணும் அனுமதிப்பீர்களா?'' கோபாலசாமியிடம்கேட்டான்.

சற்று தயங்கிய கோபாலசாமி தன் மகளின் விருப்பமும் அதுவே என்பதால் அனுமதித்தார். செந்தில் எழுந்து ஆளில்லாத வெளி வராண்டாவுக்கு வர மிகுந்த மகிழ்ச்சியுடன் லீலாவும் தன் அறையிலிருந்து வெளிப்பட்டு வராண்டாவுக்கு வந்தாள்.

ஆட்கள்தான் ஹாலில் அமர்ந்திருந்தனர் ஆனால் அத்தனை பேரின் காதுகளும் வராண்டாவில் இவர்கள் இருவரும் என்ன பேசுகின்றனர் என்பதை கேட்பதற்காகவே காத்திருந்தன.அதனால் யாரும் மூச்சுவிடும் சத்தத்தை கூட வெளியிடவில்லை அந்த வீடு திடீரென்று நிசப்தமானது.

எப்படி பேச்சை துவங்குவது என தெரியாமல் இருவரும் சில நிமிடங்கள் மௌனமாய் இருக்க லீலா தான் தைரியத்தை வரவழைத்துக் கொண்டு ''நான்உங்களிடம் ஒரு விஷயத்தைப் பற்றி பேச வேண்டும்''என்றாள்.

''நான் மேற்கொண்டு படிக்க வேண்டும் ஆசிரியர் ஆக வேண்டும் அதுதான் என் லட்சியம் இதற்கு சம்பாதிப்பீர்களா? இந்த இரண்டு விஷயத்தை தானே என்னிடம் பேச வேண்டுமென்று விரும்பினீர்கள். எனக்கு நீங்கள் படிப்பதும் ஆசிரியர்வேலைக்கு போவதும் முழு சம்மதமே. இப்போது நீங்கள் சொல்ல வேண்டியதெல்லாம் ஒரு விஷயத்தைப் பற்றிதான். உங்களுக்கு என்னை பிடிச்சிருக்கா? கல்யாணத்தை எப்போ வச்சுக்கலாம் என்பதைப்பற்றி மட்டும்தான்''அவளின் நேருக்குநேர் நின்று முகம் பார்த்து விசம புன்னகையுடன்செந்தில் கேட்டான்.

லீலாவின் கண்கள் ஆச்சர்யத்தில் விரிந்தது. இது எப்படி இவருக்கு தெரிந்தது.நான் யாரிடமும் இது பற்றி பேசியிருக்கவில்லையே வீட்டில் அம்மாவிடம் கூட சொல்லவில்லையே குழப்பரேகைகள் அவளுடைய வெட்கத்தில் சிவந்த முகத்தில் பரவுவதை பார்த்த அவனே பதில் சொன்னான்.''ப்ரோக்கர் உங்களைப்பற்றி சொன்னப்பவே உங்களைப் பார்க்கணும்னு ஆவல் தோன்றியது.பெண் பார்க்க வருவதற்கு முன்பே உங்களை பார்க்க ஆசைப்பட்டு நான்கு நாட்களுக்கு முன்பு இந்த ஊருக்கு ஒருமுறை வந்தேன்.கந்தசாமி அண்ணன் கடையில் உங்களைப் பார்த்த போது பிறர் சொல்லவும் நேரில் பார்த்தும் உங்களைப் பற்றி தெரிந்து கொண்டேன்.அப்போதே முடிவு செய்துவிட்டேன் நீங்கள் தான் என் மனைவி என்று. உங்கள் விருப்பம் எதுவாயினும் அதை நிறைவேற்ற நானும் கடமைப்பட்டுள்ளேன்''அவன் புன்னகை மாறாமல் பேசிக்கொண்டிருந்தான்.

லீலா திகைத்து நின்றாள்.தன்னை பற்றிய அத்தனை விவரங்களையும் அதற்குள் தெரிந்து வைத்திருக்கிறானே தன்னுடைய ஆசையை நிறைவேற்றுவதே லட்-

சியம் என்பதுபோல் பேசுகிறானே இதெல்லாம் உண்மையா அல்லது ஏதேனும் கனவா.கனவில் தான் இப்படி ஒரு நல்லவன் தனக்கு கணவனாக அமை-வானா?இது நிஜம் எனில் என் லட்சியத்தின் ஒருபகுதி வெற்றி அடைந்துவிட்-டதா?.

"ஹலோ என்ன நின்னுகிட்டு கனவு காண்கிறீர்கள். சுயநினைவுக்கு வாங்க சட்டுபுட்டுன்னு உங்களுடைய பதிலை சொல்லுங்க. என்னால ரொம்ப நேரம் ஆவலை அடக்கி பொறுமையாக காத்திருக்க முடியும். ஆனால் வீட்டுக்குள்ள ஒரு பெரிய கூட்டமே நீங்க சொல்ல போற விஷயத்துக்காக காத்துகிட்டு இருக்கு" என்று அவளை சுய நினைவுக்கு கொண்டு வந்தான்.

"எனக்கு உங்களை ரொம்ப பிடிச்சிருக்கு. கல்யாணம் நாளைக்கே வெச்சு-கிட்டாலும் எனக்கு சம்மதமே. இவ்வளவு நல்லவரான உங்களுக்கு அருமையான டீ போட்டு கொடுத்து உபசரிக்க வேண்டும் எனதோணுது. எங்க வீட்டில என் கையால் அதுக்கு சான்சே இல்ல.வாங்க மெதுவா போயி கந்தசாமி அண்ணன் கடையில் டீ சாப்பிட்டு வரலாம்".

என்ன கொஞ்ச நேரமா வரண்டாவில் இருந்து சத்தத்தையே காணோமே என ஹாலிலிருந்து ஒவ்வொருவராய் மெதுவாக வெளியே எட்டிப்பார்க்க லீலாவும் செந்-திலும் ஏதோ பேசி சிரித்தவாறு தூரத்தில் நடந்து போவது தெரிந்தது.

# 18

18

செந்திலின் அந்த விடுமுறை முடிந்து பணிக்கு திரும்பும் முன்பு திருமணத்தை நடத்திவிட வேண்டும் என மாப்பிள்ளை வீட்டாரை போலவே கோபாலசாமியும் நினைத்ததால் அதற்கான வேலைகளையும் அவசர அவசரமாக செய்தார். லீலா-வும் மறுப்பேதும் சொல்லாமல் மனப்பூர்வமாய் சம்மதித்து விட்டதால் அவருடைய சந்தோஷம் இரட்டிப்பானது. பத்திரிக்கை அடித்து உறவுகளுக்கு சொல்லி வீட்டின் முன்புறம் பெரிய பந்தல் போட்டு திருமணத்தை கோலாகலமாக நடத்தினார்.திரும-ணத்திற்கு இரண்டு நாட்களுக்கு முன்பிருந்தே உறவினர்களும் லீலாவின் நண்பர்-களும் அந்த கிராமத்தினரும் அவள் வீட்டில் குழுமியிருந்து கல்யாணத்தை ஒரு திருவிழா போல் கொண்டாடி தீர்த்தார்கள்.

கல்யாணம் முடிந்து மறுவீடு போவது போன்ற சடங்குகள் எல்லாம் முடிந்துவீடு சற்று அமைதியானது. லீலா அலங்கரிக்கப்பட்டு முதலிரவு அறைக்குள் அனுப்-பப்பட்டாள். அப்போது தான் ஒரு ஆணை முதன் முறையாக தனியாக சந்திக்க போகிறாள். அதை நினைக்கும் போது அவளுக்கு ஒருவித கலவையான உணர்வு ஏற்பட்டது. அது பதட்டமா,சந்தோசமா, பயமா என தெரியவில்லை. அவளுடைய தயக்கத்தை புரிந்து கொண்ட செந்தில் தான் முதலில் பேச துவங்கினான்.

“வாலீலா வந்து பக்கத்துல உட்காரு ஏன் இவ்வளவு பதட்டமாய் இருக்க யாரோ ஒருஅந்நியன் என நினைத்தால் தான் அச்சமும் பதட்டமும் ஏற்படும். உனக்கு எத்தனையோ நண்பர்கள் இருக்காங்க இல்லையா என்னையும் அதில் ஒருவனாய் நினைச்சுக்கோ அப்பத்தான் உன் பதட்டம் போகும்” என்று சொல்லி-யவாறு அவளுடைய கரங்களைபற்றினான்.

சில்லென்று இருந்த அவன் கரங்களில் இருந்து தன் கரத்தை விடுவிப்பதா-வேண்டாமாலீலாவுக்கு புரியவில்லை.அவனுடைய ஸ்பரிசத்தால்அவளுடையபதட்-டம் அதிகமாகி உடல் நடுங்கிக்கொண்டு இருப்பதை இருவரும் உணர்ந்தனர். நீண்ட நேரமாகியும் அவளுடைய பதட்டம் குறையாமல் இருப்பதை அறிந்து செந்-தில் என்ன செய்தால் இவள் இயல்பு நிலைக்கு வருவாள் என யோசித்தான்.

“லீலா உனக்குளன்னிடம் தனியாக பேசுவதற்கு ஒரு விஷயமும்இல்லையா?”என்று கேட்டவாறு நெருங்கி அமர்ந்தான்.லீலாவுக்கு அவனோடு பேச ஆயிரம் ஆயிரம் விஷயங்கள் இருந்தது. பேசுவதற்கு ஆசையும் இருந்தது. ஆனால் உள்ளிருந்து வார்த்தைகள் வெளியில் வராமல் தத்தளித்தது. மௌனம் அவளை முழுமையாக ஆக்கிரமித்திருந்தது. லீலா பதில் பேசமுடியாமல் அமைதியாக இருந்தாள்.

“லீலா உன்னிடம் முதலிரவு நேரத்தில் சொல்ல வேண்டி ஒரு கதை படித்து வைத்தேன். உனக்கு கதை கேட்க ஆவல் இருந்தால் சொல் அதை இப்போது சொல்கிறேன்”அவளை பேசவைக்க செந்தில் தூண்டில் போட்டான். அது மிகச்சரியாக வேலை செய்தது.

“கதையா?என்ன கதை சொல்லுங்க கேட்கிறேன்”தன்னுடைய அவ்வளவு நேர மௌனத்துக்கு விடைகொடுத்து ஆவலுடன் அவன் முகத்தை பார்த்தபடியே கேட்டாள்.

“இப்பவே அந்த கதையைசொல்றேன். இடையிடையே ஏதாவது சந்தேகம் வந்தால்உடனே கேட்கவேண்டும் சும்மா வாயை மூடி உட்கார்ந்திருக்ககூடாது. அப்படி இருந்தா எனக்கு கதை சொல்லும் இன்ட்ரஸ்ட் போய்விடும்” பலத்த பீடிகையோடு கதை சொல்ல துவங்கினான்.

“ஒரு ஊரில் ஒரு சாமியார் இருந்தார் அவர் பெரிய சக்திமான் கேட்பவர்களுக்கு கேட்டதை தருவார் என்றெல்லாம் ஊருக்குள் பேசிக் கொண்டனர்.அவ்வாறு அவரைப் போய் பார்த்துவணங்கியவர்களுக்கு ஆசீர்வதித்து வேண்டியதை கிடைக்கச் செய்தார். அவருடைய புகழ் மெதுவாக பக்கத்து ஊருக்கெல்லாம் பரவதுவங்கியது.

பக்கத்து ஊரில்கோவிந்தன், ராணி என்ற தம்பதியர் வாழ்ந்து வந்தனர்.நல்ல வசதியான குடும்பத்தை சார்ந்தவர்கள். திருமணமாகி பல ஆண்டுகள் ஆகியும் அவர்களுக்கு குழந்தை இல்லை.அவர்களும் பல்வேறு கோவில், குளங்களுக்கு போய் வந்தனர் எந்த பலனும் இல்லை. அவர்கள் பார்க்காத வைத்தியம் இல்லை ஆனால் எந்த பலனும் கிட்டவில்லை. இருவரும் வாழ்க்கையே வெறுத்துப் போயினர். அந்த நேரத்தில் தான் யாரோ வந்து இந்த சாமியாரின் சக்தியை பற்றி அவர்களிடம் சொன்னார்கள்.அவர்கள் சொல்வதை கேட்ககேட்க கோவிந்தனுக்கும் ராணிக்கும் ஒரு புதிய நம்பிக்கை பிறந்தது. தங்களின் பிரச்சனையை இந்த சாமியார் தீர்ப்பார் என உறுதியாக நம்பினர்.

கணவனும்மனைவியும் உடனே அந்த சாமியாரை சந்திக்க வேண்டும் என முடிவெடுத்தனர். மறுநாளே அவரை சந்திக்க கிளம்பினார்கள்.ஆசிரமத்திற்கு போய் சாமியாரின் முன் விழுந்து வணங்கினர். தங்களுடைய நீண்டநாள் குறையை தெரிவித்தனர். பிள்ளைவரம் வேண்டி வணங்கினர்.

சாமியார் கண்களை மூடி தியானம் செய்ய துவங்கினார். சிறிது நேரம் கழித்து கண்களை திறந்து இருவரையும்உற்றுபார்த்தார்."நீங்கள் இருவரும் முற்பிறவியில் செய்த பெரும் பாவத்தின் பலன்களை தான் இப்போது அனுபவிக்கிறார்கள். அதன் காரணமாகத்தான் உங்களுக்கு புத்திர பாக்கியம் தாமதமாகிறது"என்றார்.

சாமியார் கூறியதை கேட்டதம்பதியர் கண்ணீர் சிந்தி "சாமி எங்களுக்கு பாவ-மன்னிப்பு இல்லையா? எங்களுக்கு புத்திர பாக்கியம் கிடைக்க வாய்ப்பே இல்-லையா" என கேட்டனர். திரும்பவும் சாமியார் கண்ணை மூடி தியானித்தார். பின் "ஒரு வழிதான் இருக்கிறது நீங்கள் இருவரும் ஏதாவது ஒரு சாமியாரின் ஆசி-ரமத்தில் சில நாட்கள் தங்கி அவர் மனம் குளிர பணிவிடை செய்ய வேண்டும். அப்படி நீங்கள் பணிவிடை செய்வதை ஏற்றுஅவர் மனம் குளிர்ந்து அருளினால் உங்களுக்கு குழந்தை பாக்கியம் நிச்சயம் கிடைக்கும்".

தம்பதியர் அந்த சாமியாருக்கே பணிவிடை செய்ய முடிவு செய்தனர். அதற்-காக அவரிடம் அனுமதி கேட்டனர்.நீண்ட யோசனைக்குப்பின் சாமியாரும் ஒத்-துக்கொண்டார். தன்னுடைய பூஜைக்கு கங்கையிலிருந்து தண்ணீர் கொண்டுவர வேண்டுமென கணவனுக்கு கட்டளையிட்டார். அதை நிறைவேற்ற கணவன் கங்-கைகரைக்கு ரயில் ஏறினான்"செந்தில் கதை சொல்வதற்கு சற்று இடைவெளி விட்டான்.

"அப்புறம் என்ன ஆச்சு? சாமியார் பூஜை செய்து குழந்தை பாக்கியம் கொடுத்தாரா?" லீலா அனிச்சையாக தயக்கமில்லாமல் அவன் சொல்லும் கதை-யில் ஒன்றிப்போய் அவனை நெருங்கி அமர்ந்தாள்.

"ஓ பூஜை முடிந்து வீடு திரும்பிய ஒரு மாதத்திலேயே மனைவி கர்ப்பம் தரித்-தாள்".

"அந்த சாமியார் உண்மையிலேயே சக்தி வாய்ந்தவர் தான் போல. அவர் பெயர் என்ன அப்படி என்ன பூஜை செய்தார்?".

"அப்படிகேளு என் ராசாத்தி. அவர் என்ன பூஜை பண்ணாரோ அதை நான் இப்ப பண்ணி காட்டுகிறேன்"என்றபடி அருகில் உட்கார்ந்து இருந்த அவளை மெதுவாக கட்டிலில் சாய்ந்தான். கதை கேட்கும் ஆர்வத்தில் லயித்து போயிருந்த லீலா அவனுடைய விளையாட்டை கதையின் ஒரு பகுதிதான் என சிறிது நேரம் உடன்பட்டாள். அவன் தன்னுடைய வேலையை காட்ட துவங்கி விட்டான் என்-பதை அவள் உணர சில நிமிடங்கள் ஆனது.

"நீங்க என்ன பண்றீங்க கதை சொல்லும் சாக்கில் வேற என்னமோ செய்-றீங்க.உங்க கை எங்கெங்கோ போகுது" என மெதுவாகசிணுங்கினாள்.அவள் வாய்தான் மறுப்பது போல காட்டிக்கொண்டது உடலோ அந்தபுதியஅனுபவத்தை விரும்பியது.அவனுடைய செய்கைகளுக்கு பூரண ஒத்துழைப்பு கொடுத்தது.

“ஏன் லீலா உனக்கு பிடிக்கலையா? குழந்தைவரம் வேண்டாமா? எனக்கு இன்னும் ஒரு மாசம் தான் லீவு இருக்கு அதுக்குள்ள உன் வேண்டுதல்களை நிறைவேற்ற வேண்டும் இல்லையா?”கண்சிமிட்டி அவளுடையசிவந்தஇதழ்களில் முத்தமிட முயன்றான்.

“அதெல்லாம்அப்புறம். அதுக்கு முன்னே நான் சொன்னதை யோசித்துப் பார்த்தீர்களா?”நாசுக்காக அவனை தடுத்து சற்று நகர்த்தினாள்.

“என்ன சொன்ன சீக்கிரம் கல்யாணத்தை வச்சுக்கலாம்னு சொன்ன. அதுதான் முடிச்சாச்சே.அதுக்கு மேல நீ ஒன்னும்சொல்லல.அதனால் நானாக தான்ஆரம்பிச்சேன்”

“விளையாடாதீர்கள். நான் மேற்கொண்டு படிக்கணும்னு சொன்னதுக்கு சரின்னு சொன்னீங்களே ஞாபகம் இல்லையா?”எந்த நேரத்தில்எந்த வரம் கேட்டால் உடனே கிடைக்கும் என்றஞானம் பெண்களுக்குஇயற்கையிலேயே உண்டு. அந்த திறமை லீலாவுக்கு மட்டும் இல்லாமல் போகுமா என்ன?ஆனானப்பட்ட சக்கரவர்த்திகள் தலையணை மந்திரத்திற்குகட்டுப்பட்டு மதிமயங்கி போன போது அப்பாவி செந்தில் எம்மாத்திரம்.

“ஓ அதுவா நான்தான் அன்றைக்கே சரி என்று சொல்லிவிட்டேனே. நீ எதுவரை விரும்புகிறாயோ அதுவரை படி.உன் விருப்பப்படி டீச்சர் வேலை கிடைத்தால் வேலைக்கு போகலாம்.இதெல்லாம் நாம் ஏற்கனவே பேசியது தானேஇந்த நேரத்தில் ஏன் மறுபடியும் அந்த பேச்ச எடுக்கிற”சற்று நேரம் அமைதியாக இருந்த அவன் கைகள் திரும்பவும் விளையாட துவங்கின.

“இல்லை என்னை கல்யாணம் செய்யவேண்டி அன்று அப்படி பேசினீர்களோ என ஒரு சந்தேகம். இப்பவும் அதே நிலைப்பாட்டில் தான் இருக்கீங்களா இல்லை கல்யாணம் ஆயிருச்சு இவள் நமக்கு அடிமையாகிட்டா இனி நாம வச்சதுதான் சட்டமுன்னு நினைச்சு மாத்தி பேசுறீங்களான்னுபார்த்தேன்”சாமர்த்தியமாக அவன் மன ஓட்டத்தை கண்டுபிடிக்க நூல் விட்டு பார்த்தாள்.

“லீலா எனக்கு எப்பவும் ஒரு சொல்தான். பேசியதை மாற்றிப் பேசும் பழக்கம் எனக்கில்லை. நீ மேலே படி. நம்முடைய தாம்பத்தியமோஉன்கர்ப்பமோ மேல்படிப்புக்கு தடையாக இருக்கக்கூடாது. நம்முடைய முதலிரவை கூட உன் படிப்பு முடியும் நாளில் வைத்துக்கொள்வோம். எனக்கு ஒன்றும் பிரச்சினை இல்லை. இந்த ஒரு மாதமும் உன் அருகாமையே எனக்கு போதும். இன்னும் இரண்டு வருடம் தானே அது ஒன்றும் நீண்டநாளாக எனக்கு தோன்றவில்லை” சொன்னவன் அவளை விட்டு விலகிபடுத்தான்.

“கடவுளே நான் எவ்வளவு பாக்கியசாலி. நான் வணங்கிய செந்திலாண்டவர் தான் உங்களை என் கணவனாக அனுப்பினார் என்றுநினைக்கிறேன். இப்போது என் மீது தான் எனக்கு கோபம் வருகிறது நான் எவ்வளவு சுயநலகாரியாய்

இருக்கிறேன்.என் படிப்புக்காக என் லட்சியத்திற்காக உங்கள்ஆசைக்கு ஏன்தடை போடவேண்டும். கர்ப்பமான பெண்கள் சிலர் வயிறை தள்ளிக்கொண்டு கல்லூரிக்கு வருவதைபார்த்திருக்கிறேன். நானும் இதுபோலபோனால்என்ன? அது எனக்கு சந்-தோசமே என் கணவன் நல்லவன், திருமணத்துக்கு பின்னரும் என்னை படிக்க வைத்து உயர்த்துகிறான் என்பதை நான் சொல்லாமலேயே என் கர்ப்பம் ஊருக்கு சொல்லும். வா என் அன்பு கணவா வரம்வேண்டி காத்திருக்கிறேன்இப்போதே உன் பூஜையை துவங்கு'' நெகிழ்ச்சியுடன் பேசிய லீலா அப்படியே செந்திலின் மேல் சரிந்தாள்.

காமனின் கோவிலில் பூஜை துவங்கியது.இருவரின் உடைகளும் விடைபெற்று சென்றன.கட்டிலின் ஒரு ஓரத்தில் கிடந்துஅறைவிளக்கின் மெல்லிய ஒளியில் காட்சிகளை கண்டு ரசித்து நாணத்தில் துவண்டு கிடந்தன. எல்லாம் முடிந்து மெல்லிய கொடியாய் துவண்டு செந்திலின் மார்பில் சரிந்திருந்த லீலாவிடம் அயர்ந்து கிடந்த செந்தில் ரகசியமாய் ஒரு கேள்வியை கேட்டான்.''நமக்கு முதல் குழந்தை என்னவாக இருக்கும் ஆணா?பெண்ணா?''.அது அதை கேட்டவுடன் லீலா வாய்விட்டு சிரித்தாள்.

''நீங்க சொன்ன கதையில வர்ற பொண்ணு கூட கொஞ்சநாள் சாமியாருக்கு பணிவிடைசெஞ்சபிறகு தான் கர்ப்பமானா. நீங்க என்னடான்னா இப்பதான் பூஜை-யையேதொடங்கியிருக்கிங்க.அதுக்குள்ள என்ன குழந்தை என்று கேட்கிறீர்களே. சரி உங்களுக்கு என்ன குழந்தையாக இருக்கணும்னு ஆசை அதைச் சொல்-லுங்க''லீலா செந்திலுக்கு அவன் பாணியிலேயே கிண்டலாக பதில் சொன்னாள்.

''என்ன குழந்தை என்றாலும் ஓகே தான். ஆனால் ஆண் குழந்தையாக இருந்தால் அதற்கு சூட்ட வேண்டும் என நீண்ட நாளாகவே என் மனதுக்குள் ஒரு பெயர் நிச்சயித்து வைத்துள்ளேன். அதையே சூட்ட வேண்டும் என்ன ஆசைப்ப-டுகிறேன்''.

லீலாவுக்கு ஆச்சரியமாக இருந்தது. எல்லாவற்றையும் நிதானமாகயேசிப்பவன் இதை மட்டும் முன்கூட்டியே தீர்மானித்து வைத்திருக்கிறான் என்றால் அதற்கு ஏதாவது வலுவான காரணம் இருக்கக்கூடும். ''ரொம்ப நாளா நினைச்சிக்கிட்டு இருக்கீங்கன்ன அது நல்லபேராக தான் இருக்கும் அது என்ன பெயர் என கொஞ்சம் சொல்லுங்க பார்ப்போம்'' அவன் நெஞ்சிலிருந்து தலையை உயர்த்தி மெதுவாக கட்டிலில் எழுந்து அமர்ந்தாள்.

''திலீப் எப்படி இருக்கு பெயர்''செந்திலும் எழுந்து அமர்ந்தான்.''திலீப் என்கிற-பெயர் ரொம்ப நல்லா இருக்கு. ஆனா இதை வைக்கிறதுக்கான காரணம் என்ன என்று தெரிஞ்சுக்க விரும்புகிறேன்''லீலா மறுபடியும் ஒரு கதை கேட்க தயாரா-னாள்.

“திலீப் பருல்கர் என்கிற பெயரை கேள்விப்பட்டு இருக்கியா?அவர்தான் என்னுடையஹீரோ, ரோல் மாடல் எல்லாமே. நான் ராணுவத்தில் சேர்ந்ததற்கு முக்கிய காரணமே இவர்தான்.நாமெல்லாம்எம்ஜிஆர்,சிவாஜி,ரஜினி, கமல் என்று ரீல் ஹீரோக்களை கொண்டாடி இவர்களை மறந்து விடுகிறோம். பலருக்கும் இந்த ஹீரோ யார் என்று தெரிந்திருக்காது”.

“உண்மையைச் சொல்லணும்னா இவர் யாருன்னு எனக்கும் தெரியாது நீங்க சொன்ன பிறகுதான் இந்த பெயரையே கேள்விப்படுகிறேன் இவரை பற்றி கொஞ்சம் விளக்கமா சொல்லுங்க ப்ளீஸ்”.

“லீலா 1971 இந்தியா பாகிஸ்தான் போரின் போது இந்திய விமானப்படையின் ப்ளைட் கமெண்டராக இருந்த திலீப் பருல்கரிடம் பாகிஸ்தானில்கிழக்கு ராவல்பிண்டி அருகே இருந்த ஒரு ரேடார் ஸ்டேஷனை தகர்க்கும் பணி கொடுக்கப்பட்டது. பாகிஸ்தான் விமானபடையின் முக்கிய துருப்புசீட்டாக இருந்த அந்த இடம் அதிஉயர் பாதுகாப்பு வளையத்துக்குள் இருந்தது.அத்தனையையும் மீறி அந்த ரேடார் நிலையத்தை குண்டுகளால் தகர்த்து திரும்பும்போது பாகிஸ்தான் விமானங்களால்சுடப்பட்டு இவர் ஓட்டிச்சென்ற விமானம் வீழ்த்தப்பட்டது.அதிலிருந்த திலீப் கைதியாக பிடிக்கப்பட்டார். பின் சிறையில் அடைக்கப்பட்ட திலீப் வேறு இரு இந்திய வீரர்களுடன் இணைந்து சிறையிலிருந்து தப்பித்து ஆப்கானிஸ்தான் எல்லை வரை சென்றுவிட்டார். ஆனால் அங்கிருந்து இந்திய எல்லையை கடக்க இயலாமல் பிடிபட்டு மீண்டும் சிறையில் அடைக்கப்பட்டார்”.

லீலா சற்று ஏளனமாக சிரிப்பதுபோல் செந்திலுக்கு தோன்றியது.“ஏன் சிரிக்கிறாய் என்று எனக்கு தெரியும். அவரால் தப்பிக்க முடியவில்லையே அவர் எப்படி ஹீரோ ஆனார் என்று தானே சிரிக்கிறாய்.நீ நம்ம ஊரில் உள்ள சிறைச்சாலைகளை வெளியிலிருந்து பார்த்திருக்கிறாயா? சில ஏக்கர் பரப்பளவில் கட்டப்பட்டிருக்கும் இதிலிருந்து தப்பிப்பதே முடியாதகாரியமாக இருக்கிறது”.

“சில சதுர கிலோமீட்டர்கள் பரப்பளவில் அமைக்கப்பட்டிருக்கும் ராணுவ முகாம்களுக்குள் அமைந்திருக்கும் சிறைச்சாலைகள் பல அடுக்கு பாதுகாப்பு கொண்டது. சிறையில் அடைக்க கொண்டு போகும்போது கண்கள் கட்டப்பட்டிருக்கும். அது எந்த இடம் என்று தெரியாத வகையில் கொண்டுபோய் வீரர்கள் அடைக்கப்படுவார்கள்.தான் அடைபட்டு இருக்கும் இடம் எது இங்கிருந்து எந்த திசையில் செல்ல வேண்டும் என்ற எதுவுமே தெரியாத ஓரிடத்தில் இருந்து தப்பிப்பது என்பது சுலபமான காரியமா?”.

செந்தில்சொல்லசொல்ல லீலாவின் கற்பனையில் அந்த காட்சி விரிந்ததுஅப்போதுதான் திலீப் செய்த சாதனையின் வீரியம் புரிந்தது.“சிறைச்சாலையில் இருந்து தப்பித்தது பெரிய விஷயம்தான் என்றாலும் திரும்பவும் அகப்பட்டு கொண்டாரே. அதுபோல போர்க்களத்திற்கு போய் விமானத்தையும் இழந்து கைதியானவரை

என்னால் ஹீரோவாக ஏற்றுக்கொள்ள முடியவில்லை".

"லீலாதரையில் நடக்கும் போர், வானில் நடக்கும்போர், கடலில் நடக்கும் போர் இவைகள் ஒன்றோடுஒன்று வேறுபடும்.தரை தாக்குதல்கள் போல் விமான தாக்குதல்கள் அத்தனை சுலபமானதல்ல.எதிரிகளின் விமானங்களை வானில் எதிர்கொள்ள வேண்டியிருக்கும் அதுபோல் எதிரிநாட்டு விமான எதிர்ப்பு ஏவுகணைகள் தாக்குகின்ற அபாயமும் உண்டு இவைகளை மீறி சுமார் ஆயிரம் கிலோகுண்டுகளை சுமந்து 500 கிமீ வேகத்தில் சென்று இலக்குகளை துல்லியமாக தாக்கவேண்டும். விமானி முடிவெடுக்க ஒரு வினாடிக்கும் குறைவான கால அவகாசமே கிடைக்கும்"

"விமானி ஒரு சில வினாடிகளை தவற விட்டாலும் இலக்கு குறி தவறிவிடும். அதுபோல் எதிரி துரத்தி வரும்போது தப்பிப்பதும் அத்தனை சுலபமில்லை. விமானம் பறக்கும் உயரத்தை அதிகரித்தும்குறைத்தும்வலப்பக்கமும்இடப்பக்கமும் திருப்பி தப்பிப்பது அப்பப்பா பெரிய சாகசம்.பத்து கிமீவேகத்தில் செல்லும்ஒரு கார் யூடர்ன் அடிக்க 6 மீட்டர் அகல சாலை தேவை.இதுவே 500 கிமீ வேகத்தில் செல்லும் விமானம்திசை திரும்ப எத்தனை கிமீ தேவை என கணக்கிட்டு பார். அந்த பரபரப்பான வினாடிகளில் விமானம் எங்கு நகர்ந்து கொண்டிருக்கிறது என்பதை விமானியால் துல்லியமாககணிக்க இயலாமல் எதிரி நாட்டின்எல்லைக்குள் வெகுதூரம் செல்ல நேரிடலாம்".

"அதுபோலத்தான் இந்த தாக்குதலில் பாகிஸ்தான் எல்லைக்குள்சென்றதிலீப் பருல்கர் தன் பணியை கச்சிதமாக முடித்து திரும்பும்போதும்நடந்தது.ஒரு வீரர் எதிரியிடம் பிடிபட்டதலயே அவர் திறமை இல்லாதவராகிவிடமாட்டார். ஏற்றுக்கொண்ட காரியத்தை நிறைவேற்றினாரா இல்லையா என்பதில் தான் அவர் திறமை அடங்கியிருக்கிறது.அந்தவகையில் திலீப் ஒரு மாவீரரே" செந்தில் உணர்ச்சிவசப்பட்டு பேசினார்.

"சாரிங்க இதுவரையும் இவரைப் போன்றவர்களை பற்றி தெரிஞ்சிக்காம இருந்துட்டேன். உங்கள் மூலமா இன்று ஒரு நல்ல விஷயத்தை தெரிஞ்சுகிட்டேன்".

"என்னால இன்று இந்த ஒரு விஷயத்தை தான் தெரிஞ்சுகிட்டியா?அப்பமத்தசில முக்கியமான விஷயங்களையும் கூட சொல்லி தரேன்" என்று கண் சிமிட்டிநடுநிசி பூஜைக்கு தயாரானான்.

# 19

19

கார் அந்த பெரியகேட்டை கடந்து உள்ளேபோனது. வெள்ளைவெளேரென பெரிய கட்டிடத்தை பார்க்கும் போதெல்லாம் பீட்டருக்கு ஏதோ ஒரு பரவச உணர்வு தோன்றும். வாராவாரம் அங்கே வந்தாலும் ஒவ்வொரு முறையும் மனதில் ஏதோ நீண்டநாளுக்கு பின் தாய்வீட்டுக்கு வருவதை போன்ற உணர்ச்சி தான் மேலோங்கி இருக்கிறது. இது எதனால் என அவனும் பலவருடங்களாக ஆராய்ந்து பார்த்து விட்டான் விடையே தெரியவில்லை.

பார்க்கிங்கில் கொண்டு போய் காரை நிறுத்தி படிகளில்ஏறிகாரிடரில்நடந்தான். உள்ளே இருந்து பார்த்த சில முதியவர்கள் ‘‘ஹாய் பீட்டர்’’ என உற்சாக குரல் எழுப்பினர். இவனும் பதிலுக்கு கையசைத்து விட்டு தன் அறைக்கு போனான். அங்கிருந்த நர்சிடம் அன்றைக்கு கட்டாயம் பார்க்கவேண்டிய நோயாளி முதியவர்களை பற்றி கேட்டு தெரிந்து கொண்டான். அங்கிருந்த ஒவ்வொருவரின் பெயரும் அவனுக்கு தெரியும் என்பதால் அவர்களின் பெயரை கேட்டவுடனேயே அவர்களுக்கு என்ன என்ன வியாதி உள்ளது என்ன மருந்துகள் கொடுக்க வேண்டும் என்பதெல்லாம் நினைவுக்கு வந்தது.

எல்லோரும் நடு ஹாலில் குழுமிஏதோ ஒரு விளையாட்டை விளையாடி கொண்டியிருந்தனர். இவன் போனவுடன் ‘‘பீட்டர் வந்தாச்சு அவனையும் ஆட்டத்தில் சேர்க்கலாமா?’’ என்று ஒருவர் கேட்க எல்லோரும் சரி என்பது போல தலையசைத்தனர்.‘‘பீட்டர் நீ புதுசாய் உள்ளே வருவதால் முதல்ல உனக்கு பிடித்த பாட்டு பாடி போட்டியில்சேர்ந்துக்கோ’’.

சுற்றிலும் வட்டமாக கூட்டத்தினர் நிற்க பீட்டர் நடுவில் கொண்டு வந்து நிறுத்தப்பட்டார். சில நிமிஷம் யோசித்துக்கொண்டு இருந்தவன்

சங்கத்தில் பாடாத கவிதை

அங்கத்தில் யார் தந்தது

என பாட துவங்கினான். கூட்டம் ஓ என்று ஆர்ப்பரித்து கத்தியது.‘‘செல்லாது செல்லாது இந்தப் பாட்டு செல்லாது. உன்னை எப்போ பாடச்சொன்னாலும் இந்தப்

பாட்டையேபாடுற. ஏன் உனக்கு வேற பாட்டுதெரியாதா?'' ஒரு கிழவி வேகமாக கேட்டாள்.

“நீங்களும் தான் எல்லா நாளும் இதையே விளையாடிகிட்டு இருக்கீங்க உங்களுக்கு வேற விளையாட்டு தெரியாதா?'' பீட்டர் பதில் கேள்வி கேட்டான்.

“வயசாகி போச்சில்லப்பா. இப்போ போயி ஓடிப்பிடித்து விளையாட முடியுமா? இப்படி நின்றுகொண்டும் உட்காந்துகிட்டும் விளையாடுவது மாதிரி வேற கேம் இருந்தா எங்களுக்கு சொல்லிக் கொடு விளையாடுவோம்''.

“சரி ஒரு விளையாட்டு சொல்லி தாரேன் அதை இந்த வாரம் விளையாடுங்க. அடுத்த வாரத்துக்கு வேற ஒரு விளையாட்டு. இப்படி வட்டமா நிக்கிறீங்க இல்லயா முதல்ல ஒருத்தர் ஒன்று என்று சொன்னால் அடுத்தவர் இரண்டு என சொல்லவேண்டும். அடுத்தவர் மூன்று என சொல்ல வேண்டும். அதற்கு அடுத்தவர் மறுபடியும் ஒன்று என ஆரம்பிக்க வேண்டும். யாராவது மறந்துபோய் நான்கு என சொன்னால் அவர் அவுட். அது போல ரொம்பநேரம் யோசிச்சி லேட்டா சொன்னாலும் அவுட் தான். அவங்க இந்த வட்டத்துக்கு நடுவில் வந்து நிக்கணும். கூட்டத்தினர் தரும் பணிஷ்மெண்டை ஏத்துக்கணும்.இதுதான் கேம். இதில் யார் கடைசிவரை அவுட் ஆகலையோ அவர்தான் வின்னர். என்ன புரிஞ்சுதா? எல்லோரும் ரெடியா கேமை ஆரம்பிக்கலாமா?'' பீட்டர் சொல்லசொல்ல அந்த புதிய விளையாட்டின் மேல் எல்லோருக்கும் ஆர்வம் அதிகரித்தது.

வட்டமாக எல்லோரும் நிற்க “நாங்களும்வரலாமா?'' என்று கேட்டபடியே அர்ச்சனாவும் ராமலிங்கமும் வந்தனர்.“சாரி டியர்ஸ் இன்னைக்கு வரும் வழியில் பயங்கர ட்ராபிக் ஜாம் அதனால கரெக்ட் டைமுக்கு வர முடியலை எங்களை மன்னிச்சுக்கோங்க“என்றனர்.

“நோ நோ தப்பு செய்தால் மன்னிப்பெல்லாம் கிடையாது. பனிஷ்மென்ட் தான். ராமு வட்டத்துக்குள் வந்து பத்து தோப்புக்கரணம் போடு'' ராமு உள்ளேவந்து தோப்புக்கரணம் போட்டார்.பத்து தோப்புக்கரணத்துக்குள்வியர்த்து வடிந்து சட்டை நனைந்தது. “தப்பா நினைச்சுக்காதப்பா நீ உடற்பயிற்சியே செய்வதில்லை. அதனால் தான் ஒவ்வொரு வாரமும் ஏதாவது காரணம் காட்டி உனக்கு தண்டனை என்கிற பெயரில் ஏதாவது செய்ய வைக்கிறார்கள்'' ராமுவின் அருகில் நின்ற பாட்டி கிசுகிசுத்தாள்.ராமு சிரித்தான்.

“அடுத்து அர்ச்சனா வட்டதுக்குள்ளவா. ஒரு பாட்டு பாடி விட்டு போ''கூட்டம் கட்டளை பிறப்பித்தது. அர்ச்சனா உள்ளே வந்து தொண்டையை சரிசெய்து கொண்டு பாடினாள்.

சிங்குச்சா சிங்குச்சா
சிவப்பு கலர் சிங்குச்சா
பச்சை கலரு சிங்குச்சா

“பாருடா இவளை இங்கே வந்தாலும் தன் ஜவுளிக்கடை பற்றியே பாடிக்கிட்டு இருக்கா. ஆடுறது கூத்தாடினாலும் காரியத்தில் கண்ணாக இருக்கிறத பாரேன்” கூட்டம் கை கொட்டி சிரித்தது.

“சரி கேமை ஆரம்பிப்போமா? பீட்டர் இந்த கேமை அறிமுகப்படுத்தியது நீதான்.அதனால உன்னிடம் இருந்தே ஆரம்பிப்போம் நீயே ஒன்று சொல்லி துவங்கி வை”

பீட்டர் ஒன்று என துவங்க அடுத்தவர்கள் வரிசையாக இரண்டு,மூன்று என சொல்லிக்கொண்டே வந்தனர். ஒரு சுற்று முடிந்த பின்னரும் யாரும் தவற விடவில்லை.“சரி நாமே முதலில் மாட்டிக்கொள்வோம்” என நினைத்த பீட்டர் தான் சொல்ல வேண்டியபோது தவறுதலாக சொல்வதைப்போல் நான்கு என்றான். அவ்வளவுதான் அத்தனை பெரியவர்களும் துள்ளி குதித்தனர். “கேமைஅறிமுகப்படுத்தினவனே முதலில் அவுட்டாகிட்டான்பாரு” என சிரித்தனர்.

“சரி இவனுக்கு என்ன பனிஷ்மென்ட்” கூட்டம் ஆலோசித்தது.“தோப்புகரணம் வேண்டாம். இவனுக்கு நல்ல எக்சைஸ் பாடி ஈசியாசெய்திடுவான்”.“குட்டிக்கரணம் போட வைப்போமா?” “டேய் அவன் டாக்டர்டா. கொஞ்சம் மரியாதையா நடத்துங்க இல்லேன்னா ஊசி போடும்போது எங்காவது குத்தி வீங்க வச்சிருவான்”.

கடுமையான ஆலோசனைக்குப் பின் ஒரு பாட்டி“பீட்டர் உனக்கு எப்பவும் போல பாட்டு பாடுற தண்டனைதான். ஆனால் ஒரு கண்டிசன் எப்பவும் பாடுகிற சங்கத்தில் பாட்டு பாடகூடாது. வேற ஏதாவது ஒரு பாட்டுபாடு”என்றாள்.

“ஏன் அது நல்ல பாட்டு தானே. அந்த பாட்டு தான் எனக்கு முழுசாய் தெரியும்”.

“அது இளையராஜாவின் சூப்பர்ஹிட் பாட்டு என்பது உலகத்துக்கே தெரியும்.ஆனால் உன் குரலில் கேட்கதான் சகிக்கலை. தயவுசெய்து வேற ஏதாவது சுமார் பாட்டை கூட படிக்கோ. தயவு செய்து அந்தப் பாட்டை விட்டுவிடு”

“வேற எந்த பாட்டு பாடினாலும் என் குரல் அப்படித்தானே இருக்கும்” என முணுமுணுத்தவன் கொஞ்சம் நேரம் யோசித்து விட்டு பாடத் துவங்கினான்.

தென்றல் என்னை முத்தமிட்டது
இதழ்கள் சிவக்க
இதயம் துடிக்க
எல்லோரும் பார்க்க

கூட்டம் பலமாய்கைதட்டியது. அவனோடு சேர்ந்து கோரஸ் பாடியது.“டேய் படுவா இப்பதான் தெரியுது நீ அந்த அப்பாவி பொண்ணு ரெனிடாவை எப்படி வளைச்சன்னு”.

“வெளிநாட்டுல போயெல்லாம் படிச்ச அந்த பணக்கார வீட்டுப்பிள்ளையை இந்த கம்முனாட்டி பயல் எப்படி தான் மடக்குனானோன்னுஎனக்கும்கூட ரொம்ப நாளா ஒரு டவுட்டு இருந்துச்சு. இப்பதான் கொஞ்சம் கொஞ்சமா அது கிளியர் ஆகுது” பீட்டருக்கு அருகில் நின்ற பெரியவர் செல்லமாக அவன் காதை பிடித்து திருகினார்.

“ஏன் இவனுக்கு என்ன குறை நல்லா ஜம்முனு ராஜாவாட்டம் இருக்கான். மனசும் சுத்த தங்கம். எஸ்பிபி போல நல்ல குரல். நாலு பாட்டு அவளுக்கு முன்னாடி போய் நின்னு பாடிக்காட்டினா போதுமே இவ என்ன எப்படிப்பட்ட ஆளாக இருந்தாலும் தடுக்குனுவிழுந்திட மாட்டாளா? என்ன நான் சொல்றது சரியா?” ஒருவர் கேட்க “என்ன முன்னனுபவம் ஜாஸ்தியோ?”மற்றொருவர் குறும்பாய் கண்சிமிட்டி கேட்கஎல்லா முதியவர்களும் வாய்விட்டு சிரித்தனர். அவர்களைப் பார்த்து பீட்டரும் சிரித்தார்

ஹாலில் இருந்த கூட்டம் ஆரவாரத்தில் திளைத்திருந்த போது நர்ஸ் அவசர அவசரமாக பீட்டரை நோக்கி வந்தாள்.”சார் இந்த வாரம் இரண்டு புதிய அட்மிஷன் இருக்கு. அத பத்தி உங்களிடம் சொல்ல மறந்துட்டேன்”. “சரி போங்க நான் வந்து பாத்துக்குறேன்”.

# 20

20

ஒரே ஒரு நாளில் வயது கூடிவிட்டதோ? என் சக்தியில் பாதி காணாமல் போய்விட்டதோ? அது எப்படி சாத்தியம். ராமாயணத்தில் வானரஅரசன் வாலியின் முன் யாராவது போய் நின்றால் அவர்களின் பலத்தில் பாதியை தான் எடுத்துக் கொள்வானாமே ஒருவேளை அது உண்மையோ? இன்று முதியோர் இல்லத்தில் லீலாவை அந்த நிலையில் பார்த்தபோது என் சக்தியெல்லாம் வற்றிப்போனது போல உணர்ந்தேனே யார் செய்த மாயம் அது? நிற்கவோ நடக்கவோ கூட முடி-யாத ஒரு நிலையில் இருந்தேனே அது உண்மைதானா அல்லது எனக்கு உண்-டான பிரமையா?

பழைய சினிமாவில் இதுபோன்ற காட்சிகளை பார்த்தபோது சிவாஜி கணேசன் கொஞ்சம் ஓவர் ஆக்டிங் தான் பண்றார் என விமர்சித்தோமே அதிர்ச்சியான சம்-பவங்களை கேட்கும்போது தளர்ந்து விழுவதையும் நடை தள்ளாடுவதையும் பார்த்-தபோது சிரித்தோமே இன்று எனக்கு நேரும்போது அதை என்ன சொல்வது?

ஐம்பது வயதாகியும் முழு ஆரோக்கியமாக இருக்கிறேன். இன்னும் கண்ணாடி அணிய வேண்டிய அவசியம் வரவில்லை என்றெல்லாம் இறுமாப்புடன் இருந்-தேனே அது பொய்யோ? என் எதிரில் இருந்தவளை நான் சரியாக அடையாளம் காணவில்லையோ? கடவுளே அது லீலாவாக இருக்க கூடாது.கடவுளின் மீது மனிதனுக்கு இது போன்ற சூழ்நிலையில் தான் நம்பிக்கை அதிகரிக்கிறது தன்னால் சாதிக்க முடியாத காரியங்கள் நிறைவேற இறைவனை வேண்டுவது தான் இறுதி வழியோ?

தேவனே இதுவரை உன்னிடம் நான் எந்த கோரிக்கையையும் வைத்ததில்லை என் முதல் வேண்டுதல் உன்னிடம் இதுதான்.அது லீலாவாக இருக்கக் கூடாது.இந்துக்களின் தெய்வமாகிய மகாலட்சுமி பற்றி யாராவது பேசத் தொடங்-கினாலே என் மனக்கண்ணில் தோன்றுவது அவள் உருவம்தானே அவளா இப்படி சிதைந்து போய் இருக்கிறாள்?தேவனே இந்த பூமியில் உள்ளவர்கள் எல்லாம் உன் குழந்தைகள் தான் என்றால் உம்மிடத்தில்ஏன் இந்தபாகுபாடு.கள்ளம்கபடமறியாத

இந்த குழந்தைக்கு இப்படி ஒரு நிலை வந்திருக்ககூடாது அல்லவா?இந்த நிலை உடனே மாற நீர்தான் உதவவேண்டும்.

அது உம்மால் சாத்தியம் இல்லையனில் அவளின் இந்த கோலத்தை பார்க்க எனக்கு மனதிடத்தை கொடும்.அவளை நேருக்கு நேர் அமர்ந்து பேச எனக்கு சக்தி கொடு. அவளை பார்த்தவுடன் தடுமாறி வார்த்தைகள் நொருங்கிப் போவதை தடுத்து நிறுத்து. அப்போதுதான் அவளை என்னால் குணப்படுத்த முடியும்.ஒரு மருத்துவனாய் என்னால் செயல்படும் முடியும்.

“பீட்டர் நீ சாதிக்கப் பிறந்தவன்டா. இந்த மார்க் அதை நிரூபித்து இருக்கு வேணும்னா பாரேன் நீ பெரிய ஆளா வரப்போற. முதல்ல இந்த ஸ்வீட்டை எடுத்து வாயில் போடு” தயங்கி நின்றவன் வாயில் ஒரு முழு லட்டையும் திணித்-தாள். 12ஆம் வகுப்பு ரிசல்ட் வந்த அன்று தான் ஸ்கூல் பஸ்ட் என்பதை மறந்து நான் எடுத்த மார்க்கை முதன்மைப்படுத்தி கொண்டாடின அவளா இவள். எந்த சோதனையையும் கடந்து வரகல்விஉதவுமே இவளுடைய படிப்பு ஏன் இவளை காப்பாற்றவில்லை?.

“உறவுகளை பிரிஞ்சி வாழற வாழ்க்கையெல்லாம் ஒரு வாழ்க்கையா? தூக்கி போட்டா உன் சத்தியத்தை. உயிர் கொடுத்தவனுடைய முகம் பார்க்க தடைபோ-டறதுக்கு எந்த சத்தியத்துக்காவது சக்தி இருக்கா என்ன?”சத்தியத்தை கொண்டு கட்டப்பட்டிருந்த என் மௌனத்திற்கு உன் பேச்சால் விடைகொடுத்து பேச வைத்-தாயே இப்போது நீ ஏன் பேசாமல் மௌன விரதம் மேற்கொண்டிருக்கிறாய்?”

எத்தனையோ முறை எனக்கு நல்வழி காட்டினாயே உனக்கா இந்த நிலை? இந்த முப்பது வருஷத்தில் உன்னை நினைக்காத நாள் இல்லையே லீலா? உன்னை வந்து பார்க்கவேண்டும் என பலமுறை என்னுள் தோன்றிய ஆவலை நீ என்ன நினைப்பாயோ?நீ கோபப்பட்டால் நான் எப்படி தாங்குவேனோ என்பதை நினைத்தே அடக்கிக்கொண்டேனே எல்லாம் உன்னை இப்படி பார்க்கவா?.

திறந்திருந்தகேட்டை கடந்து கார் செட்டில் போய் காரை நிறுத்தினாலும் அதி-லிருந்து இறங்க தோன்றாமல் அப்படியே வெகுநேரம் உட்கார்ந்து இருந்தான்.

பீட்டர் வரட்டும் இன்று அவனை உண்டு இல்லை என பண்ண வேண்டும். எத்தனை முறை சொல்லியிருக்கிறேன். ஞாயிற்றுக்கிழமை என்னோடு சர்ச்சுக்கு தான் வரலை மதியம் லஞ்ச் டைம்க்குள்ளவந்திடு நாம் இருவரும் சேர்ந்து சாப்-பிடலாமுன்னுசொன்னாலும் இவ்வளவு லேட் பண்ணுகிறானே இன்னைக்கு பேசுற பேச்சுல இனி அவன் ஞாயிற்றுக்கிழமை மதியமானா நேரத்துக்கு வீட்டுக்கு வந்து சேரணும் வரட்டும் பேசிக்கலாம் என ஒரு முடிவோடுரெனிடா காத்திருந்தாள்.

அப்போது கார் வந்து நின்ற சத்தம் கேட்டது.உள்ளே பீட்டர் வந்தவுடன் அவனிடம் எப்படி பேச்சை தொடங்குவது என ரெனிடா மனதுக்குள் ஒத்திகை பார்த்தாள்.வார்த்தைகள் எதுவும் சரியாக வரவில்லை. பேசாமல் முகத்தை கடு-

மையாக வைத்துக் கொண்டு அமைதியாக அமர்ந்திருப்பது தான் சரி என தோன்றியது. அதன்படி முகத்தை கடுமையாக்கி கொண்டு வாசலை நோக்கி அமர்ந்தாள்.நீண்ட நேரமாகியும் பீட்டர் வீட்டினுள் வரவில்லை. இன்னும் ஆளை காணோமே என நினைத்தவள் வெளியே வந்து பார்த்தார்

பீட்டர் காரை விட்டு இறங்காமல் டிரைவர் சீட்டில் அசைவற்று இருப்பதை பார்த்தவுடன் என்னவோ ஏதோ என ரெனிடாபதறியடித்துஓடிவந்தாள்.''பீட்டர் பீட்-டர் இங்கே பார் கண்ணை திற உனக்கு என்ன ஆச்சு'' என்று கேட்டபடியே அவன் கன்னத்தில் சில தடவை ஓங்கி தட்டினாள். பீட்டர் மெதுவாக கண்களை திறந்துஅவளை மலங்க மலங்க முழித்து பார்த்தான். மெதுவாக அவனை காரிலி-ருந்து இறக்கி வீட்டுக்குள் அழைத்து போனாள்.

“என்ன ஆச்சு ஏன் ஒரு மாதிரியா இருக்கே? உடம்பு சரியில்லையா ஹாஸ்-பிடலுக்கு போவோமா?” பதட்டத்துடன் கேட்டாள்.

“வேண்டாம்ரெனிடா கொஞ்சம் டயர்டான மாதிரி தெரியுது. நான் கொஞ்ச நேரம் ரெஸ்ட் எடுத்து கிட்டுமா?”.

“ஓ தாராளமா” என்றபடி அவனை படுக்கையறைக்கு அழைத்துச் சென்று படுக்கையில் படுக்க வைத்தாள். இவனை திருமணம் செய்த நாளில் இருந்து ஒரு போதும் இப்படி ஆனது இல்லையே எப்போதும் உற்சாகமாய் இருப்பவனுக்கு என்ன ஆனது திடீரென்று இப்படி படுத்துவிட்டானே. உறங்கி எழுந்திருக்கட்டும் அப்போதும் சரியாகவில்லை எனில் எப்படியாவது பேசி ஹாஸ்பிடலுக்கு அழைச்-சுட்டு போய் பார்த்துட்டு வந்திடனும்” என நினைத்தபடியே சற்று தள்ளி இருந்த சோபாவில் போய் அமர்ந்தாள்.

மாலை வேலைமுடிந்து சூரியன் ஓய்வெடுக்க துவங்கியவேளை பீட்டர் கண்வி-ழித்தான். சில நிமிடங்களுக்கு பின்தான் அவனுக்கு தான் தன் வீட்டின் படுக்கை அறையில் இருக்கிறோம் என்பதே தெரிந்தது.அவன்கண் விழித்தது தெரிந்தவுடன் ரெனிடா ஓடி வந்தாள்.

“பீட்டர் என்ன ஆச்சு ஏன் ஒரு மாதிரியா இருக்க.வா ஆஸ்பத்திரிக்கு போயிட்டு வருவோம்”.

“உடம்புகெல்லாம் ஒன்னும் இல்லைரெனி ஹோமிலிருந்து காரை எடுத்துக் கொண்டு கிளம்பியது தான் என் நினைவில் இருக்கு. எப்படி வந்தேன் எப்போது வந்தேன் என்கிற எந்த விஷயமும் இப்போ என் ஞாபகத்தில் இல்லை.ரொம்ப டயர்டா இருந்துச்சு அவ்வளவுதான். உறங்கி எந்திரிச்ச பிறகு அதுவும் சரியாயி-ருச்சு”.

“நீ சொல்வதை பார்த்தால் ரொம்ப பாயமாஇருக்கு. எதுக்கும் ஒரு செக்கப்புக்கு போயிட்டு வருவோமா?”.

“அதெல்லாம் வேண்டாம் இது ஏதோ ஒரு சின்ன மயக்கம் அவ்வளவுதான். நீ போய் நம்ம ரெண்டு பேருக்கும் காப்பி போட்டு எடுத்துட்டு வாயேன். சூடா காபி குடிச்சா கொஞ்சம் இதமாக இருக்கும்”என்று பீட்டர்சொல்லரெனிடாகாபி-போட சமையல் அறைக்கு போனாள்.

அவள் காபி கோப்பையுடன் ஹாலுக்கு வரும் போது பீட்டர் தயாராகி வந்து அமர்ந்திருந்தான். “ரெனிடா கல்யாணமான நாளிலிருந்து எனக்கு ஏதாவது காதலி இருக்காளா என்றும் என்னுடைய காதல் அனுபவத்தை பற்றி சொல்ல சொல்லி-யும்கேட்பாயே”.

“ஆமாம் கேட்டேன் எனக்கு மூடு வரும் போதெல்லாம் உன் வாயை கிளற முயற்சி செய்வேன். ஆனா நீதான் சரியான அமுக்கினி பயலாச்சே நான் கேட்-கும் ஒவ்வொரு முறையும் அந்த கதையை வயசான காலத்தில் பொழுது போகாத நேரங்களில் சொல்றேன்னு சொல்லி தப்பிச்சுக்கிட்டு இருந்த அதுக்கு என்ன இப்போ?”.

“இன்று அதைப்பற்றி பேசவேண்டிய வேளைவந்துவிட்டது. கேட்க நீ தயாரா இருக்கியா?”

“உடம்பு சரியில்லாத இந்த நேரத்தில் அதைப்பற்றி பேசுவதற்கு அவசியம் என்ன வந்தது.இன்னொருநாள் ஜாலியான மூடில் இருக்கும்போது அதைப்பற்றி பேசிக்கலாம். இப்ப மனச போட்டு குழப்பிக்காம ரெஸ்ட் எடு”.

“இல்லை இன்றைக்கு எனக்கு ஏற்பட்ட மயக்கத்திற்கும் அதற்கும் தொடர்பு இருக்கலாம் என நினைக்கிறேன். அதனால தான் உன்னிடம்என் பழையகாதல்க-தையை ஷேர் பண்ணிக்கவிரும்புறேன்”

“சொல்லு சொல்லு இப்பவாவது சொல்லனும்னு தோணிச்சே” என்றபடி சோபாவில் அவன் அருகே நெருங்கி வந்து அமர்ந்தாள்.

“இதுநீ நினைக்கிற மாதிரி அப்படிஒன்றும் பயங்கர காதல் கதை இல்லை. கைகோர்த்துக் கொண்டு நடப்பது,சந்தர்ப்பம் கிடைத்தால்முத்தமிடுவது போன்ற எந்த சுவாரஸ்யமானசம்பவமும் இல்லாத சாதாரண ஒரு கதைதான்”.

“ஏதோ காரணங்களால் என் தந்தையையும் அண்ணனையும் விட்டு பிரிந்து என் அம்மாவும் நானும் என் சிறுவயதிலேயே சென்னைக்கு வந்து குடியேறி விட்-டோம்.என் அம்மா அங்கிருந்த தேவாலயம் ஒன்றில் முழுநேர ஊழியராக பணி-புரிந்தார்.சர்ச் வளாகத்தில் இருந்த சிறிய வீட்டில் குடியிருந்தோம் என் படிப்பு செலவு முழுவதையும் அந்த சர்ச் நிர்வாகம் ஏற்றுக் கொண்டது. என்ன தான் எனக்கு ஸ்காலர்ஷிப் கிடைத்தாலும் இன்று நான் டாக்டராக இருப்பதற்கு முக்கிய காரணமே அவர்கள்தான் அவர்கள் உதவி செய்யாவிடில் நான் இந்த இடத்திற்கு வந்திருக்க முடியாது.

அப்போது நான் பன்னிரண்டாம் வகுப்பு பொதுத் தேர்வு எழுதி இருந்தேன். சென்னை ராயபுரம் அரசு மேல்நிலைப்பள்ளியில் படித்துக் கொண்டிருந்த நான் ஒவ்வொரு ஆண்டு விடுமுறைக்கும் விருதுநகர் மாவட்டம்திருத்தங்கல் என்றஊரில் உள்ள அம்மாவின் உறவினர்கள் வீட்டுக்கு போய் ஒரு மாதம் தங்கி விட்டு வருவேன். அப்படி அந்த வருட லீவுக்கு போயிருந்த போது தான் அவளை முதல்முறையாகபார்த்தேன்.

அழகு என்றால் அப்படி ஒரு அழகு.மாநிறம் சராசரிக்கும் சற்று அதிகமான உயரம். அதற்குஏற்ற உடல் அமைப்பு. நீண்ட கூந்தல்.அதை கேரளபெண்களைப்போல் முதுகில் படரவிட்டிருந்தாள்.கவலை என்பதையே அறியாதது போல அவளுடையசெவ்விதழ்களில் எப்போதும் ஒட்டிக்கொண்டிருக்கும் புன்னகை.பற்கள் வெளியேதெரியசிரித்தால்கண்டிப்பாக பற்பசை விளம்பரத்தில் நடிக்ககூப்பிடுவார்கள்.

கஞ்சத்தனமான இடை.அதில் அணிந்திருந்த மயில் தோகை நிற தாவணியும் கிளிபச்சைநிற பட்டுபாவாடையும் எந்தகூட்டத்திலும் அவளை தனித்து காட்டிவிடும்.நீண்டகால்கள்.பட்டுப்பாவாடையின் மறைவிலிருந்து அவ்வப்போதுவெளியே தலைகாட்டிய வெள்ளிக் கொலுசு.ஓங்கி நடந்தால்பூமாதேவிக்கு வலிக்கும் என்று நினைத்தோ என்னவோ அவளை போலவே அவள் நடையும் மெருதுவாக இருந்தது.கொலுசும் சன்னமாய் சிணுங்கியது.

அவள் கடந்து போனபோது வீசிய நறுமணம் பெண்களின் கூந்தலுக்கு இயற்கையிலேயே மணம் உண்டா எனபாண்டிய மன்னனுக்கு தோன்றிய சந்தேகத்தையே எனக்கும் கிளப்பியது.முதன்முறையாக பார்த்தபோது முடிவெடுத்து விட்டேன் இவள் தான் என்னோட ஆள். எப்பாடுபட்டாவது இவளை என்னவளாக்க வேண்டும்என்று.

# 21

**21**

மணி மாலை 3:35 கையில் கட்டியிருந்த எலக்ட்ரானிக் வாட்சை பார்த்து பார்த்து சலித்துக் கொண்டான் பீட்டர்."இன்னும் 15 நிமிடங்கள் இருக்கின்றன ஒரு வாரமாய் தொடர்ந்து பார்த்துக்கொண்டே இருக்கிறேன் திரும்பி கூட பார்க்க மாட்டேன் என்கிறாளே என்ன செய்வது" யோசித்துப் பார்க்க எந்த ஐடியாவும் கிடைக்காமல் வெறுப்பாக இருந்தது.

"யார் இவள்? அது தெரியாது இவள் வீடு எங்கிருக்கிறது இவள் பெயர் என்ன எந்த விபரமும் தெரியாமல் தினமும் 4 மணி வரை காத்திருந்து என்ன பயன்? இன்று வரட்டும் அவள் பின்னே போகலாம் வீடு எங்கிருக்கிறது என்பதை இன்று கண்டிப்பாக கண்டுபிடிக்க வேண்டும். கண்டுபிடிச்சு என்ன செய்ய இன்னும் 25 நாள் தான் நான் இந்த ஊரில் இருப்பேன் அதற்குள் ஏன் இந்த தேவை இல்லாத வேலை" என ஒரு நினைப்பும் வந்தது.

அந்த சிந்தனை வந்த வினாடிக்குள் இளமை முறுக்கு அதை அழித்தது"அதை அப்புறம் யோசிப்போம் முதல்ல அவளை நம்மவளாக்கவேண்டும் மற்றதெல்லாம் பிறகு பார்ப்போம்". ஒரு கேள்வி எழுந்து அதற்கு ஒரு பதிலை யோசிக்கும் முன் அடுத்த கேள்வி தலைதூக்கியது.

"ஒருவேளை அவள் சம்மதிச்சான்னா?"காதல் மயக்கத்தில் இருந்தாலும் மூளை தன் கடமையைச் செய்து கேள்விகளை எழுப்பிக்கொண்டு இருந்தது."நான்டாக்டருக்கு படிச்சி முடிச்சுட்டு வர்றவரைக்கும் காத்திருக்க சொல்வோம். காதலுக்காக சில வருஷம் காத்திருக்க மாட்டாளா என்ன?" அவனுக்கு அவனாகவே ஒரு பதிலையும் கண்டுபிடித்து சமாதானம் ஆனான்.

பருவ வயது ஒரு தலைப் பட்சமாகவே அவனை சிந்திக்க வைத்தது. தன் நிலையைக் கூட முழுமையாக உணரமுடியாத வயதில் காதல், திருமணம் என பெரிய பெரிய விஷயங்களை தீவிரமாக சிந்திக்க துவங்கினான்.

அதோ வந்துவிட்டாள் இன்று பச்சைக்கலர் தாவணியில் அவள் வரும் அழகே தனிதான்.அவள் தலை அசைவிற்கு ஏற்ப காதிலிருந்து ஜிமிக்கி நடனமாடியது.

அப்போதுதான் குளித்தாலோ என்னவோ அவள் மேனியில் இருந்து வீசிய மைசூர் சாண்டல் சோப்பின் நறுமணம் அவனை கடந்து போன பின்கூட சில வினாடி-கள் அவனை ஸ்தம்பிக்க செய்தது.சட்டென்றுசுதாரித்துக்கொண்ட பீட்டர் பத்தடி இடைவெளி விட்டு அவளைப் பின்தொடர்ந்தான்.

ஏன் இப்படி அவளை பின் தொடர்கிறோம்? யாரேனும் பார்த்தால்என்னாவது? ஊர் விட்டு ஊர் வந்து இதெல்லாம் செய்யலாமா? ஏதேனும் பிரச்சினைகளில் மாட்டிக் கொண்டால் என்னாவது என்ற எந்த சிந்தனையும் இல்லாமல் அவனது கால்கள் அவளை பின்பற்றி நடந்து கொண்டிருந்தன. அவன் கண்கள் அவளையே பார்த்தபடி இருந்தது. சிந்தனை முழுவதும் அவளே நிறைந்திருந்தாள்.

இரண்டு,மூன்று திருப்பங்கள் தாண்டி சற்று நீண்ட சாலையில் நடந்தவள் ஒரு மாடிகட்டிடத்தின் படியேறி மேலே போனாள்.பின்தொடர்ந்து வந்த பீட்டர் கீழே நின்று மேலே தொங்கிய பெயர் பலகையை பார்த்தான். கிருஷ்ணா தட்டச்சு பயிற்சி நிலையம் என இருந்தது.‘‘ஆஹா இங்குதான் வருகிறாளா? இப்போ போனால் இனி ஒரு மணி நேரம் கழித்து தானே வருவாள் என்ன செய்வது?’’ என யோசித்தபடியே அந்த ரோட்டின் மறுபுறம் போய் அங்கிருந்த டீக்கடைக்கு அருகில் நின்றான்.

அங்கிருந்து பார்க்க ஜன்னல் ஓரத்தில் இருந்த டைப்ரைட்டரின் முன் அவள் அமர்ந்திருப்பது நன்றாக தெரிந்தது. இனி இதுதான் நம்இடம் என முடிவு செய்-தான்.பிரச்சனை இல்லாமல் அந்த இடத்தை இன்னும் ஒரு மாதத்திற்க்கு எப்படி தக்க வைப்பது என்பதை யோசிக்க தொடங்கினான்.அப்போது அவனிடம் அந்த கடையில் டீ குடிக்க பணம் இல்லை. அப்படியே நாளை முதல் பணம் கொண்டு வந்தாலும் ஒரு மணி நேரமாக ஒரு டீயை வாங்கி வைத்துக்கொண்டு பொழுதை ஓட்ட முடியாது.

வேற என்ன செய்யலாம் என யோசித்தவாறு சுற்றும் முற்றும் பார்த்-தான்.காலையில் வாங்குகின்ற தினசரி நாளிதழ்களை கூட காணவில்லை அதா-வது இருந்தால்படிப்பது போல பாவலா காட்டலாம். கடவுளே ஒரு வழியும் இல்-லையா மனது அலை மோதியது.

டீக்கடையில் முதலாளி போல் அமர்ந்திருந்த இருபது வயது மதிக்கத்தக்க இளைஞன் அவனை ஒருமாதிரி பார்த்தான்.‘‘யார் இவன் ஊருக்கு புதுசோ நம்ம ஏரியாவுக்கு புதுசாய் வருகிறானே இவனுக்கு இங்கே என்ன வேலை?ஒருவித தவிப்போடு நம் கடைவாசலில் கொஞ்ச நேரமாய் நிற்கிறானே’’ என்பதுபோல் இருந்தது அவனுடைய பார்வை.என்றாலும் பீட்டர் அணிந்திருந்த உடையும் போட்டிருந்த ஷூவும்பட்டணத்தில் இருந்து வந்த பையன் என்று பறைசாற்றியதால் அவனைக் கூப்பிட்டு விசாரிக்க கடை பையனும் தயங்கினான்.

காதல் என்று வந்துவிட்டால் மூளை எப்படியெல்லாமோ யோசிக்கும். காதலியை வளைக்க 1008 வழிகளை கண்டுபிடிக்கும். கிடைக்கும் ஒவ்வொரு சந்தர்ப்பத்தையும் தனதாக்கிக் கொள்ளமுயற்சிக்கும். வாய் வினாடிக்கு ஆயிரம் பொய்களை சரளமாக பேசும் என்பதெல்லாம் உண்மைதான் போலும். அவளை காண இந்த இடம் பீட்டருக்கு ரொம்ப அவசியம் என தோன்றியது. அதற்காக அந்த கடை இளைஞனை வளைக்க முயற்சித்தான்.

ஒருவரை வளைக்கஅவரின் நல்ல அபிமானத்தை பெற அவருக்கு விருப்பமான காரியங்களை பற்றி பேசுவதோ செய்வதோ போதும் என்கிற அரிச்சுவடியைப்பின்பற்ற பீட்டர் முடிவு செய்தான். அந்த கடையில் ஒட்டப்பட்டிருந்த இளையராஜாவின் படம் பாடிக்கொண்டிருந்த நாயகன் பட பாடலுமே அவனை வளைக்க போதுமானதாய் இருந்தது.தன்னுடைய தயக்கத்தை எல்லாம் துடைத்து எறிந்துவிட்டு மெதுவாக அருகே நெருங்கிப் போய் நின்றான் கடை இளைஞன் அவனை "என்ன வேணும்" என்பது போல் ஏறிட்டு பார்த்தான்.

"அண்ணே என் பெயர் பீட்டர். சென்னையில் படிச்சிட்டு இருக்கேன் லீவுக்கு சொந்தக்காரங்க வீட்டுக்கு வந்திருக்கிறேன். இந்தப் பக்கம் போகும் வழியில் இளையராஜாவின் படம் உங்க கடையில் இருக்கிறதை பார்த்து நின்னேன்.நான் இளையராஜாவின் தீவிர ரசிகன் அவருடைய பாடல்கள் வெளியானால் அன்றைக்கே கேசட் வாங்கி விடுவது என் வழக்கம்.

நான் இங்க வர்றதுக்கு முன்னாடியே நாயகன் படத்தின் கேசட் வாங்கிவிட்டேன். பாடல்கள் சூப்பரா இருக்கும் இங்க வந்ததிலிருந்து பாட்டு கேட்க வாய்ப்பு இல்லாமல் தவித்துக் கொண்டிருந்தேன்.உங்க கடையை கிராஸ் பண்ணும் நேரம் பார்த்து நீங்களும் நாயகன் பட பாடலை போட்டுடீங்க. அந்தப்படத்தின் பாடல்கள் என்றால் எனக்கு உயிர். இப்படி ஓரமா நின்னு கொஞ்சநேரம் பாட்டு கேட்டுட்டு போகட்டுமா?இதுஎன்ன இம்போர்ட்டட் சோனி சிஸ்டமா? ஸ்டீரியோ பாஸ் எல்லாமே ரொம்ப துல்லியமா கேக்குது.எவ்வளவு கொடுத்துவாங்கினீங்க?".

சினிமாவே பார்த்திராத தேவாலயத்தில் கர்த்தரை துதித்து பாடப்படும் பாடல்களை தவிர வேறெதையும் அதுவரை ரசித்து கேட்டிராதபீட்டர் இளையராஜாவின் படத்தையும் சாலையோரத்தில் சுவர்களில் ஒட்டப்பட்டிருந்த நாயகன் படத்தின் சுவரொட்டிகளையும் இணைத்து கடைப்பையனிடம் கதைவிட்டான்.

கடை பையனுக்கு அளவுகடந்த மகிழ்ச்சி இளையராஜாவின் படத்தை ஒட்டி வைத்ததற்கும்பணம் செலவழித்து கேசட்டுகள் வாங்கி குவித்ததற்க்கும்தந்தையிடம் திட்டு வாங்கியே பழக்கப்பட்ட அவன் காதுக்கு அவன் ரசனையை பாராட்டிய முதல் நபரின் மேல் அன்பு சுரந்த்தது.

"ரொம்பசந்தோசம். ஏன் நிக்கிற இப்படி உள்ளே வந்து உட்காரு. எனக்கும் இளையராஜான்னாஉயிரு. அவரோட எல்லா படத்தோடடிஸ்க்,கேசட்டும் என்கிட்ட

இருக்கு.இந்த இம்போர்டட் ஒரிஜினல் சோனி டெக்பதினைந்தாயிரம் கொடுத்து-வாங்கினேன்.இதன் மகிமை வீட்டில் யாருக்கும் புரியல. ஏன் இத்தனை பணம் கொடுத்து வாங்கினேன்னுவாங்கின நாள் தொட்டு ஒரே பிரச்சனை தான்.

இதுல பாட்டு கேக்குற சுகமே தனி தான். ஒரு ரெக்கார்டிங் தியேட்டரில் கேட்கிற எபக்ட்இருக்கும். உனக்கு எப்பல்லாம் நேரம் கிடைக்குதோ அப்பல்லாம் வா.நாம சேர்ந்து பாட்டு கேட்போம்''. மிகஎளிதாக அந்த டீக்கடை பெஞ்ச் பீட்டருக்கு இளையராஜாவால் கிடைத்தது.

“இனி அங்கே இங்கே நிற்க வேண்டாம். அவளை பின்பற்றி நேரா இங்கேயே வந்து விடலாம் ஒரு மணி நேரம் இங்கே பொழுதைப் போக்கிவிட்டு அவள் கிளம்பும் போது பின்னாலேயே போனால் அவள்எங்கேபோகிறாள்அவள் வீடு எங்கிருக்கிறதுஎன்பதை பார்க்கலாம்'' என தீர்மானித்தான்.

அடுத்த நாள் பஸ்ஸிலிருந்து இறங்கி நடந்தவளை பின்பற்றி டீக்கடைக்கு வந்து சேர்த்தான் பீட்டர். அவள் மாடி ஏறிப் போய் டைப் ரைட்டிங் மிஷின் முன் அமர்வது ஜன்னல் வழியாக தெரிந்தது.“நீ ஒரு காதல் சங்கீதம்“ என தன் பாடலில் ரசிகர்களின் உயிரை உறைய வைத்துக் கொண்டிருந்தார் இளையராஜா.“ஏண்ணே இந்த பாட்டு சூப்பரா இருக்கில்ல. ரீவைண்ட் பண்ணி இன்னொருமுறை போடுவீங்களா?'' அந்த இளைஞன் கேசட்டை ரிவைன்டு செய்து திரும்பவும் அந்த பாட்டை ஒலிக்கச் செய்தான்.

இரண்டாவது முறை பாடல் ஒலித்தது. “கொஞ்சம்ட்ரிபிள் ஃபபாஸ் ஏற்றி வைத்து கேட்டா இன்னும் சூப்பரா இருக்கும்'' பீட்டர் சொல்ல அந்த இளைஞன் அப்படியே செய்தான். மூன்றாவது முறை அதே பாடல் திரும்பத் திரும்ப ஒலிக்க அவள் மேலிருந்து பார்த்தாள்.

அவள் திரும்பி பார்க்க மாட்டாளா என அவளையே பார்த்துக்கொண்டு இருந்த பீட்டருக்கு அவள் பார்த்தது மகிழ்ச்சியைத் தந்தது. அடுத்த சில நாள்களிலும் இதேபோல ஏதாவது செய்து அந்த பாட்டை ஒரு மணி நேரத்திற்குள் குறைந்தது மூன்று முறையாவது போட வைத்தான். அவளும் முதல் நாள் திரும்பிப் பார்த்தவள் இரண்டாவது நாளும் திரும்பி பார்த்தாள். அதன் பின் கண்டுகொள்ளவே இல்லை.

ஐந்தாம் நாள் முடிவில் இனி இந்த பாட்டை கொண்டு அவளிடம் வித்தை காட்ட முடியாது வேறு ஏதாவது ஒரு வழியை தான் தேட வேண்டும் என்கிற முடிவுக்குவந்தான்.அந்த நேரம் அவள் வகுப்பு முடிந்து வெளியே வந்து சாலையில் நடக்க துவங்கினாள்.அவளின் கவனத்தை தன் மீது திருப்ப என்ன செய்யலாம் என யோசித்தபடியே அவளை பின்தொடர்ந்தான்.

அவள் வழக்கமான பாதையில் போகாமல் வேறு ஒரு சிறிய சந்தில் வழி நடந்தாள். இந்த வழி ஏன் போகிறாள் என தெரியாமலே அவனும் பின்தொ-

டர்ந்தான்.ஆட்டு மந்தை மேய்ச்சலுக்கு போகும்போது முன்னே செல்லும் ஆட்டை பின் தொடர்ந்து மற்ற ஆடுகள் செல்வதைப் போல் இருந்தது அவனுடைய செய்கை.

ஆள் ஆரவாரமற்ற ஒரு தெருவை கடக்கும் போது திடீரென அவள் நின்றாள் அவனும் நின்றான். அவள் திரும்பி அவனை பார்த்தாள். அவன் வேறெங்கோ பார்ப்பது போல் திரும்பி சுவற்றில் ஒட்டப்பட்டிருந்த சினிமாவால்-போஸ்டரை வேடிக்கை பார்க்கத் துவங்கினான்.

அவள் திரும்பி அவனை நோக்கி வந்தாள். பீட்டருக்கு உதறல் எடுத்தது "ஐயோஎன்னை நெருங்கி வருகிறாளே நான் பின்தொடர்வது தெரிந்து விட்டதோ? என்ன செய்யபோகிறாள். கன்னத்தில் அறைவாளோ முகத்தில் காரி துப்புவாளோ காலில் போட்டிருக்கும் செருப்பை கழட்டி அடிப்பாளோ? அப்படி ஏதாவது நடந்-தால் என்ன செய்வது நானும் பதிலுக்கு அவளை அடிக்கட்டுமா?அவளுக்கும் அவனுக்கும் இருந்தஇருபது அடி தூர இடைவெளி குறைந்து அவள் அவனை நெருங்கும் சில வினாடி நேரத்திற்குள்பலவற்றையும் நினைத்து அவன் உடல் நடுங்க தொடங்கியது.

ஒரு பெண்ணை அடித்து வீழ்த்துவது ஒன்றும் பெரிய விஷயம் இல்லை போல தான் தோன்றியது ஆனாலும் யாரையும் அடித்து அவனுக்கு பரிச்சிய-மில்லையே.அப்படி அவளை திருப்பி தாக்கும்போது அவள் கத்தினால் ஓலமிட்டு அலறினால் என் கதி என்னாகும்?

தெருவில் உள்ள வீடுகளின் கதவுகள்திறக்கும்.விஷயம் தெரிந்து ஜனங்கள் வீதியில்இறங்கினால் என்கதி அதோகதிதான். ஆனது ஆகட்டும் இங்கேயே நிற்-போம் திட்டுவாளாதிட்டட்டும்.ஓங்கி அடிப்பாளாஅடிக்கட்டும். எதுவாயிருந்தாலும் இருவருக்கும் மட்டும் தெரியும் வகையில் இங்கேயே முடித்து விட்டு போவோம்" தன் முடிவுபடி பீட்டர் ஒரு அங்குலம் கூட அசையாமல் சிலைபோல் அப்படியே நின்றான்.

"ஹலோ யார் நீங்க இங்க என்ன பண்றீங்க?" நெருங்கி வந்து அவனருகே நின்று அவள் கேட்டாள்.சில நாட்களாக பின்தொடர்ந்து அவள் குரல்கேட்காதா நம்மிடம் வந்து பேச மாட்டாளாஎன்றெல்லாம்ஏங்கியவன் அவள் தானாக நெருங்கி வந்துபேச பதறினான்.

அவளின் கோபத்தை எதிர்கொள்ள முடியாது என நினைத்த பீட்டர் பார்-வையை இன்னும் வால்போஸ்டரிலிருந்து எடுக்காமல் அப்படியே நின்றான். அவன் எண்ணம் முழுவதும்எப்படியாவது அவளிடம் இருந்து அடிபடாமல் அவமானபடா-மல் தப்பிக்க வேண்டும் என்பதிலேயே கூறியாக இருந்ததால் அந்த சுவரில் என்ன படம் ஒட்டப்பட்டு இருக்கிறது என்பதை கவனிக்கவில்லை.

“ஹலோ உங்களைத்தான் கேட்கிறேன் யார் நீங்க? எதற்காக என்னை பின்-தொடர்ந்து வருகிறீர்கள்?” அவள் குரல் உயரவே பீட்டர் நடுங்கினான்.

“நான் வெளியூர்காரன்.ஒரு சாமான் வாங்க கடைக்கு போறேன். நான்ஒன்றும் உங்களை பின்தொடரலையே”ஒருவாறு சமாளித்து பேசினான்.

“சரி நீங்க வெளியூர்காரர். என்னை பின்தொடர்ந்து வரலை ஏதோ வாங்குவ-தற்கு கடைக்குபோறீங்க.அதை நான் நம்புறேன் ஆனால் கடைக்கு போகாம இப்ப இங்க நின்னு என்ன செய்றீங்க?”மறுபடியும் கேள்வி எழுப்பினாள்.

“போற வழியிலபளபளன்னு பெரியபெரிய வால்போஸ்டர்கள் இந்த சுவரில்ஒட்-டிருக்கேன்னு அதை வேடிக்கை பார்த்தேன்.அது ஒரு குற்றமா? சுதந்திர நாட்டில் இதுக்குகூட அனுமதி இல்லையா என்ன?” பீட்டர் வேகமாக பதில் கேள்வி கேட்-டான்.

ஒரு வினாடி அந்த சுவரொட்டியை பார்த்தவள் “அடச்சீ இந்தப் படத்தையா இவ்வளவு நேரமாய் வைத்த கண் வாங்காமல் அந்தப்பார்வை பார்த்தீங்க” என்ற-தும் தான் இவ்வளவு நேரமாய் தான் எதை பார்த்துக் கொண்டிருக்கிறோம் என்பது அவனுக்குபுரிந்தது.

அந்த நீளமான பெரிய சுவரொட்டியில் நடிகை சில்க் ஸ்மிதா நீச்சலுடையில் குப்புறப்படுத்திருந்தாள். பீட்டர் திடுக்கிட்டு திரும்பினான். அவள் பார்வையை எதிர்கொள்ள முடியாமல் தலைகவிழ்ந்து நின்றான்.“ஆரம்பமே சறுக்குகிறதே அவளே வலிய வந்து பேசும் நேரத்தில் இப்படி ஒரு ஆபாசபடத்தை உற்றுப் பார்த்துக் கொண்டு இருந்தால் நம்மைப் பற்றி அவள் என்ன நினைப்பாள்? இனி-யும் பொய் சொல்வதில் அர்த்தம் இல்லை உள்ளதைச் சொல்வோம் கிடைப்பதை வாங்கி கொள்வோம்” என்ற முடிவுக்கு வந்தான்.

“சாரிங்க நான் உண்மையிலேயே அதை பார்க்கல உங்களைத்தான் பார்த்-துக்கிட்டே வந்தேன். நீங்க திரும்பி பார்த்து முறைத்ததால் வேற பக்கம் திரும்ப வேண்டி அந்த போஸ்டரை பார்க்கிறது மாதிரி நடிச்சேன். கடைசில அது என்னை கவிழ்த்து விட்டது”.

“பார்த்தீங்களா மிஸ்டர்.பொய் எப்போதும் கஷ்டத்தையே தருங்கிறத இப்பவா-வது புரிஞ்சிருப்பீங்கன்னு நினைக்கிறேன். என் பெயர் லீலா. உங்க பேர் என்-னன்னு தெரிஞ்சுக்கலாமா?”

“என் பெயர்பீட்டர்.சென்னையில படிக்கிறேன். பன்னிரண்டாம் வகுப்பு பரிட்சை எழுதிட்டு லீவுக்கு சொந்தக்காரங்க வீட்டுக்குவந்திருக்கிறேன்.ரிசல்ட் வந்தவுடன் டாக்டருக்கு படிக்கபோறேன்” பெருமிதத்துடன் தன்னைப்பற்றி அறிமுகப்படுத்தி-னான்.

“இப்படி உயர்வான சிந்தனை கொண்ட நீங்க ஏன் ஒரு பெண் பின்னால் சுற்றுகிறீர்கள். தேவை இல்லாமல் பொய் சொல்ல வேண்டாம் பீட்டர். சில நாட்களாகவே நான் உங்களை கவனித்துக் கொண்டு தான் இருக்கிறேன். என்னை பின் தொடர்வதும் டீக்கடையில் அமர்ந்து பாட்டு போடுவதுமாய் பல பயனற்ற வேலைகளைத் தான் செய்து கொண்டிருக்கிறீர்கள் என்பது எனக்கு தெரியும்”லீலா அவன் முகம் பார்த்து கேள்விகளை கேட்டாள்.

பறவை பறப்பதை பார்த்துவிமானத்தைகண்டுபிடித்தார்கள் என்பதை போல பெண்களின் நுண்ணறிவு சக்தியை அடிப்படையாகக் கொண்டுதான் ரேடார் தயாரித்து இருப்பார்களோ? எவ்வளவுதொலைவில் இருந்தாலும் எவ்வளவுகூட்டத்தில் இருந்தாலும் யாருடையபார்வை தன் மீது விழுகிறது அது எங்குகெங்கு நகர்கிறதுஅதன் நோக்கம்என்ன?என்பதெல்லாம் கணநேரத்தில் கண்டுபிடித்துவிடும் சக்தி பெண்களுக்கு உண்டு.

பீட்டர் வெட்கி தலை குனிந்தான். ஆனாலும் அவன் மனது வேகவேகமாக வேறு பல நடவடிக்கைகளுக்கு தயாரானது.அவளேவலிய வந்துபேசுகிறாள் இதுதான் சரியான சந்தர்ப்பம் வருவது வரட்டும் நம் மனதில் இருப்பதை உடைத்து சொல்லிவிடுவோம்.சுற்றும்முற்றும் பார்த்தான். தெருவில் ஒரு ஈ காக்கா இல்லை. யாரும் தங்களை கவனிப்பதற்கு இல்லை என்பதை புரிந்துகொண்டு மனதில் தைரியத்தை வரவழைத்துக் கொண்டு மிருதுவாக அவளிடம்சொன்னான்.

“லீலா ஐ லவ் யூ” தன் குரலில் நடுக்கம் இருந்ததை பீட்டர் உணர்ந்தான். அடுத்த கணம் எது நடந்தாலும் எதிர்கொள்ள தன் மனதை திடப்படுத்தி கொண்டான்.

ஒரு நிமிடம் அமைதியாக இருந்த லீலா “பீட்டர் வா அதோ அந்த வீட்டின் படிக்கட்டில் அமர்ந்து பேசுவோம்”என்றாள்.லீலாவின் ஒவ்வொரு செயலும் அவனுக்கு ஆச்சரியமாகஇருந்தன.தான் எதிர்பாராத விஷயங்களையே செய்கிறாளே என்று முழித்துக் கொண்டிருந்தான்.

ஒரு பூட்டியிருந்த வீட்டின் நீண்ட படிக்கட்டில் இருவரும் அமர்ந்தனர். “பீட்டர் உன்கிட்ட சில கேள்விகள் கேட்க விரும்புகிறேன். அதுல தெளிவானபின் காதலிக்கிறத பற்றி முடிவு செய்யலாம்.லவ்வுன்னா என்ன பீட்டர்”.

பீட்டரின் தலையை சுற்றி பட்டாம்பூச்சிகள் பறந்தன. உடம்பில் முதுகோடு சேர்ந்து பெரிய இறக்கைகள் முளைத்து வெண்ணிற மேகங்கள் சூழ்ந்த வானில் சிறகடித்து பறக்கவைத்தன. வெள்ளை உடை அணிந்த தேவதைகள் புடைசூழ லீலாவை அழைத்து வந்து அவன் கையில் ஒப்படைத்து மலர் தூவி வாழ்த்தினர். கணநேரத்தில் பீட்டருக்கு விதவிதமான கனவுகள் வந்து மெய்மறக்க வைத்தன

“ஹலோ பீட்டர்என்ன பயங்கர யோசனை? நான் கேள்விகேட்டு ரொம்பநேரமாச்சு”லீலாவின் குரல்அவனை சுயநினைவுக்கு கொண்டுவந்தது.

“என்ன கேட்டீங்க லவ்வுன்னா என்னன்னா.அதாங்க காதல்”.

“நான் இங்கிலீஷ்ல இருக்கிறதுக்கு தமிழ் அர்த்தம் கேட்கல.காதல் என்பதற்கு நீங்கள் கொடுக்கும் விளக்கம் என்ன என்று கேட்டேன்”.

“நான் உங்கள் மேல் மிகுந்தஅன்பு கொண்டிருக்கிறேன் என்று பொருள் கொள்ளலாம்”.

“எத்தனையோ பேரை பார்த்திருக்கும் உங்களுக்கு என் மீது மட்டும் ஏன் அன்பு செலுத்த தோன்றியது?”.

பீட்டர் பதில் தெரியாமல் முழித்த பின் சுதாரித்துக்கொண்டு“அதை எப்படி சொல்வதென்று தெரியவில்லை ஏனோ உங்களை பார்த்தவுடன் மனதுக்குள் தோன்றியது”.

“பீட்டர் இது போன்ற பல நூறு கேள்விகளுக்கு பதிலளிக்க முடியாத அல்லது பதில் தெரியாத டீனேஜ் பருவத்தில் நாம் இருக்கிறோம். காதல் என்பது உணர்வு மயமானது. இதை புரிந்துகொள்ள, அனுபவிக்க நாம் பக்குவப்பட வேண்டும். இப்போது உனக்கு தோன்றியது காதல் என்கிற உணர்வு இல்லை. இது இனக்கவர்ச்சி. எதிர்பாலினர் மேல் ஏற்படும் ஒருவகைஈர்ப்பு. இந்த வயதில் இவ்வாறு தோன்றுவது சர்வ சாதாரணமானது.

எனக்கும் அதைப்பற்றி எந்த அனுபவம் இல்லை என்றாலும் நான் படித்த எழுத்தாளர்களின் கருத்தை உனக்கு சுருக்கமாக சொல்கிறேன்.காதல் என்பதற்கு நேர்மை என்றொரு பெயர் இருக்கிறது. நேர்மை உள்ள இதயத்தில்தான் காதல் பிறக்கும்.காதலிக்கிறவர்களின் முதல் தகுதியே நேர்மைதான்.குறைந்தபட்சம் காதலிக்கும் இருவருக்குள்ளாவது நேர்மை இருக்க வேண்டும். நேர்மை இல்லாமல் காதலிக்கிறேன் பேர்வழி என்று இறங்கினவர்களின் வாழ்க்கை கேலிக்கூத்தாக தான் முடியும்.

பீட்டர் நேர்மைஎன்பது ஒன்றும் பிறப்பினால் தீர்மானிக்கப்படும் விஷயமில்லை. நம் நடத்தையால்வருவது.எந்த சூழ்நிலை ஏற்பட்டாலும்இதைகைவிடாது இருந்தால் வாழ்வில் எதற்கும் கவலைப்பட வேண்டியதில்லை.அவன் வாழ்வின் உச்சகட்டத்தை அடைவதை கடவுளாலும் தடுக்க இயலாது.நேர்மை உள்ளவன் எதற்கும் யாருக்கும் அச்சப்பட தேவையில்லை.அச்சமில்லாத வாழ்க்கை எத்தனை ஆனந்தம்.

அத்தகைய ஒருவனை நம்பி கரம் பிடிப்பவள் வாழ்வில் எல்லா வளமும், ஆசியும் கிடைக்கப் பெற்றவளாகஇருப்பாள்.அப்படி ஒரு உயர்ந்த நிலையில் நாம் இருக்கிறோமா? பீட்டர் கொஞ்சம் யோசித்துப் பார்.ஒரு பேச்சுக்கு கேட்கிறேன் இப்ப நானும் உன்னை காதலிக்கிறேன் என்று சொல்றேன்னு வச்சுக்கோ அடுத்து நீ என்ன செய்வதாய் உத்தேசித்திருக்கிறாய்“.

பீட்டர் பதில் பேசாமல் அமைதியாக இருந்தான். அவனுக்கு லீலா சொல்வதெல்லாம் புதிய விஷயமாக இருந்தது. இதுவரை கேள்விப்படாத, அறிந்திராத விஷயங்களை அவள் பக்குவமாக சொல்லி கொடுத்தாள்.

“இப்போதும் பார் உன்னிடம் பதில் இல்லை. ஏனென்றால் உன் எதிர்காலத்தை முடிவு செய்யக்கூடிய தகுதி இன்னும் உனக்கு வரவில்லை. இப்போதைக்கு டாக்டராக வேண்டும் என்பது உன் இலட்சியமாக இருக்கலாம். அதற்காக இத்தனை ஆண்டுகள் செய்த முயற்சிகளுக்கு பலன் கிடைக்கக்கூடிய இந்த வேளையில் இனக்கவர்ச்சி என்ற மாயவலையில் சிக்கி விளக்கில் விழும் விட்டில்பூச்சியாகி-உன்இலட்சியத்தை, ஒளிமயமான எதிர்காலவாழ்வை கெடுத்துக்கொள்ளலாமா?”

லீலா சொல்வதில் உள்ள உண்மை புரிந்தாலும் அவள் மேலிருந்த மயக்கம் பீட்டரை சிந்திக்கவிடாமல் தடுத்தது. அவள் பேசுவது போல் ஏதாவது பேசி அவளை தன் பக்கம் கொண்டு வர மனது துடித்தது.

“காதலைப் பற்றி நீங்க சொன்னது முற்றிலும் சரியானது தான் ஆனால் என் நேர்மையைப் பற்றி நீங்கள் சந்தேகிக்க வேண்டியதில்லை நான் இன்று காதலிக்கத் தொடங்கி நாளையே திருமணம் செய்து கொள்ள வேண்டும் என சொல்லலையே? என்னை பற்றி நன்றாக தெரிந்து கொள்ளுங்கள் அதன்பின் காதலிக்கலாமா வேண்டாமா என தீர்மானியுங்கள். இதெல்லாம் நடக்க சில மாதங்களோ ஆண்டுகளோ கூட ஆகலாம் அதற்குள் நான் டாக்டராகி விடுவேன். அப்போது உங்கள் முடிவு என்னை நம்பலாம் என்றால் தாராளமாக என்னை மணந்து கொள்ளலாம்.

சென்னையிலோ வேறெங்குமோ நான் பார்த்ததில் நீங்கள்தான் பேரழகி என பொய் சொல்ல மாட்டேன். ஆனால் ஏதோ ஒரு ஈர்ப்பு உங்களை நோக்கி என்னை இழுக்கிறது. உங்கள் அழகிற்கு நான் பொருத்தமில்லாதவன் தான். வேற்று ஜாதி வேற்று மதத்தை சார்ந்தவன்தான். ஆனால்நான் எப்போதும் உன் நம்பிக்கைகுரியவனாக,நேர்மையானவனாகஇருப்பேன்.அதனால் என்னோடு பழகாமல் என்னை பற்றி தெரிந்து கொள்ளாமல் என்னை நிராகரித்து விடாதீர்கள் என்பதுதான் என் வேண்டுகோள்”.

“புரியாமல் பேசாதே பீட்டர் இதில்ஜாதி, மதம் எங்கே வந்தது? நான் சொன்ன காதல்நேர்மையைஅடிப்படையாக கொண்டது. நாம் இருவர் காதலிக்கும் போது அங்கு நேர்மை என்பது இல்லாமல் போகுமே?உன்னை என் வீட்டுக்குக் கூட்டிப் போய் இவன்தான் என் காதலன் என அறிமுகப்படுத்த முடியுமா? முடியாது இல்லையா? அங்கு ஏதேனும் பொய் சொல்ல வேண்டிவருமே? பொய் பேசும் இடத்தில் நேர்மைக்கு இடம் எது? யாருக்கும் தெரியாமல் மறைந்து ஒளிந்து செய்யும்செயல் எப்படி நேர்மையானதாகும்?” லீலா தன் தரப்பு வாதத்தை தொடர்ந்தாள்.

“ஊரில் காதலிப்பவர்கள் எல்லாம் இப்படித்தான் காதலிப்பவர்களை தங்கள் வீட்டிற்குகூட்டிக் கொண்டுபோய் இவன் தான் என் காதலன் என்று அறிமு-கப்படுத்துகிறார்களாஎன்ன?என்னை பிடிக்கவில்லை என்றால் அதை நேராகவே சொல்லிவிடு தப்பில்லை. ஆனால் அதற்காக சுற்றிவளைத்து உப்புச்சப்பில்லாத காரணங்களை சொல்லாதே”பீட்டர் கோபத்தோடு பேசினான்.

“கோபப்படாதே பீட்டர் நான் எனக்கு தெரிந்ததை சொல்கிறேன். அதை நீ ஏற்றுக் கொண்டாலும் சரி இல்லாவிட்டாலும் சரி. பொய் சொல்லி காதலிப்பவர்-களிடம் கொஞ்சம் பேசி பார். காதலித்தால் உறக்கம் வராது சாப்பிட முடியாது என்றெல்லாம் சொல்வார்கள்.

ஏன் அவர்களால் சாப்பிட முடியாமல் போகிறது? ஏன் அவர்கள் தூக்கம் இல்லாமல் தவிக்கிறார்கள்? கொஞ்சம் சிந்தித்துப்பார். எல்லாவற்றிற்கும் காரணம் அவர்களிடம் நேர்மை இல்லாதது தான்.

அவர்கள் ஏதோ ஒரு பொய்யோடு தங்களின் காதலை துவங்குகிறார்கள் அதை வளர்க்க மேலும் சில பொய்களை சொல்கிறார்கள். பின் பொய்யே பழக்கம் ஆகிறது. முன்பு தான் சொல்லிய பொய்களுக்கு வலுசேர்க்க கவனமாக மேலும் மேலும் பொய் சொல்கிறார்கள்.தங்களுடையபொய் வெளிப்பட்டு விடாமல் இருக்க ரொம்ப சிரத்தையுடன் கவனமாய் இருக்கவேண்டுமென உள்ளுணர்வு அவர்களை எச்சரித்து கொண்டே இருக்கிறது.

இப்படிஉண்ணும்போதும் உறங்கும்போதும்மட்டுமல்லாமல் நாள் முழுவதும் உள்-ளுணர்வு அலாரம் அடித்து கொண்டே இருந்தால்எப்படி தூக்கம் வரும். எப்படிஉ-ணவுஉண்ணமுடியும். அவர்கள் எப்போதும் தன்பொய் வெளிப்படுமோ என்ற பதட்-டத்திலிருந்து கொண்டே இருப்பதால் அது தூங்கவிடாமல் கெடுக்கும். தூங்காமல் விழிக்க உடல் சூடாகும். உடல்சூடு மேனியை குலைக்கும் உடலை உருக்கும். சிந்திப்பதை தடுக்கும்.

நல்ல உடல் ஆரோக்கியத்திற்கு அடிப்படையே நிம்மதியான உறக்கம் தான். நல்ல உறக்கம்இருந்தால்தான் உடல் உற்சாகமாய் இருக்கும். உடல் உற்சாகமாய் இருக்கும் போது மூளை நல்லபடியாய் சிந்திக்கும். நல்ல சிந்தனை இருக்கும்போது நல்ல முடிவுகள் எடுக்கும். அதை விடுத்து உறக்கம் கெடும்போது மனஅமைதியும் கெடுIம். கெட்டமனதுதப்பானசிந்தனைகளையும்,தான் நினைத்ததை சாதிக்க குறுக்கு வழிகளைப் பற்றியும் சிந்திக்கும்.கொஞ்சம் யோசித்து பார் அப்படிப்பட்ட காதல் நமக்கு தேவையா?”.

பீட்டருக்கு அவள் சொல்வதில் உள்ள உண்மை தெரிந்தாலும் மனம் ஏனோ அந்த நிதர்சனத்தை உணர மறுத்து அடம்பிடித்தது. அவனை அறியாமலேயே கண்கலங்கியது. கண்ணீர் வழிந்து விடாமல் அவன் அணைகட்டி பார்த்தான் முடி-யவில்லை. கண்ணீர் கன்னங்களில் வழியே பாய்ந்தோடி சட்டையை நனைத்தது.

“பீட்டர் என்ன இதுசிறுபிள்ளைத்தனமாக. எனக்கு அழுபவரைக் கண்டால் பிடிக்காது. என் அகராதிப்படி அவர்கள் கோழைகள்,பயந்தாங்கொள்ளி-கள்.கோழைகளுடன் நான் எப்போதும் கூட்டுச் சேர்வதில்லை. முதலில் அழுவதை நிறுத்து. கம்பீரமாக முகத்தை உயர்த்தி என்னை பார்” லீலாஅவனுக்கு கட்டளை-யிடுவது போல் பேசினாள்.

மெதுவாக பீட்டர் சகஜ நிலைக்கு வந்தான். மெல்லியகுரலில் “லீலா இதுதான் உன் முடிவா?என் அம்மாவை தவிர வேற எந்த பெண்ணிடமும் நான் இத்தனை நேரம் பேசியதில்லை. அது ஏனோ உன்னை கண்டவுடன் என்னுள் இத்தனை மாற்றம். உன்னிடம் பேசவேண்டும், பழகவேண்டும் என்று ஒரு ஆவல் என்னுள் பொங்குகிறது. எல்லாவற்றுக்கும் நீ சட்டென்று ஒரு முற்றுப்புள்ளி வைத்தது என்-னால் தாங்க முடியாமல் போனது அதுதான் இப்படி என்னை நடந்துகொள்ள வைத்தது. மற்றபடி நான் ஒன்றும் கோழையில்லை”.

“வெரிகுட் சொன்னவுடன் நிலைமைய புரிஞ்சிகிட்டா பாத்தியா நீ ரொம்பபுத்-திசாலி தான்”

“உன் பாராட்டு எல்லாம் இருக்கட்டும்.என்னை நிராகரிப்பதற்கான உண்மை-யான காரணத்தை சொல்லிவிடு ப்ளீஸ்”.

“தயவுசெய்து நான் சொல்வதை கவனமாய்க்கேள் புரிந்துகொள் பீட்டர். உன்னை நிராகதிப்பதாய் நான் எப்போ சொன்னேன்.இதுதான் இங்குள்ள மிகப்பெ-ரிய பிரச்சினையே. ஒவ்வொரு ஆணும்தாய்,சகோதரி,காதலி,மனைவி, தன் காமத்-துக்கு வடிகாலாக விளங்கும் ஒரு போகப் பொருள் என்ற வட்டத்தை விட்டு பெண்ணை வேறொரு உறவுமுறையில் பார்ப்பதில்லை.இதையெல்லாம் விட உயர்-வான புனிதமான உறவுமுறை ஒன்றுள்ளது உனக்கு அது என்னவென்றுதெரியுமா?

நட்பு தான்அது. ஒரு ஆண் ஆணிடம் பழகும் அது பாசத்தோடு நேர்மை-யோடு பெண்ணிடமும் எதையும் எதிர்பார்க்காமல் பழகமுடியும். அந்த அற்புத உலகில் சஞ்சரித்து பார் உன் வாழ்வில் நிகழும் அதிசய மாற்றங்களை உணர்-வாய்”.

லீலா நட்பின் முக்கியத்துவத்தை பீட்டருக்கு விளக்கிசொல்லி விட்டு கிளம்ப தயாரானாள்.“இருட்டப்போகுது பீட்டர். எனக்கு நேரமாச்சுகிளம்புகிறேன். நாளைக்கு உனக்கு விருப்பமான இடத்தில் சந்திக்கலாம்“ விடைபெற்றுகிளம்பி சென்றாள்.

# 22

22

இரவு வெகுநேரமாக உறக்கம் வரவில்லை இந்த சிறுவயதில் ஒரு கிராமத்துப் பெண் எப்படி எல்லாம் யோசிக்கிறாள். யார் இதையெல்லாம் சொல்லிக்கொடுத்தது. நட்பா காதலா உனக்கு எது தேவை யோசித்து முடிவெடு என்று வெட்டு ஒன்று துண்டு இரண்டு என எவ்வளவு நாசூக்காய் நேருக்குநேர் கேட்கிறாள்.நாளை அவளை சந்திக்கும் போது என்ன பதில் சொல்வது?

லீலா தான் நான் பார்த்ததிலேயே பேரழகி. சென்னையில் நாகரீகமான உடையணிந்த எத்தனையோ பெண்களை பார்த்திருந்தாலும் இவளை பார்த்த உடனேயே அவள் மேல் ஒரு ஈர்ப்பு தோன்றுகிறதே இதுதான் காதலா?இல்லையே இவள் காதலுக்குநேர்மை என்று வேறு ஒரு விளக்கம் தருகிறாளே?அதை பொருட்படுத்தாமல் நான் இவளை காதலிப்பதுசரியா? தவறா?

மறைந்து மறைந்து காதலிப்பதால் என்ன பயன்? அவள் சொன்னது போல் இதில் சற்றும் நேர்மை இல்லையே?இவளோ நானோ ஏதாவது ஒன்று என்றால் பகிரங்கமாய் வாழ்த்த முடியுமா? ஊரறிய வாய்விட்டு சிரிக்க முடியுமா? ஏன் படித்த செய்திகளைக் கூட பரிமாறிக்கொள்ளமுடியுமா?பயமில்லாமல் அவள் வீட்டின் நடுக்கூடத்தில் நான் போய் அமரமுடியுமா?

காதல்என்றால் அவள் என்னிடம் எதையோ எதிர்பார்க்க நான் அவளிடம் எதையோ எதிர்பார்க்க வேண்டி வருமே? எதிர்பார்ப்பு நிறைவேறினால் ஆசை தீர்ந்துபோனால் இதேபோன்ற அன்பு நீடிக்குமா? எதிர்பார்ப்பு நிறைவேறாவிட்டால் ஒருவருக்கொருவர் வெறுப்பு தோன்றுமே அதை எப்படி சரி செய்வது?

அவள் சொல்வதுதான் மிகச்சரி.நட்புதான் உயர்வானதாக தெரிகின்றது.''எதையும் எதிர்பாராத நண்பன் ஒரு வரம். அதிலும் எதிர்பாலினத்தில் ஒருவர் நட்பு பாராட்ட பெரும் தவம் செய்திருக்க வேண்டும். நீ இதுதா நான் அதைத் தருவேன் என்ற பேரம் பேசாது நட்பு.நண்பன் தவறு செய்த நேர்ந்தால் அதை ஊரறியும் முன் தான் தெரிந்து கொண்டு அவனுக்கு தவறை சுட்டிக்காட்டி நல்வழிப்படுத்துவது தான் சிறந்த நட்பு. பிறருக்கு நண்பன் சிறிய உதவி செய்தாலும் அதை

பெரிய விஷயமாக ஊருக்குள் கொண்டுபோய் பெருமைப்படுத்துவதும் அந்த நட்பு தான்.தோல்வியில் துவண்டவனை தோள்கொடுத்து தூக்கி நிறுத்தும். சோர்ந்து போனவனை உற்சாகப்படுத்தும். நல்லவனைதலைவனாக்கும்.

நீ படித்தவன் நல்ல புத்திசாலி என்றாலும் நீ இப்போது பதட்டத்தில் இருக்கிறாய். பதட்டத்தில் எடுக்கப்படும் எந்த முடிவும் அவ்வளவு சரியானதாக இருக்காது. வீட்டுக்குப் போ இரவு நன்றாக யோசி உனக்கு எது தேவை என்று நீயே முடிவு எடுத்துக்கொள் என்னுடைய நட்பா?காதலா?.

என் நட்பு தான் தேவை என்றால் நீ ஒன்றும் பெரிதாக மெனக்கெட வேண்டியதில்லை நான் எப்போதும் உன்னிடம் நட்பு பாராட்ட தயாராக இருக்கிறேன் நீ ஏற்றுக்கொண்டாலும் மறுத்தாலும் நான் உன் தோழிதான்.

இல்லை உன் புத்திசாலித்தனத்தை விட பருவக்கோளாறு மேலோங்கி நின்று என் காதல்தான் தேவை என்று முடிவெடுத்தால் அதற்கும் முயற்சித்துப் பார்.என்னை பின் தொடர்வது டீக்கடையில் அமர்ந்து காதல் பாடல்கள் போடுவது போன்ற பல்வேறு தந்திரங்களை கையாள வேண்டியிருக்கும். அதையும் வேண்டுமானால் முயற்சித்துப் பார் ஆல் த பெஸ்ட்".

அவள் கிளம்பும் முன் சொன்ன வாக்கியம் வேண்டுமானால் காதலிக்க முயற்சித்துப் பார் என்று சவால் விடுவதைப் போல் இருந்ததே?. தான் உறுதியானவள் என்னை காதலிக்க வைக்க உன்னால் முடியாது என்று இறுமாப்புடன் சொன்ன வார்த்தையாஅது?அவளும் ஒரு பருவ பெண்தானே இவளை காதலில் விழுவது அவ்வளவு கடினமானதாஎன்ன? அவள் சொன்னது போல் நான் வேறு சில தந்திரங்களை கையாள வேண்டுமோ?

காதலில் ஜெயிக்கஏன் தந்திரம் செய்ய வேண்டும்? வியாபாரத்தை பெருக்க தொழிலில் வெற்றிகாண சிலபல தந்திரங்களை செய்வார்கள்.காதலிலும் அதுஎதற்கு?நேர்மை இல்லாத காதல் தோல்வியில்முடியுமாமே. காதல் தோல்வி அடையும் போது ஏற்படும் வேதனையை நம்மால் தாங்க முடியுமா?

கைமேல் மகிழ்ச்சிஎன்றகனி இருக்க தோல்வி, வேதனை என்கிறகாய் எதற்கு?இவ்வளவு புத்திசாலித்தனமான ஒரு பெண் கிடைப்பது எவ்வளவு பாக்கியம் எக்காரணத்தை கொண்டும் இவளுடைய அருகாமையை நழுவவிடக்கூடாது.இப்போது எனது அருமைதோழி ஆகட்டும் பின் அவள் விரும்பும் போது எனது அருமை காதலி ஆகட்டும் எல்லாவற்றையும் காலம் தீர்மானிக்கட்டும் அதுவரை பொறுமையாக காத்திருப்போம்.

நல்ல தோழி வாழ்க்கை துணைவியாக ஆவது என்பது எத்தகைய பாக்கியம் அது நடக்க முயற்சிப்போம்.லீலா கிடைக்க கர்த்தரை பிரார்த்தித்து கொள்வோம். எல்லாம் தெளிவானவுடன் உள்ளம் அமைதியாக கண்களை தூக்கம் தழுவியது.

மறுநாள் மாலை4:30க்கு நின்றநாராயணபெருமாள் சுவாமி கோவிலின் அகன்ற படிக்கட்டு ஒன்றில் வெயில்படாதபகுதியாய் பார்த்து அமர்ந்திருந்தான் பீட்டர்.கையில் கட்டியிருந்த கடிகாரத்தையும் அவள் வரும் பாதையையும்என மாறிமாறி பார்த்து கண்கள் பூத்து போனது. தன்னுடைய வாட்ச்சரியா வேலை செய்யுதா இல்லையான்னு குழப்பம் வந்து இரண்டு முறை கோவிலில் மாட்டப்பட்டிருந்த பெரிய சுவர் கடிகாரத்தை பார்த்தான்.

மணி சரியாக 5:05 ஆக தூரத்தில் லீலா வருவது தெரிந்தது.ரோஸ்நிற தாவணியில் வயலட் நிற பட்டுபாவடை அணிந்து அவள் வரும்அழகில் மயங்கி அசந்து போனான்.

“ஹாய் பீட்டர் சீக்கிரமே வந்துட்டே போல”லீலா ரொம்பவே இயல்பாய் பேசியபடியே அவனருகே அமர்ந்தாள்.அவள் குரலில் ஏதோ வசியம் செய்யும் சக்தி இருப்பதைப்போல் தோன்றியது. லீலா தன்னைப் பற்றியும் தன் குடும்பத்தைப் பற்றியும் ஊரிலுள்ள நண்பர்களைப் பற்றியும்எல்லாம் கதை கதையாய்பேசினாள்.பீட்டர் தன்னைப்பற்றியோ தன் குடும்பத்தை பற்றியோ பெரிதாக ஒன்றும் கூறாமல் மௌனமாக லீலா சொல்வதையே கேட்டுக்கொண்டிருந்தான்.

“லீலா ஒவ்வொரு ஆண்டும் விடுமுறைக்கு தவறாமல் இந்த ஊருக்கு வந்து விடுவேன். என்றாலும் இந்தஊரைப்பற்றியோ இந்த கோவிலை பற்றியோ எனக்கு எதுவும் தெரியாது.இன்று இங்கு வரை வந்துவிட்டேன். பிரம்மாண்டமானகோவிலின் படிக்கட்டில் அமர்ந்து இருக்கிறான்.இந்த கோவிலின் பிரம்மாண்டத்தையும் சிறிய குன்றின் மேல் அமைந்திருக்கும் அழகையும் பார்க்கும் போது இதைப்பற்றி ஓரளவேனும் தெரிந்து கொள்ள விரும்புகிறேன்.கோவிலின்வரலாறு பற்றி கொஞ்சம் எனக்கு சொல்வாயா?”.

“பீட்டர் இந்த ஊருக்கும் இந்த கோவிலுக்கும் ஒரு பெருமை இருக்கு தெரியுமா?” என்று லீலா ஆரம்பிக்கும்போது அந்த கோவிலின் காரியதரிசி படிகளில் ஏறி அவர்களை நோக்கி வந்தார்.

“யாருப்பா அது?.நீங்க ரெண்டு பேரும் இங்க என்ன பண்றீங்க” சற்று மிரட்டலான குரலில் கேள்வி எழுப்பியவாறு அவர்களை நெருங்கி வந்து நின்றார்.இருவரும் எழுந்து நின்றனர். பீட்டர் பதில் பேசும்முன் லீலா முந்திக்கொண்டாள்.

“என் பெயர் லீலா வடமலாபுரம் தீப்பெட்டி ஆபீஸ் ஓனர் கோபாலசாமி மகள். இது என்னுடைய ப்ரெண்ட்பீட்டர். சென்னையில் இருந்து வந்திருக்கிறான் இந்த கோவிலை பற்றி தெரிந்துகொள்ள விரும்புகிறான் இதன் வரலாறு என்னைக்காட்டிலும் உங்களுக்கு நன்றாக தெரிந்திருக்குமே? கொஞ்சம் விவரமாக சொல்கிறீர்களா?”.

வந்தவர் சற்று குழம்பிப் போனார். கோவில் வளாகத்தில் இளவயதினர் செய்யும் சேட்டைகளை கண்டு சகிக்கமுடியாமல் இளவயது ஆணும் பெண்ணுமாக

யார்அமர்ந்தாலும் விரட்டியடிப்பதையே முழுநேர பணியாக செய்துகொண்டு இருந்-தவரை கண்டு பலரும் பயந்து ஓட இவள் மட்டும்இவ்வளவு தைரியமாக கோவி-லின் வரலாறு சொல்கிறாயாஎன்கிறாளே.

உண்மையிலேயே இவர்களுக்கு கோவிலைப் பற்றி தெரிந்து கொள்ள ஆர்வம் இருக்கிறதா அல்லது நாங்கள் சுத்தம் என காட்டிக்கொள்ள கோவிலைப்பற்றி பேச்சை மாற்றுகிறார்களா எதுவாயிருந்தாலும் இப்போது கண்டுபிடிக்கிறேன் பார் என்று அவர் ஒரு தந்திரம் செய்தார்.

“கோவிலைப் பற்றி தெரிந்து கொள்ள வேண்டுமா ரொம்ப நல்லது. கொஞ்சம் பொறுங்கள் நான் உள்ளே போய்பெருமாளை வணங்கி வருகிறேன்” என்று சொல்-லிவிட்டு உள்ளே போனார்.இவர்களுக்கு உண்மையிலேயே கோவிலைப் பற்றி தெரிந்து கொள்ள ஆர்வமிருந்தால் நான் வரும்வரை அங்கேயே காத்திருப்பார்கள். பொய் சொல்லும் ஜோடியாய் இருந்தால் என் தலை மறைந்தவுடன் எழுந்து ஓடிப் போவார்கள். இவர்கள் எப்படிப்பட்டவர்கள் என்பது இன்னும் சில நிமிடங்களில் தெரிந்துவிடும் பெருமாளை வணங்கும் போதும் அவர் மனம் பொறுமிக் கொண்டு இருந்தது.

அவளுக்கு அச்சம் என்பது இல்லையோ? அவனுக்கு வியப்பாய் இருந்தது. அதை நேரடியாக அவளிடம் கேட்டான்.“லீலா இப்படி கோவில் அர்ச்சகர் வந்து மிரட்டலாக பேசிவிட்டு போகிறாரே உனக்கு பயமாக இல்லையா?”

“அடுத்தவங்களுக்குபயப்படனுமின்னா நாம ஏதாவது தப்பு பண்ணி இருக்க-ணும். நம்மிடம்தான் எந்த தவறும் இல்லையே பின்ன ஏன் யாருக்கும் பயப்பட-ணும்? உண்மையிலேயே என்னிடம் எந்த தப்பும் இல்லை அங்கே எப்படி?” என்று அவன் இதயத்தை குறிவைத்து காட்டினாள்.அதுவரை அவனிடம் ஒட்டியிருந்த கொஞ்சநஞ்சஅழுக்கும் கரைந்து காணாமல் போனது.

“உன்னிடம் நேற்று இருந்த பதட்டம் இன்னைக்கும் இருக்கா பீட்டர்?”

“இல்லை ஆனால் ஒரு பெண்ணுடன் பொதுஇடத்தில் அமர்ந்து பேசுவது இதுவே முதல்முறை என்கிறதால ஏதோ போல இருக்கு”.

“என்னை ஏன் ஒரு பெண் என பிரித்து பார்க்கிறாய். உன் நண்பர்களில் ஒரு ஆள் அவ்வளவுதான். நண்பர்கள் எங்கே நின்று பேசினால் என்ன?” மிக சாதா-ரணமாக கேட்டாள்.

“அது எனக்குத் தெரியும் பார்ப்பவர்களுக்கு தெரியாது. அவர்கள் பார்வைக்கு ஒரு ஆணும் பெண்ணும் என்று தானே தெரியும்”

“அதுதான் இங்கேயுள்ள பெரிய தவறு அவர்கள் பார்க்கிறார்கள் என்ன நினைப்பார்களோ? இவர்கள் பார்த்தால் என்ன சொல்வார்களோ? என நாமாகவே ஒன்றை நினைத்துக் கொண்டு பயந்து ஒளிந்து ஏதாவது செய்ய அதுவே அடுத்த-வர்களின் கண்ணைஉருத்தி தவறாக நினைக்க காரணமாகிவிடுகிறது. நீ எப்போதும்

போல இயல்பாக இரு. எந்த சூழ்நிலை வந்தாலும் நீ நீயாகவே இரு பிரச்சனை-யில் பாதி தானாக தீர்ந்து விடும். பயந்து ஓடினால் பிரச்சினைகள் உன்னை துரத்-தும் உன் தலையில் ஏறி உட்கார்ந்து நசுக்கும்''பிரச்சனைகளை தீர்க்கும் வழிகளை சொல்லிக் கொடுத்தாள்.

பெருமாளை சேவித்து திரும்பிய ராமானுஜருக்கு அவர்கள் அந்த இடத்தை விட்டு போகாமல் அப்படியே அமர்ந்திருப்பதை கண்டவுடன் அதிசயமாக இருந்-தது.அவர்களை நெருங்கி வந்து கையிலிருந்த துளசியிலை பிரசாதத்தைகொடுத்-தார்.இருவரும் அமைதியாக எழுந்து அதை கையில் வாங்கிக் கொண்டனர்.

''பிள்ளைகளே என்னை மன்னியுங்கள் நான் உங்களை தவறாக நினைத்து விட்டேன். உங்களுடைய நேர்மை என் சந்தேகபுத்தியை அடித்து வீழ்த்திவிட்டது. உங்களுக்கு உண்மையிலேயே இந்த கோவிலை பற்றி தெரிந்து கொள்ள ஆர்வம் இருக்கிறது இல்லையா நான் சொல்லி தருகிறேன் அமருங்கள்''என்று சொல்லி அவர்களோடு படியில் அமர்ந்தார்.

திருத்தங்கல் ஊரின் தலவரலாறையும்நின்றநாராயணபெருமாள் கோவிலின் பெருமைகளையும் அதன் அமைப்பையும் அதனோடு இணைந்த சிறுக்குன்றின் மேல் இருக்கும் முருகனின் திருத்தலத்தையும் விளக்கிக் கூறினார்.

ராமானுஜர் இவர்களுடன் கோவில் படிக்கட்டில்அமர்ந்து பேசுவதை அங்கி-ருந்தவர்கள் பார்த்தனர். இதிகாச கதைகள் சொல்வதில் வல்லவரான ராமானுஜர் அவர்களிடம் என்னபேசுகிறார் என கேட்க டைப்ரைட்டிங் படிக்க வந்த சில மாணவர்களும் அக்ரஹாரத்து மாமிகள் சிலரும் அங்கு வந்து அவர்களுடன் அமர்ந்து கதை கேட்டனர்.பீட்டருக்கு அவர் சொல்லும் வரலாறு தெரிந்ததே தவிர இந்து தெய்வங்களை பற்றி சொன்னது அவனுக்கு புரியாமல் இருந்தது.ராமானுஜ-ரின் பேச்சுக்கு இடையிடையே லீலா சந்தேகங்களை எழுப்பினாள்.

வானம் லேசாக இருட்ட துவங்கலீலாகிளம்பினாள்.''என்னைவிட உனக்கு நிறைய விஷயங்கள் தெரிந்திருக்கு. பின்னஏன் என்னிடமிருந்து கதை கேட்ட'' என்று கேட்டார் ராமானுஜர்.

''ஆன்மீக விஷயங்களை பெரியவர்கள் சொல்லக் கேட்பது விசேஷமானது-என்று எங்க அப்பா சொல்லியிருக்கிறார்''.

''நல்லது முதல்நாள் நான் சொல்லிவிட்டேன் இனி வரும் நாட்களில் நீதான் பிரசங்கம் செய்ய போகிறாய் நீ பேசுவது கேட்க நானும் ஆவலாக இருக்கி-றேன்''பெரியவர் சொல்ல எல்லோரும் ஆமோதித்தனர்.

தினமும் அனைவரும் கோவில் படிக்கட்டில் குழுமி லீலாவை ஏதாவது ஒரு டாபிக் கொடுத்து பேசச் சொல்வார்கள். இவர்களுக்கிடையே பேசவேண்டி அவளும் நிறைய படித்தாள்.''லீலா உன்னால எப்படி எதையும் ஈசியா எடுத்துக்க முடியாது. யார் உனக்கு இதையெல்லாம் கற்றுக் கொடுக்கிறார்கள்'' ஒரு நாள்

கீதா மாமி கேட்டாள். அவள் கொடுத்த காபியை குடித்துக் கொண்டிருந்த லீலா என்ன சொல்லபோகிறாள் என்பதை அறிய ஆவலுடன் அனைவரும்காத்திருந்-தனர்.

"மாமி நல்ல விஷயங்களை யாரும் சொல்லிக் கொடுப்பதில்லை நாம தான் தேட வேண்டும் என்று என் நண்பன் சிவமணி ஒரு முறை சொல்லியிருந்-தார்.அன்று துவங்கிய என் தேடல்களுக்கு சில நல்ல புத்தகங்கள் தீர்வை தந்தன.சமூகம்,அறிவியல், அரசியல் போன்றவை தெரிய வேண்டுமானால் புத்தக வாசிப்பு முக்கியம். சமூகத்தைப் பற்றி தெரிந்து கொள்ள நான் பாலகுமாரன் எழுதிய புத்தகங்களை படிக்கிறேன். அவர்தான்ஆண், பெண் நட்பு, கணவன் மனைவி உறவு. பெண்களின் உணர்வுகள் போன்றவற்றை விலாவாரியாக எழுது-கிறார். அதை படிக்கும் எவரும் மனைவியை இம்சிக்க மாட்டார்கள்.எந்த ஒரு பெண்ணையும் தவறான கண்ணோட்டத்தில் பார்க்கமாட்டார்கள் என்பது என்னு-டைய திடமான எண்ணம்".

லீலா தன்னுடைய அனுபவத்தை சொல்லித்தர கூட்டம் அது உண்மையாக இருக்கும் என நம்பியது பாலகுமாரனாயாரவர்? கூட்டம் அவரை அறிந்து கொள்ள விரும்பியது "இப்ப ரிலீசான கமலஹாசன் படம் நாயகன் பார்த்தீர்களா? அதன் வசனம் எழுதியது அவர் தான்"அவர் எழுதிய புத்தகங்களின் பெயர்களை கூறியபோது அறிந்திராத அந்த நடுத்தர வர்க்கம் சினிமா படத்தின் பெயரைச் சொன்னவுடன் கப்பென்று பற்றிக்கொண்டது.

"என்ன ஒரு வசனம். நான் போன வாரம்தாண்டி போய் படம் பார்த்தேன். இதுக்கு முன்னாடி நான் பார்த்த படங்களில் வசனம் வழவழன்னுஇருக்கும்.இதில் தான் வசனம் எல்லாம் ரொம்ப ஷார்ப்பா இருக்கு. அதிலும் கமல்ஹாசன்"நாலு-பேர் நல்லா இருக்கணும்னா எதுவும் தப்பு இல்லைன்னு" பேசுற மாதிரி ஒரு பஞ்சு டயலாக் இருக்கு பாரு பல வருஷத்துக்கு இந்த பஞ்ச் வசனம் கண்டிப்பா நிலைத்து நிற்கும் பாரேன்" வேறு ஒரு மாமி சிலாகித்து பேசினார்.

பீட்டருக்கு அதிசயமாக இருந்தது நாம் எந்த உலகத்தில் இருக்கிறோம்.பள்ளி பாடப் புத்தகத்தையும்பைபிளையும்தவிர வேறு எந்தபுத்தகமும்படித்ததில்லை. சினி-மாவுக்கு போக அம்மா அனுமதிக்கமாட்டார். அவளை மீறி போக அவனுக்கு தைரியம் இல்லை.இவர்கள் சொல்லச்சொல்ல அவற்றின் மீது ஆவல் பிறந்தது. முதன்முறையாக இவனுக்கு சினிமா பார்க்க வேண்டும் போல் இருந்தது.

அவன் ஆசையை வெளியே சொல்ல அந்த வாரம் ஞாயிற்றுக்கிழமை மதிய ஆட்டத்திற்கு அந்த டீம் முழுவதும் படம் பார்க்க போனது.முதன்முறையாக திரையரங்கின் உள்ளே போய் அதன் அமைப்பையும் பிரம்மாண்டத்தை பார்த்து திகைத்தான்.லீலாவின் அருகே அமர்ந்து படம் பார்த்தான். இப்போது ஒரு பெண்-ணின் அருகாமை அவனை கிளர்ச்சி அடையச் செய்யவில்லை தன் வயதை

ஒத்த ஆணிடம் பழகுவது போன்ற உணர்வு ஏற்பட்டது. படம் போட்டவுடன் மாமி சொன்ன வசனங்களை அப்படியே மனப்பாடம் செய்தான்.

படம் பார்த்தது பீட்டருக்கு ஒரு மனமாற்றத்தை தந்தது. தன்னைச் சுற்றி அதி-சயங்கள் புதைந்து கிடப்பதை அறிந்து கொள்ளும் ஆவல் தோன்றியது. எப்படி மறைந்திருக்கும் அதிசயங்களை கண்டுபிடிப்பது என்கிற வித்தையை லீலா சொல்-லிக்கொடுத்தாள். அவள் குறிப்பிடும் புத்தகங்களை தேடித்தேடி படித்தான். பால-குமாரன் தவிர சுஜாதாவும் கல்கியும் தி.ஜானகிராமனும் ஜெயகாந்தனும் அவனுள் புகுந்தனர். அனைவரும் தத்தமது பாணியில் புதுப்புது விஷயங்களை கற்றுத்தர பீட்டரின் வெட்டித்தனமான பொழுதுகள் எல்லாம் பொன்னான நேரமாகின.தன்னி-டமிருந்து எதையாவது லீலாவுக்கு கற்றுத்தர வேண்டும் என்பதற்காகத்தான் மேலும் கற்க ஆரம்பித்தான்.

அந்த விடுமுறை முடிய சில நாட்களே இருந்தன.“பீட்டர் ஊருக்கு போறதுக்கு முன்னாடி ஒரு நாள் எங்க வீட்டுக்கு வாயேன். என் அம்மா,அப்பா, ஊர்ல உள்ள நண்பர்களிடம் எல்லாம் உன்னைப் பற்றி சொல்லி வச்சிருக்கேன். அவங்கல்லாம் உன்னை பார்க்க ஆவலாய் இருக்காங்க.ஆனா இத்தனை நாள் பழகி இருக்கி-றோம் உன் வீட்டை பற்றி ஒண்ணுமே சொல்லலையே?”.

“லீலா எனக்கும் உங்கள் ஊர்தான். ஏதோ சண்டை காரணமாக அம்மாவும் அப்பாவும் பிரிந்து விட்டார்கள். எனக்கு ஒரு அண்ணன் இருக்கிறான் என்று அம்மா சொல்லி கேட்டிருக்கிறேன். ஆனால் யார் கேட்டாலும் இதைச் சொல்லக் கூடாது. எக்காரணம் கொண்டும் வடமலாபுரம் ஊர் பக்கம் போவதோ என் அப்-பாவையும் அண்ணனையும்சந்திப்பதோ கூடாது என அம்மா சத்தியம் வாங்கியி-ருக்கிறார். அதை எப்போதும் நான் மீறமாட்டேன் என்று என்னை நம்புவதால் தான் இங்கே இருக்கும் உறவினர் வீட்டுக்காவது என்னை அனுப்புகிறாள். இங்கே நான் தங்கும் சித்தி வீட்டு ஆட்களைத் தவிர வேறு யாரையும் எனக்கு தெரியாது. எல்லோரும் இருந்தும் மொத்தத்தில் நான் ஒரு அனாதை மாதிரி”பீட்டரின் கண்-களில் கண்ணீர் துளிர்த்தது.கண்களை துடைத்துக் கொண்டு தன்னுடைய குடும்-பத்தை பற்றி தனக்கு தெரிந்ததை சொன்னான்.

“பீட்டர் உன் கதை எனக்கு எவ்வளவு வேதனையை தருகிறது என்று உனக்கு தெரியுமா? பூமியில் சட்டங்களும் சத்தியங்களும் எப்படி உருவாகின என்பதை அறிந்து கொள்.இவை மனிதனின் வாழ்க்கை முறையில் ஒரு ஒழுங்கையும் நேர்-மையையும் பிரச்சினைகள் இல்லாநிலையை உருவாக்கவுமே உண்டாக்கப்பட்டது. இவைகளை மீறக் கூடாது மீறினால் தண்டனைக்குள்ளாவீர்கள் என்று சொல்லி சொல்லியே மனிதன் பக்குவப்படுத்தப்பட்டான்.அப்படி உருவாக்கப்பட்ட சட்டங்க-ளிலேயே சில விதிவிலக்குகளும் உண்டு.

உதாரணமாக போக்குவரத்து விதிகள் எல்லோருக்கும் பொதுவானவை.யாரும் அதைமீறினால் தண்டனைக்குள்ளாவார்கள். ஆனால் அவசரகாலங்களில் ஆம்புலன்ஸ் வாகனங்கள் எந்த போக்குவரத்து விதியையும் கடைப்பிடிக்க வேண்டியதில்லை என்று ஒரு விதிவிலக்கு உண்டு. ஏனென்றால் அது ஒரு உயிர் காக்கும் பொருட்டு அவசர சேவையில் ஈடுபட்டுள்ளது.

அது போலத்தான் இப்போது உன் நிலை. எனக்கு உன் அப்பாவையும் அண்ணனையும் நன்கு தெரியும். உன்னையும் உன் தாயையும் காண மாட்டோமா என ஏங்கித் தவிக்கின்றனர்.குறிப்பாகஉங்க அப்பா அம்மாவின் மேல் எவ்வளவு பாசம் வைத்திருந்தார் என்பதும்அவர்களுடைய பிரிவால் எவ்வளவு பாதிக்கப்பட்டிருந்தார் என்பதும்உடனிருந்து பார்த்த எனக்குத்தான் தெரியும்.

முதலில் உன் நிலையை புரிஞ்சுக்கோ. சத்தியம் எல்லாம் இரண்டாம் பட்சம்தான். ஒரு குடும்பம் சிறந்து விளங்க சில விதிமீறல்களை செய்வது ஒன்றும் பெரிய தவறில்லை ஒருவேளை உன் விதிமீறலை உன் தாயே கூட அனுமதிக்கலாம்.குடும்பம் ஒன்றுபட யாராவது முயற்சி எடுக்க மாட்டார்களா என்றுகூட அவர் மனதுக்குள் ஏங்கலாம் அதை நீ ஏன் செய்யக்கூடாது?.

சத்தியங்களும் சட்டங்களும் எப்போதும் நிலையானவை அல்ல. காலத்திற்கேற்ப மாற்றப்பட கூடியவைதான்.அந்தமாற்றம் உன்னிடமிருந்து உண்டாகட்டுமே.

உறவுகளை பிரிஞ்சி வாழற வாழ்க்கையெல்லாம் ஒரு வாழ்க்கையா? தூக்கி போடுடா உன் சத்தியத்தை. உயிர் கொடுத்தவனுடைய முகம் பார்க்க தடைபோடறதுக்கு எந்த சத்தியத்துக்காவது சக்தி இருக்கா என்ன?" அவள் பேச பேச பீட்டருக்கு சத்தியத்தை மீறுவது ஒன்றும் தவறில்லை என்று தோன்றியது.

மறுநாள் வடமலாபுரம் கிராமத்துக்கு சென்றான். விவரம் தெரிந்தபின் முதன்முறையாக தந்தையையும்அண்ணனையும் சந்தித்தபோது ஏற்பட்ட மகிழ்ச்சி வார்த்தையில் அடங்காது. ஏனெனில் நீண்ட நேரம் மூவரும் ஒன்றும் பேசிக் கொள்ளாது கட்டி அணைத்தபடி கண்ணீர் விட்டு நின்றனர். குடிசையின் வாசலில் நின்று இந்த காட்சியை கண்டு கொண்டிருந்த லீலாவுக்கும் என்னவோ போல் இருந்தது.

இத்தனை பாசமுள்ள சொந்தங்களையா இத்தனை வருடமாக பிரிந்திருந்தோம் என்ற வருத்தம் பீட்டருக்கு ஏற்பட்டது. என்றாலும் யாரிடத்திலும் தாயை விட்டுக் கொடுத்து பேச மனம் வராததால்யார் கேட்டாலும் தாயைப் பற்றியோ அவள் இருக்குமிடம் பற்றியோ பேச மறுத்துவிட்டான்.

வாழ்வின் மிக மகிழ்ச்சியான தருணங்களை தன் இதய கூட்டுக்குள் நிறைத்துக் கொண்டு அந்த வருட விடுமுறை முடிந்து ஊருக்கு கிளம்பினான்.

# 23

23

உலகம் விந்தையான பல உறவுமுறைகளை தன்னகத்தே கொண்டுள்ளது. கணவன் மனைவி உறவு, பெற்றோர் பிள்ளைகள், சகோதர சகோதரிகள், மாமா மச்சான், பிள்ளைகளின் திருமண உறவால் உறவானவர்கள், தொழில் கூட்டாளிகள், நண்பர்கள் என பலவிதமான உறவுமுறைகள் இருக்கின்றன. ஆனால் தற்போதைய உலக வாழ்வில் எந்தஉறவுமுறையும்நேர்மையாகவும்,உண்மையாகவும் இருப்பதில்லை. ஏமாற்றுவது இயல்பு என நினைக்கின்றார்கள் அல்லது இவர் நம்மை ஏமாற்றி விடுவாரோ என்கிற சந்தேகத்துடன் இருக்கின்றனர்.

நல்ல நட்பு என்பது இவற்றிற்கு முற்றிலும் மாறானது. நண்பரின் பிரச்சனை என்ன என்பதை அவர் சொல்லாமலேயே உணர்வது, அவர் கேட்காமலே அதை தீர்க்க தன்னால் முடிந்ததை செய்வது போன்றவை நட்பின் எழுதப்படாத அடிப்படைக் கடமையாக உள்ளது. அப்படிப்பட்ட நட்பு அமைவது அபூர்வமானது அமையப் பெற்றவர்கள் பாக்கியசாலிகள்.

லீலாவும் பீட்டருக்கு அப்படிப்பட்ட தோழியாகவே திகழ்ந்தாள். வாராவாரம் கடிதம் எழுதுவார்கள் தீபாவளி,பொங்கல்,கிறிஸ்மஸ், புத்தாண்டு வாழ்த்து அட்டைகள் அனுப்புவது என்று இவர்களின் நட்பு இரண்டு ஆண்டுகள் சிறப்பாக இருந்தது. முதலாண்டு விடுமுறைக்கு வந்தபோது பீட்டர் அடிக்கடிதன் தந்தையையும் அண்ணனையும் பார்க்கவடமலாபுரம் வந்தான்.மூவரும் ஒன்றாக அமர்ந்து பேசி சிரிப்பதும் உண்டு மகிழ்வதுமாகஇருந்தனர். ஆனால் இருவரும் எவ்வளவோ கேட்டும் ரீட்டா இருக்கும் இடத்தை பீட்டர்கூறவில்லை.

இரண்டாம் ஆண்டு விடுமுறை நெருங்கி வந்த போது பீட்டரிடம் இருந்து ஒரு கடிதம் வந்தது. அதில் ரீட்டாவுக்கு உடல்நலம் சரியில்லாமல் இருப்பதாகவும் அதனால் இந்த ஆண்டு விடுமுறைக்கு ஊருக்கு வருவது சந்தேகமே என்று எழுதியிருந்தான். லீலா அதை சிவமணியிடம் தெரிவிக்க அவன் தந்தையிடம் பேச்சுவாக்கில் சொல்லி விட்டான்.

அதை கேட்டவுடன் வைத்தியரோ மனைவியைஒரு முறையாவது பார்க்கவேண்டும் என துடிக்க ஆரம்பித்து விட்டார்.லீலாவிடம் பீட்டரின் முகவரி கேட்டு நச்சரிக்க ஆரம்பித்தார்.பீட்டர்லீலாவின்நட்பு தொடர வேண்டி அவளிடம் தன்னுடைய முகவரியை கொடுத்தபோதேபலமுறை எக்காரணத்தை கொண்டும் யாருக்கும்இதைதெரிவிக்கக் கூடாதென எச்சரித்திருந்தான்.

வைத்தியர் உணவருந்த மறுத்தார் வீட்டிற்குள்ளே சத்தியாகிரகம் மேற்கொண்டார்.இருவருக்கும் இடையிலான பாசப் போராட்டத்தில் சிக்கி லீலா திணறினாள்.வைத்தியரின் போராட்டம் வலுத்தது. இன்னும் இது நீடித்தால் மருத்துவமனையில் கொண்டுபோய் சேர்க்க வேண்டிவரும் போல்தோன்றியது.

வைத்தியரின் பிடிவாதத்தால் வேறுவழியின்றி லீலா பீட்டரின் முகவரியை கொடுத்தாள்.“எங்களுக்கு மெட்ராஸ் பரிச்சயமில்லாத நகரம். நீயும் கூட வருகிறாயா?” என்று அவர்கள் கேட்கஅவர்களுடன் தானும் செல்வது தான் சரியாக இருக்கும் என்று லீலாவுக்கு தோன்றியது. வீட்டில் வைத்தியரின் குடும்ப நிலவரத்தைசொல்ல அவர்கள் குடும்பத்தின் மேல் இருந்த நன்மதிப்பும்அக்கறையும் காரணமாகலீலாவையும் அவர்களோடு போய்வர சம்மதித்தனர்.லீலாவும் அவர்களுடன் சேர்ந்து சென்னைக்கு ரயில் ஏறினாள்.

அதிகாலை நேரத்தில் சென்னைஎக்மோர்இரயில் நிலையத்திலிருந்து ஆட்டோ பிடித்து அந்த முகவரிக்கு போய் சேர்ந்தனர்.

கடற்கரை ஓரமாக மீனவர் குடியிருப்பு நிறைந்த பகுதியில் சற்று ஒதுங்கி பெரிதாக உயர்ந்து நின்ற சர்ச்சை ஒட்டி இருந்தது. அந்த வீடு.வீடும் அது அமைந்து இருந்த இடமும் மிக ரம்யமாக இருந்தது. வீட்டில் இருந்து பார்க்க தூரத்தில் ஆர்ப்பரிக்கும் கடல் தெரிந்தது.அதுஎழுப்பிய ‘ஹோ’ என்ற இரைச்சலும் அதிகாலை நேரத்து குளிர்ந்த காற்றும் மனதை வருடிக் கொடுத்தது.

வீட்டிற்கும் அதன் முன் கேட்டுக்கும் சுமார் 30 அடி தூரம் இடைவெளி இருந்தது. கலைநயத்துடன் அழகழகான பலவித பூச்செடிகளும் கொடிகளும் சிறிய மண் தொட்டிகளில் வளர்த்து அந்த இடம் அலங்கரிக்கப்பட்டிருந்தது.அதில் பூத்திருந்த மலர்களில் அதிகாலை நேரத்து பனித்துளிகள் பதுங்கிக் கொண்டிருந்தன.

சிறிதாக அமைக்கப்பட்டிருந்த கேட் பூட்டபடாமல் சாதாரணமாக சாத்தி வைக்கப்பட்டிருந்தது. அதை திறந்துகொண்டு போய் கதவை தட்டலாமா அல்லது அவர்களாகவே வெளிவரும்வரை காத்திருக்கலாமா என யோசித்துக் கொண்டிருக்கும்போதே கதவை திறந்துகொண்டு ரீட்டா வெளியே வந்தாள்.

ரீட்டாவாஅது?உடன் வந்தவர்களை விட்டுவிட்டு வைத்தியர்வேகமாக முன்னேறிச் சென்று கேட்டில் கை வைத்து கூர்ந்து பார்த்தார். கையில் வைத்திருந்த பக்கெட்டையும் விளக்குமாரையும் கீழே வைத்துவிட்டு கொஞ்சமாக தொங்கிய தன் கூந்தலை அள்ளி கொண்டையாக முடிந்தாள். “பேச்சி உனக்காக தைலம் காயிச்சி

வச்சிருக்கேன் குளிக்கிறதுக்கு முன்னாடி நல்லா தலையில் தடவிக்கோ ஆயுசுக்கும் நரைச்ச முடி எட்டிப் பார்க்காது''.

''எனக்கு எதுக்குங்க தைலம் எல்லாம்.மனசுல கவலை இருக்கிறவங்களுக்கு தான் முடி சீக்கிரம் நரைக்குமாமே. எனக்கு தான் எந்த கவலையும் இல்லையே பின்னே எப்படி நரைக்கும்''

இப்பகவலைகூடிப்போச்சாபேச்சி. உன் தலைமுடியில் பாதி நரைச்சி போச்சி. மீதி கொட்டிப் போச்சு. இடுப்புவரை சடைசடையாய் அசைந்தாடியமுடி உன்னைப்போல் கூனிக்குறுகிஎலிவாலாகி போச்சே.

கட்டியிருக்கும் சேலை என்ன நிறம் என்றுகண்டுபிடிக்கமுடியலையே?பழுப்பெரிப்போன வெள்ளை நிறமா?வெளிறிப் போன நீல நிறமா?எனக்குதான் கண்தெரியலையா அல்லது அவள் புடவை தான் அப்படியிருக்கா?''நாம எந்த நிலையில் இருந்தாலும் அதை நாம போடுற உடை வெளியேகாட்டிக் கொடுக்ககூடாதுங்க''என்று சொன்ன அவளா இவள்?

''சின்ன வயசிலிருந்து காயகல்பம் ஏதும்சாப்பிடுறீயா? உன் மேனி இப்படி தளதளனு குளிர்ச்சியா இருக்கு'' ஒருநாள் கூடலின் போது வேலுச்சாமி கிறங்கிப் போய் கேட்க''ஆமாம் பிறந்த வீட்டிலேயும் சரி புகுந்த வீட்டிலேயும் சரி ஆனந்தம் என்கிற காயகல்பத்தை அளவில்லாமல் அள்ளிப்பருகிக் கொண்டு இருக்கிறேன்'' கேலியாய் அவன் காதில் கிசுகிசுத்தாள்.

இப்போதுஎழிலான அவள் மேனி பளபளப்பு இழந்து அவள் கட்டியிருந்த ஆடையாய்உருமாறிப்போயிருந்தது.கன்னத்தின் இருபுறமும் புதிதாய் குழி விழுந்திருந்தது ஒருவேளை கடவாய் பற்கள் பறிபோயிருக்ககூடும்.இந்த அவல நிலையில்உன்னை காணவா இத்தனை நாளும் உயிர் தாங்கி நின்றேன். வேலுச்சாமி வைத்தியருக்கு மனசெல்லாம் கனத்துப் போனது.

கேட் அசைந்த சத்தம்கேட்டு ரீட்டா என்னவென்று திரும்பி பார்த்தாள்.வைத்தியரை அங்கே பார்த்தவுடன்''நீங்களா'' என மனதுக்குள் கூவினாலும் வெளியே மௌனமாய் இருந்து சில நிமிடங்கள் அவரை உற்றுப்பார்த்தாள்.ஆறடி உயரமும் ஆஜானுபாகுவான உடல் கட்டுள்ளவேலுச்சாமியைமேல்சட்டை அணியாத நேரத்தில் பார்க்கும் போதெல்லாம் ''உங்க பேரு வேலுச்சாமின்னு வச்சதுக்கு பதிலா கருப்பசாமின்னோஎல்லைச்சாமின்னோவைத்திருக்கலாம்''என்று கிண்டலடிச்சோமே அவரா இவர். நடை தளர்ந்து கூனிக்குறுகி போய்தாடி மீசை நரைத்து தள்ளாதவயதான கிழவனாய் தடுமாறி நிற்கிறாரே எல்லாம் என்னால் தானே?

அவள்மூளைஅப்படி தயங்கினாலும் கண்கள்அவர்களை பார்த்ததும் எல்லா கட்டுப்பாடுகளையும் மனது உடைத்து எறிந்தது.''என்னங்க நீங்களா? ஏன் அங்கேயே நிக்கிறீங்க? உள்ளே வாங்க'' என சத்தமாக கூப்பிட்டாள். அவள் சத்தம் கேட்டு பீட்டர் வெளியே வந்தான்.லீலாவும் சிவமணியும் பீட்டரும் அங்கே நடப்ப-

வற்றை ஆச்சரியத்துடன் பார்த்துக் கொண்டிருந்தனர்.

"இவள் என் மனைவி. இன்றுமுதல் ஆயுள் முழுவதும் அவள் கண்கலங்காமல் பாதுகாக்க வேண்டியது என் பொறுப்பு" என்று அக்னியை சாட்சி வைத்து கரம் பிடித்தேனே எதனால் அதை நிறைவேற்றாமல் போனோன். சரி காரணம் எதுவானாலும் இனி என்றும் அவள் கலங்கி நிற்கக்கூடாது பார்த்த வினாடியே வேலுச்சாமி முடிவெடுத்தார். மனைவியை பார்த்த உற்சாகத்தில் வேகமாக கேட்டை தள்ளிக்கொண்டு உள்ளே ஓடினார்.

ஆசைகணவன் பாய்ந்தோடி வருவதை கண்ட ரீட்டா உள்ளுக்குள் உடைந்து போனாள். இப்படிப்பட்ட குடும்பத்தையா பிரிந்து வந்தோம். இல்லற சுகம் திகட்ட திகட்ட அனுபவிக்க மனம் விரும்பும் போது துறவறம் பூணமுடியாது என்பதை ஏன்உணராமல் போனோம்.குடும்பத்தை பிரிந்துதான் கர்த்தருக்கு ஊழியம் செய்ய முடியும் என்று பைபிளில் கூறப்படவில்லையே. என் அறியாமையினால் எத்தனை இன்பமான வாழ்வை இந்த குடும்பம் இழந்துவிட்டது.

வயதானாலும் இவருக்கு என்மேல் இத்தனை பாசமா? இனியும் வேண்டாம் இந்த பிரிவு துயரம் மனது அவளை உந்தித் தள்ளரீட்டாவும் வைத்தியரை நோக்கி நாணத்துடன் முன்னேறதுவங்கினாள்.

இது என்ன மாயம் 30 அடி தூரம் நமக்கு முப்பது மைல் தூரமாகதெரிகிறதே. ஓட ஓட வீடு வந்து சேராமல் தத்தளிக்க வைக்கிறதேஎன்று வேகமாக ஓடி வீட்டை நெருங்க நெருங்க அவருக்கு நெஞ்சு வலிப்பது போல் தோன்றியது. யாரோ நெஞ்சை கசக்கிப் பிழிவது போல் வலி எடுத்தது.வேறொன்றுமில்லை திடீரென்று வேகமாக ஓடியதால் நுரையீரல் அதிக காற்றுக்காக தவிக்கிறது என்று நினைத்து வைத்தியர் வாயை திறந்து காற்றை சுவாசித்து உள்ளே அனுப்ப உடனே குபுக்கென்று வாந்தி வந்தது.ஓடிக்கொண்டிருந்த கால்கள் நகர மறுத்தன. வியர்வை அருவியாக கொட்டியது.

எப்படியாவது மனைவியின் அருகே போய்விட வேண்டும் என நினைத்தவருக்கு அது நடக்காது என தெரிந்ததால் அவளை அருகே அழைக்கலாம் என நினைத்து "பேச்சி" என பெரிய குரலில் கத்தினார். ஆனால் வார்த்தைகள் உடைந்து மெல்லியதாக முனங்கலாக வெளிப்பட்டது.

தன்னை நோக்கி வேகமாக வந்தவர் ஏன் இடையிலேயே நின்றுவிட்டார் நெஞ்சை வேறு பிடித்தபடியே நிற்கிறாரே என அவரை நோக்கி மெதுவாக நகர்ந்து கொண்டிருந்த ரீட்டா வேகமாக அவரருகே வந்தாள். அவரை கைத்தாங்கலாக பிடித்துக்கொண்டாள். தன் தோளில் சாய்த்து மணலில் அமர்த்தினாள். அவர் அமராமல் உடல் தளர்ந்து மண்ணில் சாய்ந்தார்.ரீட்டா அவருடைய கன்னத்திலும் நெஞ்சிலும் மாறிமாறி அடித்தாள்."ஏங்க கொஞ்சம் கண்ணை திறந்து பாருங்க" என கதறினாள்.

சிவமணியும்லீலாவும் திகைத்து போய் நின்றனர்.பீட்டர் வேகமாக உள்ளே ஓடி போய் ஒரு பாத்திரத்தில் தண்ணீர் கொண்டு வந்தான். வேலுச்சாமி முகத்தில் தண்ணீரை வேகமாக அடித்தான் அவரிடம் எந்த அசைவும் இல்லை.தந்தையின் மார்பில் கைகளை வைத்து அமுக்கி செயற்கை சுவாசம் கொடுக்க முயற்சித்தான் என்றாலும்வைத்தியர்அசையாமல் கிடந்தார்.

“எல்லாம் போச்சு பீட்டர் உங்கப்பா நம்மை விட்டு போயிட்டாரு. இதுக்காக வாடா இவ்வளவு தூரம் வந்தாரு?இதுக்கு பேசாம அங்கேயே இருந்திருக்கலாமே?” ஓ என்று தன் முகத்திலும் மார்பிலும் ஓங்கிஅடித்தபடி கதறி அழுதாள்.தன் மடியில் கிடந்த கணவனின் மார்பில் தன் தலையை இடித்து இடித்து சத்தமாக கதறி அழுதவள் சில நிமிடங்களில் அமைதியானாள். அசைவற்று அப்படியே வேலுச்சாமியின் மார்பில் தலைசாய்த்தவாறு அசையாமல் சிலையாய் அமர்ந்துவிட்டாள். பார்த்துக்கொண்டிருந்த மூவருக்கும் அங்கே என்ன நடக்கிறது என்பது உணர்ந்து கொள்ளவே சற்று நேரம் ஆனது.

ரீட்டாவின் அழுகுரல் கேட்டு பக்கத்து வீட்டில் இருந்தவர்கள் விரைந்து வந்தனர்.நடந்தவற்றை ஓரளவு யூகித்து ரீட்டாவின் அருகில் சென்று பரிசோதித்தனர். சிலையாய் அமர்ந்திருந்த ரீட்டாவின் தலையை உயர்த்திவைக்க அது மீண்டும் சரிந்து வைத்தியரின் மார்பில் விழுந்தது.இருவரின் நாடித்துடிப்பையும் பரிசோதித்த ஒரு பெண்உதட்டை பிதுக்கினாள்.

“திடீரென மாரடைப்பு ஏற்பட்டு இருக்கும் போல. ஏம்பா பீட்டர் என்ன நடந்துச்சு யார் இவர்?” என்று கூட்டம் கேள்வி எழுப்ப துவங்கியது.“இதுதான் எங்க அப்பா.பல வருஷமா பிரிஞ்சி இருந்தவர்இன்னைக்கு காலைல தான்ஊரிலிருந்து வந்தார்”என்று கூறியவன் அதன் பின் நடந்தவற்றையும் சொன்னான்.

'உனக்கு கொஞ்சமாவது அறிவு இருக்கா?நீயும் உங்கம்மாவும் பத்து நாளைக்கு முன்னதான நெஞ்சுவலியின்னுடாக்டராண்டபோனீங்க. அப்பவே அவர் தான் கிளியரா சொன்னாரில்ல.அந்தம்மா ஹார்ட் வீக்கா இருக்கு கொஞ்சம் பக்குவமா பாத்துக்கணும் அதிர்ச்சியான விஷயங்களை பார்க்காம கேட்காம பார்த்துக்கோன்னு”.

“என்னதான் புருஷனா இருந்தாலும்இப்போ போயா இவரை வரச்சொல்லுறது?இத்தனை வருஷமா பிரிந்து இருந்தாங்களே இப்ப வந்து பார்த்தால் என்ன ஆகும்னு கொஞ்சமாவது யோசிச்சியா?”.

“உனக்கெல்லாம் கொஞ்சமாவது புத்தி இருக்கா? டாக்டருக்கு தானே படிக்கிற இதுகூட தெரியாமயாஇருப்ப?” எல்லோரும் சேர்ந்து திட்ட பீட்டரின் கோபம் லீலாவின் மேல் திரும்பியது.ஆத்திரக்காரனுக்கு புத்தி மட்டு என்று சும்மாவா சொன்னார்கள் பெரியவர்கள்.

பீட்டருக்கு ஆத்திரம் கண்ணை மறைத்தது ஒருபுறம் என்றால் சுற்றியுள்ளவர்களின் ஏளனப் பேச்சு தன்னை தாக்குவதை தவிர்த்து வேறுபுறம் திருப்ப என்ன செய்யலாம் பழியை யார் மேல் போடலாம் என்ற கேவலமான யோசனையில் இருக்கும் போது சிக்கியவர்கள் லீலாவும் சிவமணியும்.

பீட்டர் தங்களை பார்த்துமுறைப்பதை உணர்ந்த லீலா அவன் அருகில் சென்று"சாரி பீட்டர் இப்படி ஆகும்னுநான்நினைக்கலை.நான் எத்தனை சொல்லியும் கேட்காமஉங்க அப்பாதான் அடம்பிடித்தார்.ஒரே ஒரு முறையாவது உங்க அம்மாவை பார்த்தே ஆகணும்னு இரண்டு நாள் சாப்பிடாம இருந்தார். பார்க்க பாவமாய் இருந்தது. அதுதான் முகவரி கொடுத்தேன். இங்கே அவங்க மட்டும் வந்து ஏதாவது பிரச்சினை ஆகிடகூடாதுன்னு நினைத்துதான் நானும் கூட வந்தேன். ஆனால் இங்கே இப்படி ஆகிப்போச்சு"என்று கவலையுடன் பேசினாள்.

பீட்டர் அவளுடைய பேச்சை கேட்டு இன்னும் மூர்க்கமானான்."உன்னை எல்லாம் நல்லவள் என்று நினைத்து பழகினேன் பாரு என்னை செருப்பால் அடிக்கணும். எதை யாருக்கும் சொல்லாதே என்று சொன்னேனோ அதைப்போய் வெளியே சொல்லி இருக்கியே.படுபாவி, நம்பிக்கை துரோகி உன்னால் தான் இங்க இரண்டு உயிர் போயிருச்சு. அந்த ஆளை விடு இருக்கிறார் சாகிறார் எனக்கு அதை பத்தி எந்த கவலையும் இல்லை. எங்க அம்மா செத்துபோயிட்டாங்களே. இன்னும் எத்தனையோ வருஷம் எனக்கு துணையா இருக்க வேண்டியவங்க உன்னால அநியாயமாக செத்துப் போயிட்டாங்க.இனி எனக்கு யார் துணை?நல்லா இருந்த என் வாழ்க்கையை நாசமாக்கிஎன்னை அனாதையாக்கிட்ட தயவுசெய்து என் முன்னாடி நிக்காத. போ போயிரு நான் மரியாதையா சொல்லும்போதே வெளியே போறது தான் உனக்கு நல்லது" கிட்டத்தட்ட லீலாவை அடிக்கவே தயாராகிவிட்டான்.

"டேய் தம்பி நீ யாரிடம் பேசுறேன்னு தெரிஞ்சுதான் பேசுறியா? அது நம்ம லீலாடா. அப்பாவும் அம்மாவும் விதி முடிந்தது போயிட்டாங்க. ஒருவர்மேல் ஒருவர் எவ்வளவு அன்பு வச்சிருந்தாங்க என்பதை இப்ப நம்ம கண்ணாலேயே பார்த்தோமே. இவ்வளவு அன்புவச்சிருக்கிற இருவரும் தனித்தனியே பிரிந்து வாழ்வதற்கு ஒன்றாக செத்தது எவ்வளவோ மேல். அவங்க இருவருடைய உடலும் தான் இந்த பதினைந்து வருஷமா பூமியில் வாழ்ந்ததே தவிர மனசால அவர்களின் உயிர் எப்பவோ போயிருச்சு அது உனக்கு தெரியுமா?அப்பாவின் ஆசையை நிறைவேற்றுவோம் அவங்க இருவரையும் ஒன்று சேர்த்துவைக்க முடியுதான்னு பார்ப்போமுங்கிற நல்ல எண்ணத்தோடும் தான் லீலா இவ்வளவு கஷ்டபட்டது. அது தெரியாமல் அவளைப் போய் குறை சொல்றியே"சிவமணிகுறுக்கிட்டான்.

அதற்குள் சர்ச் பாஸ்டரும் சில ஊழியகாரர்களும் வந்து சேர்ந்தனர். அதுவரை கசமுசா என்று தங்களுக்குள் பேசிக் கொண்டிருந்த கூட்டம் அமைதியானது.

நடந்தவற்றை விசாரித்து அறிந்து கொண்ட பாஸ்டர் ''பீட்டர் உன் தாய் நமது திருச்சபையின்விசுவாசி.முழுநேர ஊழியையாக இருந்து கர்த்தருக்காக பணியாற்றி மரித்துப் போனார். அதனால் அவரை கிறிஸ்தவ முறைப்படி முழு மரியாதையுடன் நம்முடைய கல்லறை தோட்டத்திலேயேஅடக்கம் செய்யலாம். அதற்கு வேண்டிய ஏற்பாடுகளைத் திருச்சபை சார்பில் செய்து தருகிறோம்''என்றார்.

''வணக்கம் பாஸ்டரய்யா என் பெயர் சிவமணி இவங்களோட மூத்த பையன். ஏதோ சில பிரச்சினைகளால் எங்க குடும்ப பிளவுபட்டு போச்சு. இன்னைக்கு காலையில தான் பதினைந்து வருஷம் கழிச்சு எங்க அப்பாவும் அம்மாவும் சந்தித்தார்கள் அவங்க பாத்துகிட்ட ஓரிரு நிமிடங்களிலேயே அவர்களுக்கு இடையே எவ்வளவு அன்பு இருந்ததுன்னு நாங்க புரிஞ்சுகிட்டோம்.என்றாலும் எங்களால் அவர்களை உயிரோடு ஒன்று சேர்த்து வைக்க முடியவில்லை.செத்த பிறகாவது ஒன்றாக இருக்கட்டுமே அதனால் என் தாய்க்கு அடக்கம் செய்ய இடம் கொடுப்பது போல் என் தந்தைக்கும் கொஞ்சம் இடம் கொடுங்கள் இல்லையெனில் என் தாய்க்காக வெட்டப்படும் குழியிலேயே இருவரையும் அடக்கம் செய்து விடலாம்''சிவமணி உருக்கமாக பாஸ்டரிடம் வேண்டிக் கொண்டான்.

''மகனே உன் விருப்பம் நியாயமானதாக இருந்தாலும் அதை நிறைவேற்ற முடியாத சூழ்நிலையில் நாங்கள் இருக்கிறோம். ஒவ்வொரு திருச்சபைக்கும் என்று சில விதிமுறைகள் இருக்கின்றன. அதன்படி இத்திருச்சபையில் ஞானஸ்தானம் எடுத்த விசுவாசிக்கு தான் இந்த கல்லறை தோட்டத்தில் இடம் ஒதுக்க முடியும்.

ரீட்டா திருச்சபையில் ஞானஸ்தானம் பெற்ற விசுவாசி முழுநேர ஊழியை. அதனால்தான் அவரை திருச்சபைக்கு சொந்தமான வீட்டில் தங்க அனுமதித்தோம். பீட்டரின் படிப்பு செலவையும் ஏற்றுக் கொண்டோம். இன்று கல்லறைக்கு இடம் தருகிறோம். ஆனால் உன் தந்தைக்கு இடம் கொடுக்க திருச்சபை விதிகளில் அனுமதியில்லை எனவே இங்கு உன் தாயோடு அவரை அடக்கம் செய்ய இயலாது''என்று சொல்லிஅங்கிருந்து நகர்ந்து போனார்.

சிவமணிக்கு கோபம் தலைக்கேறியது.''உங்களால் இங்கு என் தந்தையை அடக்கம் செய்ய அனுமதிக்க முடியாது அவ்வளவு தானே. அப்படி என்றால் என் தாயோடு தந்தையையும் ஒன்றாகஅடக்கம் செய்ய எங்கே அனுமதி கிடைக்கிறதோ அங்கே இருவரின் உடலையும் எடுத்துச் செல்கிறோம். என்னடா தம்பி நீ என்ன சொல்ற''

பீட்டரை ஒரு கூட்டம் தனியாக அழைத்துச் சென்று சற்று நேரம் பேசியது.திரும்பி வந்தவன்''என் அம்மாவின் உடலை இந்த கல்லறை தோட்டத்திலேயே அடக்கம் செய்து விடலாம்''என்றான்.

''டேய் தம்பி என்ன பேசுறேன்னு தெரிஞ்சுதான் பேசுறியா? ஏதோ அவங்க சொன்னாங்க எங்கிறதுக்காய்இப்படிநடந்துக்கிறியா?''சிவமணி பீட்டரை நெருங்கி-

வந்து அவன் தோள்களைப் பற்றி குலுக்கினான்.தன் தோள்களில் இருந்து சிவமணியின் கைகளை பீட்டர் வேகமாக தட்டிவிட்டான்.

"இப்படி முடிவெடுக்க நீ யாருடா. உங்களை எல்லாம் யாரு இங்கே வரச் சொன்னது? அந்த கிழவன் பிணத்தை நீ எங்க வேணும்னாலும் எடுத்துட்டு போ என்ன வேணுமின்னாலும்செய்.ஆனால் எங்க அம்மாவை என்ன செய்யணும்னு எனக்கு தெரியும். அதில் தலையிட உனக்கு எந்த உரிமையும் இல்லை. உங்க அப்பன் பிணத்தை எடுத்துட்டு பத்து நிமிஷத்துல இங்கிருந்து வெளியேறல அப்புறம் நடக்கிறதேவேறு"பீட்டர் கடுமையாக பேச தொடங்கினான்.

"என்னடா என்னையே மிரட்டி பார்க்கிறாயா? அப்பாவையும் அம்மாவையும் ஒரே இடத்தில் தான் அடக்கம் செய்யணும். அங்கேயாவது அவங்க சேர்ந்து இருக்கட்டும். இதை தடுக்க எவனாலும் முடியாது. அது யாராக இருந்தாலும் சரி நீயாக இருந்தாலும் சரி"சிவமணி முன்னேறினான். தாயையும் தந்தையையும் பிரித்து அருகருகே படுக்க வைக்க முயற்சித்தான்.

பீட்டரும் சில இளைஞர்களும் சேர்ந்து சிவமணியைதடுத்தார்கள். அங்கு ஒரு கைகலப்பு வருவது போன்ற பரபரப்பான சூழ்நிலை உருவானது.இனிமேலும் அதை அனுமதிக்க கூடாது என்று நினைத்தலீலா உள்ளே புகுந்து சிவமணியை தனியாக அழைத்து சென்றாள்.இறந்தவரின் உடல் அடக்கத்திற்கு எந்த ஒரு இடையூறும் செய்யக்கூடாது என்பதை அவனுக்கு புரிய வைத்தாள்.

ஆம்புலன்ஸ் வாகனம் வரவழைத்து வைத்தியரின் உடலை மாநகராட்சி மயானத்திற்கு எடுத்துச் சென்று தகனம் செய்ய ஏற்பாடு செய்தனர். உடல் ஆம்புலன்சில் ஏற்றப்பட்ட போது லீலா பீட்டரை நோக்கி வந்தாள்.

"உன்னை பெரிய புத்திசாலி என்று தப்புக் கணக்கு போட்டுட்டேன்பீட்டர்.இப்பவாவது உன் சுயரூபத்தை காட்டினியே அதற்கு ரொம்ப நன்றி.காலையில உன் அப்பாவும் அம்மாவும் சந்தித்துக் கொண்ட அந்த வினாடி ஞாபகம் இருக்கா உனக்கு. அப்போது அவர்கள் கண்ணில் தெரிந்ததே அதற்கு பெயர்தான் காதல்,அன்பு, பாசம் என்பதெல்லாம்.

நாம் சும்மா ஒரு வார்த்தைக்காகஜமிஸ் யூ என்று சொல்கிறோமே அதன் உண்மையான அர்த்தத்தை நான் அவர்கள் கண்களில் பார்த்தேன். எப்படி ராணி போல் இருந்தவள் இப்படியாகி விட்டாயே என அவர் கண்களால் வருடிக் கொடுத்ததும் என்னால் தானே இத்தனையும் என்னை மன்னிப்பீர்களா என உன் தாய் மனதால் கூறியதும் என்னால் புரிந்து கொள்ள முடிந்தது.அதை புரிந்துகொள்ள பெரிய ஞானம் எல்லாம் தேவை இல்லை நல்ல மனசு இருந்தால் போதும்.

அப்படி நல்ல மனசு இல்லாத உன்னால் யாருடைய மனசையும் புரிஞ்சிக்க முடியாது.இத்தனை படித்தும் பக்குவப்படாத உன்னை சந்திப்பது இதுவே கடைசி

முறையாக இருக்கட்டும் என்று அந்த ஆண்டவனைவேண்டிக்கொள்கிறேன். குட் பை'' என்று சொல்லிவிட்டு திரும்பிப் பாராமல் நடந்தாள்.

# 24

24

பீட்டர் தன்னுடையகந்தலான காதல் கதையை சொல்லச் சொல்லரெனிடா அவனருகே அமர்ந்து கேட்டுக் கொண்டிருந்தாள். அவளுக்கு லீலாவை பார்க்க வேண்டும் போல தோன்றியது.அவள் நம்மை விட அழகாக இருப்பாளோ அவளின் நினைப்பு இன்னும் பீட்டருக்குஇருக்குமோ? அவன் பேசியதை எல்லாம் வைத்து பார்க்கும்போது பெரிய அறிவாளி போல் தோன்றுகிறது. இப்போ எங்கே இருக்கிறாள் என்பதை பீட்டர் சொல்லவில்லையே? இவ்வளவு நாளாய் எத்தனை முறை அவன் காதல் கதையை சொல்லச் சொல்லிநச்சரித்திருக்கிறேன் அப்போதெல்லாம் சொல்லாமல் இப்போ சொல்ல காரணம் என்ன?பல்வேறு கேள்விகள் அவளை சூழ்ந்து கொண்டன.

“ரெனிடா அன்று அவள் சொன்னது அத்தனையும் உண்மை. ஒவ்வொரு நாளும் நான் தனித்து இருக்கும் பொழுதுகளில் என் பெற்றோரின் கடைசி நிமிடங்கள் என் மனதில் தோன்றி என்னை சித்திரவதை செய்து கொண்டே இருந்தன. என்னை மறந்து அசந்து தூங்கினால் கனவில் வரும் அவர்கள் இருவரும் வாயால் எதையும் பேசாமல் கண்களாலேயே “ஏன் மகனே இப்படி செய்து விட்டாய்” என்று கேட்பது போல் பார்த்தனர்.

யார் மனதையும் உன்னால் புரிந்துகொள்ள முடியாது நீ ஒரு முட்டாள் என லீலா சொன்னதை பொய்யாக்க வேண்டி எம்பிபிஎஸ் முடித்தபின்மனோதத்துவத்தை முக்கிய பாடமாக எடுத்து படிக்க துவங்கினேன்.அப்படி படிக்கும் போது தான் தெரிந்தது இத்துறையில் படிக்காமலேயே டாக்டரேட் பெருமளவிற்கு லீலா கைதேர்ந்தவள் என்பது.

நான் செய்தது எவ்வளவு பெரிய தவறு என்று உன்னை திருமணம் செய்த கொஞ்ச நாளிலேயேஉணர்ந்துவிட்டேன். உன் மீது பாசம் வைத்து பிரிய நேரிட்டால் என் மனநிலை எப்படி இருக்கும் என்பதை என் இடத்தில் வைத்து யோசிக்க நான் செய்த தவறின்னுடைய வீரியம் அதிகமாகி என்னை பல நாட்கள் தூங்கவிடாமல் அலைக்கழித்தது. பலமுறை அவளைப் போய் பார்க்க வேண்டும் மன்னிப்பு

கேட்க வேண்டும் என்றெல்லாம் தோன்றியது. ஆனால் ஏனோ என்னுடைய ஈகோ தடுத்துவிட்டது.

அவள் எனக்கு கொடுத்த பல்வேறு பரிசுகளில் நீயும் ஒன்று ரெனிடா. எப்படி என்று கேட்கிறாயா?

நல்ல தோழியை மனைவியாக்கிக் கொள்ள முடியாவிட்டால் என்ன? வரும் அன்பு மனைவியை நல்ல தோழியாக பாவிக்கலாமே என்ற கருத்தை என்னுள் விதைத்தவள்அவள்தான்.அவள் கற்றுக் கொடுத்ததிலிருந்து நான் தப்பிப் போய் விடக்கூடாது என்பதில் உறுதியாக இருக்கிறேன். எந்த சூழ்நிலையிலும் உன்னிடம் நேர்மை தவறாத தோழனாகவே இந்த இருபத்தைந்து வருடங்கள் இருந்திருக்கி-றேன்''.

''எல்லாம் சரி பீட்டர். இத்தனை வருடம் கழித்து இன்று இந்த கதையை சொல்ல வேண்டிய அவசியம் என்ன? இந்த விஷயத்துக்கும் உன் மயக்கத்திற்கும் ஏதாவது தொடர்பு இருக்கிறதா?''.

''ஆமாம் ரெனிடா இன்று அவளை பார்த்தேன்.எங்கே தெரியுமா நம்முடைய முதியோர் இல்லத்தில். அதுவும் எப்படி இருக்கிறாள்தெரியுமா? எது அவளை பேரழகியாக காட்டியதோ அந்தக் கூந்தல் ஒட்டா வெட்டப்பட்டு கிட்டத்தட்ட மொட்டையடிக்கப்பட்டது போலிருந்தது. ஒரு பழைய சேலை உடுத்தி பார்க்க ஒரு பைத்தியத்தை போல அவள் அமர்ந்திருந்ததை பார்த்தவுடனே எனக்கு என்னவோ போல ஆகிருச்சு.

அவளுடைய அழகு,அறிவு, பேச்சுத் திறன் எல்லாம் எங்கே போச்சு? என்ன ஆனாலும் நிதானத்தை இழக்ககூடாதுன்னு எனக்கு கடைசி கடைசியா அறிவுரை சொல்லி போனாளே இப்ப அவளுக்கு என்ன ஆச்சுன்னு தெரியலையே?'' தனக்-குத்தானே புலம்புவது போல் பீட்டர் பேசினான்.

ரெனிடா எல்லாவற்றையும் அமைதியாக கேட்டுக் கொண்டாள். பீட்டரின் அருகில் அமர்ந்து ஆதரவாய் அவன் தலையை கோதி விட்டாள்.அதில் மிகுந்த ஆறுதல் இருந்தது.அவளுடைய செயல் கவலைப்படாதே நான் இருக்கிறேன் என்-பது போல் சொல்லாமல் சொல்லியது.

''இதற்கு ஏன் வருத்தப்படுறபீட்டர். அவங்களுக்கு ஒன்னும் ஆகியிருக்காது. அப்படியேஆகியிருந்தாலும் தான் இப்ப என்ன மருத்துவம் படித்த நாம எதுக்கு இருக்கோம். நம்மால முடியலைன்னாலும் நமக்கு மேலே ஆண்டவன் இருக்கி-றான்.கண்டிப்பா அவன் பார்த்துக்குவான்.

நல்லவங்களுக்கு நிறைய கஷ்டங்கள் வரலாம் அதெல்லாம் அவங்க திற-மைக்கு வைக்கிற சோதனைகள்.நல்லவங்கமிக சாதாரணமாக அதையெல்லாம் கடந்து வந்துடுவாங்க.அப்படித்தான் லீலாவுக்கும் ஆண்டவன் ஏதோ சோதனைகள் வச்சிருக்கார்.

நீவேணுமின்னா பாரு இதையெல்லாம் சமாளிச்சு லீலா மீண்டு வந்திருவாள்.நாமும் நல்லபடியாக ட்ரீட்மென்ட் கொடுத்து சீக்கிரமே அவங்களை பழைய நிலைக்கு கொண்டுவருவோம்.ஆமா அவளுக்கு என்ன நடந்ததுன்னு கேட்டியா?"ரெனிடாவின் பேச்சில் உறுதி இருந்தது.

"இல்லை ரெனிடா பேசும் நிலையில் அவள்இல்லை. அவளின் கோலத்தை கண்டு சகித்துக் கொள்ளும் நிலையில் நான் இல்லை. எனக்கு அப்போதே கண்ணைக் கட்டி விட்டது போல் உலகம் இருண்டு விட்டது. விபத்தில் சிக்காமல் நான் வீடு வந்து சேர்ந்தது அந்த ஆண்டவரின் கருணையால் தான்".

பீட்டர் அப்படியே அவள் மடியில் சாய்ந்துகொண்டான் கொஞ்சநேரத்தில் தூங்கிப் போனான்.ரெனிடாவுக்கு ஏனோ தூக்கம் வரவில்லை தன் மடியில் கிடந்து குழந்தையைப்போல் தூங்கும் கணவனையே பார்த்துக்கொண்டிருந்தாள்."தேவனே எனக்கு நல்ல துணையாக இவரை கொடுத்தீர்.இத்தனை ஆண்டு திருமண வாழ்க்கையில் என்றும் என் மனம் வருந்தும் எந்த செயலையும் செய்யாத நல்லவர் இவர். இன்று அவர் கலங்கிப் போய் நிற்கிறார் இவரை நான் எப்படி ஆறுதல் படுத்துவேன்? இவர் கூறுவதில் இருந்து அந்தப் பெண் லீலா எவ்வளவு உன்னதமானவள் என்பது தெரிகிறது. ஏன் அவளுக்கு இவ்வளவு பெரிய சோதனைகளை தருகிறீர்கள்? அவள் மீண்டும் பழைய நிலைக்கு திரும்ப உதவுங்களேன்.

அதற்கு நான் எப்படி உதவ முடியும் என எனக்கு வழி காட்டுங்களேன். சத்தியவான் ஒருபோதும் தோற்பதில்லை என்கிற உன்னுடைய வாக்கு மெய்ப்பிக்க படட்டும் எங்களுக்கு வெற்றிகிட்ட உம்மை ஜெபிக்கிறேன்பிதாவே.ஆமென்" அமைதியாகமனதுக்குள் இரவெல்லாம் இடைவிடாது பிரார்த்தித்துக் கொண்டாள்.

காலையில் கண் விழித்தபோது சோபாவில் ரெனிடாவின்மடியில் தலைவைத்து படுத்திருப்பதை பார்த்து பீட்டர் பதறி எழுந்தான்."ஏன் பீட்டர் இத்தனை பதட்டம் மெதுவாகத்தான் எழுந்திரு".

"ரெனி இரவு முழுவதும் இப்படியேவா உட்கார்ந்து இருந்த என்னை எழுப்பி இருக்கலாமே? இல்லேன்னா என் தலையை மெதுவாக நகர்த்தி விட்டு நீ உள்ளே போய் உறங்கி இருக்கலாமே?" பதற்றத்துடன் கேட்டார்.

"பீட்டர் ஏன் இவ்வளவு பதட்டப்படுற. உன்னை என் மடியில் சுமந்தது எவ்வளவு சந்தோசமா இருந்தது தெரியுமா? என் மடி உனக்கு ஆறுதல் தரும்னா-எத்தனை நாள் வேணும்னாலும் உன்னை தாங்க நான் தயார்" அவனை பார்த்து கண்ணடித்து சிரித்தாள்.

"சாரிரெனிடாநேற்றையவிஷயத்தால் டென்ஷனாகி அப்படி ஆகிப்போச்சு. வா சீக்கிரம் கிளம்பலாம்.ஹாஸ்பிடலுக்கு போக நேரமாச்சு"பீட்டர் எழுந்தான்.

"ஏங்ககொஞ்சம் உட்காருங்க. இன்னைக்கு நாம வேலைக்கு போகப் போறதில்லை லீவு போட்டுட்டுஹோமுக்கு போகப்போறோம். லீலாவை பார்த்து என்ன

ஆச்சு? எதனால் இப்படி ஆனாள் என்பதை அறிந்து அதற்கேற்ப ட்ரீட்மெண்ட் தொடங்கப் போறோம். நேற்று அவங்க கதையை கேட்டதிலிருந்து எனக்கு வேற நினைப்பே எழலை. அவங்களை எப்படி சீக்கிரம் குணப்படுத்தலாங்கிறது தான் என் சிந்தனையில் இருந்தது''.

''ரெனி உண்மையாவே நீயும் ஹோமுக்கு வாரியா?எத்தனையோ முறை நான் அழைத்தும் வரமாட்டேன்னு அடம்பிடிப்ப இப்ப மட்டும் ஏன் இந்த திடீர் மாற்றம்?''.

''நேற்றிலிருந்துஎனக்கு அவளை பார்க்க வேண்டும் போல் இருந்தது. ஆரம்பத்தில் என்னுடைய பீட்டரையே வேண்டாம் என்று சொன்ன பேரழகி யாருன்னு பார்க்க வேண்டும் போல் தோணிச்சு.போகப்போக அவள் குணத்தை வைத்து யோசிக்கும்போது ரொம்ப நல்லவங்களா தெரியுது. அவளை எப்படியாவது சீக்கிரம் குணப்படுத்தனும் என்று உள்ளுக்குள்ள ஒரு பதைபதைப்பு தோனிச்சு. அதான் வரேன்''.

இருவரும் சீக்கிரம் கிளம்பி ஹோமுக்குபோனார்கள்.பீட்டருடன் ரெனிடாவும் வருவதை பார்த்து அங்கிருந்தவர்கள் கைதட்டி ஆரவாரத்துடன் வரவேற்றனர்.''ஏம்மாரெனிடா போன நியூஇயருக்குவந்து கேக் கொடுத்துட்டு போனதுக்கப்புறம் இன்னைக்கு தான் வார.ஏன்இந்த கிழவன்களை பார்க்க பிடிக்கலையா?''.

''என்ன அங்கிள் இப்படி பேசுறீங்க? இவர் ஞாயிற்றுக்கிழமை காலையிலேயே கிளம்பி இங்கே வந்துருவாரு. நான் சர்ச்சுக்கு போயிட்டு வர நேரம் ஆகிவிடும். வீட்டில் வந்து வேலையை முடிக்க இவர் திரும்பி வந்துவிடுவார். பின்ன எப்படி வரமுடியும்? நான் இங்கே வராததற்கு முக்கிய காரணமே இவர்தான்''ரெனிடா பழியை பீட்டர் மேல் போட்டாள்.

''ஏண்டா பீட்டர் இருந்து அவளையும் கூப்பிட்டு வந்தால்தான் என்னவாம். பாவம் அவளை ஒத்தைக்கு வீட்டிலேயே விட்டுட்டு வாரியே'' முதியோர்கள் பீட்டரை சாடினர்.

பீட்டர் அவர்களிடம் ஒன்றும் பேசாமல் சிரித்துக்கொண்டே தன் அறைக்கு போனான்.ரெனிடா அவனை பின்தொடர்ந்தாள்.''சிஸ்டர்புதிதாய் வந்தஅந்த இரண்டு பேரையும் அழைச்சிட்டு வாங்க''நர்ஸ் போய் லட்சுமியையும் லீலாவை அழைத்து வந்தாள்.

லட்சுமியும் நர்சும் ஆளுக்கு ஒருபுறம்கைத்தாங்கலாக பிடித்துலீலாவை அழைத்து வந்துபீட்டருக்கு முன்னிருந்த சேரில் அமர வைத்தனர்.முகத்தில் எந்த சலனமும் இல்லாமல் எங்கோ வெறித்துப் பார்த்தபடி அமர்ந்திருந்த லீலாவையே ரெனிடா சற்று நேரம் உற்றுப் பார்த்தாள்.எங்கோ பார்த்தபடி அவள் இருக்க அவள் கண்கள் நம்மை ஈர்க்கிறதே. மோனாலிசா ஓவியத்திலிருக்கும் கண்களுக்கு ஈடான ஒளிபொருந்திய கண்கள்.அதில் தெரிவது அன்பா,பாசமா,கரு-

ணையா,சோகமாஎதையும் பிரித்து பார்க்க முடியாத கலவையாக இருந்தது.

ஐம்பது வயதிலும் அவள் முகம் இளமையாக இருந்தது. சரியான உறக்கம் இல்லாமல் கண்களுக்கு கீழே கருவளையம் விழுந்து முகத்தின் அழகை குறைத்தது.முன்நெற்றியில் கொஞ்சம் வெள்ளை முடிகள் தலை காட்டின. சரியாக சாப்பிடாததாலோ இல்லை பிரச்சினைகள் சுழற்றி அடித்ததாலோ உடல் தளர்ந்து போய் இருந்தது. தண்ணீர் பருகாததாலும் வாய் திறந்து பேசாததாலும் உதடுகள் கறுத்தும்வெடித்தும்காணப்பட்டது. இவைகள் மட்டும் சரியானபடி இருந்தால் பீட்டர் சொன்னபடி இவள் பேரழகிதான் சந்தேகமே இல்லை ரீட்டா தன்னுள் நினைத்துக் கொண்டாள்.

“இவங்க தான் லட்சுமி லீலாவுக்கு அக்கா மாதிரி எப்பவும் கூடவே இருப்பார்கள்” என்று லட்சுமியை ரெனிடாவுக்குஅறிமுகப்படுத்தினார்.

“ஏன் நிக்கிறீங்க லட்சுமி இங்கேஉக்காருங்க” என்று தன் அருகேயிருந்த இருக்கையில் அமர வைத்தாள்ரெனிடா.

“லீலாவுக்கு என்ன ஆச்சு? ஏன் இப்படி ஆயிட்டாங்க?”மிகுந்த அக்கறையுடன் பீட்டர் கேட்க லட்சுமி அழ ஆரம்பித்தாள்.

சற்று நேரம் அழுதவள் தன்னைத் தேற்றிக்கொண்டு நடந்ததை சொல்ல ஆரம்பித்தாள்.“எப்படி ராணி மாதிரி இருந்தாங்க லீலாம்மா.எல்லாம் டீச்சர் வேலை கிடைத்து பாழாப்போன அந்த ஊருக்கு போனதில் இருந்து தான் தொடங்கியது”.

# 25

25

லீலாவுக்கு படிப்பு முடிந்த கொஞ்ச நாளிலேயேஆசிரியை பணி கிடைத்தது. அர்ச்சுனா நதியின் ஓரத்தில் அவள் ஊரிலிருந்து 10 மைல் தொலைவில் இருந்த சுக்ரவாரபட்டி ஊராட்சி நடுநிலை பள்ளியில் சேர உத்தரவு வந்தது.

பணியாணையோடுசுக்ரவாரபட்டி ஊராட்சிமன்ற அலுவலகத்துக்கு போய் தலைவரை சந்திக்க காத்திருந்தாள். அங்கிருந்த அறிவிப்பு பலகை வாசுகி தலைவி என்பதை தெரிவித்தது.ஒருவரவேற்பறை, அலுவலக அறை, தலைவர்-அறை என்று மூன்று அறைகள் கொண்ட சிறிய கட்டடத்தில் அந்த அலுவலகம் இயங்கியது.

வரவேற்பு அறையில் இருந்து பார்க்க அலுவலகத்தின் மற்ற இருஅறைகளும் முழுமையாக தெரிந்தது.ஒரு துப்புரவு பணிப்பெண் வேகவேகமாக வந்து துடைப்பத்தை எடுத்துக்கொண்டு உதவியாளர் அறையை சுத்தம் செய்ய உள்ளேபோனாள்.

“என்ன உனக்கு இப்பதான் நேரம் விடியுதோ?ஏன் முனியசாமி ராத்திரி போட்டு புரட்டி எடுத்தானா? அதுசரி பின்னே இப்படி உருட்டுக்கட்டையா பொண்டாட்டி கிடைச்சா எவன்தான் சும்மா விடுவான்? தலைவர் வரதுக்குள்ள அந்த ரூமை சுத்தம் பண்ணிட்டுவந்துரு. இல்லைன்னா காலையிலேயே அவர் கையில் சிக்க வேண்டியிருக்கும்”உள்ளேஇருந்தவர் அந்தப் பெண்ணிடம்விரசமாக பேசி விரட்டினார்.

அந்தபெண் உடனே தலைவர் அறையை நோக்கி ஓடினாள். வேகவேகமாக அந்த அறையை சுத்தம் செய்ய துவங்கினாள். டேபிளை துடைத்துக் கொண்டிருக்கும் போது நாற்பது வயது மதிக்கத்தக்க வெள்ளை ஆடை அணிந்த நபர் உள்ளே வந்தார்.அவர் பூசியிருந்த ஜவ்வாது வாடைஅறை முழுதும் மணத்தது.

பார்க்க பக்தி பழமாக காட்சி அளித்தவரின் வாய் அந்த பெண்ணை நோக்கி சாக்கடையை வீசியது.“ஏண்டி------- வெள்ளன வர முடியாதோ? குளிருக்கு இதமா புருஷனை அணைக்சுகிடந்தியோ? அதுதான் தேவையின்னா அப்படியே

இருந்துக்கோ இங்கே வராத" என்றபடி அறையை சுற்றிவந்தவர் அவள் பிட்டத்தை பிடித்து அழுத்தி தள்ளிக்கொண்டே போய்மூலையில் இருந்த இரும்பு அலமாரியில் வைத்து அழுத்தி "இதில் இருக்கிற தூசி கண்ணுக்கு தெரியுதா இல்லையா? இத யாரு உங்க அப்பன் வந்து துடைப்பானா? இங்கே கொண்டுவந்து அழுத்தினது எதுக்கு தெரியுமா? இனி என்னைக்கும் சுத்தம் செய்யும்போது இந்த இடம் உனக்கு நினைவுக்கு வரவேண்டும் என்பதற்காகத்தான்" என்று சொல்லிவலியால் துடித்தவளின் காதருகே போய் "நல்லா சோப்பு தேச்சு குளிக்க வேண்டியதுதானே. எண்ணெய் பிசுக்கு வாடைஅப்படிஅடிக்குது" என்று அவள் முந்தானையை இழுத்து கையை துடைத்து விலகினார்.

அப்போதுதான் வெளியே வரவேற்பறையில் அமர்ந்து ஒரு பெண் தன்னை பார்த்துக் கொண்டிருப்பதை உணர்ந்தார்."யாருமா நீ என்னத்துக்கு இங்கே உட்கார்ந்து இருக்க" எதுவும் நடக்காததுபோல் சற்று குரலை உயர்த்தி கேட்டார்."நான் ஊராட்சி பள்ளிக்கு புதுசா டீச்சராக வந்திருக்கேன். அது விஷயமா தலைவியை பார்க்க வேண்டும்".

"அப்பாயிண்ட்மெண்ட் லேட்டர் வந்து இருக்கா?" குரலில் சற்று அலட்டல் கூடியிருந்தது."இருக்கு"."அதை குடு"."நான் அதை தலைவி கிட்டேயே கொடுக்கிறேன். அதைக் கேட்க நீங்க யாரு"

"நான் யாரா? யோவ் நாயக்கரே இந்த பொண்ணுக்கு நான் யாருன்னு சொல்லி புரிய வை" உள்ளே அமர்ந்திருந்த அலுவலக உதவியாளர் வெளியே வந்தார்."இவர்தான் கருப்பையா. ஒண்ணாம் வார்டு கவுன்சிலர் ஆனால் இங்கே இவர்தான் ஆக்டிங் தலைவர்.இவரைமீறி இந்த பஞ்சாயத்தில் யாரும் எதுவும் செய்யமுடியாது".

"அப்ப வாசுகி என்கிறது யாரு? மக்களால் தேர்ந்தெடுக்கப்பட்டவங்க இல்லையா?".

"ஐயோ பாவம் உலகம் புரியாதவளாய் இருக்கியேம்மா. இங்கே தலைவர் போஸ்டிங் எஸ்சிலேடிசுக்குன்னுஒதுக்கிட்டாங்க.அதனால பரம்பரை பரம்பரையாபிரசிடெண்டாஇருந்த இவங்க ஃபேமிலியால போட்டி போடமுடியாம போச்சு.பிறகென்ன இவர்தான் அவங்க வீட்டில வேலை பார்க்கிறவளை தேர்தலில் நிறுத்தி அன்ன போஸ்டில் ஜெயிக்க வைத்தார். எழுத படிக்க தெரியாத அவள் அவருக்கு அடங்கி சொல்றதுல கையெழுத்து போட்டுட்டு இருக்கா"நாயக்கர் விலாவரியாக சொல்லி முடித்தார்.

"எது எப்படி இருந்தாலும் என்னுடைய அப்பாயின்மென்ட் ஆர்டரை நான் அவங்க கிட்ட தான் கொடுப்பேன்"அந்த பெண் தலைவியை நேருக்குநேர் பார்க்க வேண்டும் என்ற ஆவலில் லீலா அடம்பிடிக்க கருப்பையா கோபத்தின் உச்சிக்கே

போய்''அடச்சீ நாயே வெளியே வா. இங்க ரெண்டு பேரு மூச்சுவாங்க பேசு-றாங்க.வெளியே வந்து நான்தான் வாசுகி கொண்ட அந்த லெட்டரன்னு வாங்காம உள்ளே நின்னு வேடிக்கையாபாக்குறே'' என்று உள்ளே திரும்பி கத்தியவுடன் உள்ளே நின்ற அந்தப் பெண் கையில் வைத்திருந்த துடைப்பத்துடன் வெளியே ஓடிவந்தாள்.

“இவதான் வாசுகி.இப்போ லெட்டரைகொடு'' என்று கருப்பையா கர்ஜிக்க அவளிடம் தன் கடிதத்தை கொடுத்தாள். அவள் கையிலிருந்த லட்டரைபறித்து படித்து பார்த்துட்டு “என்னைக்கு ஜாயின் பண்றதுன்னு சொல்லிவிடுகிறேன். அப்ப வந்து ஜாயின் பண்ணிக்கோ என்ன புரிஞ்சதா?'' என்றவாறு உள்ளே போனார்.அவமானத்தாலும் வேதனையாலும் தலைகுனிந்துநின்றஅந்த பெண்ணின் நிலையை பார்த்து வேதனையோடு திரும்பி நடந்தாள்.

“யோவ் நாயக்கரே யார்யா இது? பார்க்க ஆள் டக்கரா இருக்காளே. கல்யா-ணம் ஆனவ மாதிரி தெரிஞ்சாலும் இப்ப பூத்த பூ மாதிரி ஃப்ரெஷ்ஷாக இருக்-குயா அவள் முகம்''வாயெல்லாம் பல்லாக கருப்பையாஜோல்லினான்.

''தலைவரே இது வடமலாபுரம் தீப்பெட்டி ஆபீஸ்காரர்மகள். கல்யாணம் ஆகி ரெண்டு பிள்ளைகள் இருக்காங்க. பெரிய இடம் இதுல போய் கை வைக்காதீங்க. பெரிய பிரச்சினை ஆயிடும்''கிளர்க் தலைவரை எச்சரித்தான்.

“யோவ் நாமளா போய் சீண்டினால் தானே பிரச்சனை. அவளை தானே வரவைப்போம். அவளா வந்தா ஒன்னும் பிரச்சனை இல்லையே. அதுவுமில்லாம அவளைப் போன்ற நச்சுபிகருக்காக என்ன பிரச்சனை வந்தாலும் சமாளிக்கலாம்'' கருப்பையாவின் சபலம் நாயக்கரை பதறவைத்தது. இது அவங்க ஊர்க்காரன் யாருக்காவது தெரிந்தால் அவ்வளவுதான் ஊரோட எல்லோரையும் கொழுத்தி விடுவார்களே.

ஊருக்கு திரும்பி வரும்வழியில் டீக்கடையிலிருந்த சிவமணியிடமும் கந்தசா-மியிடமும் போனஇடத்தில் நடந்த விஷயங்களை சொன்னாள்.''அந்தஆள் செய்-கின்ற அக்கிரமங்களை பார்த்த என்னாலேயே சகிக்க முடியவில்லை. ஆனால் அந்தம்மா எப்படித்தான் இதையெல்லாம் சகித்துக்கொண்டு இருக்காங்களோ?சிவ-மணி இந்தமாதிரி ஆளுகளுடைய கொட்டத்தை எப்படியாவது அடக்கணும். என்ன செய்யலாம்''லீலாவுக்கு கருப்பையாவின் மேல் உண்டான கோபம் குறை-யாமல் இருந்தது.

“அது ரொம்ப ஈஸிலீலா.அந்த பொம்பளைகிட்ட சொல்லி ஒரு கம்ப்ளைன்ட் கொடுத்தா போதும் உடனே நடவடிக்கை எடுப்பார்கள்'' கந்தசாமி சாதாரணமாக சொன்னார்.''அண்ணே அந்த ஆளை மீறி வாசுகியால ஒன்னும் செய்ய முடியாது. நாம போய் வற்புறுத்தினாலும் அவங்க நமக்கு ஒத்துழைக்க மாட்டார்கள் வேற

ஏதாவது தான் செய்யணும்''.

அவர்கள் பேசுவதை பஸ் ஏறுவதற்கு நின்றுகொண்டிருந்த ஒருவர் கேட்டுக்கொண்டிருந்தார். மெதுவாக அவர்களை நோக்கி வந்தார்.

“தம்பிகளா என் பெயர் ராஜாராம் இங்கே கலெக்டர் ஆபீசில் தான் வேலை பார்க்கிறேன். நீங்க பேசியதை எல்லாம் கேட்டுக் கொண்டுதான் இருந்தேன். அவனை மாதிரி ஆளுங்களை சும்மா விடக்கூடாது. இதற்கு நீங்கள் செய்கிற வேலைபோதாது.ஏன்னா கருப்பையா போன்ற ஆளுகளுக்கு எல்லா இடத்திலும் சப்போர்ட் இருக்கும். நீங்க அவர் மேல எங்க போய் புகார் கொடுத்தாலும் அதன் மேல் நடவடிக்கை எடுக்கறதுக்குள்ள விஷயம் கருப்பையாவின் காதுக்கு போய்விடக்கூடும். அவர் சுதாரித்துக் கொண்டு தான் தப்பிக்கிறதுக்கான எல்லா வேலைகளையும் செய்து விடுவார்.

அவரைமடக்க வேற ஒரு வழி இருக்கு அதை சொல்றேன் கேளுங்க. கலெக்டர் ஆபீஸ் வளாகத்திலேயே ஆதிதிராவிடர் நலத்துறை அலுவலகமும் இருக்கு அங்கே உயர் அதிகாரியா புதுசா ஆதிமுனி என்கிற அதிகாரி வந்திருக்கிறார். நீங்க எப்படியாவது யாருக்கும் தெரியாமல் அவரை தனியாக சந்தித்து விவரத்தை சொன்னா போதும் மற்றதை அவர் பார்த்துக் கொள்வார். அவர் வீடு விருதுநகரில் தான் இருக்கு'' என்று அதிகாரியின் வீட்டு முகவரியை தந்துவிட்டு ராஜாராம் விடைபெற்றுக் கொண்டார்.

மூன்று நாள் அலைச்சலுக்கு பின் அந்த அதிகாரியை தனியே அவர் வீட்டில் சந்தித்து பேசினார்கள்.வாசுகிக்கு நடக்கும் கொடுமைகளை கேட்ட அந்த இளம் அதிகாரி உடனே இதற்கு முடிவு கட்ட வேண்டும் எனதீர்மானித்தார்.அதற்கான அதிரடி நடவடிக்கை ஒன்றுக்கு திட்டமிட்டார்.

சுக்ரவாரப்பட்டி கிராம பஞ்சாயத்தின் மாதாந்திர கூட்டம் நடைபெறும்நாளில் சாதாரண விவசாயி போல் உடை அணிந்த தன் சக அதிகாரிகள் சிலருடன் அந்த ஊருக்கு வந்தார். யாருக்கும் சந்தேகம் வராத வகையில் பஞ்சாயத்து ஆபிசுக்கு எதிரே இருந்த டீக்கடையில் அமர்ந்து கண்காணிக்க துவங்கினர்.மூன்று வார்டுகளின் கவுன்சிலர்களும் வாசுகியும் கிளர்க்கும் அலுவலகத்தினுள் சென்று கூட்டத்தை துவங்கும் வரைகாத்திருந்தனர்.

கூட்டம் துவங்கிய சற்று நேரத்தில் அதிகாரிகள் அதிரடியாக அலுவலகத்திற்குள் நுழைந்தனர். அவர்கள் எதிர்பார்த்தது போலவே கருப்பையாவும்கிளர்க்கும் சேரில் அமர்ந்து இருந்தனர்.வாசுகியும் பெரியசாமி என்ற வேறொருவர் கவுன்சிலரும் தரையில் அமர்ந்திருந்தனர்.

நீண்ட நேரம் நடைபெற்ற விசாரணையில் முடிவில் கருப்பையாவும் கிளார்க்கும் ஜாதிய பாகுபாடு, தீண்டாமை வன்கொடுமை, பெண்களுக்கு எதிரான வன்கொடுமை போன்ற பல பிரிவுகளின் கீழ் கைது செய்யப்பட்டனர். அவர்களுடன்

சேர்ந்து பணமோசடி, கையாடல் போன்ற பிரிவுகளில் பெரியசாமியும் கைது செய்-யப்பட்டார்.

மூவரையும் கைது செய்து போலீஸ் அழைத்துச் செல்வதை ஊரே திரண்டு நின்று வேடிக்கை பார்த்தது. மூவரும் அவமானத்தால் தலைகுனிந்தபடி சென்றா-லும் இதற்கு காரணமானவர்களை கண்டுபிடித்துபழிவாங்கியே தீரவேண்டும் என உறுதி எடுத்தனர்.இதற்கு காரணம் லீலா தான் என்பதை அறிந்து கொள்வது அவர்களுக்கு கடினமான விஷயம் அல்ல.

அந்த ஊருக்கு குடியேறிய பின்லீலா வாசுகிக்கு அலுவலக நிர்வாகங்களை கொஞ்சம் கொஞ்சமாக கற்றுக்கொடுத்து தேர்ச்சி அடைய செய்தாள். எந்த ஒரு முக்கிய முடிவையும் எடுப்பதற்கு முன் வாசுகி லீலாவை கலந்தாலோசிப்பதை வாடிக்கையாக்கிக் கொண்டாள்.

# 26

26

ஒரு ஒரே நீளமான பழைய கட்டிடத்தின் முகப்பில் சுக்கிரவாரபட்டி ஊராட்சி நடுநிலை பள்ளி என்ற எழுத்துக்கள் பாதிஅழிந்த ஒருபழைய பெயர்ப்பலகை தொங்கிக் கொண்டிருந்தது. கேட்டை தள்ளி திறந்துகொண்டு உள்ளே போனால் கேட்டிலிருந்து இருபதடி தொலைவில் கட்டடம் தெரிந்தது.

ஒரு தலைமை ஆசிரியை அறையும் எட்டு வகுப்பறைகளையும் கொண்டிருந்த அந்த கட்டிடம் தான் மொத்த பள்ளிக்கூடம். கட்டிடத்தின் பின் பகுதியில் புதர் போல் கருவேலமரங்கள் வளர்ந்துஇருந்தது.அதுதான் மாணவ மாணவிகளின் கழிப்பறை. தலைமை ஆசிரியை அறையை ஒட்டி ஒரு கழிப்பறை இருந்தது. அது ஆசிரியர்களுக்கு ஒதுக்கப்பட்டிருந்தது.

லீலாவுக்கு அந்த சூழ்நிலையேபிடிக்கவில்லை. இதுவரை அந்த மொத்த பள்ளிக்கூடத்துக்கும் ஒரே ஆசிரியை தான். அவர்தான் ஆசிரியர் அவர்தான் தலைமை ஆசிரியர் எல்லாமே. எட்டு வகுப்பிலும் சேர்ந்து 115 மாணவர்கள். மதிய உணவு சமைக்க வரும் பெண் தான் துப்புரவு பணியில் செய்வார்.

“எப்படி மேடம் இப்படிஎல்லா வகுப்புக்கும்ஒரே ஆளா படம் எடுக்குறீங்க”கையெழுத்திட்டு வேலைக்குசேர்ந்தவுடன் தலைமை ஆசிரியையிடம் ஆச்சரியத்துடன் தன்னுடைய சந்தேகத்தை கேட்டாள்லீலா.

“லீலா இந்தப் பள்ளிக்கூடம் காமராஜர் ஆட்சி காலத்தில் துவங்கப்பட்டது. அப்போ எல்லாவகுப்புக்கும் ஆசிரியர்கள் இருந்தனர். அதன்பின்னர் போகப்போக இது போன்ற போக்குவரத்து வசதியில்லாத கிராமத்தில் வேலை பார்க்கமாட்டேன்னுசொல்லி ஆசிரியர்கள் ஒவ்வொருவராக மாற்றல் வாங்கிக்கொண்டு போயிட்டாங்க.

இந்த பள்ளிக்கூடத்துலஇருபத்திரெண்டு வருஷமா வேலை பார்க்கிறேன். இப்பபதினான்கு வருஷமாய் நான் மட்டும்தான் இங்கே இருக்கிறேன். இடையில் இரண்டுபேர் வந்தாங்க இங்கே உள்ள நிலையை பார்த்துட்டு ஒரே மாசத்தில் ஒரு ஆண் வாத்தியார் மாற்றல் வாங்கி போய்விட்டார். ஒரு ஆசிரியை வேலையை

விட்டேபோய்விட்டார்.

எனக்கும் ரிட்டையராக இன்னும் ஒரு வருஷம் தான் இருக்கு. எனக்குப்பின் இந்த பள்ளிக்கூடம் என்ன ஆகுமோ? நீ எத்தனை நாள் இங்கு தாங்குவியா?நீயோ வசதியான வீட்டுப் பிள்ளை. உன் வீட்டுக்காரரோ அம்மா அப்பாவோ இங்கே வந்து பார்த்தாபோதும்.அடுத்த நிமிஷமே உனக்கு வேலையே வேண்டாம்னு சொல்லி கையோடு கூப்பிட்டு போயிருவாங்க.

எனக்குத்தான் ஏனோ இந்தப் பிள்ளைகளையும் பள்ளிக்கூடத்தையும் விட்டு போகவே மனசில்லை. இந்த பிள்ளைகளும் எல்லாம் வால் முளைத்ததுகள். இதுகளுக்கு பாடம்லாம் நடத்த முடியாது. ஏதாவது பெரிய சேட்டைகள் செய்யாதவாறு பார்த்துகிட்டு இருந்தாலே போதும்.அதுக்கே பொழுது சரியா இருக்கும்''தலைமை ஆசிரியைகல்பனா அந்த பள்ளிக்கூடத்தின் வரலாற்றை முழுமையாக சொல்லி முடித்தார்.

‘‘மாவட்ட கல்வி அதிகாரிகிட்ட புதுசா ஆசிரியர்களை நியமிக்க சொல்லலாமே?''.

‘‘என்னாலான எல்லா முயற்சிகளையும் செய்து பார்த்துவிட்டேன்.யாராக இருந்தாலும் புதிதாகவேலையில் சேர்ந்த இரண்டாம் நாளேயூனியனில் சேர்ந்து விடுகிறார்கள். நகராட்சி பள்ளியில் தேவைக்கு அதிகமாக இருக்கும் ஆசிரியர்களை கிராமப்புற பள்ளிகளுக்கு மாற்றினால்உடனே போய் யூனியனில் இருந்து பேசுறதுக்கு ஆள் கூப்பிட்டு போறாங்களாம். புதுசா உன்னை மாதிரி வரவங்க இங்கே நீடிக்க முடியாமல் வேலையை விட்டுட்டு ஓடிடுறாங்க. இனி என்ன செய்யநடக்கிறது நடக்கட்டும் என்று விட்டுட்டேன்''.

லீலா வகுப்பறைக்கு போனாள். நல்ல உறுதியான பழைய கல் கட்டிடம் ஆங்காங்கே பெயர்ந்து விழுந்திருந்தது, சுவரெல்லாம் விரிசல்களும் சிறுவர்களின்கிறுக்கல்களுமாய் காட்சியளித்தது. தரைதளம் பெயர்ந்து குண்டும் குழியுமாக காட்சி அளித்தது.அதிலேயே மாணவர்கள் அமர்ந்திருந்தனர்.

பள்ளி வளாகத்துக்கு சுத்தம் மாணவர்களுக்கு ஒழுக்கம் இவை இரண்டும் உடனே தேவை என லீலாவுக்கு தோன்றியது. இவை சரியாய் இருந்தால் மாணவன் தன்னாலே படிப்பான். படிப்பின் மீது ஆர்வம் வந்துவிடும். இந்த இடத்தை எப்படி சுத்தம் செய்வது? கட்டடத்தில் கைவைத்தால் அவ்வளவுதான் பெரிய தொகை செலவாகலாம்.

சிவமணியிடம் கேட்டாள்.‘‘பைசா செலவில்லாமல் எங்களால் சரி பண்ண முடியும். நம்ம ஊர் பசங்க பத்து பேரை கூப்பிட்டு போனால் ஒரே நாளில் சரி பண்ணிடலாம். ஆனால் அந்த ஊர்க்காரர்கள் ஒத்துக்கனுமே. போதாக்குறைக்கு இப்பத்தான் அந்த ஊர் கவுன்சிலர்களை மாட்டிவிட்டிருக்கிறோம். நிறைய பேர் அதை ஆதரித்தாலும் அவங்க ஜாதியாட்கள் சிலபேர் பார்க்கும் போது முறைச்சுக்கிட்டு

தான் போகிறார்கள். நான் ஒன்னு சொன்னா கேக்குறியா? பேசாம வேற ஒரு ஊருக்கு மாறுதல் வாங்கிக்கோ. உங்க அப்பாகிட்ட சொன்னா உடனே ஏற்பாடு செய்வார்".

"இல்லை சிவா நான் அந்த ஊரில் தான் வேலை பார்க்க போகிறேன். இந்தப் பிரச்சினைகளைஎப்படி தீர்க்கனுமின்னு எனக்கு தெரியும். அந்த ஊரில் எனக்கு ஒரு வீடு பார்க்க வேண்டும். நான் அங்கு தங்கினால் தான் எல்லாவற்றையும் சரி பண்ண முடியும். லட்சுமி அக்காவுக்கு அந்த ஊர் தானே சொன்னா இரண்டு நாளில் வீடு பார்த்து கொடுத்துடுவாங்க".

வீடு பார்க்கும் விஷயம் அப்பா காதுக்கு போனது. அன்று இரவு உணவு சாப்பாட்டின் போது நேராகவே கேட்டார்."லீலா நீ அங்கு வேலை பார்த்து தான் ஆகணுமா?பேசாம திருத்தங்கலுக்கோசிவகாசிக்கோமாற்றுவதுக்கு ஏற்பாடு பண்ணட்டுமா?".

"வேண்டாம் அப்பா நான் அங்கேயே தங்கி வேலை பார்க்கலாம்னு இருக்கேன்.அந்தப் பள்ளிக்கூடத்தில் எனக்கு நிறைய வேலை இருக்கு. அதை எல்லாம் முடிக்கணும்னா நான் அங்கே தங்கி தான் ஆகணும். அங்கே உங்களுக்கு தெரிஞ்சவங்க வீடு ஏதாவது காலியாகஇருக்கா?".

"அது நம்ம ஊரை போல இல்லை தொட்டதுக்கெல்லாம் சண்டை போடுற ஊர். தடி எடுத்தவன் எல்லாம் தண்டல்காரன் என்கிறது போல ஆளாளுக்கு நாட்டாமை பண்ணுவாங்க. போதாகுறைக்கு ஆத்தங்கரை ஓரமா கள்ளச்சாராயம் காய்ச்சுகின்ற கும்பல் இருக்கு. எனவே நல்லா யோசிச்சுகோ".

"அதெல்லாம் நான் பார்த்துக்கிறேன். அங்கு எனக்கு ஒரு வீடு பார்த்து சொல்லுங்கள்"லீலா தன் முடிவில் உறுதியாக இருந்தாள்.

"அந்த ஊர்ல மாரியப்பன்ஒருத்தர்தன்னோட வீட்டை அடமானம் வைத்து ஒரு பெரிய தொகை வாங்கினார். வட்டி அசல் எதையும் கொடுக்காமல் வீட்டை காலி பண்ணிட்டு ஓடிட்டான். இப்ப ஒரு வருஷமா அந்த வீடு சும்மா பூட்டி தான்கிடக்கு. நாளைக்கு போய் அந்த வீட்டை பாரு பிடிச்சிருந்தா கொஞ்சம் செலவு பண்ணி போனது வந்ததை சரி பண்ணி தாரேன். அதிலேயே போய் குடி இருந்துக்கோ துணைக்கு லட்சுமியையும் அங்கேயே வச்சுக்கோ.அவளுக்கும் வீடு பக்கம் தானே. நீ பள்ளிக்கூடம் போற போது அவள் குழந்தைகளை பார்த்துப்பா".

வீட்டை சரி செய்து ஒரு நல்ல நாள் பார்த்து லட்சுமியோடும்குழந்தைகளோடும் லீலா அந்த வீட்டில் குடியேறினாள். பள்ளிக்கூடத்தில் படிக்கும் அனைத்து மாணவர்களின் பெற்றோர்களையும் ஒரு நாள் பள்ளிக்கு வரவழைத்தாள்.பிள்ளைகளை பள்ளிக்கூடத்தில் சேர்த்தபின் அந்தப் பக்கமே திரும்பி பார்த்திராத பல பெற்றோர்களுக்கு அவளுடைய அழைப்பு அதிசயமாக இருந்தது. அதனாலேயே அனைத்து பெற்றோர்களும் தவறாமல் வந்திருந்தனர்.

குண்டும் குழியுமாய் இருந்த வகுப்பறையிலேயே அந்தக் கூட்டம் நடைபெற்றது பெற்றோர்களுக்கு பக்கத்திலேயே மாணவர்களையும் அமரவைத்திருந்தாள். ஒவ்வொரு பெற்றோராக எழுந்து தங்களுடைய பிள்ளை எதிர்காலத்தில் என்னவாக ஆக வேண்டும் என விரும்புகிறீர்கள் என்பதை கூற வேண்டும் என சொன்னாள்.

தங்கள் பிள்ளைகளின் எதிர்காலத்தை பற்றி கனவு காணாத பெற்றோர்கள் உண்டா என்ன?பலரும் எழுந்து தங்கள் பிள்ளை டாக்டராக வேண்டும்,வக்கீலாகவேண்டும், நீதிபதியாக வேண்டும், கலெக்டர் ஆகவேண்டும், ராணுவ அதிகாரியாக வேண்டும், காவல்துறை அதிகாரியாக வேண்டும் என்று தங்களுடைய விருப்பத்தை தெரிவித்தனர்.அனைவருடைய விருப்பத்தையும் லீலா குறித்து வைத்துக் கொண்டாள்.

பின்னர் லீலா பேசும்போது எந்தெந்த பணிக்கு என்ன கல்வி தகுதி வேண்டும் அதற்கு எவ்வளவு மதிப்பெண் பெற வேண்டும் என்பதையெல்லாம் விளக்கமாக சொன்னாள். பெற்றோர்கள்அவள் பேச்சை கூர்ந்து கவனித்தார்கள்.இடையே ஒருவர் ‘‘எங்கவீட்டு பிள்ளை ஒன்னாம் வகுப்பு தான்படிக்கிறான். இப்பவே டாக்டரா,வக்கீலான்னுகேட்கிறீர்களே’’.

‘‘வெரிகுட் இது நல்ல கேள்வி. எந்த உயர் பதவிக்கு போக வேண்டும் என்றாலும் இப்போது அவர்கள் படிக்கும் ஆரம்பக்கல்வி தான் மிகமுக்கியமானது. மொழியைப் பற்றி அறிந்துகொள்ள கணிதத்தை புரிந்து கொள்ள இது தான் ஏற்ற பருவம். இதோடு ஒழுக்கத்தையும் போதித்து அவர்களை நல்வழிப் படுத்தினால் இவர்கள் அனைவரும் உயர்பதவி அடைந்ததை யாராலும் தடுக்க முடியாது.அதற்கான முதல் அடியை எடுத்து வைப்பதற்காகவே இந்த கூட்டத்தை கூட்டினேன்’’.

ஒரு பெண் எழுந்து ‘‘அதற்கு நாங்கள் என்ன செய்ய வேண்டும். பெரிய படிப்பெல்லாம் படிக்க நிறைய பணம் செலவாகுமாமே?’’என்றுகேட்டாள்.

‘‘நன்றாக படிக்கும் மாணவர்களுக்கு அரசாங்கமே பல சலுகைகள் செய்கிறது. கல்லூரியில் படிக்க அத்தனை செலவு ஒன்றும் ஆகாது. நன்றாக படிக்க வேண்டியது தான் முக்கியம்’’. பெற்றோர்களின் கண்களில் நம்பிக்கை ஒளி பிறந்தது.

சற்று இடைவெளிவிட்டு லீலா ஒருவரை பார்த்து ‘‘உங்க டாக்டர் மகன் படிக்கிற பள்ளிக்கூடம் எப்படி இருக்கணும்’’ என கேட்டாள்.‘‘சுத்தமா இருக்கணும்’’என்றுஅவர் பதிலளித்தார்.அடுத்தவரிடமும் அதே கேள்வியை கேட்க‘‘பெரிதாக நல்ல வசதி உள்ளதாக இருக்க வேண்டும்’’என்றார்.

வேறொருவரிடம் இதே கேள்வியை கேட்க ‘‘சுத்தமாகவும் சுகாதாரமாகவும் இருக்க வேண்டும்’’ என்ற பதில் வந்தது.இப்படி கூட்டத்துக்கு வந்த பல பேரிடம் கேட்கஎல்லோருமே ‘‘பளிச்சென்று சுத்தமாக இருக்கனும்’’ என கோரசாக சொன்னார்கள்.

“ரொம்ப சந்தோசம். ஆனால் இந்த அறையை கொஞ்சம் சுற்றிலும் பாருங்கள்.சுவர்களையும், நீங்கள் அமர்ந்திருக்கும் தரையையும்பாருங்க.டாக்டர்கள்,எஞ்சினியர்கள், வக்கீல்கள் இந்த மாதிரியான சுத்தமில்லாத சுகாதாரமில்லாதஇடத்தில் இருந்து எப்படி உருவாவார்கள். கொஞ்சம் யோசித்து பாருங்கள்”.

பெற்றோர் கூட்டத்தில் சலசலப்புஉண்டானது. வயதான ஒருவர் எழுந்து “இதையெல்லாம் சரி செய்யணும்னு சொல்லி அரசுக்குமனு எழுதி போடுவோம். அவங்க சரி செய்வாங்க”என்றார்.சிலர் அவருக்கு ஆதரவாகவும் சிலர் அவருக்கு எதிராகவும் பேசினர்.

“கொஞ்சம் அமைதியா இருங்க. இவர் சொன்னபடி செய்யலாம். நம்முடைய மனு கலெக்டர் ஆபீசுக்கு போய் அவங்க அதுக்கு நிதி ஒதுக்கீடு செய்து கட்டடத்தை சரி செய்ய சில மாதங்கள் ஆகலாம். அதுவரை உங்களுடைய குழந்தைகள் இப்படி அழுக்குத் தரையில்அமரலாமா?” திரும்பவும் கூட்டம் யோசித்தது.

“டீச்சர் நாமளே இதை சரி செய்தால் என்ன?” கூட்டத்திலிருந்து ஒரு குரல் கேட்டது.யாராவது இந்த யோசனையை சொல்லமாட்டார்களா என காத்திருந்த லீலா குரல் வந்த திசையை பார்த்தாள். வெற்றிவேலும் ஒரு இளம் பெண்ணும் நின்றுகொண்டிருந்தனர்.

“லீலாம்மாஎப்படி இருக்கீங்க? நீங்க இங்கே டீச்சர வந்து இருக்கீங்கன்னு கேள்விப்பட்டு பார்க்க வந்தேன்.கல்யாணத்துக்கப்புறம்இந்த ஊர்ல தான் இருக்கேன்.என் கல்யாணத்துக்குவந்தப்ப பார்த்தது. இது என் பொண்டாட்டி பத்மா. இன்னைக்கு எனக்கு லீவு நாள். இன்னும் சில வருஷங்கல்லநம்ம பிள்ளை படிக்க போற ஸ்கூல்ல ஏதோ மீட்டிங்காம் போய் பார்ப்போமான்னுபத்மா கேட்டா-அதுதான்வந்தேன்”லீலாவை பார்த்த மகிழ்ச்சியில் மடமடவென்று பேசிக்கொண்டே போனார் வெற்றிவேல்.

“கொஞ்சம் பொறுங்க வெற்றி அண்ணா முதல்ல பள்ளிக்கூடத்தை பற்றி பேசி முடிப்போம்”.

“அதைத்தான் சொல்ல வந்தேன் எதுக்காக இதுபோன்ற சின்னச் சின்ன விஷயங்களுக்கெல்லாம் அரசாங்கத்தையே எதிர்பார்த்துக் கொண்டிருக்கிறோம். நாம் எல்லோரும் ஒரு நாள் பாடுபட்டால்போதும்.பள்ளிக்கூடம் சுத்தமாகிவிடும்” ஒரு பெரிய காரியத்தை மிக சுலபமாக செய்வதற்கான வழியை வெற்றிவேல்சொன்னார்.

அதைக் கேட்டவுடன் கூட்டம் மீண்டும் சலசலத்தது. நிறைய பேர் “அந்த வார இறுதியிலேயே வேலையை செய்யலாம்”என்றனர். ஒரு சிலர் “இதெல்லாம் ஆகிற காரியம் அல்ல. இப்படி கிடக்கிறபழைய கட்டிடத்தில் கைய வைக்கும் போது ஏதாவது ஒண்ணு கிடக்க ஒண்ணு நடந்தா யார் பதில் சொல்றது”என்று பயம் காட்டினார்.நீண்ட ஆலோசனைக்குப் பின் அந்த வார ஞாயிற்றுக் கிழமை

ஊரேகூடி பள்ளியை சுத்தப்படுத்துவது என முடிவானது.

அந்த ஞாயிற்றுக்கிழமை அதிகாலையிலேயே சுமார் ஐம்பதுபேர்சேர்ந்து பள்ளி கட்டடத்தையும் சுற்றிலும் இருந்த கருவேலம் காட்டையும்சுத்தப்படுத்தி-னார்.வேலைக்கு வந்தவர்களுக்கு பல பெண்கள் தங்கள் வீடுகளிலிருந்து பலகா-ரங்கள் செய்து கொண்டு வந்து கொடுத்தனர். ஒரு நடுத்தர வயதுள்ள பணக்காரர் பெரிய அண்டாக்களில் மோரும் சர்பத்தும் கொண்டுவந்து விநியோகித்தார்.அவரு-டன் பத்து வயதான அவருடைய மகனும் வந்தான்.

“தம்பி இங்கே வா. உன் பெயர் என்ன? எந்த ஸ்கூல்ல படிக்கிற? இங்கே உன்னை நான் பார்த்ததில்லையே?” லீலா அந்தப் பையனை அன்புடன் தன்னு-டைய அழைத்தாள்.

“என் பெயர் சரவணன்கோயம்புத்தூரிலுள்ளஒரு பள்ளியில் ஹாஸ்டலில் தங்கி ஐந்தாம் வகுப்புபடிக்கிறேன்”.

“ஏன் அங்கே போய் சேர்த்தார்கள்.பக்கத்திலேயே தினமும் போய் வரும் தூரத்-தில் பல நல்ல பள்ளிக்கூடங்கள் இருக்கிறதல்லவா?” சரவணன் பதில் பேசாமல் அமைதியாக அவனுடைய தந்தை லீலாவை நெருங்கி வந்து பேசத் துவங்கினார்.

“எங்களுக்கு மட்டும் இவனை பக்கத்திலேயே வச்சுக்கணும் ஆசை இல்லையா என்ன? இங்க இருக்கிற பையன்கள் தான் விட மாட்டேங்கிறாங்க. தினமும் ஏதா-வது சொல்லி இவனை அழவைக்கிறதே அவங்களுக்கு வேலையா போச்சு. நானும் பலமுறை சொல்லிப் பார்த்துட்டேன்.வீட்டுக்கே போய் தகராறும் பண்ணிட்டேன். ஒண்ணும் சரியா வரல. அதான் தூரத்தில் போய் சேர்த்து விட்டுட்டேன்”.

“அப்படி இவனை என்ன சொல்லி அழ வைக்கிறார்கள் ஏதாவது கேலி பேசு-கிறார்களா?”லீலா புரியாமல் கேட்டாள்.

அவர் பதில் பேசாமல் அமைதியாக நிற்க சரவணன் அவ்விடத்தை விட்டு நகர்ந்து போனான்.“டீச்சரம்மா என் பெயர் முத்துராஜ். சரவணன் என்னோட ஒரே பையன். எங்களுக்கு ஆத்தங்கரையோரமா இருபது ஏக்கர் நிலம் இருக்கு. அதுல கரும்பு போட்டு இருக்கேன்.

நம்ம இடத்தில கரையை ஒட்டியுள்ள புதர் போன்ற பகுதியில் ஒரு கோஷ்டி சாராயம் காய்ச்சுது. ஆரம்பத்தில் நான் தடுத்துப் பார்த்தேன்.போலீசில் புகார் கொடுத்து பார்த்தேன். ஆனால் அந்த கோஷ்டிக்கு எதிரா என்னால ஒன்னும் செய்ய முடியல. அதனால அவங்களுடைய நடவடிக்கையை கண்டும் காணாம விட்டுட்டேன்.

ஆனா ஊருக்குள்ள நான்தான் அந்த கோஷ்டிக்கு தலைவன் போலவும் சாராயம் காய்ச்சின பணத்தை கொண்டு தான் வசதியா வாழ்றதாகவும் பேச்சு இருக்கு.சரவணன் வெளியே போகும்போதெல்லாம் அவன சின்ன பையன்னு கூட பார்க்காம இதை சொல்லி கிண்டல் பண்றதால அவன் வீட்டைவிட்டு வெளியே

வர மறுக்கிறான்'' பேசிக்கொண்டிருந்த அந்த பெரிய மனிதரின் கண்களில் இருந்து கண்ணீர் வர ஆரம்பித்தது. "பாவம் இவர். இந்த பிரச்சனையில் நம்மால் ஏதாவதுஉதவமுடியுமா'' என லீலா யோசித்தாள்.

மதியத்துக்குள் பள்ளி கட்டடம் சுத்தமாக்கப்பட்டு வெள்ளை அடிக்கப்பட்டது. வகுப்பறைக்குள் குண்டும் குழியுமாய் இருந்த தரை பகுதிகள் சிமெண்டு கொண்டு பூசி சரி செய்யப்பட்டது. கட்டடத்தை சுற்றி முளைத்திருந்த கருவேல மரங்கள் வெட்டப்பட்டு விறகுக்கு தேவைப்பட்டவர்கள் எடுத்துக்கொண்டு போனார்கள். மரங்கள் வெட்டப்பட்ட பகுதி ஒரு பெரிய மைதானம் போல் காட்சியளித்தது.

வெற்றிவேலும் பத்மாவும் காலையிலிருந்து கடுமையாக உழைத்தனர். வேலைகள் முடிந்து எல்லோரும் கிளம்பியபின் பத்மா தயங்கியபடி லீலாவிடம் வந்தாள். "டீச்சரம்மா உங்களைப் பற்றி அவர் எப்போவும் உயர்வா பேசுவார். நான் கூட இவரு கொஞ்சம் அதிகப்படுத்திசொல்கிறாரோன்னு நினைச்சேன் ஆனா நான்நினைச்சவிட நீங்க ரொம்ப நல்லவங்கலாஇருக்கீங்க. உங்களை பின்பற்றி நாங்களும் இந்த பள்ளிக்கூடத்துக்கு ஏதாவது செய்யணும்னு நினைக்கிறோம். அதுக்கு அனுமதிப்பீர்களா?'' என்று பவ்யமாக கேட்டாள்.

"நீங்க நினைக்கிற அளவுக்கு நான் ஒன்னும் செய்யலை பத்மா. இந்த பள்ளிக்கூடத்துக்கு வேற என்ன செய்யலாம்னு நீங்க நினைக்கிறீங்க? எங்கு நல்லது நடந்தாலும் அதற்கு நான் துணையாய் இருப்பேன்''.

"வெள்ளையடித்து வகுப்பறைகள் பளிச்சுனு ஆயிருச்சு. அதன் சுவர்களில் சின்ன குழந்தைகள் விரும்பும் வகையில்பாடங்களை படங்களாக வரைந்து தரட்டுமா?எனக்கு ஓரளவு நன்றாக படம் வரையத் தெரியும். இப்படி வரையும்படங்கள் மாணவர்களுக்கு எளிதாக மனதில் பதியும்.''.

"ரொம்ப நல்லது அப்படியே செய்யுங்க. இந்த மாதிரி எதையும் எதிர்பாராது உதவும் நல்லவர்கள் இருக்கும் வரையில் எவ்வளவோ மாற்றங்களை செய்யலாம்''.

"இல்லை டீச்சர்இதில் கூடசுயநலம் இருக்கு நாளைக்கு என் பிள்ளை இந்தப் பள்ளியில்தான் படிக்க வரணும் அப்போ இது தரமான பள்ளியாக இருக்க வேண்டும் அல்லவா''.

"அம்மா தாயே இன்னும் குழந்தையே பெத்துக்கல அதுக்குள்ள எவ்வளவு பெரிய வருங்கால திட்டம் இது'' லீலாவும் பத்மாவும் வாய்விட்டு சிரித்தனர்.

# 27

27

லலிதா தன் கைப்பணத்தை செலவழித்து இரண்டு தனித்தனி கழிப்பறைகள் கட்டிக் கொடுத்தாள். தலைமை ஆசிரியையால்இதை எல்லாம் நம்ப முடியவில்லை.சின்ரெல்லா கதைகளில் வானத்தில் இருந்து ஒரு தேவதை இறங்கி வந்து ஒரே மந்திரத்தில் அதிசயங்களை நிகழ்த்துவதுபோல் ஏதோ செய்து லீலாபள்ளியை பளிச்சிட வைத்தாலோ என்று நினைத்து அதிசயப்பட்டாள்.

இத்தனை வருடமாக தன்னால் சாதிக்க முடியாத காரியத்தை இந்த சிறுபெண் சாதித்துக் காட்டினாளே என்றுமகிழ்ந்தாள்.பள்ளியின் வளர்ச்சிக்காக அவள் எடுக்கும்அத்தனை முயற்சிகளுக்கும் துணை நிற்பதாக உறுதியளித்தார்.

இனி பிள்ளைகளுக்கு எப்படி பாடம் நடத்துவது என்ற பிரச்சனை விஸ்வரூபம் எடுத்து நின்றது. பலவாறு யோசித்தும் ஒரு பிடியும் கிட்டவில்லை.தலைமையாசிரியை சொன்னது தான் சரியாக இருக்குமோ?பிள்ளைகள் சேட்டை செய்யாமல் பார்த்துக் கொள்வதற்கே நேரம் சரியாக இருக்கும் போல் தோன்றியது.

இரண்டு ஆசிரியர்கள் எப்படி எட்டு வகுப்புக்கும் பாடம் நடத்துவது என்று யோசித்துக்கொண்டே நடந்தவள் மைதானத்தில் வந்து நின்றாள். அங்கே சில மாணவர்கள் கபடி விளையாடிக்கொண்டிருந்தனர்.இரண்டு அணியிலும் பெரிய பெண்களும் சிறிய பயன்களும் கலந்து இருந்தனர். மூளையில் ஒரு மின்னல் வெட்டியது.

“டீச்சர் எல்லா வகுப்புக்கும் நாம ரெண்டு பேரு மட்டும் கிளாஸ் எடுக்கணும்னா மாணவர்களை இரண்டு பிரிவாக பிரிக்கலாம்.ஒன்றாம் வகுப்பு முதல் ஐந்தாம் வகுப்பு வரை உள்ள மாணவர்களை ஒரு பிரிவாகவும் ஆறாம் வகுப்பு முதல் எட்டாம் வகுப்பு வரை உள்ள மாணவர்களை ஒரு பிரிவாக பிரிக்கலாம்.

ஒன்று முதல்ஐந்து வரை உள்ள மாணவர்களுக்கு நான் வகுப்பு எடுக்கிறேன்.ஆறு முதல் எட்டு வரை படிக்கும் மாணவர்களை நீங்கள் கவனித்து கொள்ளுங்கள்”.

“இப்படி இருக்கிறதால் மட்டும் என்ன பலன்? ஒவ்வொரு வகுப்புக்கும் வேறு-வேறு சிலபஸ் இருக்கே? ஒரே நேரத்தில் அவர்களுக்கெல்லாம் எப்படி பாடம் நடத்துவது?” கல்பனாவுக்கு லீலாவின் திட்டம் புரியவில்லை.

“டீச்சர் நான் பார்த்தவரையில் எட்டாம் வகுப்புவரை போன மாணவர்கள்கூட இன்னும் உயிர் எழுத்து, மெய் எழுத்து போன்ற அடிப்படையே சரியாக தெரியா-மல் தான் இருக்கிறார்கள்.மாணவர்கள் தான் வேறு வேறு வகுப்பறைகளில் இருக்-கிறார்களே தவிர அவர்களின் படிப்பறிவு கிட்டத்தட்ட ஒரே மாதிரிதான் இருக்கி-றது.

முதலில் நாம் ஆரம்பத்தில் இருந்து தொடங்குவோம் அது எல்லோருக்கும் பொதுவானது தானே. முதலில் உயிர்எழுத்து என்றால் என்ன என்பதை ஒன்றாம் வகுப்புக்கு சொல்லிக் கொடுப்பதைப் போலவே எட்டாம் வகுப்புக்கும் சொல்லிக் கொடுப்போம்”.

“எட்டாம் வகுப்பு மாணவன் சீக்கிரம் புரிந்து கொள்வாங்க இல்லையா அவனை என்ன செய்வது?ஒன்னாம் வகுப்பு மாணவன் உயிரெழுத்து கற்றுக் கொள்ளும் வரை அதன் காத்திருக்க வேண்டுமா?”

“சரியாக சொன்னீங்க டீச்சர் ஒண்ணாம் வகுப்பு மாணவனும் எட்டாம் வகுப்பு மாணவனும் கற்றுக்கொள்ளும் வேகம் வித்தியாசப்படும். அதனால்தான் ஒன்றாம் வகுப்பு முதல் ஐந்தாம் வகுப்பு வரையும் ஆறாம் வகுப்பு முதல் எட்டாம் வகுப்பு வரை என இரு பிரிவுகளாக பிரிக்கலாம் என்றுசொன்னேன்.

காலை முதல் மதியம் வரை ஒன்றாம் வகுப்பு பாடத்திட்டத்தை எல்லோ-ருக்குமான பாடமாக நடத்திவிட்டு பின் மதியத்திற்கு பிறகு இரண்டாம் வகுப்பு பாடத்தை ஒரு கதைபோல சொல்லிக் கொடுக்கலாம்.மாணவர்கள் கதை கேட்-கும் ஆர்வத்தில் பாடத்தை கவனிப்பார்கள் அதுபோல் கணிதத்தையும் ஆங்கிலத்-தையும் கொஞ்சம் கொஞ்சமாக அனைவருக்கும் நடத்தலாம்.மனப்பாடம் செய்வது, வீட்டுப் பாடம் கொடுப்பது போன்ற சுமைகளை ஏற்றி வைக்காமல் மாணவர்களுக்-குபடிப்பதை இனிமையாகவும் எளிமையாகவும் விருப்பத்திற்குரியதாகவும் ஆக்க-வேண்டும்.

ஆண்டு இறுதியில் ஐந்தாம் வகுப்பு மாணவனுக்கு எல்லா வகுப்பு பாடமும் தெளிவாக தெரியும். ஒண்ணாம் வகுப்பு மாணவனுக்கு வழக்கமாக அவன் படிக்க வேண்டியதைகாட்டிலும் நிறைய விஷயங்கள்தெரியும்.இது ஆரம்பத்தில் கொஞ்சம் சுமையாக இருந்தாலும் அடுத்தடுத்த வருடங்களில் அவன் படிப்பதை எளிதாக்-கும். பாடங்கள் நடத்தும் முன்பே அவன் பாடத்தைப் பற்றி நன்றாக தெரிந்து இருப்பான்”.

“சூப்பர் ஐடியா லீலா ஆமா நான் ஆறாம் வகுப்பு முதல் எட்டாம் வகுப்பு வரை உள்ள மாணவர்களுக்கு எப்படி பாடம் நடத்துவது?”.

"நீங்களும் முதல் ஒரு மாதம் அனைத்து மாணவர்களுக்கும் அடிப்படை கல்வியை போதிக்கிறது தான் நல்லது.ஏன்னா இதில் எத்தனை பேருக்கு சரியாக தமிழில் எழுதவும் படிக்கவும் கணிதத்தில் கூட்டல் பெருக்கல் வாய்ப்பாடுகளும் தெரியும் என்பது நமக்கு தெரியாது இல்லையா?அதனால் ஆரம்பத்திலிருந்து தொடங்குவதுதான் நல்லது.

பின் ஆறாம் வகுப்பு பாடத்தில் இருந்து ஆரம்பிக்கலாம்.அப்படி படிப்படியாக ஒவ்வொரு வகுப்பின் பாடங்களாக நடத்தப்படும் போதுஅவர்கள் அனைவரும் எட்டாம் வகுப்பு வரை உள்ள பாடங்களை தெளிவாக கற்றுக் கொள்வார்கள்.கல்வி ஆண்டின் இறுதியில் எல்லோரும் முழுமையாக கற்று கொண்டவர்களாய் இருப்பார்கள்.தகுதியில்லாத யாரையும் நாமாக தேர்ச்சியடைய வைக்க வேண்டிய அவசியம் இல்லாமல் போகும்".

எட்டுவகுப்பறைகளை கொண்டிருந்த பள்ளி இரண்டு வகுப்பறைகளாக மாறியது.அனைவருக்கும் ஆரம்பக் கல்வி துவங்கியது சிறிய பிள்ளைகளுக்கு பாடம் நடத்துவதால் லீலா நிறைய கதைகள் சொல்லி அதன் இடையிடையே பாடத்தையும் புகுத்தினாள். லீலா நடத்துவதை எல்லா பிள்ளைகளும் கதைபோல் ரசித்து மனதில் பதிய வைத்துக் கொண்டனர்.

கல்பனாவுக்கு அதுதான் ஆசிரியப் பணியின் முதல் நாள் போல் தோன்றியது.உடலுக்கு வயதானாலும் மனது உற்சாகமாய் பாடம் நடத்துவதில் ஈடுபட்டது.இத்தனை உற்சாகமும் இவ்வளவு நாளாக எங்கே போனது? ஏன் இவ்வளவு நாளும் இப்படி ஈடுபாட்டுடன் வேலை செய்யவில்லை?அதே பள்ளிக்கூடம் அதே மாணவர்கள் இன்று மட்டும் ஏன் இப்படி? கோளாறு என்னிடத்தில் வைத்துக்கொண்டு அரசாங்கத்தையும் மாணவர்களையும் குறை சொல்வதில் என்ன பயன்?

எது நேற்று இருந்த சூழ்நிலையை இன்று முற்றிலுமாக மாற்றியது? கல்பனா சற்று யோசித்தார்.லீலாவின் திட்டமிடல்தான் அது என்று புரிந்தது. "லீலா உன்னால் மட்டும் எப்படி இவ்வாறு உடனுக்குடன் பிரச்சனைகளுக்கு விடை காண முடிகிறது உன்னை பார்க்கையில் எனக்கு ரொம்ப ஆச்சரியமாய் தோன்றது".

"இது ஒன்னும் பெரிய விஷயம் இல்லை டீச்சர்."நீ என்னவாக நினைக்கிறாயோ அதுவாகவே மாறிவிடு" என்று சுவாமி விவேகானந்தர் சொன்னதை வாழ்க்கையில் பொருத்திப் பார்த்தால் போதும் எல்லாவற்றிலும் வெற்றி கிடைக்கும்.

உதாரணத்துக்கு நம்முடைய குறிக்கோள் என்பது இந்த பள்ளியை சிறந்த தரமான பள்ளியாக மாற்ற வேண்டும் என்பது தானே. அந்த குறிக்கோளைஅடைவதற்கான வழிகளை குறித்தே சிந்தித்தால் விடை தானாக கிடைத்துவிடும்".

"உண்மையை சொல்லவேண்டுமானால் எப்படா ரிட்டையர்ஆவேன்னு இதுவரை காத்துகிட்டு இருந்தேன்.ஆனா என்னவோ இன்னிக்கிலிருந்து இன்னும் நீண்டநாள் இங்கேயே வேலை பார்க்கணும்னு தோணுது. வயசுல நீ சின்னவளா

இருந்தாலும் எனக்கென்னவோ நீதான் என் மானசீக குருன்னு தோணுது''என்றவாறு அவளை கட்டியணைத்தார் கன்னத்தில் முத்தமிட்டார். ஒரு குழந்தையை தடவும் வாஞ்சையுடன் தலையை கோதிவிட்டார்.கல்பனாவின் அன்பில் லீலா கரைந்து போனாள்.

இரண்டு வகுப்பறைகளும் சரியாக செயல்படதுவங்கியது.அன்பான இரு ஆசிரியைகளின் அரவணைப்பில் மாணவர்கள் முழு ஈடுபாட்டுடன் படிப்பில் கவனம் செலுத்தினர்.அவர்களின் சந்தேகங்களுக்கு உடனுக்குடன் நல்ல பதில் கிடைத்ததில் உற்சாகம் ஆயினர்.ஆசிரியர்களுக்கும் மாணவர்களுக்கும் இடையிலான இடைவெளி குறைந்தது. உறவு வளர்ந்தது.“இதுஎங்க டீச்சர்” என்று லீலாவை சொந்தம் கொண்டாட துவங்கினர். பள்ளி சீரானது. ஆசிரியர் பற்றாக்குறை என்ற பெரிய பாதிப்பிலிருந்து அந்த பள்ளி விடுபட்டது.

காலங்கள் உருண்டோடின. தலைமை ஆசிரியை கல்பனா ஓய்வு பெற்றார். அவருக்கு பதில் புதிதாக வேறொரு தலைமையாசிரியர் வந்து பொறுப்பேற்றார். அந்த ஆண்டு மாவட்ட கல்வி ஆய்வாளர் ஆய்வு செய்தபோது பள்ளியின் தரத்தை கண்டு வியந்து மேலும் சில ஆசிரியர்கள் நியமிக்கப்பட வேண்டும் என பரிந்துரை செய்தார். அதன்படி புதிதாக இரண்டு ஆசிரியைகள் அங்கு மாற்றலாகி வந்தனர்.

புதிதாக வந்தவர்களும்லீலாவைப்போல் திறமையானவர்களாக இருந்ததால் அந்தப் பள்ளியின் புகழ் சுற்றுவட்டாரங்களில் பரவியது. ஒவ்வொரு ஆண்டும் மாணவர்களின் எண்ணிக்கை அதிகரிக்க தொடங்கியது. புதிதாக ஒரு கட்டிடம் கட்டவேண்டிய நிலை ஏற்பட்டது. லீலா தன்னுடைய பிள்ளைகளையும் அந்தப் பள்ளியிலேயே படிக்க வைத்தாள்.இரவுநேரத்தை தவிர பகல் முழுதும்உடனிருந்து லட்சுமி லீலாவின் குடும்பத்தை கவனித்துக் கொண்டாள்.

செந்தில் ஆண்டுதோறும் விடுமுறைக்கு வந்து சென்றார். அவருக்கு ஊரெல்லாம் தன் மனைவியை புகழ்ந்து பேசுவதை கேட்க கேட்க பெருமையாக இருந்தது.“வெளியே இறங்கி நடக்க எவ்வளவு சந்தோசமா இருக்குன்னு தெரியுமா லீலா.ஊரில் யாரைப் பார்த்தாலும் உன் பெருமை தான் பேசுறாங்க அப்படி என்னதான் மாயம் செய்தாயோ?”.

“அப்படி நான் ஒன்னும் பெருசா எதையும் செய்திடல. என் கடமையை சரியா செய்தேன் என்றுநினைக்கிறேன்அவ்வளவுதான்”.

“கடமையை மறந்து வெட்டியா பொழுதை போக்குகிற அதிகாரிகளும் வட்டிக்கு பணம் கொடுத்து சைடு பிசினஸ்செய்கிற ஆசிரியர்களும் நிறைந்த நாட்டில்கடமையை சரியா செய்த இல்ல அதுவே பெரிய விஷயம் தான்.அதுக்காகவே உன்னை பாராட்டனும்” செந்தில் அவளை தன் பாணியில் பாராட்டினார்.

சிவமணிக்கும் அதே ஊரை சேர்ந்த புவனா என்று பெண்ணிற்கும் திருமணம் நடந்தது.அது காலாண்டு விடுமுறை காலமாக இருந்ததால் செந்திலும் லீலாவும் ஒரு வாரம் வடமலாபுரத்தில் தங்கி திருமணத்தை அமர்க்களமாக நடத்திமுடித்தனர்.

“ரொம்ப நன்றிங்க செந்தில். அனாதையான எனக்கு இப்படி ஒரு திருமண விழா நடக்கும்னு கனவுல கூட யோசிக்கல. அந்த அளவுக்கு ரொம்ப ஆடம்பரமாக நடத்தி விட்டீர்கள் இதுக்கு நான் எப்படி கைமாறு செய்யப் போறேன்னு தெரியல” சிவமணி கண்கலங்க பேசினான்.

“என்ன சிவமணி இப்படி கணக்கு பார்த்து பேசுறீங்க. நீங்க வேற நான் வேறன்னு நான் யோசிச்சு கூட பார்த்ததில்லை. நீங்கல்லாம் இருக்கீங்க லீலாவையும் பிள்ளைகளையும் பார்த்துபீங்களன்கிற நம்பிக்கையில் தானே நான்போய் நிம்மதியா வேலை பார்க்கிறேன். இதுக்கெல்லாம் கணக்கு பார்த்தா நான் எவ்வளவு தரவேண்டி இருக்கும்?”.

“லீலா என் தோழிங்க நீங்கள் சொன்னாலும் சொல்லாவிட்டாலும் அவங்களை பத்திரமா பாத்துக்க வேண்டியது என் கடமை” சிவமணி உணர்ச்சிவசப்பட்டுசெந்திலின் கைகளை பற்றிக்கொண்டு பேசினார்.

உணர்ச்சி பிழம்பாக இருவரும் பேசிக் கொண்டிருப்பதை பார்த்த லீலா அவர்களின் கவனத்தை திசை திருப்ப வேண்டி “சிவமணி நீங்களனக்கு ஒரு ஹெல்ப் பண்ணனும்.எப்ப எல்லாம் உங்களுக்கு ப்ரீடைம் கிடைக்குதோ அப்போதெல்லாம் எங்க பள்ளிக்கூடத்துக்கு வந்து மாணவர்களுக்கு விளையாட்டு சொல்லிக்கொடுக்க முடியுமா? ஏன்னா எங்க பள்ளிக்கூடத்துக்கு விளையாட்டு ஆசிரியர் இல்லை. அதனால மாணவர்களுக்கு எந்த விளையாட்டினுடைய அடிப்படையும் தெரிஞ்சிக்க முடியல. ப்ளீஸ் வருவீங்களா?” என்றாள்.

“ஐயோ கடவுளே இங்க வந்தும் பள்ளிக்கூடத்தை பத்திதான் பேச்சா?” செந்தில் கிண்டலாக தலையில் கை வைத்துக்கொண்டு பேச எல்லோரும் சிரித்தனர்.

# 28

## 28

ஒருநீண்ட கார்வரிசை சுக்ரவாரபட்டி கிராமத்துக்குள் புழுதி பறக்க நுழைந்-தது.நேராக போய்பள்ளிக்கூடத்தின் வாசலில் நின்றது. கிராமத்துமக்கள்எல்லாம் அந்தகார்களில் வந்தவர்களை வேடிக்கை பார்க்க பள்ளியின் முன் குவிந்தனர்.

“ கலெக்டர் ஐயா வந்திருக்காங்க”யாரோ உள்ளே ஓடி வந்துலீலாவிடம் சொன்னார்கள்.இந்த நேரத்தில் முன்அறிவிப்பின்றி ஏன்கலெக்டர்வருகின்றார்? பள்ளிக்குதேவையான அடிப்படைவசதிகளைசெய்ய வேண்டும்.பிள்ளைகள் நிறைய பேரைசேர்க்கவேண்டுமானால் கூடுதல் வகுப்பறை கட்டிடங்கள் வேண்டும்? கழிவ-றைவசதிகள்இரு பாலருக்கும் தனித்தனியே தேவைஎன்பதை பலமுறை மனுவாக கொடுத்திருந்தோமே அதனால்பள்ளியைஆய்வுசெய்ய வருகிறாரோ?அதுவும் நல்-லது தான். அவரே நேரில் பார்த்து பள்ளியின் நிலைமையை அறிந்து கொள்ளட்-டும்.

தலைமை ஆசிரியரும் லீலாவும்வாசலுக்கு போய் கலெக்டரை எதிர் கொண்டு வரவேற்றனர்.ஆனால் அவர்பதில் ஏதும் பேசாமல் உள்ளே வந்தார்.அவரோடு வந்த அதிகாரிகளின் முகங்களும் இருண்டு போயிருந்தன.யாருடைய முகத்திலும் மகிழ்ச்சி இல்லை.என்ன இது? இங்கே என்ன நடந்து விட்டது? ஏன் இத்தனை அமைதி? இதற்குமுன் இப்படி உயர் அதிகாரிகள் வந்தால்உடன் வரும் கீழ்மட்ட அதிகாரிகளின் நடவடிக்கைகள் தடபுடலாக இருக்குமே?காரணம் புரியாமல் கலெக்டரை பின் தொடர்ந்தனர்.

தலைமையாசிரியர்அறைக்குபோய்நின்றகலெக்டர் வந்திருந்தவர்களை ஒரு தடவை உற்றுப் பார்த்தார். பின் சற்று இடைவெளிவிட்டு“லீலா டீச்சர்”என்று சன்-னமான குரலில் அழைக்க மற்ற அதிகாரிகள் விலகிவழிவிட்டனர்.

எதிரே நின்ற லீலாவை சற்று ஊடுருவி பார்த்த கலெக்டர்சிறிது நேர அமை-திக்கு பின் “சாரிடீச்சர் உங்களுக்கு எப்படி ஆறுதல் சொல்வது என தெரி-யவில்லை”என நிறுத்தினார். லீலாவுக்கு ஒன்றுமே புரியவில்லை.இவர் என்ன சொல்ல வருகிறார் ஏன் இவ்வளவு தயங்குகிறார் ஏதாவதுகெட்டசெய்தியாகஇருக்-

குமோ?.

“நேற்று கார்கில்போர்துவங்கியது என செய்திபார்த்திருப்பீர்கள். அதற்கு முன்பே ஒரு தாக்குதல் நடந்து விட்டது. எல்லையில் ரோந்து போன பட்டாலி-யனிடம் மலை முகடுகளில் தீவிரவாதிகள் தென்படுவதாக ஒரு ஆடு மேய்ப்பவன் வந்து தகவல் சொல்ல அது சரியான தகவல் தானா என உறுதிப்படுத்தபதினைந்து பேர் கொண்ட சிறு குழு அனுப்பப்பட்டது. போன வீரர்களின் மேல் மறைந்திருந்த தீவிரவாதிகள் தாக்குதல் நடத்தினர்.

அதில் தகவல் தொடர்பு சாதனங்கள் செயலிழக்க பேஸ் கேம்ப் ஆபீசுக்குப் போய் தகவல் சொல்ல உங்கள் கணவர் செந்தில் அனுப்பப்பட்டார். காயம் பட்டி-ருந்த செந்தில் அதிக ரத்தப்போக்கு இருந்தாலும்பத்து மைல் தொலைவில் இருந்த கேம்ப் ஆபிசுக்கு ஓடிப்போய் தகவல் தெரிவித்தார். பலத்த காயம் இருந்ததா-லும் அதிகப்படியான ரத்தம் வெளியேறியதாலும் பல மணி நேரம் தீவிர சிகிச்சை அளித்தும்அவரை காப்பாற்ற முடியாமல் போனது என ராணுவத்திலிருந்து இப்-போதுதான் செய்தி வந்தது”

இந்த வார்த்தை கலெக்டரின் வாயிலிருந்து வெளிவந்த நேரம் லீலா மயங்கி சாய்ந்தாள்.

“ஏங்க இந்த வருஷம் அக்டோபரில் ரிட்டயர் ஆயிருவீங்க இல்லையா? இதோடு இருபதுவருஷ சர்வீஸ் முடியுதே”.

“இல்ல டீச்சரம்மா இன்னும் இரண்டு வருடம் பணி நீட்டிப்பு கேட்கப் போறேன்”.

“அதெல்லாம் ஒன்னும் தேவை இல்ல.பேசாம ரிட்டயர்மென்ட் வாங்கிட்டு வாங்க. நீங்க எப்பவும் எங்க கூடவே இருக்கணும்னு எவ்வளவு நாளா ஏங்கிகிட்-டுஇருக்கோம்ன்னுதெரியுமா?உங்களுக்கு அந்த ஆசையேஇல்லையா?”.

“அந்தஆசை தானே ரொம்ப இருக்கே” என கண்சிமிட்டிவாறு அருகே வந்து அவளை இறுக்கி அணைத்தான்.“நான் சொன்னதுக்கு இது இல்ல அர்த்-தம்”அவள்வாய் முணுமுணுத்ததே தவிர உடல் அவனுக்கு ஒத்துழைத்தது. அவள் கன்னத்தில் முத்தமிட்டு அடுத்து உதடுகளை நெருங்கி வர “அப்பா” என்று அழைத்தவாரே தேவிகா உள்ளே ஓடிவந்தாள்.

நெருங்கி இருந்த இருவரும் பதறிவிலகினர். “நீங்க ரெண்டு பேரும் என்ன பண்ணுறீங்க?” சத்தமாக கேட்டாள்.“அதுவா இன்னைக்கு அப்பா ஊருக்கு போறேன் இல்ல அதுக்கு போய் பயந்து அம்மா அழுறாள்.இதுக்கெல்லாமா அழு-வது என்று சொல்லிகண்ண தொடச்சி விட்டேன்” செந்தில் நிலைமையை சமா-ளித்தார்.

“இந்த வேலை போதும் இனி போக வேண்டாம் என சொல்லுடிஎன் தங்கம். அப்பா நம்ம கூடவே இங்கேயே இருக்கணுமில்லையா. உனக்கு அப்பா கூட இருக்க ஆசையாக இருக்கு இல்ல” மகளை துணைக்கு அழைத்தாள் லீலா.

“தேவிகுட்டி அப்பா இன்னும் இரண்டு வருஷம் வேலை பார்த்துட்டு வரேன்டா. நீ ஐந்தாவது படிக்கும்போது நான் இங்கேயே வந்துருவேன். அப்புறம் எங்கேயும் போக மாட்டேன் உன் கூடவே இருப்பேன்”அதற்குள் திலீப்பும் உள்ளே வந்தான்.

“அப்பா இத்தனை வருஷம் வேலை பார்த்தது போதாதா? எங்களோட இருக்க உங்களுக்கு ஆசையில்லையா? உங்களை பிரிஞ்சு நாங்க எவ்வளவு கஷ்டபடுறோம்ன்னுதெரியுமா? காலண்டரில் நீங்க அடுத்துவரும் நாளுக்கான கவுண்டவுன் இப்போதேதுவங்கியாச்சுபாருங்கள்”திலீப் ஏக்கத்துடன் தந்தைக்கு அருகில் வந்து காலண்டரை காட்டினான்.

சுவரில் தொங்கிய மாத காலண்டரில் அன்றைய தேதி கட்டத்தில் “அடுத்த லீவுக்கு இன்னும்300 நாட்கள்” என சிவப்பு மையால் பெரிதாக எழுதப்பட்டிருந்தது. அதிலிருந்து ஒவ்வொரு நாளுக்கும் ஒன்று வீதம் குறைந்து வந்தது.அக்டோபர் மாதம் 11ம் தேதி கட்டத்தில் “அப்பா இன்று முதல் வீட்டில்” என்று பெரிய எழுத்துக்கள் தெரிந்தன.

செந்தில் கலங்கிப் போனான். பிள்ளைகளை இரு கைகளாலும் அள்ளி அணைத்துக் கொண்டான். லீலாவும் அவனை பின்பக்கமாக கட்டிக்கொண்டாள்.

“என் செல்லங்களே உங்களைப் பிரிந்து போய் வேலை பார்க்க எனக்கு மட்டும் கஷ்டமாக இல்லையா என்ன? ஆனால் அதைவிட எனக்குப் பிரியமான ஒரு காரியத்துக்காக தான் பணி நீட்டிப்பு வாங்கியிருக்கிறேன். இந்த வருடம் எங்களுடைய பட்டாலியன்காஷ்மீரில் இருந்து வேறு இடத்திற்கு மாற்றப்படும்.

அமைதியான சூழல் உள்ள இடமாக இருக்கும்பட்சத்தில் அடுத்த ஆண்டு அல்லது அதற்கு அடுத்த ஆண்டு எங்களுக்கு குடியரசு தின அணிவகுப்பில் கலந்து கொள்ள வாய்ப்பு கிடைக்கும்.சுமார் 10 லட்சம் படைவீரர்களை கொண்ட நம் நாட்டில் அப்படி குடியரசு தின அணிவகுப்பில் கலந்து கொள்ளக்கூடிய வாய்ப்பு கிடைக்கிறது எவ்வளவு பெரிய பாக்கியம்.

இங்கே உட்கார்ந்து டிவி யில் அணிவகுப்பை பார்க்கும்போதே எவ்வளவு உணர்ச்சிபிழம்பாக இருக்கோம். இதேஇது அந்த அணிவகுப்பில் பங்கேற்று ராஜபாதையில் வீரநடை போட்டு அங்கே செங்கோட்டையில் பறக்கும் மூவர்ண தேசியக் கொடிக்கு சல்யூட் அடிக்கும்அந்த ஒரு கணம் எப்போ வரும் என இருபதுவருஷமா காத்திருக்கிறேன். அந்த ஒரு கணத்தை கொஞ்சம் கற்பனைப் பண்ணிப் பாருங்களேன். அப்பப்பா எவ்வளவு ஆனந்தமான பெருமிதமான தருணம் இல்லையா? இதற்காக இரண்டு வருடம் பொறுத்து கொண்டால் என்ன?”.

அலங்காரமானதலைப்பாகையும், மிக நேர்த்தியான சீருடையும்,அதில் வரிசையாக தொங்கும் பதக்கங்களும்,காலில் கனத்த பூட்சும் கையில் நவீன எந்திர துப்பாக்கியுமாக செந்தில் அவர்களின் கற்பனையில் ராஜ நடை போட்டான்.பிள்ளைகளும் மனைவியும் அவனின் ஆசைக்கு உடன்பட்டார்கள். செந்தில் அனைவரையும் தழுவி முத்தமிட்டார்.லீலாவை குழந்தைகளுக்கு முன்பாகவே கன்னத்தில் முத்தமிட்டான்.

இப்போது அதில் காமம்துளியும் இல்லை.எனக்காக கொஞ்ச நாள் காத்திரு என்ற கெஞ்சல் இருந்தது. அவள் கண்களில் இருந்து தாரை தாரையாக கண்ணீர் வழிந்து அவன் மார்பை நனைத்தது. விட்டு விலகி நின்ற பிள்ளைகள் மீண்டும் அவன் காலைக் கட்டிக் கொண்டனர்.விருதுநகர் ரயில் நிலையத்திலிருந்துவிடைபெற்றான்.

செந்திலின் மரணச் செய்தி கேட்டு வடமலாபுரத்திலிருந்தும் சுக்ரவாரபட்டியிலிருந்தும் சுற்று வட்டாரத்திலிருந்த கிராமங்களிலிருந்தும் மக்கள் வந்து குவிந்தனர். உறவினர்களும் நண்பர்களும் லீலாவின் வீட்டில் குமுமி கதறி அழுதனர். ஆனால் லீலா எதுவும் பேசாமல் பித்து பிடித்தது போல் அமர்ந்து இருந்தாள். அவளுடைய செய்கை உறவினர்களுக்கு ஆச்சரியமாக இருந்தது.

அவளுடைய அம்மாவும் லட்சுமியும் அவள் அருகே வந்து“லீலா மனசு விட்டு அழுதுவிடு. நீ இப்படி கல்லாக அமர்ந்திருப்பதை பார்க்க எங்களுக்கு பயமா இருக்கு.அந்த குழந்தைகளை பார். என்ன செய்றதுன்னு தெரியாம உன்னையே வெறிச்சு பார்த்துக்கிட்டு இருக்காங்க”. யார் என்ன சொன்னாலும் லீலாவின் போக்கில் மாறுதல் இல்லை.

மறுநாள் செந்திலின் உடல் வந்தது.வீட்டின்முன் பூக்களால் அலங்கரிக்கப்பட்டு இருந்த மேடையில் கொண்டுவந்து அவரது உடல் பொதுமக்கள் அஞ்சலிக்காக வைக்கப்பட்டது.பெரும் திரளான மக்கள் வந்து அஞ்சலி செலுத்தினர். அமைச்சர்கள், உயர் அதிகாரிகள், ராணுவத்தினர் என பலர் வந்து ஆறுதல் கூறினர்.

செந்திலின் இறுதி ஊர்வலம் கிளம்பும் நேரம் வந்தது.செந்தில் உடல் மேல் போர்த்தபட்டிருந்த தேசிய கொடி எடுக்கப்பட்டு லீலாவிடம் ஒப்படைக்கப்பட்டது. அதுவரை அமைதியாகயிருந்த லீலாவிடமிருந்து அழுகை வெடித்து கிளம்பியது.

ஓடிபோய் செந்திலின் காலை கட்டிக்கொண்டு கதறி அழுதாள்.பாதங்களை தொட்டுவணங்கினாள். சற்று நகர்ந்து வந்து கன்னத்தை வருடினாள்.கன்னத்தில் முத்தமிட்டு “போய் வா அன்பு கணவனே”என்று அவனுக்கு விடைகொடுத்தாள்.

ஆயிரக்கணக்கானவர்கள் இறுதி ஊர்வலத்தில்கலந்து கொண்டனர்.ராணுவத்தின் பேண்ட் வாத்திய முழக்கத்துடன் 21 குண்டுகள் முழங்க செந்தில் உடல் தகனம் செய்யப்பட்டது. வந்திருந்தவர்களின் “ஜெய்ஹிந்த்”“வந்தே மாதரம்” முழக்கம் விண்ணைப் பிளந்தது. அந்த ஊரே ஒரு உணர்ச்சிப் பிழம்பாய் கொந்த-

ளித்தது.

லீலா தன் வாழ்வில் இருள் சூழ்ந்ததை போல உணர்ந்தாள் என்றாலும் எல்லாம் முடிந்து ஐந்தாம் நாளே பள்ளிக்குப் போனாள்.

# 29

29

“என்ன பெரியசாமி ரொம்ப பிசியோ? ஊருக்குள்ள உங்களை பார்க்கவே முடியவில்லையே? ஒரு வேலை விஷயமா உங்களைப் பார்க்கணும்னு ஒரு மாசமா தேடிக்கிட்டு இருக்கேன்.அகப்படவே மாட்டேங்கிறீங்களே” டீக்கடையில் அமர்ந்திருந்த பெரியவர் ஒருவர் தெருவில் நடந்து கொண்டிருந்த பெரியசாமியைப் பார்த்ததும்அழைத்தார்.

“யோவ் பெருசு இவர்தான் இந்த ஊர்ல உள்ள ஒன்னாம் நம்பர் வெட்டி ஆபீஸர். இவரைப் போய் பிஸியான்னு கேக்குறீங்களே நீங்க இந்த ஊருக்கு புதுசா? இவர் பதவி போய் பல வருஷம் ஆச்சிங்கிறவிஷயம் உமக்கு தெரியாதா? இவர வச்சி இனி என்ன காரியத்தை சாதிக்க போறீங்க” டீக்கடை நடத்திய இளைஞன் நக்கலாக பேசினான். பெரியசாமி பார்வையிலேயே அவனை எரித்து விடுவது போல பார்த்தான்.

அவனை நெருங்கி டீ கடைக்குள் வந்த பெரியசாமி “டேய் பொடிப்பயலேநீ சொந்தக்காரப்பயலாச்சேன்னுபார்க்கிறேன். இல்லேன்னா பேசினஉன் நாக்கை இழுத்து வைத்து அறுத்திருப்பேன். யாரைப் பார்த்து என்ன பேச்சு பேசுற. நாலெழுத்து படிச்சிட்டா நீதான் பெரியஅறிவாளின்னும் மத்தவங்க படிக்காத தற்குறின்னும் நினைச்சுட்டியாடாநாரப்பயலே”என்றவாறு அடிப்பதைப் போல் நெருங்கி வந்தார்.

“எங்கஎன்னை வந்து தொட்டு பாரு அப்புறம் இருக்கு சங்கதி. என்னவோ நான் பேசினதுக்கு நாக்கை அறுத்திருவேன்னு சொன்னியே அப்படி நீ அறுக்கிறதா இருந்த இந்நேரம் ஊர்ல உள்ளவர்களெல்லாம்நாக்கு மொட்டையாக தான் போயிருக்கும்”கடைக்கார இளைஞன் இன்னும் அசால்டாகபேசியதைகேட்டபெரியசாமி திகைத்து நின்றார்.

“தம்பி தேவையில்லாம ஏன் அவரை கோவப்படுத்துற? என்ன இருந்தாலும் அவர் நம்ம ஊர் முன்னாள் துணைத்தலைவர் இல்லையா?” பெரியவர் இருவரையும் அமைதிப்படுத்தும் வகையில் பேசினார்.

“நல்லவேளை இவர் முன்னாள் தலைவர் என்பதையாவது தெரிந்து வைத்திருக்கிறீர்களே. இவருக்கு பதவி போய் பதிமூன்று வருஷம் ஆச்சு. அரசியல்வாதியின்னா தோற்பதும் ஜெயிப்பதும் சகஜம். ஆனா இவங்க செய்த வேலைக்கு ஜெயிலுக்கெல்லாம் போயிட்டு வந்திருக்காங்க. அதிலிருந்து ஊருக்குள்ள ஒரு பய இவங்களை மதிப்பதில்லை.இந்த ஆளு கருப்பையா கூட சேர்ந்து பண்ணிய அட்டகாசத்தை ஊர் இன்னும் மறக்கல. இனி எலக்ஷனில் நின்றுஎன்றைக்கும் ஜெயிக்க முடியாது என்பதை உணர்ந்த கருப்பையா விருதுநகரில் கமிஷன் மண்டி தொடங்கி அங்கேயே போய் செட்டில் ஆகிவிட்டார். இவர்தான் இன்னும் அரசியல் அது இதுன்னு வெட்டிய சுற்றுகிறார். ஆமா என்ன விஷயமா இவரை தேடினீர்கள்?”.

“என் மனைவி இறந்த பின் மகன் வீட்டில போய் தங்கி விட்டேன். எப்போதாவதுதான் இங்கே வருவேன். என் பெயரில் இங்கே மூணு ஏக்கர் இடம் இருக்கு. ஒரு அவசர தேவைக்கு பணம் வேண்டி இருப்பதால் அதை உடனடியாக விக்கலாம்னு இவரை தேடினேன்”.

“சாயங்கால நேரமா இந்த டீக்கடை பக்கம் வாங்க. நில புரோக்கர்கள் எல்லாம் ஒன்று கூடும் நேரம் அதுதான். அவங்க கிட்ட சொல்லி வச்சா சீக்கிரம் விக்க ஏற்பாடு செய்வாங்க. அதை விட்டுட்டு இவரைத் தேடி அலைந்துஎந்த பிரயோஜனமும் இல்லை”.

பெரியவர் சாயங்காலம் வருவதாக சொல்லி எழுந்து போனார்.“டேய் பிரகாஷ் இதெல்லாம் உனக்கு வேண்டாத வேலை. ஏன்டா எப்ப பார்த்தாலும் இப்படி என் பிழைப்பகெடுக்கிற” ஆள் இருக்கும் போது கோபமாக பேசிய பெரியசாமி ஆட்கள் இல்லாத போது கெஞ்சலாக பேசினான்.

தேர்ந்த நடிப்புதான் அரசியல்வாதியின் முக்கிய மூலதனமே. எங்கு எப்படி பேச வேண்டும், எப்போது குரலை உயர்த்த வேண்டும், எப்போது பம்மலாக பேச வேண்டும், எப்போது எதிர்த்து நிற்க வேண்டும், எப்போது காலில் விழவேண்டும் என்ற டெக்னிக் தெரிந்து கொண்டால் போதும் எளிதாக மக்கள் என்கிற செம்மறியாட்டு கூட்டத்தை தன்பால் இழுத்து விடலாம். பெரியசாமிக்கு அந்த கலை கொஞ்சம் கொஞ்சமாக கை கூட ஆரம்பித்தது.

“பிரகாஷ் ஊரே பழைய சம்பவங்களை மறந்து விட்டது. ஆனால் சம்பவம் நடந்தப்ப கைக்குழந்தையாக இருந்த உன்னைப் போன்றவர்கள் இப்போதும் அதை ஞாபகம் வைத்து பேசுவது தான் வேடிக்கையாய் இருக்கு. இதெல்லாம் உங்களுக்கு யார் சொல்லி தந்தது அந்த டீச்சரா?”.

“இத்தனை வருஷம் ஆனாலும் உனக்கு இன்னும் டீச்சர் மேல இருந்த பயமும் வெறுப்பும் போகலைன்னு நல்ல தெரியுது.உள்ளூர்க்காரன் நீ நம்ம மக்களுக்கு துரோகம் பண்ணின வெளியூரிலிருந்து வந்த டீச்சர் எல்லாத்தையும் சரி

செஞ்சாங்க.இப்பஊர்கொஞ்சம் நல்லா இருக்க அவங்க தான் முக்கிய காரணமே. இதுக்காகவே நாங்க டீச்சருக்கு நன்றிக்கடன் பட்டிருக்கிறோம். நீஎதைப் பற்றி பேசினாலும் கேட்டுக்கொள்வேன்.ஆனா டீச்சரைப் பற்றி ஒரு வார்த்தை தப்பா பேசினாலும் அடிதான் விழும்ஜாக்கிரதை''.

என்னதான் டீச்சர் மேல கோபம் இருந்தாலும் அதை வெளிக்காட்டிக் கொள்ள இது சரியான நேரமோ இடமோ இல்லை என்பதை பெரியசாமி உணர்ந்தார். அதற்கு சரியான தருணம் வரும் வரை காத்திருக்க முடிவு செய்தார். ''ஏண்டா-கோவிச்சுக்கிறநான் எப்படா டீச்சர் பற்றி தப்பா பேசுனேன். என் கதையெல்லாம் உங்களுக்கு சொன்னது யாருன்னு தானே கேட்டேன்''.

''உன்னுடைய கேவலமான பிளாஷ்பேக்கைஎல்லாம் ஞாபகம் வச்சு எங்களிடம் சொல்லிக்கொண்டிருக்க டீச்சரும் உன்னைப்போல் வெட்டியா இருக்காங்கனு நினைச்சியா?அவங்களுக்கு அவங்க வேலை தான் முக்கியம்.

நீயாதான் நினைச்சு கிட்டு இருக்க பெரியவங்க எல்லாம் பழையதை மறந்-துட்டாங்கன்னு. இன்னும் ஒவ்வொரு வீட்டிலும் உன்னை பற்றி பேச்சு எழும் போதேல்லாம் பழையதை சொல்லி சொல்லி சிரிப்பா சிரிக்கிறாங்க. அதை கேட்டு வளர்ந்த எங்களுக்கு எப்படி உன் மேல் மரியாதை வரும். நானாவது உன் சொந்-தகாரன் என்பதால் பக்கத்திலே உட்கார்ந்து பேசிகிட்டு இருக்கேன்.இதே வேற பையனாய் இருந்தால் எப்பவோ எழுந்து போய் இருப்பான். அந்த அளவுக்கு தான் இருக்கு உன் மரியாதை. இது தெரியாம இன்னும் அரசியல்வாதினுட்டு ஊருக்குள்ள திரிகிற''பிரகாஷின் ஒவ்வொரு வார்த்தையும் ஈட்டியால் குத்தியது போல் இருந்தது.

எந்த ஒரு மனிதனாக இருந்தாலும் இப்படி முகத்தில் அடித்தார் போல் பேச்சை கேட்டாலே கலங்கி போவார்கள். ஆனால் பெரியசாமியின் முகத்தில் எந்த கலக்கமும் இல்லை. அவன் தான் அரசியல்வாதி ஆயிற்றே. மான அவமானங்-களை பார்த்தால் அரசியலில் இருக்க முடியுமா?.

உலகில் வாழ்ந்து மறைந்த பலரின் பெயர்கள் இன்னமும் சரித்திரத்தில் நிலைத்-திருக்க காரணம் அவர்கள் மனித குலத்திற்கு செய்த சேவைகள் தான்.ஆனா இந்தஅரசியல்வாதி வர்க்கம் மட்டும் தான் தன் பேச்சாற்றலை கொண்டு மக்கள் மனதில் இடம் பிடிக்கின்றது. மக்களின் பலவீனத்தை புரிந்து கொண்டு அதற்-கேற்றார் போல் பேசி அவர்களை மேற்கொண்டு சிந்திக்க விடாமல் செய்துதான் சொல்லும் கருத்துக்கள் தான்சரியானவை என்பது போல் நம்ப வைப்பது அரசி-யல்வாதிகளின் மிகப்பெரிய தந்திரம்.

அந்த தந்திரத்தை தன்னுடைய ஆயுதமாக பயன்படுத்த பெரியசாமி தீர்மா-னித்தான். கடப்பாரை கம்பி போல் உறுதியாக நிமிர்ந்து நிற்கும் பிரகாஷை தன் இஷ்டப்படி வளைக்க வேண்டும் என முடிவு செய்தான்.

“டேய் தம்பி அப்போ நடந்த விஷயங்களை உன்னைப் போன்றவர்களுக்கு யாரோ தப்பு தப்பா சொல்லி கொடுத்து இருக்காங்கடா. நானும் அந்த வாசுகியும் ஒரே சாதி தானே நான் அவளை எப்படி அவமானப்படுத்துவேன். எல்லாம் கருப்பையாவும்கிளர்க்கும் செய்தது. அவங்க இரண்டு பேரும் சேர்ந்து என்னையவே என்ன பாடு படுத்தினார்கள் என்பது எனக்கும் அந்த இறைவனுக்கும் மட்டும்தான் தெரியும்.

நான் ஒரு ஆம்பள வெட்கத்த விட்டு வெளியே சொல்ல முடியாமல் மனசுக்குள்ளேயே அடக்கிக் கொண்டேன். ஆனால் வாசுகிக்கு நடந்த கொடுமை அந்த டீச்சரம்மா மூலமா ஊர் உலகத்துக்கு தெரிந்துவிட்டது. அதற்காக போடப்பட்ட கேஸ் ஃபைலில் பார் என் பெயர் இருக்காது. தீண்டாமை வழக்கில் கருப்பையாவும்கிளர்க்கும் தான் சேர்க்கப்பட்டனர்”.

“அப்படின்னா போலீஸ் ஏன் உன்னை பிடிச்சிட்டு போச்சு? கொஞ்சநாள் ஜெயில்ல இருந்தியாமே எல்லோரும் பேசிக்கிறாங்க”.

“அதான் சொன்னேனில்லையா எல்லாத்துக்கும் அவர்கள் இரண்டு பேர் தான் காரணம் என்று. ஊருக்காக அரசாங்கம் ஒதுக்கிய பணத்தை அவங்க இரண்டு பேரும் சேர்ந்து கொள்ளை அடிச்சுட்டு அதுக்கு தப்பு தப்பா கணக்கு எழுதினாங்க.ஒழுங்கா எழுத படிக்க தெரியாத நானும் அவர்கள் சொல்லும் போதெல்லாம் காட்டுகின்ற இடத்தில் கையெழுத்து போட்டு தொலைச்சிட்டேன்.

நியாயமா பார்த்தா தலைவர் என்கிற முறையில் வாசுகி தான் மாட்டி இருக்கணும். ஆனா அவா ஒண்ணுமே தெரியாதுன்னு சொல்லி தப்பித்துவிட்டாள். துணை தலைவர் என்கிற வகையில் செக்கில் கையெழுத்து போட்ட பாவத்துக்கு நான் மாட்டிக்கொண்டேன். அந்த கருப்பையாவும் கிளர்க்கும் பணத்தை கொள்ளை அடித்து பதுக்கி வைத்திருந்ததால் அவர்களுக்காக பெரிய பெரிய வக்கீல்கள் வைத்து வாதாடி சீக்கிரமே வெளியே வந்து விட்டார்கள்.நான்தான் மூன்று மாசம் உள்ளே இருந்தேன். நரகம் தான்டா அந்த வாழ்க்கை”.

“ஏன் உள்ளே வைத்து உன்னை அடித்தார்களா?” பிரகாஷின் குரல் சற்றுநெகிழ்ந்தது. அவனிடம் அந்த பழைய கடுமை இல்லை.கடப்பாறையைவளைக்க அதை பழுக்க காய்ச்ச வேண்டும். அந்த வேலை சீராக நடைபெறுவதை எண்ணி பெரியசாமி நிமிர்ந்து அமர்ந்தான்.

“அதை ஏன் கேட்கிற பிரகாசு பதிமூன்று வருஷத்துக்கு முன்னாடி போலீஸ் அடித்த அடி இன்னும் என் உடம்பில் தழும்பாஆறாம அப்படியே இருக்குன்னாபார்த்துக்கோயேன்” என்றவன் அது பொது இடம் என்பதையும் பாராமல் கட்டியிருந்த கைலியை தூக்கி புட்டத்தை காட்டினான்.

இரண்டு நாளைக்கு முன் சிவகாசியில் ஒரு சாராயக்கடையில் நடந்த தகராறின் போது போலீஸ்காரர்களின் லத்தியால் அடிபட்டு கன்றிப் போயிருந்தபுட்டம்

அவனுக்கு இப்போது உதவியது.

இரண்டு நாளைக்கு முன் வாங்கிய அடிக்கும்பதிமூன்று வருடத்துக்கு முன் வாங்கிய அடிக்கும் பிரகாஷால் வித்தியாசத்தை உணர முடியாத அளவுக்கு பெரியசாமியின் கதையில் ஒன்றிப்போய் இருந்தான்.

அவனுக்கு பெரியசாமியின் மேல்பரிதாபம் தோன்றியது. அவன் மேல் இருந்த மோசமான பிம்பம் மறைந்து கொஞ்சம் கொஞ்சமாக நல்ல உருவம் அவன் மனதில் உண்டானது."இவ்வளவு ஆனபிறகும் வேற வேலை வெட்டிய பார்க்காமல் ஏன்இன்னும் இந்த பாழாய் போன அரசியலையே கட்டிஅழறீங்க. இதில்தான் உங்களுக்கு எதிர்காலம் இல்லைன்னு ஆகிப்போச்சே. இதை தூர தூக்கி போட்டுட்டு ஏதாவது வியாபாரமோ அல்லது தெரிஞ்ச வேலையோ பார்த்தாவது நாலு காசு சம்பாதிக்கலாமில்ல".

நெருப்பிலிட்ட கடப்பாரை கம்பி நெருப்புக் கோளமாகிஇளகி நின்றது.பெரியசாமி ஒரு தேர்ந்த கொல்லனைப்போல் கம்பியை வளைக்கும் வேலைகளில் இறங்கினார். இளகி நிற்கும்போதே கம்பியை சம்மட்டியால் அடித்து வளைக்க துவங்க வேண்டும்.

பிரகாஷின் குரல் கொஞ்சம் கொஞ்சமாக இளகி வருவதை அறிந்த பெரியசாமி அதற்கு தகுந்தார்போல் தன் பேச்சை வளர்த்தான். "என்னடா பெரிய சம்பாத்தியம். வேலை செய்து சம்பாதித்து யாருக்கு கொடுக்கப் போறேன்.என் ஒருத்தனோட சம்பாத்தியம் என் ஒட்டு மொத்த சமுதாயத்துக்கும் போதுமாடா? நம்மை சுற்றிலும் பார் நம்ம சாதிசனம் எப்படி இருக்குன்னு பாரு. உரிமையை இழந்து அடிமைப்பட்டுக் கிடக்கின்ற நம்ம மக்கள் கூட்டத்தை பார் இவர்களை யார் மீட்டெடுக்கிறது? இப்படியே இவர்களை இன்னும் கொஞ்ச நாள் விட்டா உள்ளதையும் இழந்து நடு வீதிக்கு வந்துடுவாங்க. இவங்களுக்கு ஏதாவது நல்லது செய்யணும்னு தோணுது. இவர்களின் உரிமையை பெற்றுதரனுமின்னா அதற்கு அரசியல் தான் சரியான வழி. அந்த வழியில் எம்மக்களுக்கான விடுதலையை தேடத்தான் நான் இந்த ஓட்டம் ஓடிகிட்டு இருக்கேன். அதில் தடையாய் இருக்கக் கூடாதுன்னு தான் கல்யாணமே வேண்டாம் என முடிவெடுத்து நம் மக்களுக்காகவே என் வாழ்க்கையைஒப்படைத்திருக்கிறேன்".

"உங்க நோக்கம் எல்லாம் நல்லாத்தான் இருக்கு ஆனா ஒத்தை ஆளா நின்னு இதையெல்லாம் உங்களாலே எப்படி செய்யமுடியும் ஊருக்குள்ள உங்களை பத்தி அப்படி ஒன்னும் நல்ல பெயர்இல்லையே?".

"எந்தத் தலைவரை தான் அவர் வாழும் காலத்திலே மக்கள் மதித்துஇருக்காங்க. தேசபிதா காந்தியை கூட நாலு பேர் அந்த காலத்துல எதிர்த்துக்கிட்டு தான் இருந்தாங்க. இதையெல்லாம் பார்த்தா விடுதலை கிடைத்திருக்குமா?"

“நீங்க சொல்றது எனக்கு ஒண்ணும் புரியலை. இந்த ஜென்மத்துல நீங்க எலக்சன்ல நின்னா ஜெயிக்கப் போவதில்லை. ஜெயிக்காமல் எப்படி மக்களுக்கு நல்லது செய்ய முடியும்.எப்போதும் போராட்டம் ஆர்ப்பாட்டம் நடத்தி போலீசில் அடி வாங்கிட்டு இருக்க போறீங்களா?”.

“டேய்பிரகாஷ் படிச்ச பையனாயிருந்தாலும் உலகம் புரியாதவனாயிருக்கியேடா.அதான் உதாரணத்துக்கு காந்தியை பற்றி சொன்னேனே புரியலையா உனக்கு?”.

“நீங்க பேசறது எதுவும் சத்தியமா எனக்கு புரியலேங்க. கொஞ்சம் விளக்கமா சொல்லுங்க”.

“பிரகாஷ் என்னதான் தலைவராயிருந்து சுதந்திரத்துக்கு போராடினாலும் சுதந்திரம் கிடைத்தபின்காந்திஜி எந்த பதவிக்குவந்தார். அவருக்கு பதவி மேலஎந்த ஆசையும் இல்லடா. அது போலத்தான் நானும். படிக்காத தற்குறியான இந்த கிழவனுக்கு இனி எந்த பதவியும் வேண்டாம்.இதற்கெல்லாம் உன்னை போன்ற படித்த இளைஞர்கள்தான் லாயக்கு. ஏன் நீ கூடஇந்தஊர்பஞ்சாயத்து தலைவன் ஆகலாம். அதற்கான திறமையும் தகுதியும் உனக்கு இருக்கு”.

“சும்மா என்னத்தையாவது உளராதீங்க. நான் எப்படி தலைவர் ஆக முடியும்? அதுக்கெல்லாம் நிறைய படிச்சிருக்கணும் திறமை வேணும்” பிரகாஷ் பதறிப்போய் சொன்னான்.

கம்பி நன்றாக உருகிவிட்டது. இனி சுத்தியல் கொண்டு லேசாக தட்டி நம் இஷ்டப்படி வளைத்தால் போதும் என்ற பருவத்துக்கு வந்து விட்டது.பெரியசாமி தன் ஆக்டோபஸ் கரங்கள் நீட்டி பிரகாஷை பற்றினார்.

சற்று நேரம் பெரிய குரலெழுப்பி பெரியசாமி சத்தமாக சிரித்தார். “அடகிறுக்கு பயலே.என் கதையை மொத்தமா தெரிஞ்சுக்கிட்டுஅந்த வாசுகியை மறந்துட்டீங்களே.அவ என்ன எழுதப்படிக்க தெரிந்தவளா? அவளையே இந்த ஊரு பத்து வருஷமா தலைவராகஏத்துக்கிட்டபோது உன்னை ஏத்துக்காதாடா”.

“வாசுகிக்கு டீச்சர்துணையா இருந்தாங்க. அவங்க சொன்னத கேட்டு ஊருக்கு நல்லது செய்ததனாலதான் இரண்டுமுறை தலைவியானாங்க. இப்ப தலைவியாக இருக்கிற சாந்தியும் டீச்சர் சப்போர்ட்டால தான் ஜெயிச்சாங்க”.

“டீச்சர் வெளியூர்காரி. அவள் சொல்லியே மக்கள் ஓட்டு போடுறாங்கன்னா உள்ளூர்காரன் உன்னை நம்பி ஓட்டு போட மாட்டாங்களா?இத்தனைக்கும் இந்த ஊர்ல நம்ம சாதிக்காரன் ஓட்டுதான்அதிகம். அவங்க மட்டும் ஓட்டு போட்டாலே போதும் நீதாண்டா அடுத்ததலைவரு”.

“அடுத்து எலக்சனுக்கு இன்னும் ரெண்டு வருஷம் இருக்குல்ல அதுக்குள்ள என்ன அவசரம்.அதெல்லாம் அந்த நேரத்துல பாத்துக்கலாம்”.

கம்பி மொத்தமாக வளைந்து கொல்லனின் விருப்பப்படி மாறியது.உருமாறிய-கம்பியை மெதுமெதுவாக அடித்து தான் விரும்பிய வடிவத்துக்கு கொண்டு வந்-தான். தன் கரத்தில் அகப்பட்ட பிரகாஷை பெரியசாமி என்ற ஆக்டோபஸ் தனக்கு இரையாக்கிக் கொண்டது.

“இரண்டு வருஷங்கிறது கண்ணமூடி திறக்கிறதுக்குள்ள ஓடிப் போகும் பிரகாசு. அதுக்குள்ள நாம் செய்ய வேண்டிய காரியம் நிறைய இருக்கு.முதல்ல தலைவரை போய் பார்த்து அறிமுகமாயிக்கணும்.கட்சியில உறுப்பினராகனும் அடுத்து கிளைச் செயலாளர், நகர செயலாளர் அப்படின்னு படிப்படியா மேலேறி போகணும்”.

“தலைவர்ன்னாயாருஅவர்? எங்கே இருக்கிறார்?” பிரகாஷ் தன்னையறியாமல் பெரியசாமியின் மாய வலையில் சிக்கிக் கொண்டான்.

“அடப்பாவி இது கூட தெரியாமலா இருக்க. அதாண்டா நம்ம அண்ணன் சிந்தனை செல்வன் தான் நம்ம இனத்தின் காவலன் தலைவன் எல்-லாமே.அவரைத்தான் அடுத்த வாரம் போய் பார்க்கப் போறோம்”.

“வேண்டாம் நமக்கு இந்த ஜாதி அரசியல் எல்லாம் சரிப்பட்டு வருமான்னு தெரியல. இப்ப போயி ஊர் உலகத்துல ஜாதி பத்தி பேசினாலே முறைச்சி பார்ப்-பாங்க. என்னை விட்டுடுங்க”.

“ஒன்னு தெளிவா புரிஞ்சுக்கோ பிரகாசு. அரசியல்ல ஒவ்வொரு பத்து வரு-ஷத்துக்கும் ஒருவித டிரெண்ட் நிலவும். அறுபதுகளில் இந்தி எதிர்ப்பு போராட்டம் ட்ரெண்ட் ஆகிச்சு இதை பயன்படுத்தி அண்ணாவும் பின்னாடி கருணாநிதியும் முதலமைச்சர் ஆகிட்டாங்க.

அப்புறம் எழுபதுகளில் சினிமா அரசியல் மோகம் தலைதூக்கிச்சு.அப்பத்தான் எம் ஜி ஆர் கட்சி துவங்கி முதலமைச்சரானார். எண்பதுகளில் குழப்பமான அரசி-யல் சூழ்நிலை நிலவிச்சி பல எதிர்பாராத திருப்பங்கள் எல்லாம் அந்த சமயம் நடந்தது.

90களில் சாதிப் பிரச்சினை தலை தூக்கியது.அதை தொடர்ந்து இந்த நூற்-றாண்டின் ஆரம்பத்தில் ஜாதி கட்சிகளின் ஆதிக்கம் பரவ தொடங்கியது.

அதனாலேதான் நம்ம ஜாதிக்காக தலைவர் புது கட்சி தொடங்கி இருக்கி-றார்.ஆரம்பத்திலயே உள்ளே நுழைஞ்சு முக்கிய பதவிகளுக்கு போயிட்டா பின்-னாடி கட்சி வளரும்போது நமக்கு நல்ல எதிர்காலம் இருக்கும்”.

பிரகாஷ்க்கு பெரியசாமி சொல்வதெல்லாம் ஏதோ கனவு போல் தோன்ற தொடங்கியது.

# 30

30

பளீர் வெள்ளை ஆடை அணிந்த எப்போதும் எல்லோரிடமும் புன்னகைத்தவாறு இருந்த சேனலின் உரிமையாளர் பாரிஜாதம் தன்னுடையஅறிமுக உரையைதொடங்கினார் “டியர் ஃப்ரெண்ட்ஸ் முதன்முதலாக புதிய சரித்திரம் படைப்பதற்காக நாம் சந்திக்கிறோம் என்பதில் எனக்கு மிக்க மகிழ்ச்சி. கடந்த முப்பது வருடங்களாக நான் வேறு பல தொழில் நிறுவனங்களை நடத்திவந்தாலும் இது உங்களைப்போலவே எனக்கும் புதிய தொழில். உங்களைப் போன்ற இளமையான திறமைசாலிகளை நம்பியே பெரும் பணத்தை முதலீடாக இட்டு பெரும் பணக்காரர்கள் கூட இறங்க தயங்குகின்ற செய்தி சேனல் ஒளிபரப்பு துறையில் இந்த சாமானியனும் இறங்குகிறேன்.

இதுவரை தமிழ்நாட்டில் இருக்கின்ற செய்தி சேனல்கள் எல்லாம் ஏதாவது ஒரு அரசியல் கட்சியின் சார்பாக தான் நடத்தப்படுகின்றது.ஆனால் நாம் தான் முதன்முறையாக உண்மைதன்மை நிறைந்த நடுநிலையான செய்தி நிறுவனத்தை துவக்கி இருக்கிறோம்.எனக்கு எந்த அரசியல் கட்சியுடனும் விருப்போ வெறுப்போ இருந்ததில்லை.எல்லா கட்சிகளிலும் எனக்கு நண்பர்கள் இருக்கிறார்கள். நான் எந்த வகையிலும் இந்த செய்தி நிறுவனத்தின் நடவடிக்கைகளில் குறுக்கிட மாட்டேன்.

அதுபோல் உங்களுடைய தனிப்பட்ட விருப்பு வெறுப்புகளையும் செய்திகளில் காட்டிவிடாதீர்கள்.அப்படி செய்தால் மக்களின் நம்பிக்கையை நாம் இழக்க வேண்டியிருக்கும்.இளைய தலைமுறையினரான உங்களை நம்பி இந்த நிறுவனத்தை ஒப்படைக்கிறேன். இதை கண்ணும் கருத்துமாக எவ்வித களங்கமும் ஏற்படாத வகையில் வளர்த்தெடுக்க வேண்டியது உங்கள் பொறுப்பு” என கூறி விடை பெற்றார்.

அவர் போன பின் இறுதியாக பேசவந்த தலைமை செய்தி ஆசிரியர் “இது ப்ரோக்ராமின் இறுதிப்பகுதி. இந்த இரண்டு நாட்களில் நீங்கள் தெரிந்து கொண்ட விஷயங்களில் உங்களுக்கு பல சந்தேகங்கள் தோன்றியிருக்கலாம். அப்படி உங்களுக்கு ஏதேனும் சந்தேகம் இருந்தால்இப்போது கேட்கலாம்”

“சார் ஒவ்வொரு தொழில் நிறுவனமும் துவங்கும் ஒரு முதன்மை குறிக்கோள் ஒன்றை நிர்ணயித்து அதை நோக்கி பயணிப்பார்கள். அதுபோல் நம்முடைய சேனலின் முதன்மை குறிக்கோள் என்ன?” ஒரு புதியநிருபர் கேள்வி எழுப்பினர்.

“நல்லகேள்வி நம்முடைய முதன்மை குறிக்கோள் சேனல் ஒளிபரப்பு ஆரம்பித்து ஓராண்டிற்குள் தமிழ் செய்தி சேனல்களில் முதலாவது இடத்தை பிடிப்பது தான். அதற்கு நாம் டிஆர்பி ரேட்டிங்கில் முதலிடம் பிடிக்கவேண்டும். நமக்கென்று நிரந்தரமான பார்வையாளர்களை உருவாக்க வேண்டும். நாம் தரும் செய்திதான் உண்மையானது என்பதை பார்வையாளர்கள் நம்பும் வகையில் செய்திகளைஅவர்கள் மத்தியில் விரைவாக கொண்டுபோய் சேர்க்க வேண்டும் இது மட்டும் சரியாக செய்து விட்டால் போதும் தானே ரேட்டிங்கில் முதலிடம் பிடித்து விடுவோம்”.

“சார் அடிப்படையான கேள்வி ஒன்று உள்ளது செய்தி என்றால் என்ன?”

“வெரி சில்லி கொஸ்டின். என்றாலும் உங்களுக்கு புரிய தமிழில் சொல்கிறேன். அன்றாடம் நடக்கும் நிகழ்ச்சிகளின் தகவல் தொகுப்பே செய்தி புரிஞ்சுதா மை டியர் பாய்”.

“அன்றாடம் நம்மைச் சுற்றி பல நூறு நிகழ்வுகள் நடந்து கொண்டிருக்கும் போது எதனுடைய தகவல்களை சேகரித்து செய்திகளாக்குவது?” அதே நபர்அடுத்த கேள்வியை கேட்டார்.

“எந்த நிகழ்வின் தகவல்கள் கண்டிப்பாக மக்களுக்கு போய் சேர வேண்டுமோ, எந்த தகவல் மக்களுக்கு தேவையாய் இருக்கிறதோ,எந்த நிகழ்வின் தகவல்கள் அதிகாரபூர்வமாக ஆதாரபூர்வமாக நம்மிடம்இருக்கிறதோ அதற்கு முன்னுரிமை கொடுத்து செய்திகளாக்கிவெளியிடலாம்”இந்தமுறை செய்தி ஆசிரியரின் பதிலில் சற்று கடுமை கூடி இருந்ததை பார்த்த நிருபர் அமைதியாக அமர்ந்தார்.

“சில நிகழ்வுகள் நடைபெற்று இருக்கலாம்.அதற்கானஅதிகாரப்பூர்வமான, ஆதாரபூர்வமான தகவல்கள் கிடைப்பதில் தாமதம் ஏற்படும் பட்சத்தில் நாம்செய்திகளை பிற நிறுவனங்களை காட்டிலும் முந்தித் தருவது எப்படி?” ஒரு இளம் பெண் நிருபர் எழுந்து கேள்வி எழுப்பினாள்.

“டியர் ஃப்ரெண்ட்ஸ் நீங்க எல்லோரும் இப்பத்தான் புதிதாக நியூஸ் மீடியாவுக்கு வந்து இருக்கீங்க.ஆரம்பத்தில் உங்கள் பகுதி தகவல்களை சேகரிச்சு அனுப்புகின்ற வேலைகளை மட்டும் இப்போதைக்கு பார்த்தால் போதும். அதை எப்படி செய்தியாக்குவது என்கிறதை மீடியா ரூமில் இருக்கிறவங்க பார்த்துக்குவாங்க. அதைப்பற்றி நீங்கள் கவலைப்பட வேண்டாம்”இதற்கு மேலும் தேவையில்லாமல் கேள்விகள் கேட்க வேண்டாம் என்பது போல் இருந்தது அவருடைய பதில்.

“ஒன் மோர் கொஸ்டின் சார். மற்ற சேனல்களை விட முன்கூட்டியே செய்திகளை தரவேண்டும் என்பதற்காக அவசரமாக சேகரித்துஅனுப்பி ஒளிபரப்பப்பட்ட

ஒரு சென்சேஷனல் நியூஸ் ஆதாரபூர்வமாக இல்லாமல் இருந்தாலோ அல்லது தவறாக இருந்தாலோ என்ன செய்வது?'' அந்த பெண் நிருபர் விடாமல் கேள்வி எழுப்பினாள்.

தலைமை செய்தி ஆசிரியர் சற்று நேரம் அவளை எரித்துவிடுவது போல் பார்த்தார்.''மிஸ்.ரூபினி சரியான தகவல்களை சேகரித்து அனுப்ப தானே கம்பெனி உங்களை நியமித்து சம்பளமும் கொடுக்குது. பின்னர் தவறான செய்தி கொடுத்தா என்னாகும்னு ஏன் இந்த அபத்தமான கேள்வி கேக்குறீங்க?அப்படிதவறான செய்தி அனுப்புறவங்களுக்கு கண்டிப்பா வேலை போகும். சோஸ்மார்ட்டா வேலை செய்யுங்கள்.

சுருக்கமா சொல்லணும்னா ''உண்மையான தகவல்களை சேகரியுங்கள் அல்லது உங்களிடம் உள்ள தகவல்களை உண்மையாக்குங்க'' இதுல தான் உங்க திறமை அடங்கியிருக்கு''இத்துடன் முடித்துக் கொள்ளலாம் என்பதுபோல் மேடையிலிருந்து கீழேயிறங்கினார்.புதிய நிருபர்கள் கூட்டம் எழுந்து நின்றது. அவர் ''குட் பை'' என்று கையசைக்க மீட்டிங் ஹாலில் இருந்து அனைவரும் வெளியேறினர்.

''மிஸ். ரூபினி சீப் எடிட்டர் உங்களை அவர் கேபினுக்கு வரச் சொன்னார்'' உதவியாளர் வந்து சொன்னவுடன் ரூபினிக்கு உள்ளுக்குள் உதறல் எடுத்தது. கேள்விகள் இருந்தால் கேட்கலாம்னு அவர்தானே சொன்னார். அதனால் தானே நமக்குண்டான சந்தேகங்களை கேள்விகளாக கேட்டோம். அதற்கு மேடையில் வைத்தேமுறைத்தார். இப்போ கேபினுக்கு போனா என்ன சொல்ல போறாரோ பயந்தபடியே கேபினை நோக்கி நடந்தாள்.

''மே ஐ கமின் சார்'' பவ்யமாக கண்ணாடி கேபின் கதவை தட்ட ''எஸ் கமின்'' என்று உள்ளிருந்து குரல் கேட்டது.உள்ளே சென்ற அவளுக்கு கண்ணாலேயே இருக்கையை சைகை காட்ட சீட் முனையில் தயக்கத்தோடு அமர்ந்தாள். ஒன்றும் பேசாமல் அவளை உற்றுப் பார்த்துக் கொண்டிருந்த சீப் எடிட்டர் அவருடைய இருக்கையிலிருந்து எழுந்தார்.

''கடைசியா நீ கேட்ட கேள்விக்கு நான் சொன்ன பதிலின் அர்த்தம் என்னன்னு புரிஞ்சுதா? பத்திரிக்கை துறையில், நியூஸ் மீடியாவில் ஸ்மார்ட் ஒர்க்குன்னா என்னன்னு உனக்கு தெரியுமா?'' நின்று கொண்டு அவளிடம் கேள்வியை கேட்டார்.

''சத்தியமாக நீங்கள் சொன்ன பதில் எனக்கு புரியவில்லை. என்னை இன்னொரு கேள்வி கேட்க அனுமதித்திருந்தால்கண்டிப்பா உங்கள் பதிலை விளக்கமாபுரியவைக்கும்படிதான் கேட்டு இருப்பேன்''.

சீப் எடிட்டர்மெலிதாக சத்தம் வராத வகையில்கைதட்டினார். ''வெரி குட் எந்த இடத்திலும் உன்னுடைய பயத்தை காட்டிக்காம கேள்வி கேட்கிற இந்த தன்மையை பாராட்டுகிறேன். ஆனால் ஒரு ரிப்போர்ட்டர் எதிர்லநிக்கிறவர் சொல்-

வதை கப்பென்று உள்வாங்கிக் கொள்ளனும் அப்பத்தான் அடுத்த கேள்வி கேட்க முடியும்.

சரி கடைசி கேள்விக்கு வாரேன். நீ அனுப்பிய செய்தி ஆதாரமற்றது அல்லது தவறானதுஎன்று வச்சுக்கோ அதற்காக என்ன செய்வது? வேலையை விட்டா போக முடியும்.இங்கு வேலையை விட்டால் வேறு எங்கு போவாய்?இங்கு இருப்பதோ மூன்றோநான்கோநியூஸ் சானல்கள் தான்.ஓரிடத்தில் ரிப்போர்ட்டர்கள் தப்பு செய்தால் அது அடுத்த நிறுவனங்களுக்கு கண்டிப்பாக தெரிந்து விடும். உன் பியூச்சரை அந்த தப்பு பாதித்துவிடும்.இந்த மீடியா பீல்டு விட்டு வேறு எங்காவது தான் வேலை தேட வேண்டி வரும்.

தவறு நடக்காமல் வேலை பார்க்க முடியுமா என்ன? கீழே விழாமல் சைக்கிள் ஓட்டகத்துக்கிட்டவன் யார் இருக்கா? ஆனால் காயம் படாமல் தப்பிக்கிறவன் புத்திசாலி. அப்படியே காயம் பட்டாலும் அதை யாருக்கும் தெரியாமல் மறைக்கிறவன்தான் அதிபுத்திசாலி. இப்ப உனக்கு புரிந்திருக்கும் என நினைக்கிறேன்.

என்ன இன்னும் புரியாத மாதிரி பார்க்கிற. நான் சொன்ன முதல் வாசகம்“உண்மையான தகவல்களை சேகரியுங்கள்” இது உனது அன்றாட கடமை இதை சரியாக செய். ஒருவேளை அதில் தவறு நேர்ந்தால் இரண்டாவது வார்த்தையை முயற்சித்துபார். உன்னிடம் இருக்கும் தகவல்களைஉண்மையாக்கிவிடு.

அதுவும் எப்படியின்னு நான் தான் சொல்லி தரணுமா? ஒரு பொய்யை நாலு முறை நான்கு இடங்களில் வைத்து நாலு பேரை கொண்டு நான்கு நாட்கள் திரும்பத் திரும்பச் சொல்ல வைத்தால் அது உண்மையாகிவிடும் என்கிற தியரியை ஃபாலோ பண்ணு. தெட்ஸ் ஆல் வெரி சிம்பிள்”என்று தோள்களை பிடித்துக்கொண்டு தன் இருக்கையில் வந்து அமர்ந்தார்.

“சார் இது தப்பில்லையா? இது தொழில் தர்மத்தை மீறிய செயலாக எனக்குப் படுகிறது”ரூபினி தயங்கிக்கொண்டே சொன்னாள்.

“இடியட் என் வேலையெல்லாம் விட்டுட்டு உனக்கு போய் மீடியா டெக்னிக்கையெல்லாம் சொல்லிக் கொடுத்தேன் பாரு என் புத்தியை செருப்பால அடிக்கணும். பார்க்க என் மகளைப் போல்அழகா இருக்க.ரெஸ்யூமில்நியூஸ்ரீடர் ஆகிறதுதான் லைப் டைம் ஆம்பிஷன்னு போட்டு இருக்கியே நம்ம சேனலுக்கு நியூஸ் ரீடர் தேவைப்படும்போது பயன்படுத்தலாம்.அதுவரை ரிப்போர்ட்டராக வேலையை பார்க்கட்டும் என்று சொல்லி வேலை கொடுத்தா என்கிட்டயே நியாய தர்மத்தை பற்றி பேசுறியா”என்று எகிறினார்.

“இதுதான் மீடியா உலகம் உன்னால் சர்வைவ் பண்ணமுடியும்ன்னா வேலையில் நீடித்து இருக்கலாம். முடியாதுன்னா அப்புறம் என்ன செய்றதுன்னு நீதான் முடிவெடுக்கணும்.இப்போ நீ போகலாம்”என்று அவளை நோக்கி சொல்லிவிட்டு தன்னுடைய ரோலிங் சேரை வேறுபுறம் திருப்பிக் கொண்டார்.

கேண்டினில் இருந்த ஒரு மேசையில் ரமேஷும் ரஷித்தும் ரூபினிக்காககாத்-திருந்தனர். கேபினில் இருந்து வெளியேறிய ரூபினி நேராக அவர்கள் இருந்த டேபிளுக்கு வந்தாள்.சீப் எடிட்டர்பேசியதை அவர்களிடம் கூறினாள்.

“கடந்த இரண்டு வருஷமா நான் என்னோட எதிர்காலத்தைபத்தி கண்ட கனவே நியூஸ் ரீடர் ஆகணும் தான். ஷோபனாரவியும் பாத்திமாபாபுவும் நியூஸ் வாசிக்கும்போது வீட்டில் இருக்கிற மத்தவங்க எல்லாம் அவங்க என்ன சேலை கட்டி இருக்காங்க எப்படி ஹேர்ஸ்டைல வர்றாங்கன்னு பார்ப்பாங்க.

ஆனா நானோ அவங்களப்படி வார்த்தைகளை உச்சரிக்கிறார்கள். எந்த இடத்-தில் எந்த மாதிரியான மாடுலேஷனில்அவங்களிடமிருந்து வார்த்தைகள் வெளி வருது என்பதை கூர்ந்து கவனிப்பேன். நானும்ஏதாவது ஒரு நியூஸ் சேனலை ஓடவிட்டு சத்தத்தை மியூட் பண்ணி விடுவேன். கீழே ஸ்கோரலில் ஓடும் செய்-தியை கொண்டு நானே அது என்ன என்று அனுமானித்து அதற்கு ஏற்ப செய்தி வாசித்து பழகுவேன். என்னுடைய ஹாபி, ஆம்பிஷன்,ஃப்பாசன் எல்லாமே நியூஸ் மீடியாவில் செய்தியாவாசிப்பவராக வேலை பார்ப்பது தான்.

அந்த கனவு இதோட கலைந்திடுமின்னு நினைக்கிறேன். ஏன்னா பத்திரிக்கை தர்மத்திற்கு எதிராய் செயல்படஎன்னால் முடியாது. நான் சேகரித்த தவறான செய்-தியை உண்மையாக்க முயற்சிப்பது எவ்வளவு பெரிய பாவம். அதனால் பாதிக்கப்-படுவோர் சிந்தும் கண்ணீர் என்னை அழித்து விடுமே”.

“எங்களுக்கும் அதே அனுபவம் தான்ரூபினி.இங்கே நீடிச்சி வேலை பார்க்க முடியுமான்னு தெரியலை. நான் இங்கே சென்னையில வேலை கிடைக்கும்னு நினைச்சு தான் அப்ளை செய்தேன்.இங்கே வேலை பார்த்தால் தான் தினமும் பிரபலமானவர்களை பேட்டி காண்பது, பரபரப்பான செய்திகளை சேகரிப்பது என்று ரிப்போர்ட்டர் வேலைக்கு உரிய திரில் இருக்கும்.

ஆனால் என் அட்ரஸ் பார்த்துட்டு விருதுநகர் மாவட்டத்திலேயே வேலை கொடுத்துட்டாங்க. அங்கே வேலை பார்த்தால் என்ன பரபரப்பான நியூஸ் கிடைக்க போகுது? எங்காவது பட்டாசு ஆலை வெடி விபத்து, சாலை விபத்து இதுபோல ஒண்ணுக்கும்ஆகாத செய்திகளை தான் சேகரிக்க வேண்டும்.அதை நினைக்கும் போது வாழ்க்கையே வெறுத்துபோகுது.

நீயும் நானும் செய்தியாளர்கள் ஆகவும் ரஷீத் நம்மோட கேமராமேன் ஆகவும் டீம் ஃபாம் பண்ணி இருக்காங்க”ரமேஷ் தன் கதையை விரக்தியுடன் சொல்லி முடித்தான்.

“மச்சி நீங்க ரெண்டு பேரும் ஏன்டா ஆரம்பத்திலேயேஇப்படி சோககீதம் வாசிக்கிறீர்கள்? உனக்கு பரபரப்பான ரிப்போர்ட்டர் ஆகணும். ரூபினிக்கு ஃபேமஸ் நியூஸ் ரீடர் ஆகணும் அவ்வளவுதானே அதுக்கு ஒரு அருமையான வழி இருக்-குடா சொல்லட்டுமா?” என்று ரஷீத் புன்னகையுடன் பேச ஆரம்பித்தான். அவன்

என்ன சொல்ல வருகிறான் என்பதை கேட்க மற்ற இருவரும் ஆவலாக இருந்-தனர்.

“மச்சி இப்ப நடக்கிற ஒருநிகழ்ச்சியின் தகவல் சேகரிக்க போய் வீடியோ எடுத்து சம்பந்தப்பட்ட நபர்களின் பேட்டி கண்டு சம்பந்தப்பட்ட இடத்தை குறிப்-பிட்டு நியூஸ் ரூமுக்கு தகவல் அனுப்பவதோடு நம்முடைய வேலை முடிந்தது. அப்படின்னு நிர்வாகம் சொல்லி இருக்கு இல்லையா?

நாமளும் மற்றவர்களைப் போல் செய்தி சேகரிப்பதோடு நிறுத்திக்கொள்ளாமல் அந்த செய்திக்கு பின்னால் உள்ள உண்மை என்ன என்பதை ஆராய்ந்தால் எப்-படி இருக்கும்.அதாவதுஇன்வெஸ்ட்டிக்கெடிவ்ஜெர்னலிசம் வேலை போல?”.

“நமக்கு எதுக்குடா அந்த வேண்டி இல்லாத வேலை?”.

“மச்சி நம்ம ஊருல நமக்கு ஒன்னும் பெருசா வேலை இருக்க போவதில்லை. எப்பவாவது ஒன்றிரண்டு செய்திகள் வந்தால்தான் உண்டு. அதை நியூஸ் ரூமுக்கு அனுப்பின பிறகு சும்மா தானே இருக்கப் போறோம். அந்த நேரத்தில் நாம் சேக-ரித்த செய்திகள் உண்மைதானா என்று ஆராய்ந்து பார்த்து அதை ஒரு வீடி-யோவாகஎடுப்போம். இப்போதைக்கு அது ஒரு பொழுதுபோக்காய் இருந்தாலும் பின்னாடி நாம வேற சேனலுக்கு மாறும்போது இது நமக்கு ஒரு கூடுதல் அட்-வண்டேஜ்ஜாக இருக்கும்”.

“ரஷீத் உன்னுடைய ஐடியாவை கொஞ்சம் விளக்கமாக சொல்லு”ரூபினிக்கு அவன் சொன்னதில் ஏதோ ஒரு ஈர்ப்பு இருந்தது.

“ரூபினி இப்ப ஒரு பட்டாசு ஆலையில் வெடி விபத்து நடந்தா எல்லா செய்-தியாளர்களும் என்ன செய்வாங்க?” உதாரணத்தை விளக்க கேள்வி எழுப்பினான்.

“சம்பவ இடத்துக்குபோய் போட்டோ,வீடியோஎடுப்பார்கள்.போலீஸ், தீயணைப்பு துறை அதிகாரிகளிடம் விவரம் சேகரிப்பார்கள்.காயம்பட்டவர், பலியானவர் குடும்ப விவரங்களை சேகரிப்பார்கள்.காயம்பட்டவர்கள் அனுமதிக்கப்பட்டிருக்கும் மருத்து-வமனை, அவர்களுக்கு கிடைக்கும் நஷ்டஈடு போன்றவற்றை செய்தி ஆக்கு-வார்கள். பாதிக்கப்பட்டவர்களை பார்க்க ஏதேனும் விஐபிகள் வந்தால் அதையும் செய்தி ஆக்குவார்கள்.முக்கியமாக விபத்துக்குள்ளான ஆலையின் முதலாளி கைது செய்யப்பட்டதைதெரிவிப்பார்கள் இப்படி அந்த ஒரு வாரம் பரபரப்பாக ஓடி-விடும் அவ்வளவுதான். வேற என்ன?”.

“ரொம்பசரியா சொன்னரூபினி.எல்லா செய்தியாளர்களும் இதைத்தான் செய்-வாங்க. ஆனா நாம பிரத்யோகமாக அந்த பட்டாசு ஆலையை பற்றி ஒரு டாக்-குமெண்ட்ரி தயாரிப்போம். அதில் பட்டாசு ஆலை உரிமம் வாங்க கட்டிட வரை-படம் கொடுத்திருப்பார்கள் அதில் இருந்து துவங்குவோம்.

இது எத்தனை அறைகள் கொண்ட ஆலை நடத்துவதற்கு அனுமதி பெற்-றது.தற்போது எத்தனை அறைகள் உள்ளன.அதில் எத்தனை பேர் பணியாற்றினர்.

அவர்களின் பெயர் பட்டியல் சரியாக உள்ளதா?கெமிக்கல் ரூம்எங்கேஅமைக்கப்பட்டிருந்தது.அதுஅரசு வழிகாட்டுதலின்படி பாதுகாக்கபட்டிருந்ததா?என்பதிலிருந்து எல்லாவற்றையும் சேகரிப்போம். அப்போதுதான் இறுதியாக உண்மையான குற்றவாளி யார்?இது உண்மையிலேயே எதிர்பாராத விபத்தா? அல்லது மனித தவறின் காரணமாக நிகழ்ந்ததா என்பது தெரியும்''ரஷித் விளக்கமாக தன் திட்டத்தை கூறினான்.

“அற்புதமான திட்டம் ரஷித். இப்படி செய்வதால் நாம் எங்கேனும் தவறு செய்தாலும் திருத்திக் கொள்ள ஒரு வாய்ப்பு கிட்டும். அப்படியே ஒவ்வொன்றையும் ஒரு வீடியோ ஆல்பமாக தயாரிக்கும் போது அதில் செய்தியாக நமக்கு கிடைத்த தகவல்களை நான் பேச வேண்டும் சரிதானே'' ரூபினி ஆர்வத்துடன் கேட்டாள்.

“அப்படின்னா இதுல எனக்கு ஒன்றும் வேலை இல்லையா?'' ரமேஷ் உள்ளே புகுந்தான்.

“இந்த ப்ராஜெக்ட்க்கானஜேம்ஸ்பாண்டே நீ தான்டா மச்சி. ஒவ்வொருவீடியோவுக்குமான தகவல்களை சேகரிக்க வேண்டியது உன் பொறுப்பு''ரஷித் பொறுப்புகளை சொல்ல அந்த டீம் உற்சாகமாக களமிறங்கியது.

# 31

31

“பிரகாசு எல்லாம் தயார் ஆயிடுச்சா?ஆள் கூட்டத்தையே காணோமே? தலைவர் வர்ற நேரமாச்சுடா” பெரியசாமி அவசர படுத்தினார்.

டீக்கடைமுன்பு புதிதாக ஒரு பெயர் பலகை நடப்பட்டுஇருந்தது. பிரகாஷ் ஒரு வெல்வெட் துணியால் அந்த பலகையை மறைத்து அதன் குறுக்கே ரிப்பன் துணியால் அழகாகமுடிச்சிட்டு வைத்தான்.அதற்கு முன்புறம் ஒரு டேபிளை போட்டு அதன் மேல் ஒரு வெள்ளை வேட்டியை விரித்தான்.ஒரு ட்ரேயில் சாக்லேட்டுகள், கல்கண்டு நிரப்பி கொண்டு வந்து டேபிளில் வைத்தான். ஒரு புதிய கத்தரிக்கோலும் தயாராக இருந்தது.

அதே நேரத்தில் பெரியசாமி அருகே புதிதாக அமைக்கப்பட்டு இருந்த கொடிக்கம்பத்தில் கட்சியின் கொடியை கட்டி தயாராக வைத்தார். “டேய் பிரகாஷ் ஒருத்தனையும் காணுமே. ஒருபத்து பேர்கூட இல்லைன்னா தலைவர் உன்னை பத்தி என்ன நினைப்பார். ஏதாவது ஏற்பாடு பண்ணுடா”.

“ஒன்னுகவலைப்படாதீங்கண்ணா தலைவர் வர்ற நேரத்துல கூட்டம் அள்ளும்.சும்மாவா ஞாயிற்றுக்கிழமை பார்த்து கொடியேற்று விழா வைத்திருக்கோம். இன்னைக்கு ஒரு பயலும் வேலைக்கு போகல எல்லாம் வீட்டிலதான் இருக்காங்க. மெயின்ரோட்டில் இருந்து ஊருக்குள்ள வர்ற பாதையில தலைவர் வண்டி திரும்பியதுமே வெடி போட ஆரம்பிச்சா போதும். அதுதான் ஆளுகளுக்கு கொடுக்குற சிக்னல். எல்லாம் இங்கே வந்து குவிஞ்சிடுவாங்க”பிரகாஷ் ரொம்ப அசால்டாக சொன்னான்.

“இந்த ஒரு வருஷத்துல நல்லா தேறிட்டடா பிரகாஷ். என்னமா திட்டம் போடுற அரசியல்ல இந்த மாதிரி திட்டம் போடுவது ரொம்ப அவசியம்டா. அப்பதான் நாம நினைக்கிற உயரத்துக்கு போக முடியும்”.

“அண்ணே இந்த மாதிரி பிளான் பண்ணாம எல்லா பயலயும் காலையிலேயே வரச் சொன்னா நேரமாக நேரமாக எனக்கு சாப்பாடு வாங்கி கொடு சரக்கு வாங்கி கொடுன்னு மேல விழுந்து புடுங்க ஆரம்பிச்சிடுவாங்க. இப்ப பாரு சாக்லேட்

வாங்கின செலவோட முடிஞ்சு போச்சா''.

''பிரகாசு உன் மூளையோமூளைடா. வேணுமின்ன பாரேன் எதிர்காலத்தில் நீ பெரிய அரசியல் சாணக்கியனாவரப்போற''பெரியசாமி சொல்லிக் கொண்டிருக்கும் போது தூரத்தில் வெடி சத்தம் கேட்டது. '' டேய் போங்கடா போய் சீக்கிரமா நம்ம ஆட்களை வர சொல்லுங்கடா. தலைவர் வண்டி வந்துருச்சு சீக்கிரம் போ''எனஉ-டனிருந்ததன் சகாக்களை விரட்டினான் பிரகாஷ்.

சுமார் பத்து கார்கள் பின்தொடர தலைவரின் அணிவகுப்புஊருக்குள் நுழைந்து பிரகாஷின் கடைக்கருகே போய்நின்றது.எலக்சன் சமயத்தில் பிரச்சாரம் செய்ய வரும் தலைவர்களுடன் தான் இத்தனை கார்கள் வருவதை பார்த்திருந்த அந்த கிராமத்து ஜனங்கள் திடீரென்றுஅந்த கார்அணிவகுப்பை பார்த்ததால் மிரண்டு போய் என்ன ஏது என்று அறிந்து கொள்ள வேண்டி பிரகாஷ் கடைக்கு வந்து குவிந்தனர்.

காரிலிருந்து இறங்கிய தலைவர் கூட்டத்தைப் பார்த்து கையசைத்து கொண்டு வந்து பெயர் பலகையை ரிப்பன் வெட்டி திறந்து வைத்தார் அருகிலிருந்த கொடிக் கம்பத்தில் கொடியை ஏற்றி வைத்து விட்டுமைக்கில் பேசினார்.

இந்திய சாதிய அமைப்பு முறைகளில் உள்ள வேறுபாடுகளையும் தன் சாதி மக்கள் அதனால் எவ்வாறெல்லாம் கொடுமைப்படுத்தப்படுகிறார்கள் என்பதை பற்-றியெல்லாம் பேசியவர் அதற்கு எதிராக செயல்பட தான் ஒரு கட்சியை தொடங்-கியதாகவும் அதற்கு மாவட்ட அளவில் பொறுப்பாளராக பெரியசாமியும் இளைஞ-ரணி அமைப்பின் பொறுப்பாளராக பிரகாசும் நியமிக்கப்பட்டுள்ளதாக தெரிவித்தார். அந்த கொடியேற்று விழா நிகழ்ச்சியை சிறப்பாக நடத்தியதற்காக பிரகாசுக்கு பாராட்டு தெரிவித்து விட்டு கிளம்பினார்.கூட்டம் சாக்லேட் வாங்கிக் கொண்டு கலைந்து சென்றது.

''டேய் பிரகாஷ் கலக்கிட்டடா. உண்மையிலேயே முதல் கூட்டம் இவ்வளவு அருமையா ஏற்பாடு பண்ணுவன்னு எதிர்பார்க்கல. செலவை குறைக்கனும்னு நினைச்சு நீ செய்த ஏற்பாட்டால் எங்கே கூட்டம் வராமல் சொதப்பிடுவியோன்னு எனக்கு பயமா இருந்தது. ஆனால் தலைவரேபாராட்டுற அளவுக்கு நிகழ்ச்சிய சூப்பரா ஏற்பாடு செய்திட்ட'' என்று அவன் கையை பிடித்துகுலுக்கினான்.

அந்த நிகழ்ச்சிகளை தூரத்திலிருந்து பார்த்துக் கொண்டிருந்த லீலா பிரகாஷ் கடைக்கு வந்தாள். என்ன ஏதுவென்று அவனிடம் விவரம் கேட்டாள்.

''டீச்சர் சாதிய கொடுமைகளுக்கு எதிராகவும் உழைக்கும் வர்க்கம் சுரண்டலில் இருந்து தப்பிக்கவும், சமூக நீதியை நிலைநாட்ட வேண்டியும் ஒரு புதிய கட்சி ஆரம்பிக்கப்பட்டுள்ளது. அதன் இளைஞரணி நம்ம ஊரில் அமைக்கப்பட்டிருக்-கிறது. அதனுடைய கொடியேற்று விழா இன்று நடந்தது.என்னை தலைவராக தேர்ந்தெடுத்துள்ளனர்''என்று பிரகாஷ் பவ்யமாக கூறினான்.

“ நல்ல விஷயம் பிரகாஷ் நீ தலைவர் ஆனதுக்கு என்னுடைய வாழ்த்துக்கள். எந்த இயக்கமும் வெற்றி பெற வேண்டுமானால் அதன் தொண்டர்கள் பலம் அதிக எண்ணிக்கையில் இருக்க வேண்டும். நம்ம ஊரில் உள்ள இளைஞர்கள் அனை-வரையும் உன் இயக்கத்தில் சேர்த்துக் கொள்.அப்பத்தான் ஜாதிகள் அற்ற சமு-தாயத்தை உண்டாக்க முடியும்'' என்று கூறிவிட்டு திரும்பி நடந்தாள். அதுவரை சற்று ஒதுங்கி நின்று அவர்கள் பேசுவதைக் கவனித்துக் கொண்டிருந்த பெரியசாமி அருகில் வந்துபிரகாஷின் தோளில் கையை போட்டான்.

“என்னதான் தலைவனாகி விட்டாலும் சொல்லிக்கொடுத்த டீச்சருக்கு மரி-யாதை கொடுக்கணும்தான்.ஆனாலும் இதுரொம்ப ஓவராதோணுது.எக்காரணம் கொண்டும் அது யாராக இருந்தாலும் ஆதிக்க சக்திகளுக்கு அடி பணியக்கூடாது தலைவரே'' ஆலோசனை சொல்வது போல பிரகாசுக்கு சிரித்துக்கொண்டே கட்ட-ளையிட்டார்பெரியசாமி.

இந்த ஊரில் தான் எது செய்தாலும் லீலாவை கடந்தே செய்ய வேண்டியுள்ளது என்பதை நினைக்கும்போது பெரியசாமிக்கு ஆத்திரம் பொங்கியது.கருப்பையாவு-டன் சேர்ந்துஅதிலும்இதிலுமாக கையாடல் செய்து கொஞ்சம் சொத்து சேர்த்தபின் பெரிய இடத்திலிருந்து பெண்பார்த்து கல்யாணம் செய்து வாழ்க்கையில் செட்-டில் ஆக நினைத்திருந்தார்.அவர் திட்டம் எல்லாம் சரியாகபோய்க் கொண்டி-ருந்த வேளையில் தான் லீலா அவருக்கு எமனாய் வந்து சேர்ந்தாள். அவருடைய மொத்த திட்டத்தையும் தவிடு பொடியாக்கினாள்.

கேசில்மாட்டி தண்டனை இல்லாமல் தப்பித்து வர தன்னிடம் இருந்த அத்-தனை சொத்துக்களையும் இழக்க வேண்டியதாகிவிட்டது. பணம் போனால்பர-வாயில்லை மீண்டும் ஒருமுறை பதவி கிடைத்தால் போதும்சம்பாதித்து விடலாம் என்று நினைத்தால் அதிலும் குறுக்கேநிற்க்கிறாளே?அதையும் மீறிஒருமுறை எலக்ஷனில் நிற்க வெறும் பத்து ஓட்டுகள் தான் கிடைத்தது.

ஒன்றா இரண்டா 14 ஆண்டுகள் அரசியல் வனவாசம் போனது போல் என் வாழ்க்கை ஆகிவிட்டது.இளமை போனது போனதுதான்.வயதாகி விட்டது குடும்ப வாழ்க்கையை பற்றி இனிசிந்திக்கவே முடியாது. ஆனால் அதிகாரத்தை பிடிக்க வயது ஒரு தடையில்லை.நம்முடைய கட்சி பின்னாளில் வளர்ச்சி அடையும்போது எம்எல்ஏ வாக ஆவதற்கு கூட வாய்ப்பிருக்கிறது. அதற்கான வேலைகளை இப்-போதே தொடங்க வேண்டும் என்று முடிவு எடுத்துதான் பிரகாஷ் போல் ஒவ்-வொரு கிராமத்திற்கும் சில இளைஞர்களை பிடித்து கட்சியில் சேர்த்தார்.ஒவ்வொ-ருவருக்கும் ஒவ்வொரு கதை சொன்னார். கேட்பவர்கள் அவர் மேல் பரிதாபப்படும் வகையில் அவர் கதை இருக்கும்.

தினமும் ஒரு முறையாவது லீலா அவர் கண்ணில் பட்டாள். அவளை பார்க்-கும்போதெல்லாம் அவர் ரத்தம் கொதித்தது. லீலாவின் மேல் தனக்கிருந்த வஞ்-

சத்தை தீர்க்க வழி தேடி கொண்டிருந்தார்.என்றாலும் ஒரு விஷயத்தை அவர் நன்றாக புரிந்து வைத்திருந்தார். லீலாவுக்கு உள்ளூரிலும் அடுத்துள்ள அவளுடைய சொந்த கிராமத்திலும் பொதுமக்கள் இடத்திலும் அதிகாரிகள் மட்டத்திலும்-நல்ல செல்வாக்கு இருக்கிறது.

எக்காரணத்தைக் கொண்டும் அவளோடு நேருக்கு நேர் நின்று மோதி ஜெயிக்க முடியாது.அவளை வீழ்த்துவதற்கு ஒரே வழி அவளால் பயிற்றுவிக்கப்பட்ட அவள் பாசத்திற்குரிய மாணவர்களைக் கொண்டு செய்வது தான். முக்கியமாக தன்னிடமுள்ள துருப்பு சீட்டாக பிரகாஷை பயன்படுத்திக்கொள்ள முடிவு செய்தார்.

“அண்ணே டீச்சர் சொன்னது மாதிரி ஊரிலுள்ள எல்லா இளைஞர்களையும் நம்முடைய இயக்கத்தில் சேர்த்துக்கொண்டால் என்ன? அதுவும் டீச்சர் சிபாரிசு செய்தார்கள் என்றால் எல்லோரும் மறுபேச்சில்லாமல் சேர்வாங்களே முயற்சி செய்து பார்ப்போமா?”.

“முட்டாளாட்டம் பேசாத பிரகாஷ். அந்த டீச்சர் பக்காவா பிளான் பண்ணி தான் இதை சொன்னான்னு உனக்கு புரியலையா? நம்ம ஜாதி பையன்கள் மட்டுமே அமைப்பில் இருக்கும் வரையில்தான் நீ தலைவன்.ஏன்னா நீ நல்லா படிச்சவன்.காலேஜிக்கு எல்லாம் போய் இருக்க. கொஞ்சம் பணம் காசு வசதி இருக்கு. அதனால நம்ம பசங்க நீ என்ன சொன்னாலும் கேப்பாங்க.

இதுவே டீச்சர் சொன்ன மாதிரி எல்லா பசங்களையும் சேர்த்தின்னா என்ன நடக்கும்னு தெரியுமா? கொஞ்ச நாளிலேயே உன்னை விட நல்லா படித்த வசதியான பையன் ஒருத்தனை தலைவராக்க அந்த டீச்சரம்மா முடிவு செய்வா. அப்படி ஆச்சுன்னுனாஇத்தனை நாளாய் ஒத்தையில கஷ்டப்பட்டு அமைப்பைஉருவாக்க அரும்பாடுபட்டஉன்னுடைய நிலை என்னாகும். காத்திருந்தவன் பொண்டாட்டியை நேத்து வந்தவன் கொண்டு போன கதையாகிவிடும்.இது உனக்கு தேவையா? யோசிச்சுகோ”எங்கே பிரகாஷ் மறுபடியும் டீச்சர் சொல்படி கேட்க ஆரம்பித்து விடுவானோ என்ற பயத்தில் பெரியசாமி புதிதாக ஒரு திட்டம் போட்டு அதற்கேற்றார் போல் ஒருகதை சொன்னார்.

உலகிலேயேஅதிக போதை தரக்கூடியது எது என்று கேட்டால் சிலர் அழகிய மங்கையர் என சொல்வார்கள். இதை பெரும்பாலான ஆண்கள் ஏற்றுக்கொண்டாலும் அனுபவிப்பதற்கு வயது வரம்பு உண்டு. தன்னால்எழுந்து நிற்க முடியாத நிலை வரும்போது அவருடைய அபிப்பிராயம் மாறிவிடும்.

மதுவின் போதை தான் என்பவர்களின் பேச்சு மறுநாள் காலையில் மாறிவிடும்.இனி எப்போதும் மதுவைத் தொடக் கூடாது என்பதுதான் மறுநாள் காலை அவர்கள் சொல்லும் முதல் வார்த்தையாக இருக்கும்.

ஒரு குறிப்பிட்ட அளவுக்கு மேல் சேர்க்கும்போது பணத்தின் மீதான போதை தூர ஓடிப் போகும். பணத்தால் ஏற்படும் தொல்லைகள் அதன் மேல் வெறுப்பை உண்டு பண்ணி விடும்.

உலகில் எப்போதும் புகழ்,பதவி இவைதான் மிகப்பெரிய போதையைதரக்கூடி-யவை. வாழ்நாளில் ஒரே ஒருமுறை சுவைத்தாலும் விட்டு நீங்க மனம் வராது. மனதுக்குள்"கஞ்சப் பயலே" என திட்டும் ஒருவன் வாய் வார்த்தைக்கு "தர்மபிரபு" என்றழைக்க கேட்பவன் மனம் குளிர்ந்து போகும்.மீண்டும் பார்க்கும்போது அப்-படி அழைக்க வேண்டி காசு அள்ளிஎறிவான். நாலுபேர் கூடி நிற்கும் இடத்தில் "தலைவரே" என்று ஒருவன் அழைக்க கேட்டவன் மனம் ஆகாயத்தில் இறக்கை கட்டிபறக்கும். பின் எப்போதும் அவன் அதுபோல் அழைக்க மாட்டானா என ஏங்கும்.

உண்மையிலேயே தான் ஒரு தலைவன் தான் என்று மனதுக்குள் உருவகப்-படுத்தும்.அப்படியே தன் நடை உடை பாவனையை மாற்றம்.உள்ளுக்குள் தலை-வனாக ஏங்கும்.அந்த ஏக்கத்துக்காக மனம் எது வேண்டுமானாலும் செய்யும் காசை வாரி அடிக்கும்.

பதவி போய்விடும் என பெரியசாமி சொல்லும்போதே பிரகாஷின் மனதில் டீச்-சர் மேல் ஒரு இனம் புரியாத வெறுப்பு தோன்றியது. டீச்சர் பேச்சை கேட்டு வேக-மாக வளர்ந்து வேறு ஒருவனை தலைவனாக்குவதைவிட மெதுமெதுவாக ஆள் சேர்த்து தானே எப்போதும் நிரந்தர தலைவனாக இருந்து கொள்ளலாம் என முடி-வெடுத்தான்.

"அண்ணே பிறகு எப்படி வேகமாக இயக்கத்துக்கு ஆள் சேர்ப்பது? இந்த ஊரில் நம்ம ஜாதி ஆட்களோட குடும்பம் மொத்தமே நூற்றிஐம்பது தான்.ஓட்டுன்-னுபார்த்தாமுன்னூற்று பதினாறு.மற்ற ஜாதி ஆட்களோட குடும்பம் இருநூற்று எம்-பதுமூனுஓட்டு சுமார் அறுநூறு இருக்கு.எப்படி பார்த்தாலும் அவங்கதான் மெஜா-ரிட்டியா இருக்காங்க அப்புறம் நாம எப்படி ஆள் சேர்க்கிறது. ஜெயிக்கிறது?"

"பிரகாஷ் முன்பு நம்மளை எல்லாம் ஊருக்கு வெளியே மொத்தமா ஒதுக்கி வைத்தது இப்ப நமக்கு ஒரு ப்ளஸ் பாயிண்ட்டா இருக்கு நம்ம ஆள் ஒருத்தன் அந்த வார்டில் நின்றால் ஈஸியாஜெயிச்சுடுவான் இல்லையா?".

"அப்ப நான் வார்டு கவுன்சிலர் தானா ஊராட்சிமன்ற தலைவர் இல்லையா?" பிரகாஷ் குரலில் ஒருவித ஏக்கம் தெரிந்தது.

"நாமஊராட்சி தலைவருக்கு உன்னை நிறுத்தி ஜெயிக்கிறதுக்கானவழிகளைத் தான் யோசித்துக் கொண்டிருக்கிறோம்.ஆனாலும் வேறொரு மாற்று திட்டத்தையும் கைவசம் வெச்சிருக்கணும் இல்லையா? ஏன்னா தலைவர் பதவிக்கு நீ போட்டியி-டும் போது கடைசி நேரத்தில் அந்த டீச்சர் ஏதாவது குழப்பும் செய்வதற்கு நிறைய வாய்ப்பு இருக்கு".

“பேசாமல்டீச்சரிடம்நேரடியாகவே நான் தான் தலைவருக்கு நிக்க போறேன். நீங்க எனக்கு ஆதரவு தரணும் என்று சொல்லி கேட்டால் என்ன?” பதவி போதையில் பிரகாஷின்மனது என்னென்னவோ கணக்குகள் போட்டது.

“போடா முட்டா பயலே அவள் காலில் விழுந்து பதவி வாங்கினால் என்னாகும்தெரியுமா? ஏற்கனவே இருந்த வாசுகியையும் இப்ப இருக்கிற சித்ராவையும் ஆட்டி வைப்பது போல் உன்னையும் அவள் கைப்பாவை ஆக்கி விடுவாள். நீயும் அவள் பின்னாடி அடிமை மாதிரி நடக்க வேண்டியிருக்கும். அஞ்சு வருஷம் பதவி இருந்தாலும் அது வெறும் பேருக்கு தான் உன்னால அஞ்சு பைசா சம்பாதிக்க முடியாது” பெரியசாமி சற்றே குரலை உயர்த்தினான்.

“அப்ப தலைவராவதற்கு வேறொன்றும் வழியே இல்லையா?” பிரகாஷின் குரலில் உற்சாகம் குறைந்து விரக்தியும் கவலையும் கோபமும் கூடியிருந்தது.

“வழியே இல்லையென்று யார் சொன்னது. எலக்சனுக்கு இன்னும் ஒரு வருஷம் இருக்கு அதுவரை நான் சொல்றதை நீ சரியா செஞ்சுகிட்டு வந்தாபோதும்.டீச்சர் யாரை நிறுத்தினாலும்வெற்றி நமக்குத்தான்”.

“நான் ஜெயிக்க வாய்ப்பு இருக்குன்னா நீங்க சொல்ற எதையும் செய்ய தயாரா இருக்கேன்” பதவி போதை தள்ளாட வைக்க பிரகாஷ் பெரியசாமியின் பிடிக்குள் தள்ளாடி விழுந்தான்.

“இன்று முதல் உன்னுடைய முதல் எதிரி யார்ன்னா அது டீச்சர் தான். எக்காரணத்தைக் கொண்டும் இங்கே நடக்கிறத அவளிடம் சொல்லாத. முடிந்தால் அவளோடு பேசுவதையே தவிர்த்து விடு” பெரியசாமி பிரகாஷின் மேல் ஆதிக்கம் செலுத்த துவங்கினான்.

# 32

32

பள்ளிமைதானத்தில் ஒரு ஓரத்தில் மாணவர் கூட்டம் நிறைந்திருந்தது. இடை-யிடையே பலத்த கரவொலியும் கூச்சல் சப்தமும் எழும்பி அடங்கியது.இடையி-டையே நடுவரின் விசில் சத்தமும் கேட்டது. அதை வைத்து அங்கே சிவமணி இருப்பதை அறிந்து கொண்ட லீலா சுந்தரியுடன் அந்த இடத்தை நோக்கி போனாள்.அவள் நினைத்தது போலவே அந்தக் கூட்டத்திற்கு இடையே நடுவராக நின்று மாணவர்களுக்கு சிவமணி கபடி விளையாட சொல்லிக் கொடுத்துக் கொண்டிருந்தார்.

லீலாவை பார்த்தவுடன் சிவமணி வேறு ஒரு மாணவனைநடுவராக அமர்த்தி அவர்களை தொடர்ந்துவிளையாடச் சொல்லிவிட்டு அவளை நோக்கி வந்தான்.

“என்ன லீலா லீவு நாள்ளயும் ஸ்கூல் பக்கம் வந்திருக்க. வீட்ல வேலை-யெல்லாம் முடிஞ்சிருச்சா? ஆமா யார் இந்த பிள்ளை எங்கேயோ பார்த்ததுபோல் தெரிகிறதே?” என்றுலீலாவிடம் வரிசையாக கேள்விகளைகேட்டுக்கொண்டிருந்தவர் திடீரென்று ஞாபகம் வந்தவனாய்“ஏய்பாப்பா உன்னை அடிக்கடி இந்த கிரவுண்டில் பார்த்து இருக்கிறேனே. மற்ற பிள்ளைகள் விளையாடுவதை நெடுநேரம் ஓரமாய் நின்று வேடிக்கை பார்த்துகிட்டு இருப்பியே. அது நீதானே?” என்று கேட்டார்.

சுந்தரி பயந்து டீச்சருக்கு பின் மறைந்து கொண்டாள். “சிவமணி இவளுக்கு விளையாட்டின் மேல் ரொம்ப ஆர்வம் பயங்கர சுட்டிப்பெண். ஆனால் ஏனோ உங்களைப் பார்த்தால் பயப்படுகிறாள்”.

“அது வேறொன்றும் இல்லை லீலா.விளையாட்டு ஆசிரியர்கள் உரக்க பேசு-வதும் விளையாடும் போது மாணவர்கள் ஏதேனும் தவறு செய்தால் டென்ஷனில் கத்துவதும் பார்த்து பயந்திருக்கலாம். பாப்பா இங்கே வா உன் பெயர் என்ன?” அன்புடன் அவளை தன் அருகே அழைத்தான்.

டீச்சரின் பின் மறைந்திருந்த அவள் மெதுவாக வெளியே வந்து “என்பேருசுந்-தரி”என்றாள்.

“சிவா இது யாருன்னுதெரியுமா? நம்ம வெற்றிவேல் அண்ணனோட மகள். இங்கே நாலாம் வகுப்பு படிக்கிறாள். விளையாட்டில் ரொம்ப இன்ட்ரஸ்ட்.இவள ஏதேனும் ஒரு விளையாட்டில் சேர்க்க முடியுமா?இவள்படிப்பிலோ ஏதாவது விளையாட்டிலோ முன்னுக்கு வரணும்னு வெற்றி அண்ணனுக்கு ரொம்ப ஆசை”.

“அவளோட சேர்ந்து விளையாட வேற பெண் பிள்ளைகளே இல்லையே? நம்ம ஊர்ல உள்ள பெரிய சாபக்கேடு இதுதான். பொம்பள பிள்ளைகளை விளையாடக்கூட அனுமதிக்காத மனநிலை தானே இங்கே இருக்கு?” சிவமணி சலிப்புடன்சொன்னான்.

“கூட யாரும் இல்லைன்னா என்ன சிவா? தடகளம் போன்ற தனிநபர் விளையாட்டுக்களில் இவளுக்கு பயிற்சி கொடுக்கலாமே?”.

சிவமணி சுந்தரியை நன்றாக உற்று பார்த்தான் ஒல்லியான தேகம் நீண்ட கால்கள்.“தடகளத்திற்கு ஏற்ற உடல்வாகு தான். ஆனால் நீண்ட நேரம் பயிற்சி செய்ய உடலில் வலு இருக்கிறதா என்பதை சோதிக்க வேண்டும். அதற்கு முன் இரண்டு மாதங்களாவது தினமும் வார்ம்அப் செய்ய வேண்டும்.தன் செல்ல மகள் இவ்வாறு உடலை வருத்தி பயிற்சி செய்வதற்கு வெற்றிவேல் அண்ணன் சம்மதிப்பாரா என்று தெரிந்து கொள்ள வேண்டும்”.

அன்றிரவே வெற்றிவேலை சந்தித்து லீலா சிவமணி கூறியதை சொல்ல வெற்றிவேல் மகிழ்ச்சியில் திளைத்தான். “சிவமணி சார் சொன்னா சரியாத்தான் இருக்கும். தொட்டதெல்லாம் தங்கமாக்கும் வித்தை தெரிந்த அதிசய மனிதர். அவர் சொல்றபடி கேட்டாலே போதும் சுந்தரி கண்டிப்பா ஜெயித்து விடலாம்”.

வெற்றிவேல் அதிகாலை மகளை தயார்படுத்தி மைதானத்தில் கொண்டு வந்து விட்டார்.இவ்வாறுசிவமணியிடம் சுந்தரிக்கு பயிற்சி தொடங்கியது.நாள் தவறாமல் காலையும் மாலையும் சலைக்காமல் அவள் பயிற்சிக்கு வருவதை கண்ட சிவமணி அவளை மேலும் ஊக்கப்படுத்த வேண்டி விளையாட்டு வீரர்கள் அணியும் ஆடையும் ஷூவும் வாங்கி கொடுத்தார்.

மகள் வீட்டிலிருந்தே கால்சட்டையும் பனியனும் ஷூவும் அணிந்து வருவதை விரும்பாத வெற்றிவேல் பள்ளிக்கு அருகே இருந்த டீச்சர் வீட்டில் வைத்து உடை மாற்றிக்கொள்ள ஏற்பாடு செய்தார்.அதன்படி வீட்டிலிருந்து பாவாடை சட்டை அணிந்து வரும் சுந்தரி டீச்சர் வீட்டில் தான் வைத்திருக்கும் விளையாட்டு ஆடைகளை அணிந்துகொண்டு பள்ளிக்கு சென்று பயிற்சி செய்வாள். அதுபோல பயிற்சி முடிந்து திரும்ப வந்து தன் ஆடைகளை மாற்றிக்கொண்டு செல்வாள். இதற்காகவே டீச்சர் வீட்டில் அவளுக்கு பிரத்யோகமாக இடம் ஒதுக்கப்பட்டது.

ஒரு நாள் மாலை வேளையில் சுக்ரவாரபட்டி கிராமத்தின் விஏஓவிமலா லீலாவை பார்க்க வீட்டிற்கு வந்தாள்.“வாங்க ஆன்ட்டி” என்று பிள்ளைகள் அவளை வரவேற்று சேரில் அமர வைத்தனர்.சத்தம் கேட்டு உள்ளே வேலையாக

இருந்த லீலா வெளியில் வந்தாள்."வாங்க விமலா கொஞ்ச நாளா ஆளையே காணோமே ரொம்ப பிசியா?" என்றாள்.

"அதெல்லாம் ஒன்னும் இல்லைடீச்சர். இந்த வருஷம் எலக்சன் வருதுல்ல அதற்கான தொகுதி சீரமைப்பு வேலைகள் இருந்தது.எல்லாத்தையும்விஏஓ க்கள் தானேசெய்யணும்.சட்டசபை தேர்தலுக்கு பெரிய அளவில் எந்த மாறுதலும் இல்லை உள்ளாட்சி தேர்தலுக்கு வரையுறுக்கிறது தான் பெரிய பிரச்சனையா இருக்கு.இதுவரை நம்ம ஊராட்சி தாழ்த்தப்பட்டபெண்களுக்காகஒதுக்கப்பட்டிருந்தது. இந்த தேர்தலில் இது மாற்றப்பட்டு பொதுதொகுதியாக அறிவிக்கப்பட்டுள்ளது".

"ஓஹோ அப்படியா இனிமேல் இங்கே யார் வேண்டுமானாலும் போட்டியிடலாம் அப்படித்தானே?".

"ஆமாம் இது விஷயமாக என்னுடைய விருப்பத்தை உங்களிடம் சொல்வதற்காக தான் வந்தேன்.டீச்சர் பேசாமல் இந்த முறை ஊராட்சி மன்ற தலைவர் பதவிக்கு நீங்களே போட்டியிடுங்களேன். உங்களுக்கு வெற்றி உறுதி என்பது மட்டுமல்ல யாரும் எதிர்த்து நிற்கவே யோசிப்பார்கள் அந்த அளவுக்கு இங்கே மக்களிடையே உங்களுக்கு செல்வாக்கு இருக்கு".

"சாரி விமலா எனக்கு அப்படி ஒரு எண்ணம் கூட எப்போதுமே வந்ததில்லை. என்னுடைய ஆசிரியை பணியை சிறப்பாக செய்தாலே போதும் என்று தோன்றுகிறது. ஊருக்கு ஏதேனும் நல்லது செய்ய பதவியில் இருந்தால் தான் முடியும் என்பதில்லை. நாம் எந்தப் பணியில் இருந்தாலும் சமூகத்துக்காக உழைக்க முடியும்.

ஏன் இப்போது இருக்கிற சித்ரா நன்றாகத்தானே வேலை செய்கிறார். கணவனை இழந்த பெண்ணானாலும் இரவும் பகலும் தயங்காமல் ஊருக்காக உழைக்கிறார். அடுத்த முறையும் அவர் ஜெயித்தால் நல்லது தானே?" விமலாவின் ஆசைக்கு லீலா உடனடியாக முற்றுப் புள்ளி வைத்தாள்.

" **பெரியசாமி** அண்ணே இன்னும் நாலு மாசத்தில் சட்டசபை தேர்தல் வர இருக்கிறது. அதைத் தொடர்ந்து எப்படியும்அக்டோபர் மாதத்தில் உள்ளாட்சி தேர்தலும் வந்திடும். நாம போதுமான அளவு வேலை செய்யவில்லையோன்னுதோணுது.சீக்கிரமா உறுப்பினர் சேர்க்க ஏதாவது வழிசொல்லுங்க"பத்திரிக்கை செய்திகளை பார்த்த பிரகாஷ் பெரியசாமியை நச்சரிக்க ஆரம்பித்தான்.

தேர்தல் வர போகிறது இந்த நேரத்தில் ஏதாவது பரபரப்பாக செய்தால்தான் தலைவரின் கவனத்தை ஈர்க்க முடியும் என்று யோசித்த பெரியசாமி அதற்கு என்ன செய்யலாம் என சிந்திக்கத் துவங்கினார். டக்கென்று அவர் மனதில் ஒரு யோசனை உதித்தது.

"டேய் பிரகாசு ஒரு சூப்பரான ஐடியா சொல்லட்டுமா" என்றார்.

“அதுக்குத்தானே காத்துகிட்டு இருக்கேன் சீக்கிரமா சொல்லுங்க” என்றபடி பிரகாஷ் பெரியசாமியின் அருகே வந்து நெருங்கி அமர்ந்தான்.

“பிரகாஷ் நம்ம கட்சியில மாணவர் அணியின்னு ஒரு பிரிவு இருக்குதெ-ரியுமா? ஆனால் நம்ம மாவட்டத்தில் ஒரு இடத்தில் கூட மாணவர் அணிக்கு கிளைகளே இல்லை. முதமுதல்ல நீ தான் நம்ம மாவட்டத்தில் கிளைகளை உரு-வாக்கினேன்னு வச்சுக்கோ தலைவர் உன்மேல் ஒரு கண் வைப்பார். சமயம் கிடைக்கும்போது உன்னை கை தூக்கி மேலே ஏற்றி விடுவார். உன்னால கிளை-களை உருவாக்க முடியும் இல்லையா?”.

“மாணவர் அணிஉருவாக்குவதில் நமக்கு என்ன லாபம்? இந்த அமைப்பில் இருக்கிறவங்களுக்கு ஓட்டுப் போடுற வயசு கூட வந்து இருக்காது. அப்படியே கல்லூரியில் படிக்கிற மாணவர்களை அணியில் சேர்த்தால் கூட ஒவ்வொருத்தரும் ஒவ்வொரு ஏரியாவை சேர்ந்தவர்களா இருப்பாங்க.பல தொகுதிகளில் அவர்களு-டைய ஓட்டு சிதறிப்போய் கிடக்கும் இல்லையா? அது எப்படி வெற்றிக்கு உதவும்”.

“பிரகாசு மாணவர் அணியை உருவாக்குவதில் எவ்வளவு பெரிய ராஜதந்திரம் இருக்கு தெரியுமா? அதனுடைய பெரிய லாபங்களில்ஒன்றிரண்டுசொல்கிறேன் கேள்.

இப்ப நம்ம ஊர்ல குடிதண்ணீர் பிரச்சனைஏற்பட்டு பெண்கள்ஒன்று திரண்டு-சாலை மறியல் செய்தாங்கன்னா என்னநடக்கும்?”.

“உயரதிகாரிகள், கலெக்டர் இவங்கெல்லாம் வந்து பேச்சுவார்த்தை நடத்தி பிரச்சனையை சுமுகமா முடிப்பார்கள்”.

“இதேஇது ஆண்களா சேர்ந்து சாலை மறியல் செய்தா என்ன ஆகும்”.

“அப்பவும் அதிகாரிகள் பேச்சுவார்த்தை நடத்துவார்கள்”.

“இங்கதான் ஒரு வித்தியாசத்த நீ புரிஞ்சுக்கணும் பிரகாசு. பெண்களிடம் பேசும் அதே பொறுமையோடு அதிகாரிகள் ஆண்களிடம் பேச மாட்டாங்க.எத்-தனை நேரமானாலும் பெண்களிடம் சமரசம் செய்து கொள்ளும் அதிகாரிகள் ஆண்களிடம் ஒரு குறிப்பிட்ட நேரத்திற்கு மேல் பொறுமை காக்காமல் போலீசை விட்டு தடியடி நடத்திடுவாங்கள்.

அதுபோலத்தான் மாணவர்களும். எத்தனைதான் தப்பு செய்தாலும் மாணவர்-களை அடிக்க போலீஸ் பயப்படும். நாம்தான் தினமும்செய்திகளில்பார்க்கிறோமே-சென்னையில் பட்டப்பகலில் கைகளில் பட்டாக்கத்தி ஏந்தி பஸ்களிலும் மின்சார ரயில்களிலும் ரயில் நிலையத்திலும் அவர்கள் செய்யும் அக்கிரமங்களை. ரவுடிகள் கூட செய்ய தயங்கும் செயல்களை எல்லாம் சர்வ சாதாரணமாக செய்கிறார்களே எதனால்?

ஒரு தொழிலாளியை போலீஸ் அடித்தால் அவர் சார்ந்த தொழிற்சங்கம் கேள்வி கேட்கும். ஒரு தொழிலதிபரை போலீஸ் பிடித்தால் அவரிடம் லஞ்சம்

வாங்கிய அரசியல்வாதி வருவான்.ஒரு கட்சித் தொண்டனை அடித்தால்அவன் கட்சிக்காரர்கள் வருவார்கள். அரசு ஊழியரை அடித்தால் அவர்களுக்கான தொழிற்சங்கம் தான் தெருவில் இறங்கும்.

ஆனால் ஒரு மாணவனை அடித்தால் அதற்காக அவன் பெற்றோர்,உறவினர்கள் என பலர்வருவார்கள். அவர்களில் பலரும் பலவித வேறுபட்ட தொடர்புடையவர்களாகஇருக்கக்கூடும்.அதனால் வெகு சீக்கிரமே மேலிடத்திலிருந்து பிரச்சினையை தீர்க்க சொல்லி அதிகாரிகளுக்கு அழுத்தம் தரப்படும். இவையெல்லாவற்றையும் விட முக்கியமாக சிறுவர்கள் தானே தெரியாமல் செய்திருப்பார்கள்.அதற்கு இத்தனை கண்டிப்பு காட்ட வேண்டுமா? அவர்கள் மேல் கொஞ்சம் கருணை காட்டக் கூடாதா? என்ற சிந்தனை எல்லா பெற்றோருக்கும் ஏற்பட்டுவிடும்.

நம் மாணவர் அணியில் சேர்பவர்களிடம் நமது கொள்கைகள் கருத்துக்களை தெளிவாக சொல்லி அதன் மூலம் அவர்களுடைய பெற்றோருக்கு அழுத்தத்தைக் கொடுத்து நமக்கு வாக்களிக்க செய்வது சுலபம்.இப்போது புரிகிறதா நாம் ஏன் மாணவர் அணியை துவங்க வேண்டும் என்று'' பெரியசாமி விளக்கமாக தன்னுடைய தந்திரத்தை சொல்லிக்கொடுக்க பிரகாஷ் அசந்து போனான்.

‘‘ஆனாலும் நம்ம ஊர் பள்ளிகூடத்தில் எட்டாம் வகுப்பு வரை தானேஇருக்கிறது. இவர்களிடம் போல் இயக்கம்,கொள்கை,அதுஇதுன்னு ஏதாவது சொன்னா அவங்களுக்கு புரியாதே''.

‘‘அதைப் பத்தி நீ ஏன் கவலைப் படுறே.இப்பவே அவங்கள உன் சொல்பேச்சு கேட்கிறவங்களா மாத்து.அப்பதான் ரெண்டு மூணு வருஷத்துல உனக்கு ஸ்ட்ராங்கான கையாளாக இருப்பாங்க. எங்காவது நீ போனால் உனக்கு பின்னாடி ஒரு நாலு பேர் வந்தா தானே ஊர் உன்னை மதிக்கும்''பாட்ஷா பாட்ஷா என கோரஸ் ஒலிக்க தான் நடக்கும்போது பின்னால் நான்கு பேர் நடந்து வருவதைப் போல் நின்றுகொண்டே கனவு காண ஆரம்பித்தான் பிரகாஷ். சீக்கிரமே மாணவரணி தொடங்குவதற்கான வேலைகளை ஆரம்பிக்க வேண்டும் என முடிவு செய்தான்.

# 33

33

மாலை நேரத்தில் லீலாவின் வீட்டுக்கு சில பிள்ளைகள் பாடம் படிக்க வருவார்கள். சில நேரங்களில் மதிப்பெண் குறைவாக வாங்குபவர்களையும் வகுப்பில் விளையாட்டுத்தனமாக இருக்கும் பிள்ளைகளையும் மாலை நேரத்தில் தன் வீட்டிற்கு அழைத்து பாடம் சொல்லிக் கொடுப்பது லீலாவின் வழக்கம்.

“அம்மா இங்கே பாரேன் இந்தமுறையும் சுந்தரி கணக்குல மார்க் குறைவாக வாங்கி இருக்கா” திலீப் உரக்க கத்தினான். அது கேட்ட எல்லா பிள்ளைகளும் லீலாவும் திரும்பி பார்த்தனர். சுந்தரிக்கு அவமானமாக போய்விட்டது அழுதுவிட்டாள்.“நான்காம் வகுப்பிலேயே இப்படி மார்க்கெட் வாங்கினால் பத்தாம் வகுப்பில் எப்படி பாஸ் ஆக? காலேஜுக்கு போக?” சுந்தரியிடம் சற்று கடுமையாக கேட்டான்.

“நான் ஒன்னும் காலேஜிக்கு போக மாட்டேன்” அழுகையோடு பதில் பேசினாள்.“சுந்தரி அப்படி எல்லாம் பேசக்கூடாது. ஏனோ இந்த பரிட்சையில் மார்க் குறைந்து விட்டது. அடுத்த முறை பாருங்கள் என சொல்லி அதற்கேற்றபடி நன்றாகப் படித்து கூடுதலாக மார்க் வாங்கி காட்டு. எதிலும் வெற்றி கிட்டும் வரை திரும்ப திரும்ப முயற்சித்துக் கொண்டேயிரு. அது படிப்பாக இருந்தாலும் சரி அல்லது ஓட்டப்பந்தயமாக இருந்தாலும் சரி வெற்றி கிடைக்கும் வரை விடக்கூடாது. தோல்வியடைந்தால் மனம் தளரக்கூடாது” சுந்தரியை ஆதரவாக அணைத்து தன் மடியில் இருத்தி கன்னத்தை வருடியபடி சொன்னாள்லீலா.

சுந்தரி உத்வேகமடைந்தாள்.“திலீப் அண்ணா அடுத்த பரீட்சையில் பார் நான் எவ்வளவு மார்க் வாங்குகிறேன் என்று. படிப்பில் நான் உன்னை முந்தி காட்டுவேன் ஆனால் உன்னால என்னை ஓட்டத்தில் முந்த முடியுமா? பந்தயத்துக்கு வாரியா?” எல்லோரும் பார்க்க சவால் விடுத்தாள்.

“முதல்ல நீஒழுங்கா படிச்சு மார்க் வாங்கு. அப்புறமா போட்டி எல்லாம் வச்சுக்கலாம்”.

*அய் திலீப் அண்ணன் பயந்துட்டான்''. திலீப்பின் பின்வாங்கல் அவளுக்கு தைரியத்தைகொடுத்தது. அவனைப் பார்த்து கைகொட்டி சிரித்தாள்.

“நான் பனிரெண்டாம் ஆம் வகுப்பு படிக்கிறேன். இதில் எடுக்கும் மார்க்கில் தான் என் எதிர்காலமே இருக்கிறது. அதை மறந்துவிட்டு உன்னை போன்ற அடி-முட்டாள்கூட போட்டி போட நேரம் எனக்கில்லை. வாயை மூடிக்கிட்டு போ. நீ படிச்சாபடி இல்லைன்னா எப்படியும் போ. எனக்கு என்ன? படிச்சா நீயும் கஷ்டப்-படுற உன் குடும்பமும் முன்னேறும் இனி உன் இஷ்டம்'' என்று சொல்லிவிட்டு படிக்க ஆரம்பித்தான்.

இப்படித்தான் திலீப்புக்கும் சுந்தரிக்கும் அடிக்கடி சண்டைகளும் போட்டிகளும் சவால்களும் வருவதுண்டு. சண்டை அதிகமாக சில நாட்கள் இருவரும் பேசிக்-கொள்ள மாட்டார்கள். பின் பழையபடி ஆரம்பித்துவிடுவார்கள். வெற்றிவேலுக்கு தன் மகளின் வாழ்வைப் பற்றிய கனவுகள் பெரிதாக இருந்தன. எப்படியும் லீலா-வின் தயவில் சுந்தரி படிப்பிலும் விளையாட்டிலும் முன்னேறி உயர்ந்த நிலைக்கு வந்து விடுவாள் என உறுதியாக நம்பினார்.

“ஏன்டா சுந்தரியை எதற்கெடுத்தாலும் திட்டுற? பாவம் இல்லையா அவள். ஏதாவது குறை இருந்தால் அமைதியான முறையில் அவளுக்கு சொல்லிக் கொடுக்க கூடாதா?'' ஒருமுறை லீலா கேட்டாள்.

“அம்மா சிலர் தானாக நன்றாகப் படிப்பார்கள் அவர்களுக்கு ஒன்றும் சொல்-லித்தர வேண்டியதில்லை. ஒரு சிலருக்கு புரியாததை ஓரிரு முறை சொன்னால் போதும் கப்பென்று பற்றிக் கொள்வார்கள். மற்றவர்கள் மந்த புத்திக்காரர்கள் எத்-தனை முறை சொன்னாலும் புரிந்து கொள்ளாதவர்கள். அவர்களுக்கு சொல்லிக்-கொடுப்பது வேஸ்ட். சுந்தரி புத்திசாலிதான் ஆனால் பல நேரங்களில் அவள் பாடத்தில் கவனம் செலுத்துவதில்லை. விளையாட்டுத்தனமாக எதையும் கவனிக்-காமல் அலட்சியமாக இருந்து விடுகிறாள். அதனால்தான் அவளிடம் கடுமையாக பேசுகிறேன். அப்படி பேசினாலும் சில நாட்கள்தான் ஒழுங்காகஇருக்கிறாள் பின்-னர் பழைய மாதிரியே ஆகி விடுகிறாள். இவளை என்ன செய்வதென்று தெரிய-வில்லை?'' திலிப் சலித்துக் கொண்டான்.

“டேய் டீச்சர் எனக்கே கிளாஸ் எடுக்குறியா? அவளுடைய ஆர்வம் இப்போது விளையாட்டின் மேல் முழுமையாக இருக்கிறது. அதையே வளர்த்து தேசிய அளவுக்கு அவளை கொண்டு போக வேண்டுமென சிவமணி அங்கிள் முயற்சி செய்கிறார். நீ அவளை படிக்க வைக்க முயற்சி பண்ற. உங்க இரண்டு பேர்கிட்-டயும் சிக்கிக்கொண்டு அவதான் திண்டாடுகிறாள்''

“அப்படின்னா படிப்பு முக்கியமில்லையா?''.

“படிப்பும் முக்கியம் தான். ஆனால் அதையும் தாண்டி அவரவருக்கு உலகில் முக்கியமான, விருப்பமான விஷயங்கள் நிறைய இருக்கு. யார்யாருக்கு எந்த

துறை பிடிக்கிறதோ அதை தேர்ந்தெடுக்கவும் உரிமை இருக்கு. அவளுக்கு தடகளத்தின் மேல் ஆர்வம் இருக்குன்னா அதில் வெற்றி பெற உதவுவோமே. நம்ம வீட்டு பிள்ளை போட்டிகளில் ஜெயித்தால் நமக்கு பெருமை தானே''

''அப்ப சீக்கிரமே சுந்தரி போட்டிகளில் கலந்து கொள்வதை நாம் பார்க்கலாம் இல்லையா?''

''அதற்கெல்லாம் நிறைய பிராக்டீஸ் பண்ணனும்னு சிவமணி அங்கிள் சொல்லியிருக்கார். எப்படியும் அடுத்த ஆண்டுதான் அவள் போட்டிகள்ல கலந்துக்க முடியும்''.

அனைவரும் சுந்தரி போட்டியில் பங்கேற்க போகும் நாளை ஆவலுடன் எதிர்பார்த்திருந்தனர். சுந்தரியும் தினந்தோறும் கடுமையாக பயிற்சிகளை மேற்கொண்டாள்.

ஒரு நாள் மாலை நேரத்தில் பள்ளியில் கட்டப்பட்டுக் கொண்டிருந்த புதிய வகுப்பறை கட்டடங்களை லீலாவும் பஞ்சாயத்து தலைவி சாந்தியும்,விஏஓ விமலாவும்பார்வையிட்டு கொண்டிருந்தனர்.அப்போது பள்ளி சுற்றுச்சுவரின் வெளிப்பக்கத்தில் யாரோ பள்ளம் தோண்டுவது போல் சத்தம் கேட்கவே மூவரும் வெளியே வந்து பார்த்தனர்.

சில இளைஞர்களுடன் பிரகாஷ் நின்று கொண்டிருந்தான் ஒரு பையன் கடப்பாரை கம்பியை வைத்துகுழி தொண்டிக்கொண்டிருந்தான்.அவர்களை நெருங்கிச் சென்ற லீலா''தம்பி இங்கே என்னசெய்கிறாய்?'' என்று கேட்டாள்.

'' டீச்சர் இங்கே நமது பள்ளியில் புதிதாக மாணவர் அணி ஒன்றை உருவாக்க போகிறோம்''சத்தமாக சொல்லிக் கொண்டு சந்தோசத்துடன் டீச்சருக்கு அருகே வந்தான் பிரகாஷ்.

''மாணவர் அணி அப்படின்னா என்ன? இது எதைச் சார்ந்தது?'' ஒன்றும் தெரியாதது போல் லீலா திரும்பவும் கேள்வி எழுப்பினாள்.

''மாணவர்களுடைய உரிமைகளைநிலைநாட்ட, அவர்களுடைய சார்பாக போராட தான் இந்த அமைப்பு உருவாக்கப்படுகிறது. தாழ்த்தப்பட்டோர் முன்னேற்றக் கழகம் என்ற எங்களுடைய கட்சியின் ஒரு பிரிவாக இது துவங்கப்படுகிறது''.

''டேய் பிரகாஷ் நீயும் இந்தப் பள்ளியில் தானே படித்த இங்கே மாணவர்களுக்கு ஏதேனும் பிரச்சினைகள் இருக்கிறதா?எந்த ஆசிரியராவது மாணவர்களை கொடுமைப்படுத்துகிறாரா? பின்ன ஏண்டா தேவையில்லாம இப்படி ஒரு அமைப்பு.இது ஒரு சாதாரண சிறிய நடுநிலைப்பள்ளி. இதை பெரிய அளவில் கொண்டு வருவதற்கு நாங்க எத்தனை போராட்டங்களை சந்தித்து கொண்டிருக்கிறோம் என்பது உனக்கு தெரியுமில்ல. அது தெரிஞ்ச பின்னாடியும் ஏன் இப்படி நடந்துக்கிற?''.

“இல்ல டீச்சர் ஒரு கட்சியின் சார்பு அமைப்பு நம்ம பள்ளிக்கூடத்தில் துவங்குகிறது நல்லது தானே?”

“தம்பிஜாதி உணர்வை பள்ளிக்கூடத்தில் இருந்து வெளியேற்றனுமின்னு பலரும் போராடிக்கொண்டிருக்கும் போது ஒரு ஜாதி கட்சியின் மாணவர் அணியை பள்ளிக்கூடத்துல கொண்டு வருகிறதுநல்லதில்லை. அதுவும் இவங்க எல்லாம் ஒன்னும் தெரியாத சின்னபசங்க இவங்ககிட்ட போய் ஏன் ஜாதியை பற்றி பேசி அவங்களை குழப்பனும்”.

“இதே போல் அன்றைக்கு இளைஞரணிதுவங்கியபோது நீங்க வாழ்த்து சொன்னீர்களே? இன்னும் எல்லாஜாதிஆட்களையும் சேர்த்து நல்லா வேலை பார்க்க சொன்னிங்களே. இப்போது மட்டும் ஏன் இப்படி மாத்தி பேசுறீங்க?” பிரகாஷ் குரலில் கோபம் தெரிந்தது.

“டேய் அது இளைஞரணி அமைப்பு. தாழ்த்தப்பட்டோருக்கு எதிராக ஆங்காங்கே சில தவறுகள் நடக்கக் கூடும். அதை தட்டிக்கேட்க வலுவான இளைஞர் அமைப்புகளால் தான் முடியும். அதிலும் அனைத்து சாதி இளைஞர்களும் பங்கு பெற்றிருந்தால் தவறுகள் நடக்காமல் கூடதடுக்க முடியும். அதனால் தான் வாழ்த்துச் சொன்னேன். அமைப்பை அனைவரையும் சேர்த்து வலுவானதாக ஆக்கச்சொன்னேன்.அதோடு இதை ஒப்பிடாதே. இந்தப் பள்ளியில் பயிலும் மாணவர்களில் யாரும் டீன்ஏஜ் பருவத்தை கூட தொடவில்லை.இவர்கள் சாதி என்றால் என்ன என்பதை அறியாதபாலகர்கள். அவர்களிடம் போய் ஜாதியை புகட்ட நினைக்கிறாயே”லீலா அன்புடன் அவன் செய்கையை கண்டித்தாள்.

“நீங்க சொல்றது தான் தப்பு டீச்சர். எங்க உரிமையை உங்களால தடுக்க முடியாது. கண்டிப்பாக இந்த பள்ளிக்கூடத்தில் மாணவர் அணியை உருவாக்கத்தான் போறோம். டேய் நீ குழியை தோண்டுடா” என்று தூரத்தில் நின்றவர்களை பார்த்து கூறினான்.

அதுவரை பொறுமையாக நின்ற சித்ரா பிரகாசை நெருங்கி வந்தாள்.“எவனாவது இங்கே பெர்மிஷன் வாங்காம போர்டு வைத்தால் நான் போலீஸ்ல புகார் செய்திடுவேன்.மீறி தைரியம் இருக்கிறவன் போர்டை வை பார்க்கலாம். அப்படி பிரச்சினையானா போலீஸ் வந்து இங்க மட்டுமல்ல உன் கடை பக்கத்துல வச்சிருக்கிற போர்டு, கொடிக்கம்பம் எல்லாத்தையும் பிடுங்கி எறிந்து விடும் பார்க்கிறாயா?” எச்சரிக்கும் தொனியில் குரல் கொடுத்தாள்.

எப்போதும் பேசுகிற சத்தம் வெளியே கேட்காதவாறு பேசுகின்ற ஊராட்சி மன்ற தலைவி சித்ரா இன்று குரல் உயர்த்தி பேசியது எல்லோருக்கும் ஆச்சரியமாக இருந்தது.

“போங்கடா போய்வேற வேலை ஏதாவது இருந்தா போய்பாருங்க” என்று விமலாவும் தன் பங்குக்கு அவர்களை விரட்டினாள்.

இதற்கு மேலும் இங்கே நின்றால் பிரச்சனையாகிவிடும் என நினைத்து பிரகாஷ் போர்டை திரும்ப கையில் எடுத்துக் கொண்டு கிளம்பினான். “இந்த டீச்சருக்கு தனக்குத்தான் எல்லாம் தெரியும் என்கிற நினைப்பு. என்றாவது ஒருநாள் நாம் அவளுக்கு பாடம் நடத்த வேண்டும் அன்று புரியும் இந்த பிரகாஷ் யாரென்று”தன்னுடைய காரியம் தடைபட்டதால் மனதுக்குள் பொருமிகொண்டு நடந்தான்.

“பாவம்விவரம்தெரியாத சின்னப் பையன்கள் இல்லையா அதனால்தான் ஆர்வக்கோளாறில் ஏதோ செய்கிறார்கள்” என்றாள் லீலா.

“இல்லை டீச்சர் 1996 கலவரத்துக்கு பின் மாணவர்களிடையே சாதி உணர்வு தலைதூக்க துவங்கியிருக்கு. யாரோ சிலரின் சுய லாபத்திற்கு பிரகாஷ் போன்ற ஆட்கள் பலியாகிறார்கள். இதை ஆரம்பத்திலேயே கண்டறிந்து களைய வேண்டும். இல்லையெனில் இது பெரும் ஆபத்தில் போய் முடியக் கூடும்” விமலா தனக்கு கிடைத்த தகவல்களை வைத்து லீலாவை எச்சரிக்கை செய்தாள்.

பிரகாஷ்கொண்டு போன போர்டை கையோடு திரும்ப கொண்டு வருவதை பார்த்த பெரியசாமி காரணத்தை அறிந்து கொண்டார். “டேய் பிரகாஷ் இப்பவாது அந்த டீச்சருடைய சுயரூபத்தை தெரிஞ்சுகிட்டியா? பலதடவை நான் சொல்றபோதெல்லாம் நீ புரிஞ்சுக்காம டீச்சருக்கு சப்போர்ட் பண்ணி பேசின.ஊர்க்காரங்க மாதிரி நீயும் அவர் நடிப்பில் ஏமாந்துட்ட. இப்ப அவ காட்டினது தாண்டா அவளோட உண்மையான சுயரூபம்.

இனிமேலாவது ஊர்உலகத்தை பத்தி புரிஞ்சு நடந்துக்கோ. அண்ணன் சொல்றத தட்டாமல் செய். எனக்கு உன் வளர்ச்சியை தவிர வேறு ஏதும் தேவையே இல்லை. இந்த வருஷம் உன்னை ஊராட்சி தலைவராக்காமவிடமாட்டேன்.அதற்கான வேலைகளில் தீவிரமாக இறங்கி இருக்கேன்நீயாக ஏதாவது செய்து கெடுக்காமல் இருந்தால் போதும் நீ தான் தலைவர்” எல்லா சந்தர்ப்பங்களிலும் பிரகாஷை தன் கைப்பிடிக்குள் இறுக்கி வைத்துக் கொள்வதற்கு முயற்சித்தார் பெரியசாமி.

“அண்ணே இனி நீங்க சொன்னாலும் சொல்லாட்டியும் அந்த டீச்சர் தான் என்னோட முதல் எதிரி.நான்தலைவராக எந்த பிரதிபலனும் எதிர்பார்க்காமல் உழைக்கிற நீங்கதான் என்னோட அரசியல் ஆசான்,வழிகாட்டி, குரு எல்லாமே. நீங்க சொல்றத ஏன்னு கேட்காம, எதையும் மறுப்பு சொல்லாம உடனே நிறைவேற்றுவேன். இது சத்தியம்” பெரியசாமி கைகளை உறுதியாக பற்றினான் பிரகாஷ்.

“அப்படி சொல்லுடா என் சிங்கக்குட்டி. முதல்ல நீ என்ன செய்றன்னா இதுபோல உனக்கு கீழ ஒருபத்து பேரையாவது ரெடி பண்ணி வச்சுக்கோ.அவர்களுக்கு நீ என்ன கொடுப்பியோ எப்படி கொடுப்பியோ அது எனக்கு தெரியாது. நாம சொல்றதை ஒரு வார்த்தை கூட எதிர்த்து கேட்காமல் நிறைவேற்ற வேண்-

டியதுதான் அவர்களுடைய கடமை என்று சொல்லி வை.அரசியலில் தலைவனா-கனும்னா அந்த மாதிரி நிறைய ஆளுங்கள் நமக்குக் கீழே இருக்கிறது ரொம்ப அவசியம்''கொஞ்சம் கொஞ்சமாக தான் அறிந்த அரசியல் அரிச்சுவடியை பிரகா-சுக்கு கற்றுக்கொடுக்க தொடங்கினார் பெரியசாமி.

அன்றிலிருந்து பெரியசாமி சொல்வதெல்லாம் பிரகாசுக்கு வேதவாக்காக மாறி-யது. பள்ளி படிப்பை முடித்து வேலையில்லாமல் இருக்கும் சில இளைஞர்களை மெதுவாக தன் பக்கம்வளைத்தான் பிரகாஷ். அவர்களுக்காக தன் சேமிப்பில் இருந்து கொஞ்சம் கொஞ்சமாக பணத்தை எடுத்து செலவழித்தான். ஆரம்பத்தில் பிரகாசுக்கு நண்பன்ஆனவர்கள் பின் அவன் பணத்திற்கு அடிமையாகி அடி-யாளாகவேமாறினர்.ஓரிரு மாதங்களிலேயே பிரகாஷின் சமிக்கைகளை புரிந்து கொண்டு அதற்கேற்றார் கச்சிதமாக செயல்பட பழகினர்.

# 34

34

பள்ளியில் பரீட்சைகள் முடிந்து விடுமுறை விட்டிருந்த கோடை காலத்தின் ஒரு மாலைப்பொழுது.திலீப்பும் நண்பர்களும் ஊருக்கு வெளியேஆற்றங்கரையிலிருந்த மைதானத்தில் கிரிக்கெட் விளையாடிக் கொண்டிருந்தனர். மணி 6 ஆகியிருந்தால் வெளிச்சம் குறைந்து லேசாக இருட்ட துவங்கி இருந்தது.திலீப் பந்துவீசிக்கொண்டிருந்தான். அப்போது சுந்தரி மைதானத்துக்குள்ஓடி வந்தாள்.

" திலீப் அண்ணா அம்மா உங்களை வரச் சொன்னார்கள். இருட்டுகிற நேரம் ஆயிடுச்சு. உடனே வாங்க"என சுந்தரி அழைத்தாள்."நீ போ நான் கொஞ்ச நேரம் கழிச்சு வரேன்". "நான் போக மாட்டேன் அம்மா உங்களை கையோடு அழைத்து வர சொன்னார்கள்".

இவள் ஒரு பிடிவாதக்காரி.என்ன சொன்னாலும் தான் வராமல் இவள் போக மாட்டாள் என்பதை உணர்ந்த திலீப் மற்ற நண்பர்களிடம் சொல்லி விட்டு கிளம்பினான்.மைதானத்தை விட்டு வெளியே வரும்போது"திலீப் அண்ணா இன்று நம்முடைய போட்டியை வச்சுக்குவோமா? பரீட்சை தான் முடிந்து விட்டதே இப்பவாவது போட்டிக்கு வாரீங்களா?இங்கிருந்து யார் முதலில் வீட்டுக்கு போய் சேர்றாங்க என்று பார்ப்போமா?" என்று கேட்டவள் அவன் பதில் சொல்லும் முன் ஓடத் துவங்கினாள்.

திலீப்ஒரு கணம் யோசித்தான்.வேறு வழியில்லை இனிமேலும் இவளிடம் வேறு சாக்குப்போக்கு சொல்லமுடியாது சவாலை ஏற்க வேண்டியது தான் என நினைத்தவன் அவள் பின்னே ஓடத் துவங்கினான்.சுந்தரியின் ஓட்டத்தில் சீரான வேகம் இருந்தது.திலீப்பை தோற்கடிக்க வேண்டும் என்கிற ஆவேசம் அவள் ஓட்டத்தில் இருந்தது. இது நாள் வரை பயிற்சி மேற்கொண்டது அவளுக்கு உதவியது.

மைதானத்துக்கும் அவன் வீட்டிற்கும் சுமார் ஒரு கிமீ தூரம் இருக்கும். ஒரு நிமிடம் வேகமாக ஓடிய திலீப்புக்கு மூச்சிரைத்தது.அவன் வேகம் குறைந்தது. அவனுக்கும் சுந்தரிக்கும் இருந்த இடைவெளி அதிகரித்தது.

இனி என்ன செய்வது தோற்றுப்போனால் அவ்வளவுதான் எப்போது பார்த்தாலும் அதையே சொல்லி கேவலப்படுத்துவளே? தினந்தோறும் பயிற்சி செய்கிறதால் நீண்டதூரம் ஓடினாலும் அவளுக்கு மூச்சிறைக்காது அதனால் அவள் வேகம் குறையாது. கண்டிப்பாக அவளை பின்தொடர்ந்து போய் ஜெயிக்க முடியாது என்பதை அறிந்த திலீப் வேறொரு காரியம் செய்தான்.சுந்தரியை பின் தொடர்ந்து பிரதான பாதை வழியே ஓடாமல் குறுகலான ஒரு தெருவை கடந்து குறுக்குப் பாதை வழியாக ஓடி முதலாவதாக தன் வீட்டை வந்து அடைந்தான்.

மூச்சிரைக்க வேகமாக வீட்டிற்குள் வந்தவன் லீலாவிடம் ‘‘அம்மா சுந்தரி வந்துட்டாளா?’’ என்றான்.

‘‘ஏன் என்ன விஷயம்? உன்னை அழைக்கதானே அவளை அனுப்பினேன். நீ ஏன் இப்படி மூச்சு வாங்க ஓடி வந்த?’’ என்று லீலா அவனிடம் எதிர்கேள்வி கேட்டாள். திலீப் நடந்ததை அவளிடம் சொன்னான்.

‘‘டேய் இப்படி நீ செய்தது தப்புடா. எப்போதும் போட்டியில் ஒரு நேர்மை இருக்கணும். அவள் இத்தனை நாள் பெற்ற பயிற்சியை உன்னிடம் காட்ட வேண்டும் என்பதற்காக தானே உன்னை போட்டிக்கு அழைத்தாள். அதுல போய் இப்படி ஏமாற்றி இருக்கிறாயே ஒழுங்காக அவள் வந்த உடனே அவளிடம் மன்னிப்பு கேள். வேறு ஒரு நாள் உங்க இரண்டு பேருக்கும் நானே போட்டி வைப்பேன். அதற்குள் தயாராகிக்கோ’’ லீலா அவனிடம் கண்டிப்புடன் கூறினாள்.

‘‘சாரிம்மா சும்மா விளையாட்டுக்கு அப்படி செய்தேன். அவள் வந்தவுடன் சாரி கேட்டுக்கிறேன். இன்னொரு நாள் நீ போட்டி வச்சாலும் அவளை என்னால ஜெயிக்க முடியும்னு தோணலை. அவ ரொம்ப வேகமாக ஓடுறா. சிவமணி அங்கிள் அவளை நல்ல தயாராக்கியிருக்கிறார்’’.

அரை மணி நேரம் ஆனப்பிறகும் சுந்தரி வந்து சேரவில்லை. ‘‘அம்மா ரொம்ப நேரம் ஆச்சு இன்னும் அவளை காணலையே? நான் போய் பார்த்துட்டு வரட்டுமா?’’ திலீப் கேட்டான்.‘‘வேண்டாம் அவள்திரும்பவும்மைதானத்துக்கு போனாலும் போயிருப்பாள். நீ போய் குளித்து தயாராகு. பாடம் படிக்க பிள்ளைகள் வருவார்கள்’’.

உள் அறைக்குள் போன திலீப் அங்கிருந்து கத்தினான். ‘‘அம்மா இந்த சுந்தரியை கொஞ்சம் சொல்லி வை. தினமும் அவளுடைய டிரசை கழற்றி அப்படியே நான் படிக்கும் டேபிள் மேலேயே போட்டுட்டு போறா’’.

‘‘சரி அவ வந்தவுடன் சொல்கிறேன். சின்ன பிள்ளை தானேடா மறந்து போய் இருப்பாள். இன்றைக்கு ஒரு நாள் அவற்றை எடுத்து ஓரமாய் வை’’வெளியில் இருந்து லீலா பதில் சொன்னாள்.

“இன்னைக்கு வா உன் டிரஸ்ஸை காணாம தேட போற பாரு” என்றவன் அவர்கள் வீட்டு அழுக்குத் துணிகள் போடும் கூடைக்குள் அவளுடைய பச்சை நிறபாவாடையைசுருட்டி போட்டு விட்டு குளிக்க போனான்.

“லீவு விட்டாச்சுன்னாலும் ஏன்ம்மா சும்மா இல்லாமல் இப்படி பிள்ளைகளை வரச்சொல்லி பாடம் நடத்திக்கொண்டு இருக்கீங்க”லீலாவிடம் லட்சுமிகேட்டாள்.

“அக்கா தினசரி பிள்ளைகளை பார்த்து பழக்கப்பட்ட பின்னர் ஒருநாள் அவர்களை பார்க்கலைன்னாலோ பாடம் சொல்லிக் கொடுக்கலைனாலோ ஏதோ போல இருக்கு. பாடமாக நடத்தலைனாலும் அந்த குழந்தைகளோட பேசுவது எவ்வளவு இதமா இருக்கு தெரியுமா?” என்று லட்சுமிக்கு பதில் சொல்லிக் கொண்டிருக்கும் போது சுந்தரியின் தாய் பத்மா அவளை தேடி வந்தாள்.

“டீச்சர் மணி ஆறரை ஆகிவிட்டது.சுந்தரிஇன்னும் வீட்டுக்கு வரலை. இங்கே இருக்கிறாளா?” என்று கேட்டாள். அவள் கேட்டவுடன் லீலாவுக்கு பதட்டம் தொற்றிக்கொண்டது. அந்த நேரத்தில் வானம் நன்றாக இருட்டத் தொடங்கியிருந்தது. இவ்வளவு நேரம் மைதானத்தில் இருக்க மாட்டாளே என்ற நினைப்பு வர லீலாவும் பத்மாவும் பள்ளி மைதானத்திற்கு ஓடினார்கள். பள்ளி மைதானம் ஆட்கள் யாருமில்லாமல் காலியாக இருந்தது.

வானம் நன்றாகஇருட்டிவிட்டது. பயத்தில் பத்மாவுக்கு அழுகை வந்தது.“அழுகாதே பத்மா. சுந்தரி ஒரு விளையாட்டுப் பிள்ளை இங்க பக்கத்துல யார் வீட்டிலாவது இருந்து விளையாடிக் கொண்டிருப்பா. வா போய் தேடிப் பார்க்கலாம்”இருவரும் சேர்ந்து சுந்தரி எங்கெல்லாம் விளையாட போவாளோ அங்கெல்லாம் தேடினார்கள். எங்கும் அவளைக் காணவில்லை.

நேரம்தான்போய்க்கொண்டிருந்ததே தவிர சுந்தரி எங்கே போனாள் என்பது யாருக்கும் தெரியவில்லை.திலீப்பும் சுந்தரி எந்தப் பாதையில் வீட்டை நோக்கி ஓடினாலோ அந்த பாதை வழியாக ஒரு முறை போய் தேடிப் பார்த்து விட்டு வந்தான்.

# 35

35

இரவு 10 மணிக்கு வெற்றிவேல் கடைசி பஸ்ஸில் வந்து இறங்கினார். தான் வாங்கிய வந்த பொருள்கள் கையில் உள்ளதா என்று ஒருமுறை சரிபார்த்தார். மூன்று பைகளும் சரியாக இருக்க திருப்தியோடு மண் பாதையில் இறங்கி நடக்கத் தொடங்கினார்.

சிவமணி சார் வாங்கி கொடுத்த ஒரு ஜோடி விளையாட்டு உடைகளை தான் நான்கு மாதமாக தொடர்ந்து சுந்தரி அணிந்து வருகிறாள். மேலும் ஒரு ஜோடி உடையாவது வாங்க வேண்டுமென்று ரொம்ப நாளாகவே நினைத்துக் கொண்டிருந்தது இன்று தான் நிறைவேறியது. இந்த வாரம் அதிகமாக லோடு வந்து இறங்கியதால்அதிகமாக கூலிகிடைத்தது. உடனே யோசிக்காமல் போய் பல கடைகளில் ஏறி இறங்கி வெளிர் பச்சை நிறமுடைய விளையாட்டு உடையை வாங்கியாச்சு.

அப்படியே போய் ஹோட்டலில் இருந்து இரவு சாப்பாடுக்கு புரோட்டா வாங்கியாச்சு. செலவு செய்வது என்றால் இப்படி சந்தோசமான செலவாக இருக்க வேண்டும்.சீக்கிரம் வீட்டிற்கு போய் சுந்தரி உறங்கும் முன் சாப்பாடு கொடுக்க வேண்டும் என்று வேக வேகமாக வீட்டை நோக்கி நடந்தார்.போகும் வழியில் டீச்சர் வீட்டின் முன் ஆட்கள் குழுமி இருப்பதை பார்த்து அங்கே போனார்.

கும்பலை விலக்கிக்கொண்டு உள்ளே போக டீச்சருக்கு அருகில் பத்மா அழுதுகொண்டுஅமர்ந்திருந்தாள்.அதை பார்த்தவுடனே வெற்றிவேலுக்கு இதயத்தில் சுருக்கென்று முள் தைத்தது. இங்கே ஏதோ தவறாக நடந்து இருக்கிறது என்ன அது? சுந்தரியை எங்கே? மனதிற்குள் கேள்விகள் சூறாவளியாய் சுழன்று அடித்தது.

“என்ன ஆச்சு ஏன் இப்படி ஒரு திரண்டு இருக்கீங்க”பொதுவாக கேள்வி எழுப்பினார். பத்மா பதில் பேசாமல் அழுது கொண்டே இருக்க லீலா மெதுவாக சுந்தரி காணாமல் போன விசயத்தை கூறினாள்.

வெற்றிவேலுக்கு ஆத்திரம் தலைக்கேறியது. கோபத்தில் என்ன செய்கிறோம் என்பது தெரியாமல் கையிலிருந்த பைகளைபத்மாவின் மேல் விசிறி எறிந்-

தான்.“நாயே குழந்தையை பத்திரமாக பார்த்துக்காம வேற என்னடி செய்து கொண்டிருந்த?” என்றபடி அவள் மேல் பாய்ந்தான். அவள் கூந்தலைப் பற்றி இழுத்து முதுகில் ஓங்கி அடித்தான். மாறிமாறி நான்கைந்து முறை அவனுடைய முரட்டு கரத்தினால் அடிவாங்கிய பத்மா மயங்கி மண்ணில் சரிந்தாள். அருகில் நின்ற சில ஆண்கள் ஓடிப்போய் வெற்றிவேலுவை தடுத்து அவனை இழுத்து அப்புறப்படுத்தினர்.

ஓடிப்போய் லட்சுமி கொண்டுவந்த தண்ணீரை பத்மாவின் முகத்தில் தெளித்து மயக்கம் தெளிய வைத்தாள் லீலா.மயக்கம் தெளிந்த பத்மாஉடனே எழுந்து பைத்தியம் பிடித்தவளை போல்“சுந்தரி சுந்தரி” என்று கத்திக்கொண்டு இருள் சூழ்ந்த தெருக்களில் தனியே ஓட துவங்கினாள். அவளுடையநிலையை பார்த்து பரிதாபப்பட்ட ஊர் மக்களும் அவளோடு சேர்ந்து எல்லா இடங்களிலும் தேடத் துவங்கினர்.

“கொஞ்ச நாளா இந்த பக்கம் புள்ள புடிக்கிறவங்க நடமாட்டம் அதிகமா இருக்குன்னு சுத்து வட்டாரத்தில் பேச்சு இருக்கு. அப்படி எவனாவது வந்து சுந்தரிய கடத்திகொண்டுபோய் இருப்பானோ?” அடிக்கடி வெளியூர் போய்வரும் வியாபாரி ஒருவர் சொல்ல ஊர் சில நிமிடங்கள்பயத்தில் உறைந்துபோனது தங்களுடைய பிள்ளைகள் பத்திரமாக இருக்கிறதா என்பதை உறுதிப்படுத்திக் கொண்டது.

“படுபாவி நல்லா இருப்பானா அவன்.சின்ன பிள்ளைகளை கடத்திட்டு போறவன் அப்படியே நாசமாதான் போயிருவான்.கடவுளே அவன் கை கால்விளங்காமல் போகணும்”யாரோ ஒரு வயதான மூதாட்டி சாபமிட்டு கொண்டிருந்தார்.

“வெற்றி அண்ணா இனியும் காலதாமதம் செய்ய வேண்டாம். உடனே போய் காவல் நிலையத்திற்கு தகவல் தெரிவிப்போம். நம்மைவிட போலீஸ் தேடும்போது ஏதாவது தகவல் சீக்கிரம் தெரியும். சுந்தரியை எப்படியும் கண்டுபிடித்து விடலாம் கவலைப்படாதீர்கள்” என்று ஆறுதல் கூறி சுந்தரியின் புகைப்படம் ஒன்றை எடுத்துக்கொண்டு வெற்றிவேலையும் பத்மாவையும்லீலாகாவல் நிலையத்திற்கு அழைத்துச் சென்றாள்.

காவல் நிலையத்தில் இன்ஸ்பெக்டர் இல்லை ரவுன்ட்ஸ் போயிருப்பதாக சொன்னார்கள். லீலா எழுதிக்கொடுத்த புகாரையும் சுந்தரியின் புகைப்படத்தையும் வாங்கி வைத்துக் கொண்டார்கள்.

பின்னர்ஏட்டையா சில கேள்விகளை கேட்கத் துவங்கினார். “கடைசியாக எங்கே போனாள்?” “எப்போதும் போவது போல் பள்ளி மைதானத்தில் ஓட்டப்பந்தய பயிற்சி மேற்கொள்ள போனாள்”பத்மா பதிலளிக்க துவங்கினாள். “உடன் யாராவது போனார்களா?” “இல்லை எப்போதும் தனியாகத் தான் செல்வாள் சிலசமயம் மைதானத்தில் யாரேனும் வந்து அவர்களோடு கலந்து கொள்வார்கள்”.

“இன்று எத்தனை மணிக்கு வீட்டை விட்டு போனாள்?”“சுமார் நாலரை மணி இருக்கும்” “என்ன நிற உடை அணிந்து இருந்தால்?” “விளையாட்டுக்கு போகும் போது அணியும் மஞ்சள் நிற பனியனும் பச்சைநிற பாவாடையும் அணிந்திருந்-தாள்” “கடைசியாக அவளை பார்த்தது யார்?” “நான்தான்.மாலை 6 மணிக்கு-வேறொரு மைதானத்தில் விளையாடிக் கொண்டிருந்த என் மகனை அழைத்து வர அனுப்பினேன். அவனிடம் போய் நான் அழைத்ததை சொல்லிவிட்டு திரும்பிய-வள் தான் காணாமல் போய்விட்டாள்?” லீலா பதில் சொன்னாள்.

“உங்களுக்கு யார் மீதாவது சந்தேகம் இருக்கிறதா?” இந்த முறை கேள்வி வெற்றிவேலிடம் கேட்கப்பட்டது. “இல்லைங்க”.“உங்களுக்கு தனிப்பட்ட விரோதி-கள் யாரேனும் இருக்கிறார்களா?” “அப்படி யாரும் இல்லைங்க” வெற்றிவேலுக்கு அழுகைவந்தது.போலீசாரின் சம்பிரதாயமான கேள்விகள் கேட்கப்பட்டு இவர்கள் கூறிய பதிலை எழுதிக் கொண்டனர்.

“இன்ஸ்பெக்டர் ரவுன்ட்சில் தான் இருக்கிறார் உடனே ஒயர்லெஸ் தகவல் கொடுக்கிறோம். சிவகாசி விருதுநகர் மெயின் ரோட்டில் உள்ள செக் போஸ்ட்-களை அலர்ட்பண்ணி வாகன சோதனை செய்ய சொல்வோம். நீங்க கவலைப் படாம வீட்டுக்கு போங்க. சீக்கிரமா உங்க மகளை கண்டுபிடித்து விடலாம்” ஏட்-டையா அவர்களுக்கு ஆறுதல் சொல்லி அனுப்பி வைத்தார்.

லீலாவும் பத்மாவும் வெற்றிவேலும் வீடு வந்து சேர அதிகாலை 4:00 மணி ஆகிவிட்டது. யாருக்கும் உறக்கம் வரவில்லை. ஊரே ஆங்காங்கே சிறுசிறு கும்-பலாய் கூடியிருந்தது. அந்த இரவு ஒரு பயங்கரமான நீண்ட இரவாக அமைந்தது

“லீலாம்மா குழந்தைக்காக நாங்க 15 வருஷமா எப்படியெல்லாம் திட்டமிட்டு பாடுபட்டோமின்னு தெரியுமா? எனக்கு பதினைந்து வருஷத்துக்கு முன்னாடியே கல்யாணமானாலும் உடனே குழந்தை பெற்றுக்கொள்ளாமல் ஒரு குழந்தை பிறந்-தால் அதை எப்படியெல்லாம் நல்லபடியா வளர்க்கணும். அதற்கு எவ்வளவு செல-வாகும் என்பதை எல்லாம் திட்டமிட்டு சம்பாதித்து வைத்துவிட்டு தான் குழந்தை பெத்துக்கிட்டோம். நாங்க பட்ட கஷ்டம் எதையும் அது படாதவாறு வளக்க-ணும் என்பதற்காகவே ஒரு குழந்தை மட்டும் போதும் என்று நிறுத்தி விட்டோம். ஒண்ணே ஒண்ணு கண்ணே கண்ணுன்னு வளர்த்தோமே இப்படி தொலைச்சுட்டு வந்து நிக்குறாளேபாவி” என்று கூறி திரும்பவும் பத்மாவை அடிக்க பாய்ந்தார். சுற்றி நின்று கொண்டிருந்த ஊரார் அவரை தடுத்து நிறுத்தினர்.

வானில் விடிவதற்கான அறிகுறிகள் தோன்றி இருள் மெல்ல விலக துவங்-கியது.சுந்தரி திரும்பக் கிடைத்துவெற்றிவேலுக்கும் பத்மாவுக்கும் அது ஒரு நல்ல விடியலாக அமையவேண்டும் என்று அனைவரும் வேண்டிக் கொண்டனர்.

# 36

36

வெளிச்சம் பரவ துவங்கிய வேளையில் சேவல்களும் கூவாமல் அமைதி-காத்தன.ஊர்கனத்த அமைதிக்குள்ளாகி இருந்ததால் தூரத்தில் நெடுஞ்சாலையில் போகும் வாகனங்களின் சத்தம்கூட இங்கே தெளிவாக கேட்டது.அப்போது“ஐயோ கடவுளே இங்கே யாராவது சீக்கிரமா வாங்க” என தூரத்திலிருந்து ஒரு கிழவியின் குரல் கேட்டது. இரவெல்லாம் அலைந்து திரிந்து சுந்தரியை தேடி களைத்துப் போய் ஆங்காங்கே அமர்ந்திருந்த கூட்டம் அந்த கிழவியின் குரலுக்கு திடுக்கிட்டு எழுந்தது. குரல் வந்த திசையை நோக்கி ஓடியது.

ஊருக்கு வெளியே ஆற்றுக்கு போகும் பிரதான பாதையில் நின்று அந்த கிழவி கத்திக் கொண்டிருந்தாள். எல்லோரை காட்டிலும் வெற்றிவேல் வேகமாக ஓடி முதலாவதாக அந்த கிழவியை நெருங்கினார்.“என்னம்மா என்ன ஆச்சு?” என்று ஓடி வரும்போதே சத்தமாக கேட்டார். அந்த கிழவிஏதோபேசமுயன்-றாள்.சத்தம் வெளிவராமல் தொண்டையை அடைத்து அவஸ்தைக்கு உள்ளா-னாள். ஆற்றுக்குள் இறங்கும் ஒற்றையடி பாதையை நோக்கி கையை காட்டினாள்.

அது முன்பு ஆற்றுக்குள் போக ஊரார் பயன்படுத்திய இருபதடி பாதை.ஆற்-றிலிருந்து மணல் எடுப்பதற்கு மாட்டுவண்டிகள் போன பாதை இன்றுஇரண்டு புறங்களிலும் கருவேல மரங்கள் அடர்த்தியாக வளர்ந்ததால் பாதை ஒற்றையடிப் பாதையாக குறுகிவிட்டது. பாதையின்முடிவில் ஆற்றங்கரையில் ஆள் உயரத்துக்கு நாணல் வளர்ந்து புதர் மண்டிக்கிடந்தது. அதிலிருந்து சற்று தள்ளி ஒரு பாழ-டைந்த கிணறு இருந்தது. முன்பு ஊரின் குடிநீர் தேவைக்காக தோண்டப்பட்ட கிணறு. அந்த கிணற்று நீரை நம்பி இருந்ததால் எப்போதும் தண்ணீர் எடுப்பதற்கு பெண்கள் இந்தப் பாதை வழியாகத்தான் வந்து சென்றனர்.

சில ஆண்டுகளுக்கு முன் ஊருக்குள் மேல்நிலை குடிநீர் தொட்டி கட்டப்பட்டு ஒவ்வொரு வீதிதோறும் குடிநீர் குழாய் வசதி செய்யப்பட்டதால் தற்போது யாரும் அந்தக் கிணற்றில் தண்ணீர் எடுக்க வருவதில்லை.

ஆள் நடமாட்டம் இல்லாது போனதால் அது நாளடைவில் ஒரு திறந்தவெளி கழிப்பிடமாக மாறிவிட்டது.போதாக்குறைக்கு ஆற்றின் மறுகரையில் சற்று தொலைவில் சில சாராயம் காய்ச்சும் கும்பல்கள் செயல்பட்டன. அதனால் பெரும்பாலும் பெண்கள் இந்த பக்கமாக வருவதற்கேஅஞ்சினர்.

“இந்த கிழவி இந்தப்பாதையை நோக்கி ஏன்கை காட்டுகிறாள்?” என்பது புரியாமல் பதைபதைக்கும் இதயத்துடன் வெற்றிவேல் அந்த பாதையில் இறங்கி ஓடினார்.சற்று தள்ளி கூட்டம் தொடர்ந்து ஓடி வந்தது.

ஆற்றங்கரையில் நாணல் புதர் மறைவில் அவன் கண்ட காட்சி ரத்தத்தை உறைய வைத்தது. “சுந்தரி” என்று அவன் வாயிலிருந்து உதிர்ந்த ஒற்றைசொல் அந்தப் பிரதேசத்தையே அதிரவைத்தது. அதைக் கேட்ட கூட்டம் இன்னும் வேகமாக ஓடி அவனை நெருங்கியது.

வெற்றிவேல் புதருக்குள் வேகமாக இறங்கினார். அங்கே சுந்தரியின் உடல் நிர்வாணமாககிடந்தது.அவளுடையபிறப்புவுறுப்பு சிதைக்கப்பட்டிருந்தது.அதிலிருந்து வெளியேறிய ரத்தம் ஆற்று மணலில் பரவி உறைந்து போயிருந்தது. ரத்த வாடையை மோப்பம் பிடித்து வந்த இரண்டு நாய்கள் அவள் உடலை கடித்து குதற நெருங்கி வந்து நின்றிருந்தன.

கல்லால் அடித்து அவற்றை விரட்டி விட்டு வெற்றிவேல்மகளின் உடலை நெருங்கினார். மகளின் உடலை அருகில் போய் பார்த்ததும் அவருக்கு மயக்கம் வருவது போல் இருந்தது. என்றாலும் சமாளித்துக்கொண்டு பின்னால் வரும் கூட்டம் பார்க்கும் முன் தன் சட்டையை கழற்றி மகளின் உடலை சுற்றி மூடினார். புதரிலிருந்து அவளை மெதுவாக தூக்கி வெளியே எடுத்து வந்தார்.ஒற்றையடிப்பாதையில் நடந்து பிரதான சாலையில் கொண்டுவந்துமகளை கிடத்தினான்.

அதற்குள் ஊர் முழுவதும் அங்கே கூடிவிட்டது. உடலை பார்த்ததும் சத்தமிட்டு கதறி அழுதது. மகளின் உடலை பார்த்ததும் பத்மா மயங்கி சரிந்தாள். அருகிலிருந்த லீலா அவளை தாங்கிப் பிடித்து தன் மடியில் சாய்த்துக் கொண்டாள். ஆற்றங்கரையிலும் கிணற்றடியிலும் மக்கள் கூட்டம் நிரம்பி இருந்தது.மகளை மடியில் கிடத்தியவாறு வெற்றிவேல் தரையில் அமர்ந்து கதறியதை பார்த்த கூட்டம் ஆவேசப்பட்டது.இந்த பாதக செயலை செய்த படுபாவி யார் என தேடியது.

கூட்டத்தோடு கூட்டமாய் பெரியசாமியும் பிரகாசும் நின்றிருந்தனர். சமீப காலமாக எந்த ஒரு சமயத்திலும் தனக்கு சாதகமாக ஏதேனும் அதிசயம் நடக்கலாம் என காத்துக் கொண்டிருந்தார் பெரியசாமி. சிலந்திவலைபின்னி இரைக்காக காத்திருப்பதை போலபெரியசாமி பிரகாஷ் போன்ற இளைஞர்களை ஒன்று திரட்டி தனக்கான சந்தர்ப்பம் வருவதற்காககாத்திருந்தார்.

திடீரென்று அவர் மூளையில் விளக்கு எரிந்தது. ஓ இதுதான் நாம் காத்திருந்த சந்தர்ப்பமோ? அரசியல் பயணத்தில் ஒரு நீண்ட காலத்தை கோட்டை விட்டு

விட்டோம். இனி வரும் எல்லா சந்தர்ப்பங்களையும் உபயோகித்துக் கொள்ள வேண்டும். இந்த சந்தர்ப்பத்தை எப்படியாவது தனக்கு சாதகமாக பயன்படுத்த முடியுமா என யோசிக்க தொடங்கினார். சில நிமிடங்களில் அவரிடம் பக்காவாக ஒரு திட்டம் தயாரானது.

“டேய் பிரகாஷ் அன்றைக்கே சொன்னேனில்ல. இப்படி ஊருக்குள்ள கள்ளச்சாராயம் காய்ச்சிறகும்பல் இருந்தால்அதால நம்ம ஊரு பெண்களுக்கும் பிள்ளைகளுக்கும் ஆபத்து வரலாம் என்று. அது இன்னைக்கு வந்திருச்சி பாருடா. குடிகாரபயலுகள் நம்ம வீட்டுப் பெண்ணை எப்படி சிதைத்துப் போட்டு இருக்காங்க பாரு. இனியும் அவர்களை சும்மா விடக்கூடாது.நம்மபசங்களை வரச்சொல்லு.இன்னைக்கோட அவனுகளுடைய கதையை முடிச்சிடுவோம். இதுபோன்ற நிலை இனி வேற எந்த பொண்ணுக்கும் வரக்கூடாது” என உரக்க கத்தினார்.

பிரகாஷ் சைகை காட்ட ஆங்காங்கே நின்றிருந்த அவனுடைய சகாக்கள்ஓரிடத்தில் திரண்டனர். சில இளைஞர்கள் ஒன்று திரள்வதை பார்த்ததும் ஊராருக்கும் தைரியம் வந்தது. ஏற்கனவே கொந்தளிப்பான மனநிலையில் இருந்த மக்கள்கூட்டம் பெரியசாமி சொன்னதை நிறைவேற்ற உடனே களத்தில் இறங்கியது.ஒற்றையடி பாதையில் ஓடி தண்ணீர் இல்லாமல் வறண்டு கிடந்த ஆற்றுக்குள் வேகமாக இறங்கியது.

எதிர்க்கரையில் தூரத்தில் சிறிய குடில் அமைத்து பெரிய பெரிய மண்பானைகள் அடுக்கிஊரல்கள் அமைத்து விறகுகளை எரித்துசாராயம் காய்ச்சிய கும்பலுக்கு முதல் நாள் இரவிலிருந்து அந்த கிராமத்தில் என்ன நடந்து கொண்டிருக்கிறது என்பது தெரியவில்லை. சாராய கும்பல் எப்போதும் ஒரு விஷயத்தில் கவனமாக இருந்தனர். அது என்னவென்றால் எக்காரணத்தை கொண்டும் கிராமத்துக்குள் போய் வீண் வம்பு இழுத்து பிரச்சனையில் மாட்டிக் கொள்ளக் கூடாது என்பதுதான்.இதனால் பெரும்பாலும் ஊருக்குள் செல்வதையே தவிர்த்தனர். அதனால் அங்கு என்ன நடக்கிறது என்பது இவர்களுக்கு தெரியாது. தெரிந்துகொள்ளவேண்டிய அவசியமும் இதுவரை ஏற்பட்டதில்லை.

திடீரெனஊர் மக்கள் திரண்டு வருவதை பார்த்தவுடன் சாராய கும்பல் பயந்தது. எதற்காக வருகிறார்கள் இப்போது என்ன செய்வது என்று யோசிக்க அவகாசம் இல்லாததால்சிதறி ஓடியது. அதற்குள் மறுகரைக்கு போன கும்பல் அங்கிருந்த பொருட்களை அடித்து உடைத்தது.கேன்களில் விற்பனைக்கு வைத்திருந்த சாராயம் தீ வைத்து கொளுத்தப்பட்டது.வேகமாக பரவிய தீ குடிலையும் விட்டுவைக்காது சாம்பலாக்கியது.

சிலர் மறக்காமல் சாராய குப்பியை எடுத்து இடுப்பில் சொருகி கொண்டனர். இன்னும் சிலர் வேகமாக ஓடி சாராயம் விற்றபணம் எங்கேனும் இருக்கிறதா என்று தேடினர்.மக்கள் கூட்டம் கையில் சிக்கியவர்களை பலம் கொண்ட மட்டும் தாக்-

கியது.சிலர் தப்பி ஓடினார்கள். காயம்பட்ட நால்வரை இழுத்து வந்து ஊருக்கு மத்தியிலிருந்த மரத்தில் கட்டிவைத்து மறுபடியும் உதைத்தனர்.

இதற்குள் காவல் நிலையத்திற்கு தகவல் தெரிவிக்கப்பட்டது. இன்ஸ்பெக்டரும் காவலர்களும் வந்து சேர்ந்தனர். போலீசை பார்த்ததும் ஊர் மக்கள் சற்று அமைதியானார்கள்.இன்ஸ்பெக்டர்பலத்த காயங்களுடன் மரத்தில் கட்டி வைக்கப்பட்டிருந்த சாராய கும்பலுக்கு அருகே போனார். “யாரு குரூப்புடாநீங்க? எவ்வளவு நாளாக இந்த இடத்தில சாராயம் காய்ச்சிக்கிட்டு இருக்கிங்க” காயம் குறைவாய் இருந்த ஒருவனை பார்த்து கேட்டார். “பாலையா முதலாளி ஆளுங்க. இங்கே ரெண்டு மாசமா வேலை பார்க்கிறோம்”. பாலையா என்ற பெயர் இன்ஸ்பெக்டருக்கு புதிதாக இருந்தது.அவன் ஒன்றும் பெரிய ரவுடி இல்லையாரோ ஒரு புதுமுகம் தொழிலில் இறங்கி இருக்கான் என்று தெரிந்தவுடன் தைரியம் சற்று கூடியது.

“அங்க மொத்தம் எத்தனை பேரு இருந்தீங்க? நீங்கதான் இந்த காரியத்தை செய்ததா?” இன்ஸ்பெக்டரின் குரல் கடுமையானது. “ஐயா முதலாளியோடு சேர்த்து நாங்க மொத்தம் எட்டு பேர் இருந்தோம். நாங்க யாரும் எந்த தப்பும் செய்யலைங்க. இதுவரைக்கும் இந்த ஊர் பக்கம் கூட வந்ததில்லைங்க”வலியில் துடித்துக்கொண்டு பேசினான். “உங்ககிட்ட இப்படி கேட்டா ஒழுங்கா பதில் சொல்ல மாட்டிங்க. ஸ்டேஷனுக்கு கொண்டு போய் கேக்குறவிதத்தில் கேட்டா தன்னால பதில் வரும்”என்றவர் முதலில் கொலை சம்பவத்தை பற்றி விசாரிக்கலாம் என்று நினைத்து அங்கிருந்து நகர்ந்தார்.

இன்ஸ்பெக்டர் நடந்து வந்து வெற்றிவேலின் மடியில் கிடந்த சுந்தரியின் உடலை பார்த்தார்.தடயவியல் துறைக்கும்போட்டோகிராபருக்கும் தகவல்தெரிவித்தார்.காயம் பட்டிருந்த சாராய கும்பலை வேனில் ஏற்றி அழைத்துப்போய் முதலுதவி செய்து லாக்கப்பில் அடைத்து வைக்கும்படி உத்தரவிட்டார்.

“யார் முதலில் பார்த்தது?” இன்ஸ்பெக்டர் தன்னுடைய கேள்விகளை கேட்க துவங்கினார். கிழவி முன்னே வந்து “நான் தான்” என்றாள்.“எப்போ பார்த்த? ஏன் அங்கே போன? நீ பார்க்கும் போது என்ன மாதிரியான நிலையில் உடல் கிடந்தது? வேறு யாரேனும் அருகில் இருந்தனரா?” போன்ற பல்வேறு கேள்விகளை கேட்டார். கிழவி சொன்ன பதில்களை காவலர் ஒருவர் குறிப்பெடுத்துக் கொண்டார்.

தடயவியல் துறையினர் விரைந்துவந்தனர். அவர்களுடன்சம்பவ இடத்தை பார்க்க இன்ஸ்பெக்டரும் ஏட்டையாவும் ஒற்றையடி பாதையில் இறங்கி நடந்தனர். கொஞ்சம் இடைவெளி விட்டு பெரியசாமியும்பிரகாஷும் ஓரிரு ஊர் பெரியவர்களும் பின் தொடர்ந்தனர். சுந்தரியின் உடல் கிடந்த புதர் பகுதியை சுற்றிப் பார்த்துவிட்டு கிணற்றுக்கு அருகில் தனியாகவந்து இன்ஸ்பெக்டரும்ஏட்டையாவும் நின்று கொண்டனர்.

தடயவியல் துறையினர் சுந்தரி உடல் கிடந்த இடத்திலிருந்து உறைந்து போயிருந்த ரத்த மாதிரியைசேகரித்தனர். பின் அந்தப் பகுதி முழுவதும் வேறு ஏதேனும் காலடித்தடமோதடயங்களோ இருக்கிறதா என ஆய்வு செய்தனர்.தங்கள் ஆய்வை முடித்து கொண்டு இன்ஸ்பெக்டரிடம் வந்தனர். “என்ன சார் அதற்குள் முடிந்ததா? ஏதாவது தடயம் கண்ணில் பட்டதா?”என்றார்.

“எப்படி சார் கிடைக்கும். ஊர் முழுவதும் இங்கதான் சுத்தி வந்திருக்கு. எப்பேர்பட்ட குற்றவாளியா இருந்தாலும் தனக்கே தெரியாமல் சிகரெட் துண்டு, பஸ் டிக்கெட், வெற்றிலை பாக்கு போட்டு துப்பிய எச்சில், புகையிலை எச்சம் , பாலியல் வன்முறையின் போது நடக்கும் போராட்டத்தில் கிழியும் சட்டை துணிகள், பிய்ந்து போன செருப்பு,கற்றையாய்பிய்ந்துபோன தலைமுடி இப்படி ஏதாவது ஒரு தடயத்த கண்டிப்பா விட்டுட்டு போயிடுவான். பல கேஸ்களில் நாம் குற்றவாளியை கண்டுபிடிக்க இப்படி கிடைக்கும் தடயங்கள் தான் உதவி இருக்கு.இந்த கேசில் குற்றவாளி அப்படி தடயத்தை விட்டுட்டு போய் இருந்தாலும் இத்தனை பேர் புழங்கினதால் அது அழிந்திருக்கும்.எங்களுக்கு அந்த பிளட் சாம்பிலை தவிர வேறொன்றும் கிடைக்கவில்லை”.

“தடயமே கிடைக்காமல் எப்படி,எங்கிருந்து விசாரணையை தொடங்குவது? இனிவேற என்ன செய்யலாம்?” இன்ஸ்பெக்டர் கேட்டார்

“வேணும்னா டாக் ஸ்குவர்டை வரவழைச்சு ஸ்மல் பண்ணி பார்க்கலாம்சார்”

“ஏட்டையா வயர்லெஸ்ல கூப்பிட்டுடாக் ஸ்குவர்ட இங்கே சீக்கிரமா வர சொல்லுங்க”என்றார். ஏட்டையா ஜீப்பை நோக்கி வேகமாய் போய் தகவல் தெரிவித்துவிட்டு திரும்பி வந்தார்.

“அது சரி இதில் கிரைம் சீன் என்ன? எப்படி இந்த குற்றம்நடந்திருக்க வாய்ப்பிருக்கிறது?”

“சார் இரண்டு வகையான பாஸிபிலிடீஸ் இந்த கேசில் இருக்குது ஃபர்ஸ்ட்- இந்த அக்யூஸ்ட் ரொம்ப புத்திசாலியா இருக்கணும். இருளான நேரத்தில் எதிர்பாராமல் சிக்கிய இந்த சின்ன பொண்ணை மடக்கி கொண்டு போய் ரேப் பண்ணிட்டு தன்னுடைய விந்தணு போஸ்ட் மார்டமில்தெரிய கூடாதுன்னு பெண்உறுப்பு பகுதியை சிதைச்சிருக்கான்.இந்த மாதிரி சம்பவத்தை கொடூரமான மனம் படைத்த யார் வேண்டுமானாலும் செய்யலாம் என்பதால் இந்த வகையினரை கண்டுபிடிப்பது கடினம்.

செகண்ட் அவன் ஒரு சைக்கோவாக இருக்கலாம். இப்படிப்பட்டவனால் கொலை நடந்து இருந்தால் கண்டுபிடிப்பது சுலபம். இந்த சுற்றுவட்டாரத்தில் அதுபோல யாரேனும் உள்ளார்களா?அதுவும் அந்த குறிப்பிட்ட நேரத்தில் இந்தப் பக்கமாக திரிந்தார்களா? என்பதையும் விசாரித்தால் போதும். எதற்கும் போஸ்ட்மார்டம் செய்து ரிப்போர்ட் வரட்டும். அதில் ஏதேனும் க்ளு கிடைக்கக்கூடும்”தடயவியல்

அதிகாரி தனக்கு தெரிந்த வழிமுறைகளை இன்ஸ்பெக்டருக்கு தெரிவித்தார்.

காவல்துறை அதிகாரிகள் இருவரும் பேசுவதை சற்று தள்ளி நின்று வேறு எதையோ வேடிக்கை பார்ப்பது போல் பெரியசாமி கூர்ந்து கவனித்துக்கொண்டிருந்-தார். கொலைக்கான வழிமுறையாக தடயவியல் அதிகாரி கூறியதை மனதிற்குள் பதிந்து கொண்டார்.

“சரி அந்த இரு வழிகளிலும் முயற்சித்து பார்ப்போம். முதல்ல பாடியை மார்க் பண்ணி போட்டோ எடுத்துட்டு சீக்கிரமாபோஸ்ட்மார்ட்டதுக்கு அனுப்புற வேலையை பாருங்கள்”இன்ஸ்பெக்டர் உத்தரவிட்டார். அதற்குள் சில காவலர்கள் சுந்தரியின் உடலைச் சுற்றி நின்றிருந்த கூட்டத்தை விலக்கி தள்ளிக் கொண்டு போய் தூரத்தில் நிறுத்தி இருந்தனர்.

சுந்தரியின் உடலை எங்கு கிடந்ததோ அங்கு கொண்டுபோய் அதேபோல் கிடத்தி அவள் உடம்பில் கிடந்த வெற்றிவேலின் சட்டை அகற்றப்பட்டது. வெள்-ளைகோலப்பொடி கொண்டு ஆற்று மணலில் சுந்தரியின் உடலைச் சுற்றிலும்மார்க் செய்தனர். போட்டோகிராபர் வரவழைக்கப்பட்டு பல்வேறு கோணங்களில் சுந்த-ரியின் உடலும் சுற்றுவட்டாரமும் படம் பிடிக்கப்பட்டது. ஆம்புலன்ஸ்க்கு தகவல் சொல்லப்பட்டது.

பிரகாஷ் கடையில் இருந்த தொலைபேசியை நோக்கி பெரியசாமி ஓடினார். சென்னையில் இருக்கும் தலைவரின் தொலைபேசி எண்ணுக்கு தொடர்பு கொண்-டார். போனை எடுத்த உதவியாளரிடம்தன்னை முதலில் அறிமுகப்படுத்திக்-கொண்டு தலைவரிடம் பேசவேண்டும் என்றார். தலைவர் லைனில் வர“வணக்கம் தலைவரே நம்ம கிராமத்தில் நேற்று இரவு ஓர் அநியாயம் நடந்து போச்சு. நம்ம சாதி பெண் குழந்தை ஒன்று நேற்று இரவு பாலியல் வன்புணர்வு செய்யப்-பட்டு கொடூரமான முறையில் கொலை செய்யப்பட்டு இருக்கிறாள்.ஊரே பதட்டமா இருக்கு”என்று ஒரே மூச்சில் நடந்த சம்பவங்களை வேகமாக சொல்லி முடித்தார்.

“இதை யார் செய்து இருப்பார்கள் என ஏதாவது துப்பு கிடைத்ததா?சந்தேக லிஸ்டில் யாராவது இருக்காங்களா?” தலைவர் விவரமாக கேட்டார்.

“இல்லை தலைவரே ஆனா ஆத்துக்கு அந்தப் பக்கத்துக் கரையில் ஒரு சாராயம் காய்ச்சும் கும்பல்இருக்கு.இந்த சம்பவத்தை செய்தது அவங்களாக இருக்-குமோ என்று நினைச்சு காலையில நம்ம பசங்களோட போய் அந்த இடத்தை அடித்து நொறுக்கி விட்டோம்” பெரியசாமி பெருமையோடு பேசினார்.

“என்ன பெரியசாமி உங்களுக்குகொஞ்சமாவதுவிபரம் இருக்கா? எதை செய்-தாலும் முதல்லே என்னிடம் சொல்லிவிட்டு செய்யலாமில்ல? என்னிடம் சொல்லி இருந்தா நீங்க போறதுக்கு முன்னாடியே சேனல்காரன்களை அங்கே அனுப்பி இருப்பேன். நீங்க பண்ணுனத அவன் சேனலில் ஒளிபரப்பியிருப்பான். அதனால் நீங்களும் பிரபலமாகிஇருப்பீங்க.இப்படி கொஞ்சம் கொஞ்சமா பிரபலமானாதான்

அரசியல்ல மேலே வரமுடியும்.சரி இப்பவும் ஒண்ணும் கெட்டுப் போகலை. கொஞ்ச நேரம் அமைதியாக இருங்க சேனல்காரங்க வந்த பிறபாடு உங்கள் வேலையை காட்டுங்க''.

போனை வைத்த தலைவர் தனக்குத் தெரிந்த சேனல்களுக்கெல்லாம் போன் செய்து தகவல் தெரிவித்தார். பெரியசாமி மீடியா ஆட்கள் வருவதற்காக காத்திருந்தார். அவர்கள் வந்தவுடன் என்ன செய்ய வேண்டும் என்பதை மனதுக்குள் ஒத்திகை பார்த்தார்.

# 37

37

சற்று நேரத்தில்மோப்ப நாய் கொண்டு வரப்பட்டது.சுந்தரியின் உடல் கிடந்த இடத்தை முகர்ந்து பார்த்து விட்டு கிணறு வரை ஓடிய நாய் பின் ஆட்கள் கூட்டமாகநின்ற இடம் வரை ஓடியது. பின் திரும்ப சுந்தரியின் உடல் அருகே வந்து நின்று கொண்டது.அதன் செய்கையின் அர்த்தம் புரியாமல் பயிற்சியாளர் இரண்டாவது முறையும் முயற்சி செய்ய மறுபடியும் அதே போல ஓடி விட்டு சுந்தரி உடல் அருகே வந்து நின்றுவிட்டது.

“சார் ஜானிக்கு சரியாய் ஸ்மல் கிடைக்கல. கூட்டத்துக்கு அப்பால் போகாமல் திரும்பி திரும்பி இங்கேயே வருது.கிணற்றுக்கு பக்கத்துல வைத்து தான் அவன் சுந்தரியை ஏதாவது செய்திருக்கலாம்”.

தடயம் ஏதும் கிடைக்கவில்லை.மோப்பநாய் ஜானியும் எதையும் ஸ்மல் பண்ணவில்லை. இனி போஸ்ட் மாடத்தில் ஏதாவது க்ளுகிடைத்தால்தான் உண்டு. இல்லை எனில் முடிவு தெரியாமல் தேங்கிக் கிடக்கின்ற பல நூறுகேஸ்களில் இதுவும் ஒன்று என்று நினைத்துக்கொண்டு போலீஸ் ஜீப் நின்ற இடத்தை நோக்கி நடக்கையில் ஒன்றன்பின் ஒன்றாக நான்கு நியூஸ் மீடியா வேன்கள் வந்து நிற்பதை பார்த்தார்.

“யார் இவர்களுக்கு தகவல் சொன்னது? இந்த ஊரில் யாரும் அத்தனை விவரமானவர்கள் இல்லையே?இப்போதெல்லாம் மீடியாக்கள்கிராமங்கள் தோறும் தங்களுக்கென ஆட்களை நியமித்து செய்திகள் சேகரிக்கிறார்களோ? தடயம் ஏதும் கிடைக்கவில்லை, கொலைக்கான காரணம் தெரியவில்லை இப்படிஎதுவுமே தெரியாத இந்த கேசில் மீடியாக்களுக்கு என்ன தகவல் கொடுப்பது?” யோசித்துக்கொண்டே ஒற்றையடிப்பாதையில் நடந்து மேலே ஏறினார் இன்ஸ்பெக்டர்.

செய்தியாளர்கள் கேமராவை எடுத்து தயாராக பெரியசாமி மெதுவாக அவர்களின் அருகே போய் நின்று கொண்டார். “டேய் ரமேஷ் ஆரம்பத்துல நீ கேள்வியை கேளு. இடையில் ஏதேனும் டவுட் வந்தால் ரூபினிகேட்கட்டும்” என்று சொல்லிய ரஷீத் மற்ற செய்தியாளர்கள்மறைக்காத வண்ணம்கேமராவை எங்கு

வைக்கலாம் என ஆங்கிள்பார்த்தான்.

“என்னையா நாங்க கூப்பிடறதுக்கு முன்னாடியே வந்து நிக்கிறீங்க? இங்கே இப்படி ஒரு சம்பவம் நடந்திச்சுன்னுஉங்களுக்கு யார்யா தகவல் சொன்னது?” செய்தியாளர்கள் கேட்பதற்கு முன் முந்திக்கொண்டு கேள்வி கேட்கத் தொடங்கினார் இன்ஸ்பெக்டர்.

“புதுசாஏதாவது செய்தி இருக்கான்னு மேலிடத்திலிருந்து அடிக்கடி போன் பண்ணி ஒரே டார்ச்சர். 24 மணிநேர நியூஸ் சேனலுக்கு தீனி கொடுக்கணும்னா சாதாரண விஷயமா என்ன? நீங்க கூப்பிட்டு செய்தி கொடுக்கிறவரையும் காத்திருந்தாஅவ்வளவுதான். ஒரே மாசத்துல வேலையை விட்டு தூக்கி விடுவாங்க” ஒரு நிருபர் பதில் சொன்னார்.

விட்டா இன்ஸ்பெக்டர் ஏதாவது கதை அளந்துகிட்டு இருப்பார் என்று நினைத்த ஒரு இளம் நிருபர் நேரடியாகவே கேள்விக்கு வந்தார். “சார் இங்கு என்னவோ சிறுமி கொலை செய்யப்பட்டதாக சொன்னாங்களே அதைப்பற்றி கொஞ்சம் விளக்கமா சொல்றீங்களா?”. இன்ஸ்பெக்டர் தொப்பியை தலையில் வைத்து சீருடையை சீராக்கி கொண்டு கேமராவை பார்த்தபடி பேச துவங்கினார்.

“விருதுநகர் மாவட்டம் சுக்ரவரப்பட்டி கிராமத்தைச் சேர்ந்த வெற்றிவேல் என்கிற நபருடைய பெண் குழந்தை சுந்தரி வயது 9 நேற்று மாலை 6 மணி முதல் காணாமல் போனதாக இரவு இரண்டு மணிக்கு காவல் நிலையத்திற்கு வந்து புகார் செய்தனர். அதன் பெயரில் இரவு முழுவதும் கடும் வாகன சோதனைகள் மேற்கொள்ளப்பட்டது. இன்று காலை ஆறு முப்பது மணிக்கு குழந்தையின் உடல் ஆற்றங்கரையோர புதரில் கண்டுபிடிக்கப்பட்டதாக எங்களுக்கு தகவல் கிடைத்தது. உடனே இங்கு வந்து குழந்தையின் உடலை கைப்பற்றி அதற்கான நடைமுறைகளை முடித்து உடற்கூறு பரிசோதனைக்கு அனுப்ப ஏற்பாடு செய்யப்பட்டுள்ளது”என்று கூறி பேச்சை நிறுத்தினார்.

அவ்வாறு அவர் பேச்சை நிறுத்தியதை நீங்கள் கேள்விகள் இருந்தால் கேட்கலாம் என்பதற்கான சமிக்கையாக புரிந்துகொண்ட நிருபர்கள் கேள்விகள் கேட்க துவங்கினர். “கொலை எப்போது நடந்தது?”“இரவு நடந்திருக்கிறது சரியாகஎத்தனை மணிக்கு என்பது போஸ்ட்மார்ட்டம் ரிப்போர்ட்டில் தான் தெரியும்”.

“கொலைக்கு காரணமானவர்கள் என்று யார் மீதாவது சந்தேகம் இருக்கிறதா?” “அப்படி யாரும் இல்லை என்று பெற்றோர்கள் தெரிவிக்கின்றனர்”.

“கொலைசெய்யப்பட்ட சிறுமி பாலியல் வன்கொடுமைக்கு உள்ளாகி இருக்கிறாளா?” ரமேஷ் கேட்டான்.

“அதுபற்றி இப்போது எதுவும் கூற முடியாது. போஸ்ட் மார்டம் ரிப்போர்ட் வந்தால்தான் தெரியும்”.

“போஸ்ட்மார்ட்டம் ரிப்போர்ட் எப்போது கிடைக்கும்?”

“இரண்டு நாட்களில் ரிப்போர்ட் கிடைத்துவிடும்”.

“பொய் இது போலீஸ் உண்மையை மறைக்க சொல்லும் பச்சைப் பொய்” திடீரென பெருங்குரலெடுத்து பெரியசாமி கத்தினார்.கேள்வி கேட்டுக் கொண்டிருந்த நிருபர்களும் பதில் சொல்லிக் கொண்டிருந்த இன்ஸ்பெக்டரும் திகைத்துப்போய் பெரியசாமியை பார்த்தனர். அவர் சத்தம் கேட்டு ஆங்காங்கே நின்றிருந்தவர்கள் அருகே நெருங்கி வந்தனர். அத்தனை கேமராக்களும் பெரியசாமியை நோக்கி திரும்பின.

“இன்ஸ்பெக்டர் யாரையோ காப்பாற்ற முயற்சிக்கிறார். அதனால்தான் பாலியல் வன்கொடுமை செய்து கொல்லப்பட்ட சிறுமியை பற்றி கேட்டால் மழுப்பலாக பதில் சொல்கிறார்”. கேமராக்கள் இன்ஸ்பெக்டரை பார்த்தன. அவருடைய முகம் கோபத்தில் சிவந்தது.“யாருய்யா நீஇந்த விஷயத்தில் போலீஸ் எதுக்கு பொய் சொல்லணும். எதையும் ஆதாரம் இல்லாமல் பேசக்கூடாது” அவருடைய குரலில் கண்டிப்பு தெரிந்தது.

திடீரென பெரியசாமி சுந்தரி உடலை நோக்கி ஓடினார். அவளுடைய உடலின் மேல் போர்த்தி இருந்த துணியை நீக்கினார். கூட்டம் செய்வதறியாது திகைத்து நின்றது. “நல்லா பாருங்க இந்த சின்ன பெண்ணின் உடலில் ஒட்டு துணி இல்லை. அவள் உடம்பில் எங்க காயம்பட்டு இருக்கு பாத்தீங்களா? இதுக்கு மேல வேறென்ன ஆதாரம் வேண்டும்.

சுந்தரி எவனோ ஒரு அயோக்கியனால்கடத்தப்பட்டு கிணற்றடியில் வைத்து வன்புணர்வு செய்து கொலை செய்யப்பட்டிருக்கிறாள். பின் தான் கண்டுபிடிக்கப்படாமலிருக்க சிறுமியின் பிறப்பு உறுப்பை சிதைத்துஆதாரத்தை அவன் அழித்திருக்கிறான்.

இதுதான் நடந்திருக்கும் இதெல்லாம் தெரிந்தும் தெரியாத மாதிரி இன்ஸ்பெக்டர் பேசினால் அதற்கு ஏதோ ஒரு காரணம் இருக்கும்” பெரியசாமி அத்தனை கூட்டத்திற்கு முன் நின்று கத்தினார்.

செய்தியாளர்களின் கேமராக்கள் பெரியசாமி பேசியதையும் அருகில் கிடந்த சுந்தரியின் நிர்வாண உடலையும் பதிவு செய்து கொண்டிருந்தன.மகளின் உடலை மறைக்க தான் கட்டிய வேட்டியை உருவிக்கொண்டு ஓடிவந்தார் வெற்றிவேல்.

அதற்குள்பத்மா ஓடிப்போய் பெரியசாமியின்கையில் இருந்த துணியை பிடிங்கிசுந்தரியின் உடலை மூடினாள். “ஏய் சுந்தரி கொஞ்சம் பொறு. நான் வந்து குளிப்பாட்டி விடுறேன்”“வேண்டாம் நானேகுளிச்சுக்கிறேன்”“அதான் ஜட்டி போட்டிருக்க இல்ல பின்னே துண்டு என்னத்துக்கு?” “நீ பார்த்துட்டே இருக்கஎனக்கு கூச்சமா இருக்கு அங்கிட்டு போம்மா”. “உன் உடம்பை என்னையே பார்க்கவிட மாட்டியே இப்ப உனக்கு என்னடி ஆச்சு? ஏன் இப்படி கிடக்க? எந்திரிடிசுந்தரி-

எந்திரிச்சுடுடி''என்றுபத்மா சுந்தரியின் உடலை பிடித்து குலுக்கிக் கொண்டு கதறி அழுதாள்.

''ப்ளீஸ் படம்பிடிப்பதை உடனே நிறுத்துங்கள். சட்டத்திற்கு புறம்பான தவறான காரியத்தைச் செய்யாதீர்கள்'' ரூபினி வரிசையாக நின்று கொண்டிருந்த கேமரா-மேன்களுக்கு முன்பாக போய் கையை விரித்து படம் பிடிப்பதை தடுத்தாள்.

தன்னோடு நின்றிருந்த மற்ற சேனல்களின் செய்தியாளர்களை பார்த்து ''நண்-பர்களே என்னதான் இது பிணம் என்றாலும்அது ஒரு பெண்அதுவும் நிர்வாண கோலத்தில் கிடக்கிறது. அதை படம்பிடித்து காட்டிதான் செய்தியாக்க வேண்டுமா? சட்டப்படி பாதிக்கப்பட்ட பெண்ணின் பெயரை கூட தெரிவிக்கக் கூடாது என்றி-ருக்கும் போது இப்படி அவள் உடலை படம் எடுத்து காட்டலாமா?

நாம் சேகரித்த செய்திகளில் இந்த பெண்ணின் உடலை காட்டாமல் எடிட் செய்து அனுப்புவது தான் நாம் அவளுக்கு செய்யும் இறுதி மரியாதையாக இருக்-கும். அவ்வாறு செய்யாவிட்டால் இது சட்டபூர்வமாக மட்டுமல்ல மனிதாபிமான முறையிலும் தவறானதாகிவிடும்''என்று வேண்டி கேட்டுக் கொண்டாள்.

''என்ன இன்ஸ்பெக்டர் இந்த ஆள் முட்டாள்தனமா நடந்துக்கிறார். நீங்களும் அதை வேடிக்கை பார்த்துகிட்டு இருக்கீங்களே?'' இன்ஸ்பெக்டரை பார்த்து கோப-மாக கேள்வி எழுப்பினாள். இன்ஸ்பெக்டர் பெரியசாமியை முறைத்துப் பார்க்க பெரியசாமி பயத்தில் அங்கிருந்து சற்று நகர்ந்து போனார்.

ரூபினியின் வேண்டுகோள் ஏற்கப்பட்டு கேமராக்கள் ஆப் ஆகின. படம் பிடிக்-கப்பட்ட காட்சிகள் நேர்த்தியாக எடிட் செய்யப்பட்டு சேனல்களின் தலைமை அலுவலகத்துக்கு செய்தியாக அனுப்பப்பட்டன. அதை செய்தி நிறுவனங்கள் அந்த ஞாயிற்றுக்கிழமையின் காலை தலைப்புச் செய்தியாக ஒளிபரப்ப துவங்கின.

தன்னுடைய திட்டம் பாதியில் நின்றதை கண்டு பெரியசாமிக்கு கடும் கோபம் வந்தது. என்றாலும் அதை செய்தியாளர்களிடம் காட்ட முடியாதேவேறு என்ன செய்யலாம் என யோசித்தார்.

சுந்தரியின் உடல் இங்கே வைத்திருந்தால் இப்படி வேறு பல சிக்கல்கள் வரக்-கூடும் என நினைத்த இன்ஸ்பெக்டர் உடலை ஆம்புலன்சில் ஏற்றி செல்ல உத்த-ரவிட்டார். சுந்தரியின் உடல் ஆம்புலன்சில்ஏற்றப்பட்டது. வெற்றிவேலுவும்பத்மாவும் லீலாவும்சுந்தரியின் உடலுடன்ஏறி அமர்ந்தனர். உறவினர்கள் ஆம்புலன்சை சுற்றி நின்று கதறி அழுதனர்.

காவலர்கள் மெதுவாக எல்லோரையும் ஆம்புலன்சின் அருகிலிருந்து அகற்றி-னார். வண்டி புறப்பட தயாரானது.

# 38

38

எரிமலை போல வெடிக்கும் என எதிர்பார்த்த ஒரு சம்பவம் புஷ்பவனமாகி போனதை நினைத்து பெரியசாமிக்கு ரொம்ப வருத்தமாகிப்போனது. இனி இது-போல ஒரு சந்தர்ப்பம் அமையாது.தன் அரசியல் எதிர்காலம் இதில் தான் உள்-ளது. எனவே இந்த பிரச்சனையை அத்தனை எளிதாக விட்டுவிட கூடாது என முடிவுசெய்தார்.அதற்கு ஏற்றார்போல் வேகவேகமாக கணக்கு போட்டார்.

“டேய் பிரகாஷ் நம்ம பசங்களை வரச்சொல்லுடா. இங்கேயே நம்முடைய செல்லத்துக்கு நீதி கிடைக்க வேண்டும். அவளை இந்த நிலைக்கு உள்ளாக்கிய அயோக்கியனை கண்டுபிடிக்காமல் நம்ம தங்கத்தின் உடலை கொண்டு போக அனுமதிக்கக்கூடாது”என்று சத்தமாக அவர் கூறியவுடன் திரும்பவும் கேமராக்கள் ஆன் ஆகின.

பிரகாஷ் தன் கூட்டாளிகளுடன் ஆம்புலன்சை சூழ்ந்து கொண்டான். வண்-டியின் இன்ஜினை அணைக்கும்படி கூறி வண்டியின் பக்கவாட்டில் ஓங்கி தட்டி-னான். அங்கே நின்றிருந்த காவலர்கள் ஓடி வந்து அவர்களை தடுக்க முயன்றனர். காவலர்கள் தங்களை தாக்குவதற்காக தான் வருகிறார்களோ என பயந்த கும்-பல் மேலும் எகிறியது. எல்லா பக்கத்திலிருந்தும் வண்டியை கைகளால் அடித்தது. யாரோ ஒருவன் தன் கையில் சிக்கிய பெரிய செங்கலால் அடித்து ஆம்புலன்சின் முன்பக்க கண்ணாடியை உடைத்தான்.

நிலவரம் கலவரம் ஆவதை உணர்ந்த இன்ஸ்பெக்டர் கூட்டத்தை விலக்-கிக்கொண்டு ஓடிவந்தார்.“யோவ் நிறுத்துங்கய்யாஉங்களுக்கு இப்ப என்னதான்யா-செய்யணும்?” என்றார்.

“ நீதி வேண்டும் நீதி வேண்டும் சுந்தரியின் கொடூர மரணத்திற்கு உடனே நீதி வேண்டும்”

“கைது செய் கைது செய் குற்றவாளியை உடனே கைது செய்”

“துணை போகாதே துணை போகாதே குற்றவாளிக்கு துணை போகாதே” என்று பெரியசாமி உரத்த குரலில் சொல்ல கூட்டமும் அவ்வாறு சொன்னது.

இன்ஸ்பெக்டர் பெரியசாமியை நெருங்கிவந்து "ஹலோ யார் நீ? உன் பெயர் என்ன?" என்றார்."என் பெயர் பெரியசாமி தாழ்த்தப்பட்டோர் முன்னேற்ற கழகத்தின் மாவட்ட செயலாளர். எங்களெம்இனமக்களுக்கு ஒரு சிறு பாதிப்பு நேர்ந்தாலும் அவர் துயர் தீர்க்க பாடுபடுவதற்காகவே தலைவர் சிந்தனை செல்வன் அவர்களால் ஆரம்பிக்கப்பட்ட கழகம் இது. இப்போது எம் இன சிறுமி சுந்தரியின் மரணத்துக்கு நியாயம் கேட்கிறோம்" என்று கேமராவை பார்த்து பேசினார்.

பெரியசாமியின் குரல் உயர்ந்ததால் இன்ஸ்பெக்டரின் குரல் குலைந்தது. "இங்குள்ள நிலவரம் புரியாம பேசாதீங்க பெரியசாமி. பாடி கிடந்த இடத்தில் தடயம் ஏதும் கிடைக்காதபடி ஊர் ஆட்கள் நடந்து நடந்து அழித்துவிட்டீங்க.மோப்பநாயாலயும் எதையும் கண்டுபிடிக்க முடியல.இனி போஸ்ட்மார்டம் பண்ணி ரிப்போர்ட் கிடைச்சால் தான் எதுவுமே செய்ய முடியும். எனவே முதலில் பாடியை ஆஸ்பத்திரிக்கு அனுப்புவோம் பின்னர் விசாரணையை தொடங்குவோம்" பக்குவமாக நிலைமையை இன்ஸ்பெக்டர் எடுத்துச் சொன்னார்.

சட்டென்று பெரியசாமியின் குரல் மேலும் உயர்ந்தது. "உங்களுடைய பேச்சு நடவடிக்கை எல்லாம் சரியில்லை இன்ஸ்பெக்டர். உங்க விசாரணை மேல எங்களுக்கு நம்பிக்கை இல்லை. அதனால இங்கே உடனேயே கலெக்டர் வரணும். ஒரு உயர் அதிகாரியை கொண்டு விசாரணை நடைபெற வேண்டும். குற்றவாளி கைது செய்யப்பட வேண்டும் அதுவரை பாடியை கொண்டுபோக அனுமதிக்க முடியாது" பெரியசாமி உறுதியாக சொன்னார்.

வெறும் ஐந்து காவலர்களை வைத்துக்கொண்டு இவர்களை சமாளிக்க முடியாது என்பதை உணர்ந்த இன்ஸ்பெக்டர் மேலிடத்துக்கு தகவல் தெரிவிக்க வயர்லெஸ் பொருத்தப்பட்டிருந்த ஜீப்பை நோக்கி போனார்.

செய்தியாளர்கள் தங்களுடைய சேனலுக்கு அவசர அவசரமாக தாங்கள் பதிவு செய்த செய்திகளை அனுப்பினர். பெரியசாமி பிரகாஷ் கடையில் இருந்து தொலைபேசியில் தலைவரை மீண்டும் தொடர்பு கொண்டார். அங்கே நடந்த விவரங்களை தெரிவித்தார்.

"சூப்பர் பெரியசாமிரொம்ப கச்சிதமாய் வேலை பார்த்திருக்க.இப்ப எல்லா சேனலிலும் உன் முகம் தான் தெரியுது. நான் இன்று கிளம்பி நாளை காலை அங்கே வருகிறேன் அதுவரை இந்த நெருப்பு அணைந்து விடாதபடி பார்த்துக்க" என்றவர் இந்த கொலையை எப்படி தன் கட்சியின் வளர்ச்சிக்கு பயன்படுத்துவது என்று யோசித்தபடியேவிருதுநகருக்கு கிளம்ப தயாரானார்.

சிறுமி கொலை வழக்கின்நிலைமை விபரீதம் ஆவதை அறிந்த கலெக்டர், மாவட்ட காவல் கண்காணிப்பாளர், மாவட்ட வருவாய் அதிகாரி போன்ற உயர் அதிகாரிகள் அனைவரும் சுக்ரவராபட்டி கிராமத்துக்கு விரைந்து வந்தனர். அவர்களோடு பாதுகாப்புக்கு மூன்றுவேன்களில் அதிரடிப்படை போலீசாரும் வந்தனர்.

கிராமத்தில் வந்திறங்கியதும் இன்ஸ்பெக்டர் உடன் பேசி நிலவரத்தை நேரில் அறிந்து கொண்டனர்.பெரியசாமியுடன் நேரில் பேச்சுவார்த்தை நடத்த கலெக்டர் தயாரானார்.

“உங்கள் கோரிக்கை என்ன மிஸ்டர் பெரியசாமி”.

“ஐயா உடனடியா நடவடிக்கை எடுக்கணும்ங்க. குற்றவாளியை உடனே கைது செய்யனும். அவ்வளவு தானுங்க”.

“அதான் இன்ஸ்பெக்டர்ஒத்துக்கிட்டாரேபாடியை போஸ்ட் மார்ட்டத்துக்கு அனுப்பிட்டு விசாரணையை ஆரம்பிச்சுடலாம் என்று சொன்னாரில்லையா? அதுல உங்களுக்கு என்ன கஷ்டம்?”.

“அவரு போஸ்ட்மார்ட்டம் ரிப்போர்ட் வரணும்ன்க்கிறார். உள்ளங்கையில் உள்ள புண்ணை பார்க்க பூதக்கண்ணாடிஎன்னத்துக்கு.அந்த பிள்ளை பாலியல் பலாத்காரத்திற்கு உள்ளாகி கொடூரமாக கொலை செய்யப்பட்டு இருக்கிறாள் என்பது பார்க்கும்போதேதெரியுது. இனி என்னத்துக்கு போஸ்ட்மார்ட்டம் ரிப்போர்ட்டுக்காககாத்திருக்கணும். அவர் யாரையோ காப்பாற்ற முயற்சிக்கிறார்”

“அவர் யாரை காப்பாற்ற முயற்சிக்கிறாருன்னு நினைக்கிறீங்க?”

“அது எனக்கு என்னங்க தெரியும். அவரை தான் கேட்கணும்”

பெரியசாமியின் பேச்சை கேட்டுகலெக்டருக்கு தலைவலிப்பது போல் இருந்தது. “புரியாம பேசாதீங்க பெரியசாமி.நீங்க சொல்வதை போல பொத்தாம் பொதுவா நாங்க சொல்ல முடியாது. அதிகாரிகள் என்றால் எதையும் ஆதாரபூர்வமாக முடிவு செய்யணும். இப்ப உடலை போஸ்ட் மார்டத்துக்கு அனுப்புவோம். நானும் இங்கே உங்க கூடவே இருந்து விசாரணையை தொடங்குவோம். குற்றவாளிகள் யார் என்று கண்டு பிடிப்போம் என்ன சரிதானே?”

“மன்னிச்சுக்கோங்க ஐயா எங்க முடிவுல எந்த மாற்றமும் இல்லை.முதல்ல குற்றவாளியை கைது செய்யுங்கள் பின்னர் பாடியை கொண்டுபோகலாம். இல்ல போலீசை வைச்சு கட்டாயப்படுத்தி கொண்டு போக முயற்சித்தால் அது எங்க பிணத்தைத் தாண்டி தான் போக முடியும். அப்புறம் இங்க நிகழ்கின்ற அனைத்து சம்பவங்களுக்கும் நீங்க தான் பொறுப்பு ஏற்க வேண்டிவரும்”.

இனிமேலும் பெரியசாமியுடன் பேசுவது பயனற்றது அவரை இந்த விஷயத்தில் நுழையவிடாமல் செய்ய வேண்டும் என்று முடிவெடுத்த கலெக்டர் தன் வாகனம் நிறுத்தப்பட்டிருந்த இடத்தை நோக்கி நடந்தார். மற்ற உயர் அதிகாரிகள் அவரை பின் தொடர்ந்தனர்.

பெரியசாமி இவ்வாறு கலெக்டருக்கு நேருக்கு நேர் நின்று பயமில்லாமல் பேசியதை பார்த்த பிரகாசுக்கும் அவன் ஆட்களுக்கும் தைரியம் வந்ததுஎந்த பிரச்சனையில் இருந்தும் பெரியசாமி தங்களை காப்பார் என்ற நம்பிக்கையும் வந்தது.

பதட்டத்தை எவ்வாறு தணிப்பது என்பதை பற்றி உயர் அதிகாரிகளுடன் கலந்து ஆலோசித்தகலெக்டர் உடனடியாக ஆர்டிஓ விசுவநாதன் தலைமையில் ஒரு டிஎஸ்பி யைக் கொண்டு விசாரணையை துவங்க உத்தரவிட்டார்.தன்னுடைய உதவியாளரிடம் பெரியசாமியை பற்றி ரகசியமாக ஊருக்குள் விசாரிக்க சொன்னார்.

எங்கிருந்தோ இரண்டு டேபிள்களும் நாற்காலிகளும் கொண்டுவந்து இடப்பட்டு அங்கேயே விசாரணை துவங்கியது. விஸ்வநாதன் முன் வெற்றிவேலும் பத்மாவும் அழைக்கப்பட்டு வாக்குமூலம் வாங்கப்பட்டது.பின் “கடைசியாக சுந்தரியை உயிரோடு பார்த்தது யார்?” விஸ்வநாதன் குரல் உயர்த்தி கூட்டத்தைப் பார்த்து கேட்டார்.

திலீப் கூட்டத்திலிருந்து முன் வந்தான். “சார் நான் தான் பார்த்தேன். ஆத்தங்கரையோர மைதானத்தில் விளையாடிக் கொண்டிருந்த என்னை அம்மா அழைப்பதாக சொல்லி உடனே வீட்டுக்கு வர சொன்னாள்”.“அப்போ மணி என்ன?” “சுமார் ஆறு மணி இருக்கலாம்”. “பின் என்ன நடந்தது?””அவள் வேகமாக ஓடி விட்டாள். நான் குறுக்கு வழியாக வீட்டுக்கு வந்து விட்டேன்””அவளை அதன்பிறகு பார்த்தியா?” “இல்லை”. “உன் கூட விளையாடிய வேறு பையன்கள் யார் யார்?”. திலீப் பேர் சொல்ல அந்தப் பையன்கள் வரிசையாக வந்து நின்றனர்.

அவர்களிடமும் கேள்விகேட்கப்பட்டது. ஒருவன் “சுந்தரி வந்து ஏதோ சொன்னாள் உடனே திலீப் நான் கிளம்புறேன்னு எங்ககிட்ட சொல்லிவிட்டு அவளை விரட்டிக்கொண்டு பின் தொடர்ந்து ஓடினான்”என்றான். போலீஸ் மேற்கொண்டு ஒவ்வொரு பையனாக விசாரித்து அதை குறிப்பு எடுத்து கொண்டு இருந்தது.

தன் வளர்ச்சிக்கு சுந்தரியின் கொலை சம்பவத்தை பயன்படுத்திக் கொண்டிருந்த பெரியசாமிக்கு கூடுதல் போனசாக டீச்சரின் மகன் பெயர் அடிபட ஆரம்பித்தவுடன் மனது மகிழ்ச்சியில் திளைத்தது. அதை முகத்தில் காட்டிக்கொள்ளாமல் இவனை எப்படியாவது இதில் மாட்டிவிட வேண்டும் அதன் மூலம் லீலாவை ஊருக்குள் தலைநிமிர்ந்து நடக்க முடியாமல் செய்யலாம் என தீர்மானித்தவர் அதை செயல்படுத்த ஆயத்தமானார்.

பையன்களிடம் போலீஸ் விசாரித்துக் கொண்டிருந்தபோது திடீரென பெரியசாமிஆவேசம் வந்தவரைப் போல் திலீப்பை நோக்கி ஓடினார். “ஏன்டா படுபாவி இது உன் வேலை தானா? அவளை துரத்தி விட்டு ஓடிப்போன நீதான் அவளைக் கெடுத்து கொலை செய்திருக்கனும். ஆனாலும் எங்க முன்னாடி நேற்றிலிருந்து ஒன்னும் தெரியாதவன் மாதிரி எவ்வளவு அருமையா நடிச்சடா.உன்புத்திசாலித்தனத்தை எல்லாம் படிப்பில் காட்டியதோட நிறுத்தாம அவ பெண் உறுப்பை சிதைக்கிறதிலும் காட்டி இருக்கியேடா பாவிபயலே” என்று சொல்லி அவன் கன்னத்தில் அறைந்தான்.

அது தங்களுக்கான சிக்னல் என புரிந்து கொண்ட பிரகாசும் அவன் நண்பர்களும் பாய்ந்து வந்தனர். தங்களுடைய பங்குக்கு திலீப்பை தாக்கினர். ஒரு நிமிஷ நேரத்துக்குள் நடந்துவிட்ட இந்த செயலை எதிர்பாராத காவலர்கள் சுதாரித்துக் கொண்டு ஓடி வந்து எல்லோரையும் பிடித்து விலக்கி விட்டனர். இதைப் பார்த்து கூடியிருந்த கூட்டம் திடுக்கிட்டுப் போனது.மக்கள் மத்தியில் பயங்கர சலசலப்பு எழுந்தது.

லீலாவுக்கு திடீரென மயக்கம் வருவது போல் ஆகிவிட்டது. இங்கே என்ன நடக்கிறது? எதனால் திலீப்பை சுற்றி இந்த சூழ்ச்சி வலை பின்னப்படுகிறது? இதிலிருந்து அவனை மீட்பது எப்படி? இப்போது நான் எது பேசினாலும் அது எனக்கெதிராகதிரும்புமே?என்ன செய்வது என்று முடிவெடுக்க முடியாமல் திண்டாடினாள்.

# 39

39

ஊர் மக்களின் கவனம் திசை திரும்பி தான் அதிரடியாக செயல்பட வாய்ப்பு கிடைக்குமா என எதிர்பார்த்துக் கொண்டிருந்த கலெக்டர்இதுதான் சரியானநேரம் என முடிவெடுத்து “இந்த பையனை ஸ்டேஷனுக்கு அழைச்சிட்டுப் போய் விசாரணை செய்யுங்கள். பாடியை உடனடியா போஸ்ட்மார்ட்டம் பண்ணி ரிப்போர்ட் வாங்குங்க. இந்த கேஸ் சம்பந்தமான எந்த ஒரு தகவல் கிடைத்தாலும் அதை உடனுக்குடன் எனக்கு தெரிவிக்கனும்” என்று வரிசையாக உத்தரவுகளை பிறப்பித்தார்.

கலெக்டரின் குரல் உயர பெரியசாமி அடுத்து என்ன செய்வது என யோசிக்க தொடங்கினார். தன்னுடைய முக்கிய கோரிக்கையான குற்றவாளியை பிடிக்க வேண்டும் என்பது கிட்டத்தட்ட நிறைவேறியது போல் ஆகிவிட்டது. இனியும் அதேகோரிக்கையை சொல்லி சுந்தரியின் உடலை போஸ்ட் மார்டத்துக்கு எடுத்து செல்ல விடாமல் தடுக்க இயலாது. வேறு என்ன கோரிக்கையை முன் வைக்கலாம்?

கலெக்டர் வந்த அணிவகுப்பில் இருந்த வேறொரு ஆம்புலன்சில் சுந்தரியின் உடல் ஏற்றப்பட்டது. அதுவரை அமைதியாக இருந்த வெற்றிவேல் ஆவேசம் வந்தவனாக திலீப்பை நோக்கி ஓடினான். அதே வேகத்தில் அவனுடைய நெஞ்சில் ஓங்கி மிதித்தான். திலீப் அந்த உதையின் வேகத்தை தாங்க முடியாமல் தூரத்தில் போய் விழுந்தான்.“ஏண்டா நாயே தங்கச்சி தங்கச்சின்னு சொன்னியே உன் மனசுல இவ்வளவு அழுக்கை வச்சிக்கிட்டு தானா அப்படி நடிச்ச? உனக்கு பொம்பளைதான் தேவைனா உன் வீட்ல தான் இரண்டு பேர் இருக்காங்களேடா அங்கே போக வேண்டியதுதானே? உன்னை யார் தடுக்க போறாங்க. அதை விட்டுட்டு அநியாயமா என் மகளைசாவடிச்சிட்டியேடா படுபாவி” என்று திரும்பவும் தரையில் விழுந்து கிடந்தவனை காலால் மாறிமாறி உதைத்தான். காவலர்கள் வந்து வெற்றிவேலை இறுக பற்றி இழுத்துக் கொண்டுபோய் ஆம்புலன்சில் ஏற்றி சுந்தரியின் உடலோடுஅனுப்பி வைத்தனர்.

டிஎஸ்பி தனியாக அழைத்துக் கொண்டு போய் "நீதான் சுந்தரியை கொலை செய்தாய் என்பது இப்ப தெளிவா தெரிஞ்சு போச்சு. எப்படி கொலை செய்தாய்? எங்கே வைத்து என்ன செய்தாய்? என்பதையெல்லாம் விலாவரியாக சொல்லிவிடு" என்றார். திலீப் எல்லாவற்றுக்கும் "நான் எந்த தவறும் செய்யவில்லை. எனக்கு எதுவும் தெரியாது. நான் சிறிது தூரம் விரட்டிக்கொண்டு ஓடினேன்.பின் வேறு பாதையில் வீட்டுக்கு போய் விட்டேன்" என்று நடந்ததை திரும்பத் திரும்ப கூறி-னான். ஒருகட்டத்தில் கடுப்பாகிப் போன டிஎஸ்பி லத்தியால் சிலமுறை திலீப்பை பொது இடத்தில் வைத்து அடித்தார்.

அதை தடுத்த விசுவநாதன் "முதல்ல கொலைக்கு பயன்படுத்தப்பட்ட ஆயு-தமோ,வேறு தடயமோகிடைக்குதான்னுபாருங்க"என்றார். சுந்தரியின் உடல் கிடந்த இடம் மீண்டும் ஒருமுறை சல்லடை போட்டு சலிப்பதை போல் பரிசோதிக்கப்பட்-டது. மணலில் திட்டுத்திட்டாக கிடந்த ரத்தத்தின் மாதிரி மேலும் ஒரு பாலிதீன் கவரில் சேகரிக்கப்பட்டது.

"சார் இது தவிர வேறு எந்த தடயமும் இல்லை. இந்த பையன் வீட்டில் சோதனை செய்தால் ஏதாவது தடயம் கிடைத்தாலும் கிடைக்கலாம்" என்று டிஎஸ்பி சொல்ல ஆர்டிஓ தலைமையிலான குழு லீலாவின் வீட்டுக்கு போனது. "வீட்டுக்குள்ள போயி சோதனை செய்றதுக்கு முன்னாடி இந்த ஊர் விஏஓ, தலையாரி,சாட்சிக்கு இரண்டு பேரையும் கூப்பிடுங்க"விஸ்வநாதன் எல்லாவற்றை-யும் சட்டப்படி செய்தார்.

இந்த முறை பெரியசாமி சாட்சிக்கு ஊர் பெரியவர் ஒருவர் உடன் பிரகாசை உள்ளே அனுப்பினார். விசாரணை குழுவுடன் விமலா, தலையாரி, பிரகாஷ் மற்-றும் ஒருவர் என நான்கு பேர் லீலாவின் வீட்டிற்குள் சென்றனர். சேனல் கேம-ராமேன்கள் வீட்டின் திறந்திருந்த ஜன்னல்கள் வழியாக கேமராவை நுழைத்து உள்ளே நடப்பதை படம்பிடிக்க துவங்கினர்.

போலீசார்வீட்டை புரட்டிப்போட்டு சோதனை செய்ததில் அழுக்குத்துணி கூடையில் இருந்த சுந்தரியின் பச்சைநிற பாவாடை சிக்கியது."இது யாரோ-டது"விஸ்வநாதன் கேட்டார்."சுந்தரியோடதுதான் அவள் விளையாட போகும் போது இங்கே வைத்துதான் உடை மாற்றிக் கொண்டு போவாள்"லீலா பதில் சொன்னாள்.

முக்கிய தடயம் கிடைத்துவிட்டது என்கிற ரீதியில் டிஎஸ்பி ஆர்டிஓ வை பார்க்க அவர் "மேடம் இப்போது திலீப்பை விசாரிக்க காவல் நிலையத்துக்கு அழைத்து போறோம்" என்று நகர முயன்றார்."சார் நீங்க அவனை தாராளமா அழைச்சிட்டு போகலாம். ஆனா அதுக்கு முன் நேற்று என்ன நடந்தது என்று நான் சொல்வதையும் கேட்டுட்டு போங்க" என்று கூறிய லீலா முதல் நாள் மாலை

சுந்தரி வீட்டுக்கு வந்ததிலிருந்து நடந்தவைகளை கூறினாள்.

"நேற்று மாலை 6 மணி ஆனதால் நான்தான் திலீப்பை அழைத்துவர சுந்தரியை அனுப்பினேன். அவள் போய் அவனை அழைத்திருக்கிறாள்.யார் முதலில் வீட்டிற்கு போய் சேர்வது என்று அவளும் அவனும் போட்டி போட்டுக் கொண்டு ஓடி சில நிமிடங்களில் திலீப் வீடு வந்து சேர்ந்தான். அவள் விளையாட பள்ளி மைதானத்திற்கு போயிருப்பாள் என்று நான்கவனிக்காமல் இருந்துவிட்டேன். மாலை ஆறு முப்பதுக்கு மகளை காணோம் என்று பத்மா தேடி வந்து விட்டாள். சுந்தரியை அனுப்பிய ஐந்து நிமிடத்திற்குள் திலீப் வீடு வந்து சேர்ந்து விட்டான். அதன்பின் எங்கும் வெளியே போகவில்லை ஒரு ஐந்து நிமிட நேரத்திற்குள் ஒருவனால் இத்தனை பெரிய பாதகத்தை செய்ய முடியுமா? எப்பேர்பட்ட ப்ரொபஷனல் கில்லரால் கூட இப்படி செய்ய முடியாதே. இதை கொஞ்சம் யோசிச்சு பாருங்க".

லீலாவின் கூற்றில் உண்மை இருப்பதை உணர்ந்த டிஎஸ்பி"இனி என்ன செய்வது" என ஆர்டிஓ வை கேட்டார். நீண்ட ஆலோசனைக்கு பின்னர் "டீச்சர் இப்ப இருக்கிற நிலையில திலீப் இங்கே இருக்கிறது அதனை சேஃப்டி இல்லை. எனவே விசாரணை என்கிற பெயரில் நாங்க அழைச்சுட்டு போறோம். இரண்டு மூன்று நாளில் போஸ்ட்மார்ட்டம் ரிப்போர்ட் வந்தவுடன் உண்மையான குற்றவாளிகளை கண்டறிந்து கைது செய்தபின் இவரை திரும்ப அனுப்பி விடுவோம்சரிதானா" என்று கூறிவிட்டு பாவாடை கண்டெடுக்கப்பட்டதை எழுதிபதிவுசெய்து விமலாவிடமும்லீலாவிடமும் சாட்சிகள் சிலரிடமும் கையெழுத்து வாங்கி சென்றனர்.

இந்தியாவில் அரசு அதிகாரிகளின் செயல்பாடுகள் ரொம்பவும் வினோதமானவை. சில இடங்களில் பாய்ச்சல் காட்டும்.சில இடங்களில் பதுங்கும்.ஆனால் அவர்களின் நோக்கமெல்லாம் எப்படியாவது தான் நினைத்ததை அல்லது தனக்கு இடப்பட்ட ஆணையை சீக்கிரம் முடித்து விட வேண்டும் என்பதாகத்தான் இருக்கும்.இதை தெரிந்திருந்த விஏஓ விமலாவுக்கு கண்ணீர் வழிந்தது.

சும்மா ஒரு விசாரணைக்கு தான் ஐயா கூப்பிடுறாரு. ஸ்டேஷன் வரை வந்துட்டு போங்க என்று இரவு நேரத்தில் ஒரு கான்ஸ்டபிள் வந்து பக்குவமாய் அழைக்கிறார் என்றால் அப்போது புரிந்து கொள்ளலாம் இந்தப் பதுங்கல் எதற்கு என்று.திலீப்பை அழைத்து செல்வதும் அப்படிப்பட்ட ஒரு பதுங்கல் வழிமுறை தானோ?.

லீலா திண்ணையில் அமர்ந்தாள். சுந்தரியின் கொடூர மரணம், திலீப்பின் மீதுபழிஎன அதிர்ச்சி மேல் அதிர்ச்சி அவளை தாக்கியது. இனி என்ன செய்வது என தெரியாத நிலையில் இருந்தாள். லட்சுமியும் தேவிகாவும் உள்ளறையில் பயத்தில் உறைந்து போய் அமர்ந்திருந்தனர். இந்த நேரம் சிவமணியிடம் பேசினால் சற்று

ஆறுதல் கிடைப்பதுடன் மேற்கொண்டு என்ன செய்யலாம் என்பதற்கான வழிமுறைகளும் தெரியும் என நினைத்த லீலா அவருக்கு போன் செய்தாள்.

“ஹலோ சிவமணி நான் லீலா பேசுகிறேன்” என்று சொல்வதற்குள் அவளுடைய வார்த்தைகள் நடுங்கி உடைய துவங்கியது.“உன்போனுக்காகத்தான் நீண்ட நேரமாக காத்திருந்தேன்.லீலா என்னநடந்தது? எல்லா சேனலிலும் இந்த செய்தி தான் ஓடிக்கிட்டு இருக்கு. எதைஅடிப்படையாக வைத்து திலீப்பை விசாரணைக்கு அழைச்சுட்டு போறாங்க?”.

லீலா முதல் நாள் மாலையிலிருந்து நடந்தவை அனைத்தையும் சொன்னாள். திடீரென்று உள்ளே புகுந்து பெரியசாமி பிரச்சனை செய்ததையும் குறிப்பிட்டு சொன்னாள்.“சுந்தரியின் கொடூர மரணத்தை பெரியசாமி எதற்காகவோ பெரிதாக்க பார்க்கிறார். இதில் திலீப்பின் பெயர் அடிபட்டது அவருக்கு கூடுதல் உத்வேகத்தை கொடுத்திருக்கும். ஏனென்றால் அவருக்கு நம்மால் நேர்ந்த பழைய சம்பவங்கள் அத்தனை சீக்கிரம் மறந்திருக்காது.ஆனாலும் சிறுமியின் கொடூர மரணம் என்பதால் இந்த வழக்கில் போலீஸ் நேர்மையாக விசாரிக்கும் என நினைக்கிறேன்.இப்போதைக்கு போலீசுக்கு தேவை சற்று கால அவகாசம்.பெரியசாமியின் பேச்சுக்களால் உணர்ச்சிப் பிழம்பாக மாறி இருக்கும் ஊரின் கவனத்தை திசைதிருப்ப போலீஸ் இந்த நடவடிக்கை எடுத்திருக்கலாம்”.

“எனக்கு ஏன் இந்த சோதனை?நான் பெற்றெடுக்காத குழந்தையாக பாவித்த-சுந்தரியின் கொடூர மரணத்திற்கு நான் பெற்ற பிள்ளையை பலியாடாக்குவது எந்த வகையில் நியாயம்?”.

“லீலா உனக்கு தெரியாத எதையும் நான் புதிதாக கூறப்போவதில்லை. சோதனைகள் இல்லாத வாழ்வேதும் இல்லை. இது வைரமாகூலாங்கல்லாஎன்பதைஉரசி சோதித்துப் பார்த்தால் தானேதெரியும்.திலீப் வைரம் என்பதை இந்த ஊருக்கும் உலகுக்கும் உணர்த்தவே இந்த சோதனையாக இருக்கலாம். இதில் கண்டிப்பாக திலீப் வைரமாக ஜொலிக்க போறான்பாரு”.

“ஊர், உலகத்துக்கு முன் ஒரு கொடூர பாலியல் குற்றவாளியாக காட்டப்பட்டுமானம் மரியாதை எல்லாம் இழந்து நாயைப் போல அடிபட்ட பின் நாளைக்கு இவனில்லை குற்றவாளி வேறொருவர் என்று சொன்னால் போன நல்லபெயர் திரும்ப கிடைக்குமா இல்லை ஊருக்குள் தலைநிமிர்ந்து நடக்க முடியுமா? வாங்கியஅடி, உதைஇல்லையென்றாகி விடுமா? கிரீடத்தில் இருந்ததைவீழ்த்தி நொறுக்கிய பின்பேருக்கு வைரமாக இருந்து என்ன பிரயோஜனம் சிவா?”

“இதுதான் நல்லவங்களிடம் உள்ள பிரச்சினையே.மான,அவமானங்களுக்கு பயந்து தங்களை தாங்களே குறுக்கிக் கொள்வார்கள் எதையும் எதிர்த்து நிற்க மாட்டார்கள்.அயோக்கியர்களோ தவறைச் செய்தாலும் பொதுவெளியில் தைரியமாக நெஞ்சு நிமிர்த்தி நடப்பார்கள்.

உதாரணத்துக்கு பெரியசாமியவேஎடுத்துக்கொள். அவன் செய்த தவறு உலக-றிந்தது ஆனால் இன்றோ அவன் தான் ஊரை வழி நடத்துகிறான். லீலா நல்லவ-ளாக மட்டுமில்லாமல் தைரியசாலியும் கூட என்பதை ஊருக்கு நிரூபிக்க வேண்டிய நேரம் இது. அப்போதுதான்திலீப்பையும் காப்பாற்றமுடியும்.எனவே இயற்கையி-லேயே உன்னிடமுள்ள போராட்ட குணத்தை கைவிட்டு விடாதே''.

“பெரியசாமியை நான் ஒரு பொருட்டாகவே மதிக்கவில்லை. ஆனால் வெற்-றிவேல் அண்ணன் என்ன பேச்சு பேசினார்ன்னுதெரியுமா? அவரும் திலீப்பை அடித்ததை கூட நான் தப்பா நினைக்கலை. ஆனால் பேசிய பேச்சு அப்பப்பா என்ன ஆபாசம்? என்ன வெறி?''.

“லீலாஉலகில் எந்த ஒரு மனிதனையும் மனதளவில் கடுமையாய் தாக்க வேண்டுமானால் எல்லோருக்கும் தெரிந்த ஒரு பொதுவான போர் முறை அவனின் தாயை கேவலமாக ஆபாசமாக பேசுவது தான். உடலளவில் தாக்குவதை காட்டி-லும் இது மிகவும் கொடூரமான வலியை தரும்.ஒரு முறை அப்படி தாக்கினாலும் காலமெல்லாம் அந்த வார்த்தை காதில் ஒலித்துக்கொண்டேயிருந்துமனதினைரண-மாக்கும்.இந்த அவஸ்தை அதிகமாகஎப்படியாவது அவனை பழிக்குப் பழி வாங்க வேண்டும் என்று மனம்துடிக்கும்.அதற்கான சமயம் பார்த்து காத்திருக்கும். இந்த-போருக்கு என்றுமே முடிவில்லை.

இந்த போர் யார் யாருக்கிடையே நடந்தாலும் இதனால் படும் மொத்த அவமானமும் அந்த தாய்க்கே போய்ச் சேருகிறது.பாவம் தாய்க்குலங்கள் தன் பிள்-ளைகளால்அவமானப்படுகிறது.

லீலா இந்தப் போரில் வெல்வதற்கு வழி ஒன்று உள்ளது.எளிதாக இதை மறந்து போவது அல்லது கடந்து போவது தான் அது. நாளை திலீப் குற்றமற்றவன் என்று ஆன பிறகும் நீ எப்போதும்போல் எதையும் மனதில் வைத்துக்கொள்ளாமல் வெற்றிவேலிடமும் பத்மாவிடமும் அன்பு பாராட்டினாலேபோதும்.உங்களை பார்க்-கும் போதெல்லாம் தாங்கள் பேசிய பேச்சு அவர்களுக்கு மனதிற்குள் முள்ளாக குத்தி அவர்களுக்கான தண்டனையை தந்துவிடும்.நீயாக போய் வலிந்து சண்டை-யிட்டு எந்த தண்டனையும் தர தேவையில்லை''

சிவமணியிடம் கொஞ்ச நேரம் பேசியதில் தெளிவு பெற்ற லீலா“இனி நான் என்ன செய்வது சிவா?''என்றாள்.

“எப்படியும் திருத்தங்கல் ஸ்டேஷனில் தான் திலீப்பைவைத்திருப்பார்கள். மாலை நேரத்தில் அவனை பார்க்க போவோம். அவன் மேல் எஃப்ஐஆர் போட்-டிருந்தால் ஒரு வழக்கறிஞரின் உதவியை நாடுவோம். நானும் கூட வருகிறேன்''.

“வேண்டாம் சிவா இதை நான் பார்த்துக்கொள்கிறேன். நீங்கள் எனக்கு வேறு ஒரு உதவி செய்தால் போதும். மாலை லட்சுமியக்கா வேலை முடிந்து வீட்டுக்கு போய்விட்டால் வீட்டில் தேவிகா தனியாக இருப்பாள். நீங்கள் வந்து அவளை

அழைத்துப் போய் என் அம்மாவின் வீட்டில் விட்டு விட முடியுமா? இந்த பிரச்சனை முடியும் வரை அவள் அங்கேயே இருக்கட்டும்.அம்மாவை பார்த்து கொஞ்சம் விபரம் சொல்லி விடுகிறீர்களா?ரொம்ப பயந்து போய் இருப்பாங்க''.

''சரி கவலைப்படாமல் போய்வா. தேவிகாவை நான் அழைத்து வருகிறேன். நீ அடிக்கடி போன் செய்.அம்மாவிடம் நான் விபரம் சொல்லிக்கிறேன். இந்த மாதிரி நேரத்திலாவது லட்சுமியை இரவில் துணைக்கு வைத்து கொள்ளலாமே''.

''வேண்டாம்சிவா. லட்சுமி அக்கா புருசன் ஒரு குணம் கெட்டவன். குடிச்சிட்டு வந்தா என்ன பேசுவான் என்பது யாருக்கும் தெரியாது. நம்மால் தேவையில்லாம லட்சுமி அக்கா குடும்பத்திலும் பிரச்சனை வந்து விடக்கூடாது''.

# 40

40

**லீலாவின்** வீட்டில் இருந்து வெளியே அழைத்து வரப்பட்ட திலீப்பை நோக்கி கேமராக்களின் பார்வை திரும்புவதை கண்ட விம்லா கூட்டத்திலிருந்த ஒருவரின் தோளில் கிடந்த துண்டை வாங்கி திலீப்பின் முகத்தை மூடினாள்.

“ஏன்அவன் முகத்தை மூடுறிங்க. கொலைகார பயலின் முகம் உலகுக்கு தெரிந்தால் என்ன?” பெரியசாமி எகிறி கொண்டு குறுக்கே வந்து நின்றார்.

“யோவ் நீ யாரு பெரிய நீதிபதியா? அவனை விசாரணைக்கு தான் கூப்பிட்டு போறோம். அப்படியே இவன்தான் குற்றவாளி என்று தண்டனை கிடைச்சாலும் அவன் ஒரு மைனர். அதாவது பதினெட்டு வயது கூட ஆகாத சிறுவன். அவனை எப்படி நடத்தனுமுன்னு சட்டமே இருக்கு.அதன்படிதான் நாங்க நடத்துவோம். சும்மாநைய் நைய்யின்னு எங்களை நச்சரித்துக்கிட்டு இருந்தீன்னா அரசு ஊழியர்களை பணி செய்ய விடாமல் தடுத்தன்னு சொல்லி கேஸ் போட்டு உள்ளே தூக்கி வைத்து விடுவோம்” என பதிலுக்கு விமலா சீறியவுடன் பெரியசாமி அடங்கினார்.

இவள் உள்ளூர் அதிகாரி. இங்கே நமக்கு இருக்கும் மோசமான பெயரும் செல்வாக்கும் இவளுக்கு நன்கு தெரியும். இவளை எதிர்த்தால் நாம் ஒரு செல்லாதகாசு என்பதை மொத்த கூட்டத்திற்கும் உணர்த்தி விடக்கூடிய வாய்ப்பு இருக்கிறது. எனவே இந்த நேரத்தில் இவளிடம் சற்று அடங்கியிருப்பது நல்லது என்று நினைத்த பெரியசாமி வழியை விட்டு விலகி நின்றார்.

அதை பார்த்த விஸ்வநாதனுக்கு ஆச்சரியமாக இருந்தது. கலெக்டரையே எதிர்த்து நின்ற பெரியசாமி இவள் சீறியவுடன்வாயை மூடிக்கொண்டு விலகி போகிறானே?

இரண்டு வேன்களில் வந்திருந்த அதிரடிப்படை வீரர்கள் அங்கேயே தங்கியிருந்து காவல் காக்கபணிக்கப்பட்டனர்.திலீப்பை ஜீப்பில் ஏற்றிக்கொண்டு அதிகாரிகளின் வாகனங்களும் அதன் பாதுகாப்புக்கு ஒரு அதிரடி படை வீரர்கள் இருந்த வாகனமும்கிளம்பியது. அதை தொடர்ந்து செய்தியாளர்களின் வாகனங்கள் அணிவகுத்தது.

“ ரஷீத் நீயும் ரூபினியும் அந்த வேனை தொடர்ந்து போய் திலீப் எங்கே வைக்கப்படுகிறான்? வேறு என்னவெல்லாம் நடக்கிறது என்பதை கவனித்து செய்தி அனுப்புங்கள். நான் இங்கிருந்து கிராமத்தில் வேறு என்ன நடக்கிறது என்பதை கவனிக்கிறேன்’’.

“ஆமாண்டா மச்சி நானே சொல்லனும்னு நினைச்சேன். இந்த கேசில் சில சிக்கலான கேள்விகள் இருக்கு. அதற்கான தீர்வை அவர்கள் அவர்கள் வழியில் கண்டுபிடிக்கப்படும். நாம் நம் வழியில் கண்டுபிடிப்போம். கண்டிப்பாக அந்த சிறுமியின் மரணத்துக்கு நியாயம் கிடைக்க வேண்டும்’’.

“அந்த பையன் திலீப் இந்த கொலையை செய்திருப்பான் என எனக்கு தோணலை. ஏதோ ஒரு பெரிய ஆள் இந்த சம்பவத்துக்கு பின் இருப்பான் என நினைக்கிறேன். ரமேஷ் சேனலில் இருந்து உனக்கு கொடுத்த மொபைல் போனை எடு அதை சைலன்ட் மோடில் போடு. உன்னுடைய கேண்டிகேமராவை எடுத்துக்கோ. நாங்கள் வேனில் கிளம்புகிறோம். ஏதேனும் முக்கிய தகவல் இருந்தால் உனக்கு தெரிவிக்கிறோம்.ஊரே பதட்டமா இருக்கு அதனால யாரிடம் பேசினாலும் கவனமாக இரு’’என்று ரூபினி ரமேசை எச்சரித்து விட்டு வேனில் கிளம்பினாள்.

தனித்து நின்ற ரமேஷ் எங்கிருந்து தன்னுடைய வேலையை தூங்குவது என யோசித்தான். சற்று தூரத்தில் பிரகாஷின் டீ கடை கண்ணில் பட்டது. யாருக்கும் சந்தேகம் வராமல் ரகசியமாக செய்தி சேகரிக்க டீக்கடை, சிறிய ஹோட்டல், கிராமங்களில் உள்ள சத்திரம், சாவடி போன்ற இடங்கள் சிறந்தவை என்பது செய்தியாளர்களுக்கும் துப்பறிவாளர்களுக்கும் கற்பிக்கப்படும் பால பாடம்.

பிரகாஷ் இல்லாததால் அவனுடைய அம்மா தான் கடையில் இருந்தாள்.“அம்மா டீ இருக்கிறதா? ஸ்ட்ராங்கா ஒரு டீ’’ என்று சொல்லியபடி கடையில் ஓரத்திலிருந்த ஒரு பெஞ்சில் போய் அமர்ந்தான்.

வீட்டில் முன்புறத்தில் கூரையிட்டு தரை சற்று உயர்த்தி தளம் அமைத்திருந்தனர். மற்ற மூன்று பக்கங்களையும் திறந்த வெளியாக விட்டு கடை அமைக்கப்பட்டிருப்பதால் ரமேஷ் அமர்ந்திருந்த இடத்திலிருந்து ஊருக்குள் வரும் பிரதான சாலை,மையப்பகுதி,சாவடி போன்றவை தெளிவாக தெரிந்தது.நான்கு டேபிள்களும் அதன் இருபுறமும் அமர நீளமான பெஞ்சுகளும் இடப்பட்ட சிறிய கடை அது.கடையிலிருந்து வீட்டிற்குள் செல்லும் கதவுக்கு அருகேயிருந்தகல்லாபெட்டி-டேபிள் மேல் ஒரு டெலிபோன் இருந்தது.

முதல் நாள் இரவிலிருந்து உறங்காமல் சாப்பிடாமல் அலைந்து திரிந்த ஊர் மக்கள் அசந்துபோய் அவரவர் வீட்டிற்கு திரும்பி இருந்தனர். மீதமிருந்த சில வயதானவர்கள் ஊர் சாவடியை சுற்றி ஆங்காங்கே அமர்ந்து பேசிக்கொண்டிருந்தனர்.

அந்த நேரத்தில் பிரகாஷ் கடைக்கு வந்தான்."அம்மா சாப்பாடு இருக்கா? வயிறு பசி உயிரே போயிடும் போல இருக்கு" என்றவாறே உள்ளே போனான். அந்த அம்மா டீ யை கொண்டு வந்து ரமேஷின் முன் வைத்துவிட்டு வீட்டுக்குள் போனாள்.

சாப்பாடு போட்டு பிரகாஷின் முன் தட்டைவைத்தாள். "அந்த விளங்காத பய பெரியசாமி கூட திரிஞ்சயில்ல அவன் வீட்டிலயே போய் திங்க வேண்டியதுதானே இங்கே என் வந்த?" மகனை பார்த்து ஆத்திரத்தோடு கேட்டார்.

"சோறு இருக்குன்னா இருக்குன்னுசொல்லு. இல்லைன்னா இல்லைன்னு சொல்லு. அதை விட்டுட்டு இப்பதேவையில்லாம அவரை ஏன் இழுக்கிற?".

" அந்த களவாணி பயலை பத்தி பேசினா உனக்கு ஏன்டா இத்தனை கோபம் வருது? அவன் அப்படி என்னதான் உனக்கு சொக்குப்பொடி போட்டானோ கொஞ்ச நாளா கிறுக்காட்டம்அவன் பின்னாடி திரியுற"

"ஊர்ல சில வெட்டிப்பயக பேசுற மாதிரி நீயும் பேசாதம்மா. பெரியசாமியண்ணன் அப்படி எண்ணத்தை திருடினார். நம்ம சாதி சனத்துக்கே நல்லது செய்யணும்னு நினைக்கிற அவரை போய் இப்படி அபாண்டமா பேசாத".

"கவர்மெண்ட் ஊர்ல உள்ளதெருக்களுக்கு சிமெண்ட் ரோடு போடுவதற்காக கொடுத்த மொத்த பணத்தையும் திருடியிட்டுரோடு போடாம விட்டவனுக.இதுபோல ஒன்னா இரண்டா எத்தனை விஷயத்திலே திருட்டுத்தனம் பண்ணினான்னு நிரூபிக்கப்பட்டிருக்கு தெரியுமா?தப்பு பண்ணாமயா அவசர அவசரமா தான் வாங்கி குவித்து இருந்த சொத்துக்களை விற்று கொண்டு போய் பணத்தைக் கட்டி கேஸ்-ஆகாமல்தடுத்திருப்பான்.

சாதிசனத்தை காப்பாத்தபோறதா பேசுறானேஅன்னைக்கு அவன் கண்ணு முன்னாடி தானேஅந்த வாசுகியஅவனோட கூட்டாளிகள் கொடுமைப்படுத்தினார்கள்.அப்ப எங்க போனான். அவனுடைய கூட்டாளிகளிடமிருந்தே நம்ம சாதி பெண்ணை காப்பாற்ற முடியலன்னா வேற யார்கிட்ட போய் சண்டை போட்டு நம்மள காப்பாற்றுவான்".

"சும்மா புரியாம பேசாதம்மா. அன்னைக்கு அவர் ஒற்றை ஆளு அவரால எப்படி கருப்பையா போன்ற செல்வாக்கான ஆளை எதிர்த்து நிற்க முடியும்?".

"அன்னைக்கு அவன் 200 பேரோட ஓட்டு வாங்கி ஜெயிச்ச கவுன்சிலர். ஊராட்சி துணைத் தலைவர்.அப்படி பதவிஇருக்கிறப்பவே ஒரு ஊராட்சி தலைவிக்கு நடந்த கொடுமைகளை தடுக்க முடியலைன்னா இப்ப அவன் செல்லாகாசு. இப்ப யார் சப்போர்ட்டில் கொடுமைகளை தடுப்பான்?". பிரகாஷால் பதில் பேச முடியவில்லை அமைதியாக சாப்பிட்டுக் கொண்டிருந்தான்.

“எப்படி இருந்தவன்டா நீ. நேரத்துக்கு கடையைத் திறந்து வியாபாரம் பார்த்து ஒவ்வொரு பைசாவும் சேர்த்து வச்சு நம்ம ஊர் பசங்களுக்கு வழிகாட்டியா இருந்தியே உன்னை பார்க்கும் போதெல்லாம் எனக்கு எவ்வளவு பெருமையா இருந்தது தெரியுமா? புருஷன் இல்லாமல் பணம்,காசு இல்லைனாலும் ஒத்த பிள்ளய எவ்வளவு தங்கமா வளர்த்து வச்சிருக்கான்னு ஊர்க்காரங்க பேசறப்ப எவ்வளவு சந்தோஷப்பட்டேன் தெரியுமா?”.

“இப்ப அதுல என்ன குறைஞ்சு போச்சு? என்னை பத்தி ஊருக்குள்ள கேட்டுபாரு. அப்ப தெரியும் நான் யாருன்னு”பிரகாஷின் பேச்சில் துள்ளல் தெரிந்தது.

“ஊர் என்னடா சொல்றது பெத்தவ எனக்கு தெரியாதா பிள்ளையின் குணம். என்னைக்கு பெரியசாமி சகவாசம் கிடைத்ததோ அன்னைக்கே நீயும் சாக்கடையில் இறங்கிய பன்னியாகிட்ட.இப்ப உனக்கு நல்லது கெட்டது, மணம் நாத்தம் எதுவும் தெரியாத அளவுக்கு போயிட்டே”.

“டெய்லி சாப்புடுற வேளையில் இப்படி புலம்புவது உனக்கு வாடிக்கையாபோச்சு. இப்ப என்னால உனக்கு என்ன பிரச்சனை?” சாப்பிடுவதை நிறுத்திவிட்டு தாயை முறைத்தான்.

“உன்னால எனக்கு ஏதாவது பிரச்சனைனா பெத்த பாவத்துக்கு அதை நான் தாங்கிக் கொள்வேன். ஆனால் ஊருக்கே பிரச்சனையின்ன என்ன செய்வது?”.

“என்னால ஊருக்கு என்ன பிரச்சனை? நான் குடிச்சிட்டு எங்கேயாவது பிரச்சனை செய்தேனா? இல்லை பொம்பளை விஷயத்தில் இறங்கினேனா? நான் உண்டு என் வேலை உண்டு என்று தானே இருக்கிறேன்”.

“குடிக்கிறதும் பிறரோடு வம்பு பண்ணுவதும்மட்டும் தப்பில்லை. பத்து பையன்களை சேர்த்துக்கிட்டு அவர்களை படிக்கவோ வேற வேலை வெட்டிக்கோபோக விடாதபடி கெடுத்துவச்சிருக்கியே.முன்பு நீ உழைச்சதையும் நான் சிறுக சிறுக சேமித்ததையும் எல்லாம் எடுத்து அவர்களுக்கு செலவழித்து அவர்களை கிட்டத்தட்ட உன் அடிமை மாதிரி வச்சிருக்கியே இது பாவம் இல்லையா? நான் உன் எதிர்காலத்தை நினைத்து கனவு காண்பது போல அவர்கள் பெற்றோருக்கும் ஓராயிரம் கனவுகள் இருக்குமே அந்த கனவை கலைக்கும் படுபாதகத்தை தானே நீ செய்யுற இப்படியே போனா அது எதில் போய் நிற்கும் தெரியுமா?”.

“ஏன் தெரியாமல்? நான் அடுத்த பிரசிடெண்ட் ஆவதில் போய் நிற்கும். அப்படியே ஒவ்வொரு படியா நான் மேலே போக போக எனக்கு கீழே இருக்கிறவர்கள் மேலே வர ஆரம்பிப்பார்கள்.இவனுங்களா படிச்சு வேலைக்கு போய் சம்பாதித்து என்னைக்கு மேலே வர்றது?எனவே நான் இவர்களுக்கு நல்ல வழிதான் காட்டியிருக்கிறேன். நீ தான் தேவை இல்லாமல் பாவம் அது இதுன்னு உளறிக்கொண்டு இருக்க. இவனுங்களுக்கு செலவு செய்து பணம் போகுதேன்னு கவலைப்படாதே இதெல்லாம் ஒரு முதலீடு மாதிரி. இப்ப கொஞ்சம் சில்லறைகளை வீசினால்

தான் பின்னர் நோட்டு கட்டுகளாக அள்ளமுடியும்''ரொம்பவும் அலட்சியமாக பதில் சொன்னான்.

"வாயை மூடுடா மடப்பயலே. உன்னை போல கீழ்த்தரமான எண்ணம் கொண்டவர்களால் தான் நாடு நாசமா போச்சு. இதுவரை நீ என்னவோ நண்பர்களுக்கு ஊதாரித்தனமாக செலவு செய்கிறாய் என்று தான் நினைத்திருந்தேன். இப்போது தான் தெரிகிறது நாட்டின் எதிர்காலத்தை பாழாக்க வேண்டி முதலீடு பண்ணிக்கிட்டு இருக்கேன்னு.இனியும் அதை அனுமதிக்க மாட்டேன்.தவறுகளை உணர்ந்து நீதிருந்தலையின்னா இந்த வீட்டுக்குள் வரவிட மாட்டேன்.ஒரு பைசாவும் தரமாட்டேன். உன்னிடம் பைசா இல்லைன்னா யார் உன் பின்னால் வருவார்கள் என்பதை நானும் பார்க்கிறேன்''பாண்டியம்மாள் கோபமானார்.

"என்னோடு உள்ளவர்களுக்கு நான் நல்ல வழிதான் காட்டுகிறேன் என்றாயே ஒரு நல்ல வழிகாட்டி என்பவர் எப்படி இருக்கணும்னு என்பதற்கு ஒரு உதாரணம் சொல்கிறேன் கேள்.

இந்த கடை எப்படி உருவாச்சு என்பது உனக்கு தெரியுமா? கண்டிப்பாக தெரிந்திருக்காது 15 வருடத்திற்கு முன் உன் அப்பா இறந்து போனப்ப நம்மகிட்ட இருந்தது எல்லாம் இந்த ஒரு வீடும் அதன் மேலே நிறைய கடனும் தான். தினமும் வீட்டில்பசி பட்டினி போராட்டம். படிக்கிற உனக்கு ஒருவேளை சாப்பாடு கொடுக்க கூட வழியில்லாமல் சத்துணவு வாங்கியாவது சாப்பிட்டு உயிர்பிளைச்சுக்கட்டும்னு தான்பள்ளிக்கூடத்துக்குஅனுப்பினேன்.

அப்பதான் இந்த ஊருக்கு லீலா டீச்சர் வந்தாங்க. பள்ளிக்கூடத்தை எல்லாம் புதுசா மாற்றங்கள் செய்தாங்க. ஒருநாள் அவங்க வீட்டுக்கு போய் நம்ம கஷ்டத்தை எல்லாம் சொல்லி பள்ளிக்கூடத்தில் ஆயா வேலையாவது எனக்கு கொடுங்கன்னு கேட்டு அழுதேன்.

ஆயா வேலைக்கெல்லாம் ஏற்கனவே ஆள் இருப்பதாக சொன்ன அவர்கள் இரண்டு மூன்று நாளைக்கு தேவையான அரிசி பருப்பு காய்கறிகள் எல்லாம் கொடுத்து அனுப்பிவிட்டு இரண்டு நாள்ல வேற ஏற்பாடு செய்றேன்னும் சொன்னாங்க. சரியா இரண்டாவது நாள் சாயங்காலம் அவங்களே நம்ம வீட்டுக்கு தேடி-வந்து "அக்கா உங்களுக்கு சமையல் வேலை தெரியும்னு சொன்னதால எனக்கு ஒரு ஐடியா தோனுச்சு உங்க வீட்டுக்கு முன்புறமுள்ள காலி இடத்தில் ஒரு கடை போட்டுத் தாரேன். அதில் டீ, வடை, இட்லி போன்றவை தயாரித்து வியாபாரம் செய்யலாம்.இங்கே வேற கடைகளே இல்லை. உங்களுடைய கடின உழைப்பும், சமையலின் ருசியும்,நேர்மையும், ஆண்டவனின் கருணையும் ஒன்று சேரும் போது கண்டிப்பாக நீங்கள் சீக்கிரம் முன்னேறி விடுவீர்கள்''என்றார். நானும் ஒத்துக் கொண்டேன்.

கடை ஆரம்பிக்க தேவையான பணமும் பொருளும் கொடுத்து உதவியோடு தான் செய்வது யாருக்கும் வெளியே தெரியக்கூடாது என்றார். ஏன் என்று அவரிடம் கேட்டபோது “பாண்டியம்மா யார் தயவும் இல்லாமல் தானே தன் சொந்த முயற்சியில் வெற்றிபெற்றார் என ஊர் பெருமையுடன் பேசுவதை கேட்க விரும்புகிறேன். இந்த ஊர் பெண்கள் உங்களை முன்மாதிரியாக வழிகாட்டியாக நினைக்க வேண்டும்” என்றார் ஊரில் யாரும் என்னை வழிகாட்டியாக நினைக்கிறார்களோ என்னவோ எனக்கு அந்த டீச்சர் தான் வழிகாட்டி.

இப்படி தன்னுடைய சம்பளம், புருஷனுக்காக அரசாங்கம் கொடுத்த பணம்,பென்ஷன், தன் குடும்பசொத்தின் வருமானம் இப்படி கிடைக்கிற பணத்தை எல்லாம் யாருக்கும் தெரியாமல் உதவின்னு கேட்டுப் போகிறஎல்லோருக்கும்கொடுக்கிறாங்க. இந்த ஊரில் கடந்த பதினைந்து வருடத்தில் அவங்க கிட்ட உதவின்னு கேட்டு போகாத குடும்பமே இருக்காது. இப்ப சொல்லு அவங்க வழிகாட்டியா நீ வழிகாட்டியா?”.

குடும்பத்தின் கதையை அப்போதுதான் கேட்ட பிரகாஷ் சாப்பிடுவதை நிறுத்தினான்.வாயிலிருந்த சோறு தொண்டைக்குள் இறங்க மறுத்து அடம் பிடித்தது.அவனிடமிருந்த துள்ளலான பேச்சு நின்றது. கூடத்தில் தாயும் மகனும் பேசுவதை வெளியே பெஞ்சில் அமர்ந்திருந்த ரமேஷ் கவனமாக கேட்டுக் கொண்டிருந்தான்.

“ஏண்டா சாப்பிடுவதை நிறுத்திட்ட நல்லா சாப்பிடு. நீ சாப்பிடுற ஒவ்வொரு படுக்கையிலும் உன் பேரு எழுதப்பட்டிருக்கும் என்றுஅல்லாஹ் சொன்னதாக சொல்றாங்க. ஆனால் நாம் இரண்டு பேரும் சாப்பிடுகிற சாப்பாட்டில் எல்லாம் லீலா டீச்சர் பேரு தான் இருக்கும் என்று நான் நினைக்கிறேன்.

காலையில கடை திறந்து அடுப்பு பற்ற வைக்கும் முன் அன்னலட்சுமி படத்துக்கு நான் விளக்கு ஏற்றுவதை பாத்திருப்ப அது சாமி படமாக உனக்கு தோன்றிய காலத்தில் நீயும்தான் அதைகும்பிட்ட. தற்போது அது உனக்கு வேண்டாத ஒரு மூடநம்பிக்கையின் அடையாளம் என்று தோண்றியதால் அந்தப் பழக்கத்தை ஒதுக்கிவைத்து இருக்க. பகுத்தறிவாளன் என ஊருக்கு காட்டிக்கொள்ள விளைகிறாய் ஆனால் நீ ஒரு முட்டாள் என்பதை உன் செய்கை ஊருக்கு வெளிச்சம் போட்டு காட்டுகிறது.

நான் மழைக்கும் பள்ளிக்கூடம் பக்கம் ஒதுங்காதவள். சிறுவயதில்ஆடு,மாடு மேய்ப்பது வீட்டு வேலை செய்வது தான் என் வேலை. அப்போது நான் கேட்ட ஒரு வரி மந்திரம் போதும் உனக்கு பதில் சொல்ல. அது “எங்கெல்லாம் அநீதி தலை எடுக்கிறதோ அங்கெல்லாம் அதை அழிக்க நான் அவதரிப்பேன்”.

என் வாழ்வில் அநீதி என்பது பசி, பட்டினி தான். அதை போக்கியவர் தான் என் தெய்வம்.அந்த கடவுள் யாரென்று இந்த கடை வைத்து இரண்டு நாட்கள்

மூன்று வேளையும் நாம் சாப்பிட்டு சந்தோசத்தோடு உறங்கிய மூன்றாவது நாளே எனக்கு புரிந்துவிட்டது.அன்றைய தினம் சிவகாசிக்கு போய் கடைக்கு சரக்கு வாங்கியதோடு இந்த அன்னலட்சுமியின் படத்தையும் வாங்கி வந்து வணங்க துவங்கினேன். இதில் இருப்பது வேறு உருவமாய் இருந்தாலும் இதில் நான் பார்ப்பது லீலா டீச்சரை தான்.

இன்று நீயும் பெரியசாமியும் சேர்ந்து வதைத்துக் கொண்டிருப்பது அவர்களைத்தான். கூட்டாளிகளோடு சேர்ந்து நீயும் போய் அடித்து நொறுக்கினாயே அவன் யாரென்று ஒருகணம் யோசித்தாயா?எழுந்து வந்து கடை வாசலில் இருந்து தூரத்தில் தெரியும் டீச்சர் வீட்டு திண்ணையை பார். உனக்கான போதிமரம் இதுதான் என்று அடிக்கடி சொல்வாயே அங்கு போதிக்கப்பட்டது எல்லாம் மறந்து போச்சா?.

பிரகாஷ் நான் உன் ஒருவனைத்தான் பெற்றேன். ஆனால் நீயோ டீச்சரின் இரண்டு பிள்ளைகளுக்கும் மூத்த சகோதரனை போலிருந்துஎப்படி எல்லாம் பாசத்தோடு நடந்து கொண்டாய். டியூஷன் நடக்கும் நேரத்தில் கைக்குழந்தையாய் இருந்த தேவிகா அழுதால் தூக்கிக்கொண்டு ஓடிவந்து புட்டிபால் புகட்டினாயே திலீப்பின் அப்பா உடல் தகனத்தின் போது அவர் உடல்மேல் விறகு அடுக்கியிருப்பதை பார்த்து அவன் பயந்து ஓட நீ தானே அவனை தூக்கி அவன் கை தொட்ட தீப்பந்தத்தால் அவர் உடலுக்கு நெருப்பு மூட்டினாய்.

அப்போதெல்லாம் ஊரே உன்னை தலையில் வைத்துக் கொண்டாடியதே.லீலாடீச்சரும் உன்னைதானே தன்னுடைய தலைச்சான் பிள்ளையாநினைத்திருந்தது. இப்படி எவனோ ஒருவன் பேச்சைக்கேட்டுஉன் சகோதரனை போட்டு அடித்து நொறுக்கினியேடா.நீ அடிச்ச ஒவ்வொரு அடியும் அவன் உடம்பில பட்டல என் மார்புல தான் பட்டது. அடிச்ச உன் கை விளங்காமல் போக. நீங்க எல்லாம் நாசமாதான் போவீங்க'' என அந்த அம்மா பெருங்குரலில் கத்தியவாறு நெஞ்சில் அடித்துக்கொண்டு அழுது அப்படியே மயங்கி சரிந்தாள்.

பதறி எழுந்த பிரகாஷ் தண்ணீர் எடுத்து அவள் முகத்தில் அடித்து கன்னத்தை மெதுவாக தட்டினான். பாண்டியம்மாள் மயக்கம் தெளிந்து மெதுவாக கண் திறந்து பார்த்தாள்.“எனக்கு முன்னாடி நிக்காம எங்காவது போடா'' என மெதுவாக பிரகாஷை பார்க்க விரும்பாதவளாக வேறு பக்கம் பார்த்தபடி கூறினார். பிரகாஷ் மெதுவாக வீட்டை விட்டு வெளியேறினான்.சாவடிக்குப் போய் ஆளில்லாமல் காலியாக இருந்த இடத்தில் அமர்ந்து யோசிக்க தொடங்கினான்.

# 41

41

அங்கு நடந்தவற்றையெல்லாம் கேட்ட ரமேஷ் பெரியசாமியைப் பற்றி பாண்டியம்மாள் கூறியதெல்லாம் உண்மைதானா என விசாரிக்க வேண்டும் என முடிவு செய்தான். அப்போது பெரியசாமி நேரில் வந்தார். கடையில் யாரும் இல்லாததை கண்டு நேராக வீட்டுக்குள் எட்டிப்பார்த்தார். பாண்டியம்மாள் கண்மூடி அமர்ந்திருப்பதையும் உள்ளே பிரகாஷ் இல்லாததையும் பார்த்தவர் கல்லாப்பெட்டிக்கு அருகிலிருந்த டெலிஃபோனை நோக்கி வந்தார். தன் சட்டைப்பையில் இருந்த சிறிய டைரியை எடுத்து அதிலிருந்த போன் நம்பர்களுக்கு போன் செய்ய ஆரம்பித்தார். எல்லோரிடமும் நாளை தலைவர் வருவதை பற்றி கூறினார். தலைவர் வருவதற்குள் அனைவரும் தொண்டர்களுடன் இங்கே வந்து சேர வேண்டுமென உத்தரவிட்டார். போனை வைத்துவிட்டு தனக்கு ஒரு கப் டீ போட்டு எடுத்து வந்து ரமேஷின் அருகில் அமர்ந்தார்.

“சார் எந்த சேனல் ரிப்போர்ட்டர்?” “எஸ் டிவி” “இங்க இப்படி ஒரு பிரச்சனை நடக்குதுன்னு உங்களுக்கு எப்படி தெரிந்ததுன்னுதெரியுமா?” “காலையில சென்னை ஆபீஸ்ல இருந்து போன் வந்தது” “இங்கே இருக்கிற உங்களுக்கு தெரியாத செய்தியைசென்னையில் உள்ள தலைமை அலுவலகத்துக்கு யார் சொல்லி இருப்பாங்கன்னு தெரியுமா?” பெரியசாமியின் இந்த தொடர் கேள்விகளும் அதன் தோரணையும் ரமேஷை எரிச்சலை ஊட்டின. என்றாலும் அவன் வாயிலிருந்து ஏதேனும் தகவல் திரட்ட முடியுமா என்று பார்க்கவேண்டி பொறுமையாக பதில் சொன்னான்.

“அது எனக்கு தெரியலை”. “அப்படின்னா இப்ப தெரிஞ்சுக்கோங்க எங்க தலைவர்தான் உங்க சேனல் தலைமைக்கு தகவல் சொன்னார். அவருக்கு எப்படி தெரியும்னு தானே பாக்குறீங்க? நான்தான் போன் பண்ணி அவருக்கு சொன்னேன். அப்ப நீங்க வருவதற்கு முக்கிய காரணம் யாருன்னு தெரிஞ்சுதா?அதுநானேதான்”பெரியசாமி ரமேஷிடம் தற்பெருமை அடித்தார்.

“உங்க கூட வந்தவர்கள் எல்லாம் போய்ட்டாங்க நீங்க போகலையா?”“பாடி-யோட பின்தொடர்ந்து போய் ஆஸ்பத்திரியில் நடப்பதை படம்பிடித்து சேனலுக்கு அனுப்ப போயிருக்காங்க. திரும்பி வரும்போது என்னை அழைச்சிட்டு போவாங்க. அதுவரை நான் இங்கிருந்து என்ன நடக்கிறது? வேறு விஐபி கள் யாரும் வருகி-றார்களா? என்று செய்தி சேகரிக்க இருக்கிறேன்”.

“இன்னைக்கு இனி வேறு யாருவரப்போறாங்க? நாளைக்குதான் எங்க தலை-வர் வாராரு. அவரு வந்த பின்னாடி பாருங்க இந்த கேஸ் எவ்வளவு பரபரப்பாக போகுதுன்னு. தலைவர் வந்த விஷயமும் பேசுற பேச்சும் பார்த்து மற்ற எல்லாக் கட்சித் தலைவர்களும் இங்கிலீஷ் சேனல்களும் இங்கே வந்து வரிசைகட்டி நிப்-பாங்க. நீங்க இதுக்கு முன்ன தலைவர் பேச்சை கேட்டு இருக்கீங்களா?” பெரிய-சாமி பேசிய பேசுவதையெல்லாம் ரமேஷ் கவனமாக கேட்டுக் கொண்டிருந்தான்.

லீலா பெரிய பிரச்சனையில் மாட்டிக் கொண்டிருக்கிறாள். என்னதான் உண்மை அவள் பக்கம் இருந்தாலும் ஏதேனும் குறுக்கீடுகளால் அவளுக்கு தேவையில்-லாமல் அநீதி கிடைத்து விடக்கூடாது. எனவே நம்மாலான உதவிகளை நாம் செய்ய வேண்டும் என்று நினைத்த சிவமணி மாவட்ட அரசு ஊழியர் ஆசிரியர் சங்க தலைவரை தொடர்பு கொண்டார். பிரச்சினையை சொல்லி உதவி கோரி-னார்.“விசாரணை ஆரம்ப கட்டத்தில் தான் இருக்கு. எதுக்கும் நிர்வாக குழுவை கூட்டி அனைவருடைய கருத்தையும் கேட்டுவிட்டு முடிவு செய்வோம். மாலை 3 மணிக்கு கூட்டம் என்று எல்லோர் நிர்வாகிகளுக்கும் தகவல் அனுப்புவோம் நீங்-களும் வந்துருங்க”என்றுதலைவர் சொன்னார்.

கலெக்டர் வண்டியை தொடர்ந்து சென்ற வாகன அணிவகுப்பு நேராக அரசு மருத்துவமனைக்கு சென்றது. சுந்தரியின் உடல் பிரேத பரிசோதனை கூடத்-திற்கு கொண்டு செல்லப்பட்டது. அனைவரும் காத்திருக்க சற்று நேரத்தில் திலீப் அழைத்துவரப்பட்ட வாகனங்களும் வந்து சேர்ந்தது. “எதற்கும் அந்தப் பையனுக்-கும் மருத்துவ பரிசோதனை செய்து விடுங்கள்” என்று கலெக்டர் உத்தரவிட திலீப்புக்கும் மருத்துவ பரிசோதனை செய்ய உள்ளே அழைத்து சென்றனர்.

தலைமை மருத்துவரின் அறையில்கலெக்டர் தலைமையில் உயர் அதிகாரிகள் மருத்துவமனையின் தலைமை டாக்டர் ஆகியோர் கலந்து கொண்ட ஆலோசனை கூட்டம் நடந்தது. “ஒரு சிறுமி கொலை சம்பவம் மிக மோசமான நிகழ்வுதான் என்றாலும் இத்தனை பரபரப்பாக என்ன காரணம்”கலெக்டர் கேள்வி எழுப்பினார்.

இன்ஸ்பெக்டர் முதலில் எழுந்து “நேற்றுஇரவு இரண்டு மணிக்கு புகார் வந்ததிலிருந்து இந்த கேஸ்மேல் முழு கவனம் செலுத்தி தேடுதல் வேட்டை நடத்தினோம். ஆனால் அதற்கு பலனில்லாமல் சுந்தரியின் உயிரற்ற உடல் தான் கிடைத்தது. இதில் குற்றவாளியை கண்டுபிடிக்க முடியாதபடி தடயங்கள் அழிந்து போயிருந்தன.போஸ்ட்மார்டம் ரிப்போர்ட்தான் தற்போது நமக்குள்ளே

ஒரேவாய்ப்பு.அதற்கு சுந்தரியின் உடலை அனுப்ப முயற்சித்த போது தான் அந்த ஆள் உள்ளேபுகுந்து தடுத்தார்.போஸ்ட் மார்ட்டம் பண்ண வேண்டியதின் முக்கி-யத்துவத்தை அந்த ஆளிடம் எடுத்து சொன்னாலும் புரிஞ்சுக்காம சொன்னதையே திரும்பத் திரும்ப சொன்னார் அதில்தான் பிரச்சினை துவங்கியது''.

“நான் அந்த ஆளைப் பற்றி விசாரிக்க சொன்னேனே என்ன ஆனது?”

“சார் அவர் இந்த ஊரின் முன்னாள் ஊராட்சி மன்ற துணைத்தலைவர். அந்த நேரத்தில் ஊராட்சி பெண் தலைவர் வன்கொடுமை செய்யப்பட்டதிலும் அரசு பணத்தை கையாடல் செய்ததிலும் சம்பந்தப்பட்டு பதவியிழந்தவர். அதன்-பின் நீண்ட நாள் அமைதியாக இருந்திட்டு இப்ப ஒரு வருஷத்துக்கு முன்னாடி புதுசா ஆரம்பிச்ச கட்சியில் மாவட்ட செயலாளர்பொறுப்பில் இருக்கிறார். ஊரில் பெரிதாக செல்வாக்கு இல்லை. ஆனால் சுந்தரி கொலைக்கு பின்னாடி சில இளைஞர்களை தூண்டி விட்டு கலவரம் செய்கிறார்''அந்த கிராமத்தின் விஏஓ வான விமலா எழுந்து பதில் சொன்னாள்.

“இப்பபிடிக்கப்பட்ட பையன் மேல் ஏதேனும் குற்றவழக்குஇருக்கா? அவன் குடும்பபின்னணிஎப்படி?”

“இல்லை சார்ஊரில் ரொம்ப நல்ல பேர். படிப்பில் கெட்டிக்காரன். பத்தாம் வகுப்பு தேர்வில் பள்ளியில் முதலிடம்.மாவட்ட அளவில் இரண்டாமிடம். இப்ப 12ஆம் வகுப்பில் மாநில அளவில் வருவான்னு ஊருக்குள்ள சொல்லிக்கிறாங்க. அவனோட அப்பா கார்கில் போரில் உயிர் தியாகம் செய்தவர். அம்மா டீச்சரா இருக்காங்க பழைய கலெக்டர் கையால விருது வாங்கினவங்க''எஸ்பி அதற்குள் திலீப்பை பற்றி முழு தகவலும் சேகரித்து இருந்தார்.

“இந்த பையன் கொலை செய்திருப்பார் என்று நினைக்கிறீர்களா? அதற்கு ஏதேனும் வாய்ப்பு இருக்கா?”

“இல்லை சார் அதற்கான பாஸிபிலிடீஸ் ஒரு சதவீதம் கூட இல்லை. டீச்சர் அந்தக் பெண்ணை அனுப்பிய நேரம் 6 மணி என்கிறார்கள். ஆனால் ஐந்து நிமிடத்தில் திலீப் வீட்டுக்கு வந்துவிட்டான். மிகச் சரியாக சொல்ல முடியவில்லை என்றாலும் சுமார் பத்து நிமிடம் தான் இடைவேளையிருந்து இருக்கும். அதற்-குள் அந்தப் பெண்ணை கொண்டு போய் கொலை செய்து தடயங்களை அழித்து கொலைக்கான ஆயுதத்தை மறைத்து வீட்டிற்கு வருவது நடக்காத காரியம்.அதன்-பின் அவன் வெளியே செல்லவில்லை என்பது அருகிலுள்ள எல்லோருக்கும் தெரியும். அந்த பாவாடை விஷயமாக வெற்றிவேலிடமும்பத்மாவிடமும் கேட்டால் தெளிவாகிவிடும்''விஸ்வநாதன் விசாரித்ததின் அடிப்படையில் கிடைத்த தகவலை கொண்டு பதில் சொன்னார்.

“அப்படியானால் அந்தப் பையனை அடித்து சித்திரவதை ஏதும் செய்து விடா-தீர்கள். போஸ்ட்மார்ட்டம் ரிப்போர்ட் வந்து நம்முடைய வியூகம் சரி என்றால்

அவனை அனுப்பி விடலாம். ஆனால் அதற்கு முன் குற்றவாளியை உடனே கைது செய்ய வேண்டும். அந்த கிராமத்தில் மேற்கொண்டு பிரச்சனை ஏதும் நேராத வண்ணம் பாதுகாப்பு வலுவாக இருக்கட்டும். டாக்டர் எவ்வளவு சீக்கிரம் போஸ்ட் மார்டம் பண்ண முடியுமோ அந்த அளவு சீக்கிரம் முடித்து ரிப்போர்ட் கொடுங்கள். அந்த ரிப்போர்ட்டை கொண்டுதான் விசாரணையை தொடங்க வேண்டும் ப்ளீஸ்”என்று கூறி கூட்டத்தை முடித்து விடைபெற்றார்.

அதிகாரிகள் ஒவ்வொருவராய் தன் வாகனம் ஏறி கிளம்பினர்.

# 42

42

**மதியம்** ஒரு மணி ஆனபோது நிர்வாகக்குழு கூட்டத்தில் கலந்து கொள்ள சிவமணி கிளம்பினார். மெயின் ரோட்டுக்கு வரும்போது கந்தசாமி டீக்கடையில் இளைஞர்கள் சிலர் திரண்டு இருந்தனர்.''சிவா உனக்காகத்தான் எல்லோரும் காத்துக்கிட்டு இருந்தோம். நாமெல்லாம் போய்லீலாவுக்கு ஆறுதல் சொல்லிவிட்டு வருவோமா? நம்மை பார்த்தால் அவளும் தைரியமாக இருப்பாஇல்லையா?'' கந்தசாமி கேட்டார்.

''அண்ணேஇப்ப தான்லீலாகிட்ட போனில் பேசினேன். அவ எதுக்கும் பயப்படாம தைரியமாக தான் இருக்கா. ஊர் முழுவதும் பதட்டமாக இருக்கிறதால நிறைய போலீஸ் பாதுகாப்பு போட்டு இருக்காங்க. யார் போனாலும் உள்ளே விட மாட்டாங்க. அந்த பெரியசாமி பய தான் துள்ளி கிட்டு இருக்கான்.நம்மளை பார்த்தா இன்னும் ஏதாவது புது பிரச்சனையை கிளம்புவான். அதனால கொஞ்சம் பொறுத்து திலீப் வெளியே வந்தபின் போகலாம்''திரண்டு நின்றவர்களை ஒருவாறு சமாதானப்படுத்திஅனுப்பினார்.

''பெரியசாமியும் நம்ம சாதிக்காரன் தானே அவன் புத்தி ஏன் இப்படி மட்டமா இருக்கு. அவன் ஒருத்தனால நாம எல்லோரும் தலைகுனிய வேண்டியிருக்கு பாரு''. ''டீச்சர் சரியான பாடம் புகட்டின பின்னும் திருந்தாமல் இருக்கிற ஒரு ஜென்மம் அவன் தான்'' ஆளாளுக்கு பெரியசாமியை திட்டிக்கொண்டே போனார்கள். சிவமணி கந்தசாமியிடம் சொல்லிவிட்டு விருதுநகருக்கு பஸ் ஏறினார்.

**ரமேஷ்** பையிலிருந்து கேமராவை வெளியே எடுத்தான். சாவடியில் தனித்து இருப்பவர்களிடம் பேட்டி காண்பது போல கேள்வி கேட்க துவங்கினான். பலபேரிடம் கேட்டாலும் பதில் ஒன்றுபோலவே இருந்தது.''திலீப் நல்ல பையன்''''அவன் கண்டிப்பாக இதை செய்திருக்க மாட்டான்''''அவன் எங்க சந்துக்குள்ளக்கூடிஓடியதபார்த்தேன்'' எல்லாவற்றையும் பதிவு செய்து கொண்டிருந்த போது ஒரு ஓரத்தில் பிரகாஷ் தனித்திருப்பதை பார்த்தான்.

அவனை நெருங்கிச் சென்று கேள்விகள் கேட்டான். எதற்கும் பதிலளிக்காமல் அமைதியாக இருந்த பிரகாஷ் ஒருகட்டத்தில் கண்கலங்கினான். அதை மறைக்க அவசரமாக அங்கிருந்து எழுந்து சென்றான்.

நீண்ட நேரம் இவ்வாறு சுற்றிவந்து ஊர் மக்களிடம் கேள்விகள் கேட்டு பதிவு செய்த ரமேஷ் களைத்துப் போய் மறுபடியும் டீக்கடைக்கு திரும்பினான். அப்போது பாண்டியம்மாள் கல்லா பெட்டியில் அமர்ந்திருந்தார்."என்ன தம்பி டீ போடட்டுமா?"என்றாள்."கொஞ்ச நேரம் ஆகட்டும். அதற்குள் உங்களிடம் சில கேள்விகள் கேட்கலாமா?" என்று கேட்டான்."தாராளமாகக் கேள். உண்மை என்னவென்று மக்களுக்கு தெரியட்டும்".

"எல்லோரும் சொல்கிற ஒரு பதில் என்னவென்றால் திலீப் நல்லவன் இந்த தவறை செய்திருக்க மாட்டான் என்று. அப்படி இருந்தால் அப்பாவியான ஒருவனை வெளியே கொண்டுவர நீங்கள் எல்லாம் சேர்ந்து முயற்சிக்க வேண்டாமா?".

"கண்டிப்பாக செய்யனும் ஆனால்ஊரே குழம்பிபோயிருக்கு.இதற்கு முன் இதுபோன்ற ஒரு நிலையை சந்திக்காததால்என்ன முடிவு செய்வது என்று தெரியாமல் தவிக்குது".

"ஊர் ஒன்று கூடி பேசி நல்ல முடிவு எடுத்தால் என்ன?".

பாண்டியம்மாள் மூளையில் மின்னல் வெட்டியது. "நல்ல யோசனை சொன்ன தம்பி. நாட்டாமைகிட்ட சொல்லி இன்னைக்கே ஊர் கூட்டம் போட சொல்லலாம். அதில் பேசினால் நல்ல முடிவு கிடைக்கும். நீ கொஞ்சம் கடையை பார்த்துக் கொள். நான் இப்பவே போய் நாட்டாமை பார்த்துட்டு வரேன்" என்று சொல்லி கடையிலிருந்து இறங்கி ஓடினார்.

நாட்டாமையிடமும் சில ஊர் பெரியவர்களிடமும்பேசிஅன்று மாலை 7 மணிக்கு ஊர் கூட்டத்தை கூட்ட ஏற்பாடு செய்தார். அந்த விவரம் தண்டோரா போட்டு ஊர் மக்களுக்கு தெரிவிக்கப்பட்டது.

**காலையில்** கிராம மக்களின் தாக்குதலில் தப்பி ஓடிய சாராய கும்பல் ஆற்றங்கரையில் இருந்த தங்களுடைய கூட்டாளி ஒருவரின் கரும்புத் தோட்டத்து பம்புசெட் அறையில் போய் ஒளிந்து கொண்டது. தன்னுடையஆட்களை அடித்து உதைத்து போலீசில் ஒப்படைக்கப்பட்டதைபார்த்த பாலையாவுக்குஆத்திரம்வந்தது. இதற்கு காரணமானவர்களை தேடி பழிவாங்க வேண்டும் என்கிற வெறி மனதுக்குள் தலைதூக்கியது. அப்போது அவர் இங்கே சாராயம் காய்ச்ச உதவியாக இருந்த எஸ்ஐகூறியதுஞாபகத்துக்கு வந்தது.

"பாலையா அதோஅந்த நாணல் வளர்ந்து கிடக்கிற இடத்தில் தான்இதற்கு முன்பலஆண்டுகளாக சண்டியர் குருப்சாராயம் காய்ச்சியது.பல அடியாட்களை வைத்து பத்து பதினைந்து ஊரல் போட்டிருந்தது. அங்கிருந்து தான் மாவட்டம் முழுக்க எல்லா இடத்துக்கும் சாராயம் சப்ளை நடந்தது. ஒன்னாம் தேதியானா

போதும் டிஎஸ்பி முதல்கொண்டு எல்லோரையும் தவறாமல் நல்லா கவனிச்சதால் எங்க டிபார்ட்மெண்ட் முழுக்க அந்த குரூப்புக்கு சப்போர்ட் பண்ணிச்சு.அந்த தைரியத்துல அந்த குரூப்பும் ஊருக்குள்ள ஒன்றிரண்டு பிரச்சினைகளை செய்தது. அதுக்கு ஏதேனும் கம்ப்ளைன்ட் வந்தா மேலிடத்துக்கு போகாம நாங்க பேசி சரி கட்டுவோம்.

எங்களுக்கும் சாராய கும்பலுக்கும் இருக்கிற உறவைதெரிஞ்சுகிட்டலீலா என்கிற டீச்சர் சென்னையில் இருக்கும் மதுவிலக்கு பிரிவு டிஐஜி க்கு நேரடியாக தொடர்பு கொண்டு தகவல் கொடுத்து புகார் செய்தால் அந்த புகாரின் நகல் முதலமைச்சர் அலுவலகத்துக்கும்அனுப்பி வைத்தாள்.அதனால் கோபமாக டிஐஜி சென்னையிலிருந்து சிலஅதிகாரிகளுடன் நேரில் வந்து திடீர் சோதனையிட்டார்.

வந்திருப்பது டிஐஜி என்பதை அறியாத ரவுடி கும்பலில் இருந்த ஒருவன் கத்தியால் அவரை குத்த பிரச்சனை பெரிதாகியது.அங்கிருந்த பல லட்சம் மதிப்புள்ள பொருள்கள் முற்றிலுமாக அழிக்கப்பட்டு மொத்தக் கூட்டத்தையும் சுற்றிவளைத்து கைது செய்து கொண்டுபோனார்.அந்த டிஐஜி இருந்தவரை இந்தப் பகுதி அவருடைய நேரடி கண்காணிப்பில் இருந்தது. பல ஆண்டுகளாகஇங்கு யாரும் சாராயம் காய்ச்சுவதில்லை.

தற்போது அந்த டிஐஜி ஓய்வு பெற்றுவிட்டார்.மேலிடத்துகண்காணிப்பும்குறைந்துவிட்டது. எங்களுடைய டிபார்ட்மெண்ட் ஆதரவோடு நீ வேண்டுமானால் அங்கு போய் தொழில் செய்து கொள். மாதாமாதம் சரியாய் மாமுல் கொடுத்தால் போதும். உள்ளூர் காரர்களுக்கு தெரியாத வகையில் பிரச்சனை ஏதும் வந்து விடாதபடி ரகசியமாக தொழில் செய்.குறிப்பாக லீலா டீச்சர் பார்வையில் சிக்கி விடாதீர்கள்''

எஸ்ஐ சொன்னது போல தானே செய்தோம்.கிராமத்திலிருந்து குடிக்க வரும் சில வாடிக்கையாளர்களை தவிர யாருக்கும் தெரியாத இடம் இன்று எப்படி தெரிந்தது?இதுவும் அந்த டீச்சர் வேலையாக இருக்குமோ? அவளாக தான் இருப்பாள் இல்லையென்றால் இந்த ஊருக்கு இத்தனை தைரியம் எப்படி வரும்.

இந்த தொழிலை தவிர நமக்கு வேறொன்றும் தெரியாது. இந்த தொழில் போல் வேறெதிலும்இத்தனை பணமும் கிடைக்காது.நாம் நிம்மதியாக தொழில் செய்ய வேண்டுமெனில் இனி அவள் இருக்க கூடாது.கொள்ளை பணம் சம்பாதிக்க வேண்டுமானால் ஒரு கொலை செய்வதில் தவறில்லை பாலையா ஒரு முடிவுக்கு வந்தான்.

“டேய் உனக்கு அந்த டீச்சரை தெரியுமில்ல?'' பாலையா அந்த புதியபையனிடம்கேட்டான்.

“டீச்சர் முகம் மறந்து போச்சுண்ணே. ஆனா அவங்க மகளை அடிக்கடி பார்த்து இருக்கேன்.ஒல்லியா,வளர்த்தியா, ரொம்ப அழகா இருக்கும் அவங்க வீடு எனக்கு தெரியும்''தலையை சொரிந்து கொண்டு சங்கர் பதில் சொன்னான்.

"ஏன்டா நாயே உன்னை என்ன பொண்ணு பார்க்கவா அனுப்புறோம்?. போயி ஊர் நிலவரம் என்ன? எதுக்கு இப்படி தண்டோரா போடுறாங்கன்னு பாரு. எப்பவாவது டீச்சர் தனியா சிக்கினா உடனே இங்கே வந்து சொல்லு" என்று ஆள் அனுப்பினார்

"**லீலாம்மா** சுந்தரி பிரச்சனைக்காக தான் ஊர் கூட்டம் போடுறாங்கன்னுநினைக்கிறேன். அந்த நேரம் நீங்க இருக்க வேண்டாமா? இப்படி எங்கேயோ கிளம்புறீங்களே?" தண்டோரா சப்தம் கேட்ட லட்சுமி லீலாவை பார்த்து கேட்டாள்.

"லட்சுமி அக்கா இப்போ இந்த கூட்டம் போடுவது இன்னும் பிரச்சனையை அதிகரிக்கத்தான் செய்யும். ஊர் மக்களை பெரியசாமி தூண்டிவிட்டு வேடிக்கை பார்ப்பார். போலீஸ் சொன்னபடி போஸ்ட்மார்ட்டம் ரிப்போர்ட் வரும்வரை அமைதியாக இருக்கிறது தான் நல்லது. எனக்கு இங்கிருந்து இவர்கள் போடும் சண்டையை பார்க்க விருப்பமில்லை. அதனால் நான் போய் திலீப்பை பார்த்துட்டு வரேன். உங்களுக்கு நேரமாச்சுல்ல கிளம்புங்க. தேவிகா நீ வீட்டை பூட்டிகிட்டு உள்ளேயே இரு. இன்னும் கொஞ்ச நேரத்தில் சிவமணி அங்கிள் வந்து கூட்டிகிட்டு போய் பாட்டி வீட்டில் விடுவார். திலீப் திரும்பி வரும்வரை நீ அங்கேயே இரு" என்று கூறிவிட்டு திருத்தங்கலுக்கு கிளம்பினாள்.

லட்சுமி தன் வீட்டுக்கு கிளம்பினாள். தேவிகா உள்ளேபோய் சில நாட்களுக்கு தேவையான துணி மணிகளை ஒரு பையில் எடுத்து வைத்தாள்.

சூரியன் மேற்கு திசையை நோக்கி வேகமாக போய்க்கொண்டிருந்தான்.பூட்டி சீல் வைக்கப்பட்டிருந்த பிரேத பரிசோதனை அறையின் முன் வெற்றிவேலும் பத்மாவும் தனித்து நின்றனர். சட்டையில்லாமல் சுவரில் சாய்ந்து நின்று கொண்டிருந்த வெற்றிவேலிடம் தன்னுடைய பையிலிருந்த ஒருசட்டையை எடுத்து வந்து நீட்டினான் ரஷீத்."போட்டுக்கோங்க எவ்வளவு நேரம்எப்படி வெற்றுடம்புடன்நிப்பீங்க". வெற்றிவேல் மறுப்பு ஏதும் சொல்லாமல் மௌனமாக அதை வாங்கி அணிந்து கொண்டார்.

"அண்ணே நான் உங்ககிட்ட சில கேள்விகள் கேட்க விரும்புகிறேன். நீங்கள் விரும்பினால் பதில் சொல்லலாம்"ரூபினி மெல்லிய குரலில் வெற்றிவேலை பார்த்து கேட்டாள்."உண்மையிலேயே திலீப் தான் உங்கள் மகளை கொன்று இருப்பானா?".

வெற்றிவேலின் தலை கவிழ்ந்து கண்களில் நீர் வழிய ஆரம்பித்தது. பத்மா தான் பேச துவங்கினாள். "இல்லை என் மகன் அவன் தங்கையை எப்படிகொல்வான். அவன் ஒரு பட்டாம் பூச்சியை கூட வதைக்க விரும்பாதவன். பெரிய டாக்டராகி எல்லோருடைய வியாதியையும் குணப்படுத்த விரும்பியவன்.

ஒன்று தெரியுமா நான் கர்ப்பமாக இருந்த போது இவர் என் வயிற்றை தொட்டுப் பார்த்ததைவிட அவன்தான் பல நூறு முறை தொட்டு பார்த்து

“தங்கச்சி பாப்பா என்னம்மா சொல்லுதுன்னு”கேட்டிருக்கிறான். எட்டாவது மாசம் ஆனபோது இவன் கைபட்டால் உள்ளிருந்து அவள் துடித்து அசைவாள். இவன் சொன்னது போலவே பெண் குழந்தை பிறக்க தான் சேர்த்து வைத்த பணத்தில் சாக்லேட் வாங்கி கொண்டு போய் பள்ளியில் இருக்கும் அனைவருக்கும் கொடுத்தவன்.அவனா இதை செய்வான்?.

“பின்ன ஏன் இவர் ஓடிப்போய் திலீப்பை அடித்தார்?”

“இவர்செய்த அந்த ஒருமுட்டாள்தனமான காரியம் எவ்வளவு பெரிய விளைவை ஏற்படுத்துமோ என்பதுதான் இப்போது என் கவலையே. இவர் அடித்ததன்னாலேயே எல்லோரும் அவனை குற்றவாளியாக பார்த்தாங்க. போதாக்குறைக்கு நீங்களும் டிவில போட்டுஅசிங்கப்படுத்தீட்டிங்க. இனி என் பிள்ளை எப்படி ஊருக்குள்ள தலை நிமிர்ந்து நடப்பான்”பத்மா அழ ஆரம்பித்தாள். சற்று நேரம் கழித்து அமைதியாகி“இவ்வளவு நேரம் நீங்க கேள்வி கேட்டீர்களே இப்ப நான் ஒரு கேள்வி கேட்கட்டுமா?” என்றுரூபினியை நோக்கி கேட்டாள்.

“இன்னைக்கி இவன்தான் குற்றவாளி என காட்டி அசிங்கப்படுத்தினீங்களே நாளைக்கு இவன் தப்பு செய்யலை வேற யாரோ தான் கொலை செய்தது என தெரிஞ்சா அப்ப என்ன செய்வீங்க? சாரி தப்பா செய்தி போட்டுடோம்என்றுசொல்லுவீங்களா? மாட்டீங்க இல்லையா? அப்படியே போட்டாலும் என்ன பிரயோஜனம்? போனதெல்லாம் திரும்ப வருமா?நீங்க போட்ட தப்பான செய்தியால்இனி வாழ்க்கை முழுவதும் அவன் தலை குனிந்து நடக்கணுமா?”

ரூபினிக்கு அந்தக் கேள்வியின் வலிதெரிந்தாலும் தான் சார்ந்திருக்கும் ஊடகத்துறையை விட்டுக்கொடுக்காமல் “இந்த வழக்கில் வேறு யார் உண்மையான குற்றவாளியோ அவன் கைது செய்யப்படும் போதும் அதை ஒளிபரப்புவோம்”என்றாள்.

“நான் சொல்வதும் அதைத் தான். ஒரு சிலநாட்கள் காத்திருந்து உண்மையான குற்றவாளி யார் என ஒரு முடிவுக்கு வந்தவுடன் டிவியில் ஒளிபரப்பலாமே? இப்போது பார் ஒரு குற்றம் இரண்டு பேர் மேல் நடவடிக்கை. ஒருவன் பாவம் நீதிமன்றம் அவனை நிரபராதிஎன்றாலும் சமூகம் அவனுக்கு ஆயுள் முழுவதும் அவமானம் என்கிற தண்டனை தருமே?”

“நாங்கள் இல்லாவிட்டால் இன்னொரு சேனல் இந்த செய்தியை தரும். மக்களும் யார் சீக்கிரமாக செய்திகளை தருகிறார்கள் என்பதையே பாக்குறாங்க”ரூபினி சமாளித்து பார்த்தாள்.

“புதிதாக எதையாவது தெரிந்துகொள்ள வேண்டும் என்கிற மனிதனின் ஆசையை உங்களைப் போன்றவர்கள் தங்களுடைய வளர்ச்சிக்கு, லாபத்திற்கு பயன்படுத்திக் கொள்கிறீர்கள். யார் செய்தியை முந்தித் தருவது என்ற போட்டியில் உண்மை இல்லாத இது போன்ற செய்திகளையும் மக்களிடம் கொண்டு போய்

சேர்க்கிறீர்கள்.

எதற்கெல்லாமோ கருத்துகணிப்பு நடத்துகின்ற நீங்கள் இந்தியாவில் உடனடியாக கட்டுப்படுத்த படவேண்டிய துறைகள் எது என்று ஒரு கருத்துக் கணிப்பு நடத்தினால் என்ன ஆகும் தெரியுமா? ஊடகத்துறையும் காவல் துறையும் வழக்கறிஞர்களும் தான் முதலிடத்துக்கு போட்டி போட்டி போட்டுக்கொண்டு சமஅளவில் நிற்பார்கள்''தன் மனதில் இருந்த ஆதங்கத்தை எல்லாம் வெளியே கொட்டினாள் பத்மா. ஒரு சாதாரண கிராமத்துப் பெண் இப்படி எல்லாம் கேள்வி கேட்கிறாள்-என்றால்படித்த மேதாவிகளின் மனதில் இன்னும் எத்தனை எத்தனை கேள்விகள் ஊடகத்துறையின் மேல் இருக்குமோநினைக்கும் போது ரூபினிக்கு பயமாக இருந்தது.

''ஏங்கஇன்னும்சிலையா நிக்கிறீங்க? நடந்தது நடந்து விட்டது. இனி இவள்-உடல் நாளைக்கு காலையில் போஸ்ட்மார்டம் பண்ணிய பிறகு தான் கிடைக்கும். அதுவரை இங்கே நின்று என்ன செய்வது? ஊருக்கு போய் டீச்சரை பார்த்து ஆறுதலாக நாலு வார்த்தை பேசலாம். பாவம் ஆதரவுக்கு ஆளில்லாமல் தவித்துப் போய் நிற்பார்கள்''அந்த இக்கட்டான நேரத்திலும் பத்மா அடுத்து செய்ய வேண்டியதை யோசிக்க ஆரம்பித்தாள்.

''உங்க ஊரில் விட்டு வந்த செய்தியாளர் ஒருவரைகூப்பிட இப்ப உங்க ஊருக்கு தான் போறோம். வேணும்னா நீங்களும் எங்க கூட வரலாம்''என்று ரூபினி சொல்ல வெற்றிவேலும் பத்மாவும் மௌனமாக சம்மதித்து வேனில் போய் ஏறினர்.

# 43

43

நிர்வாக குழு கூட்டம் 5 மணிக்கு முடிந்தது. சங்க வழக்கறிஞரை சந்தித்து சட்ட ஆலோசனை பெற்று மேற்கொண்டு என்ன செய்வது என்பதை தீர்மானிக்கலாம் என நிர்வாகக்குழு முடிவெடுத்தது. அதன்படி சில நிர்வாகிகளுடன் சென்று வழக்கறிஞரை சந்திக்க சிவமணி காத்திருந்தார். வானம் லேசாக இருட்ட துவங்கியதை பார்த்தவுடன் தான் லீலா சொன்னது ஞாபகத்துக்கு வந்தது. தேவிகாவை போய் அழைத்து வரணுமே ஒத்தையிலே இருப்பாளே? இப்போது என்ன செய்வது? என யோசித்தவர் லீலாவின் தாய் கோமதிக்கு போன் செய்தார்.

லீலா கூறியதை சொல்லிவிட்டு "அம்மா தேவிகா வீட்டில் தனியாக இருப்பாள் நீங்கள் போய் அழைத்து வர முடியுமா?" என்று கேட்டார்."சரி நான் போய் கூப்பிட்டு வாரேன்" என்றவள் உடனே தயாராகி மெயின் ரோட்டுக்கு வந்து அங்கிருந்த ஆட்டோவில் கிளம்பினார்.

லீலா காவல் நிலையத்துக்கு போய் அனுமதி வாங்கி திலீப்பை சந்தித்தாள். லாக்கப்பினுள் சாராயம் காய்ச்சும் கும்பலை சேர்ந்த 4 பேரும்அடைக்கப்பட்டிருந்தனர். அதற்கு வெளியே இருந்த பெஞ்சில் திலீப்அமர்ந்திருந்தான். அம்மாவை பார்த்தவுடனே எழுந்து நின்றான். ஒரு ராணுவ வீரனை போல் எப்போதும் கம்பீரமாக இருப்பவன் அந்த சில மணி நேரங்களுக்குள் மிகவும் தளர்ந்து வயதானவன் போலாகி இருந்தான். தலை கலைந்து உடலில் சில பாகங்கள் காயமாகி ரத்தம் கசிந்து உறைந்து போயிருந்தது. சட்டையில் சில இடங்கள் கிழிந்தும் அழுக்காகவும்இருந்தது. பார்க்க ஒரு பிச்சைக்காரனை போல் தோற்றமளித்தான்.

லீலா அவனை மார்போடு அணைத்துக் கொண்டு ஆதரவாக முதுகை தடவி விட்டாள். இருவருக்கும் பேச்சு வரவில்லை. அவர்கள் கண்களில் பெருக்கெடுத்த கண்ணீர் அவரவர் மனக்குமுறலை வெளிப்படுத்தியது.

"உட்காருடாதிலீப்.ஊர்காரங்க உன்னை அடிச்சப்ப தடுக்க முடியாத கையாலாகாத பாவி ஆகிட்டேன்டா. நான் என்ன கேவலமான பிறப்புடா என்பிறப்பு" என்று தலையில் அடித்துக்கொண்டு அழுதாள்.

“ஏன்ம்மாஅழுவுறீங்க? நீங்க அழுவதை பார்த்தா நான் உண்மையிலே தப்பு பண்ணினேன்னு நீங்களும் நம்புவதைப் போல இருக்கு. நான் எந்த தப்பும் பண்ணலம்மா. இந்த அடி எல்லாம் என்னை ஒன்றும் செய்யாது. என் மனசு உறுதியா இருக்கு அது எந்த அடியையும் தாங்கும் சக்தியை உடலுக்கு தரும். சத்தியம் ஒருநாள் ஜெயிக்கும் என்று சொல்லிக் கொடுத்ததே நீதானே. வெற்றி கிட்டும் வரை காத்திருப்போம். என்ன ஒரு கஷ்டம் என்றால் வெற்றிவேல் அப்பாவும் பத்மா அம்மாவும் கூட என்னை தப்பா நினைச்சிட்டாங்களே. அவர் ஓடி வந்து உதைத்தது கூட வலிக்கலை அவர் பேசிய வார்த்தைகள் அதைத்தான் தாங்க முடியலைம்மா” தாயின் தோளில் சாய்ந்து கதறி அழுதான்.

“டேய்திலீப் வெற்றிவேல் அண்ணன் தன்னோட மகள் கொல்லப்பட்டதால கோபத்தில் என்ன செய்கிறோம் என்பது தெரியாமல் ஏதோ பேசியிட்டார். அதை மனதில் வைச்சிக்காதே. வேணும்னா பாரேன் நாளைக்கு கோபம் தீர்ந்தபின் அவரே வந்து உன்னை பார்ப்பார். ஆமா நேத்து ராத்திரியிலிருந்து சாப்பிடாம இருக்க உனக்கு வயிறு பசிக்கலையா?” திடீரென்று அவன் சாப்பிடாமல் இருப்பது ஞாபகத்துக்கு வர கேட்டாள்.

“எனக்கு வயிறு பசிக்கலம்மா. ஏதோ ஒரு மாதிரியா இருக்கு.ஆமா நீங்களும் தான் நேற்றிலிருந்து சாப்பிடாமல் இருக்கீங்களே உங்களுக்கு வயிறு பசிக்கலையா?” பதில் கேள்வி கேட்டான்.

“பொய் சொல்லாதே இரு ஏதாவது வாங்கி வருகிறேன்” என்று ஏட்டையாவிடம் அனுமதி வாங்கி ஸ்டேஷனுக்கு வெளியே இருந்த கடையிலிருந்து-இட்லி வாங்கிக் கொண்டு வந்தாள். தானே அவனுக்கு ஊட்டி விட்டாள்.அம்மா நீயும் சாப்பிடு என திலீப் வற்புறுத்த அவளும் பேருக்கு ஒரு இட்லி சாப்பிட்டாள். “இங்கே வந்த பிறகு போலீஸ்காரங்களும்அடிச்சாங்களா?” மெல்லிய குரலில் கேட்டாள்.

“இல்லை மருத்துவ பரிசோதனைக்கு அழைச்சிட்டு போயிட்டு இங்கே கொண்டு வந்து உட்கார வச்சாங்க. இதுவரை யாரும் வந்து எதுவும் கேட்கவில்லை.இதை நினைத்து நீ ஒன்றும் கவலைப்படாதேம்மா” என்றான். கைகழுவி வந்து அந்தாரத்தில் அவன் வாயை துடைத்தாள்.

“சரி நான் கிளம்பட்டுமா? நாளைக்கு காலைல வரேன்” என்று லீலா கிளம்பினாள்.“பத்திரமா போங்கம்மா. தேவிகாவை பயப்படாமல் இருக்க சொல்லுங்க. நான் சீக்கிரம் வந்துடுவேன்னு அவளுக்கு ஆறுதல் சொல்லுங்கள்” என்றான் லீலா கிளம்பினாள்.

“ஏங்க ஒரு உதவி செய்ய முடியுமா?” வெற்றிவேல் முதல் முறையாக வாய் திறந்து பேசினார்.“சொல்லுங்க சார் எங்களால முடிஞ்சதசெய்கிறோம்”ரஷீத்தும்

ரூபினியும் இவர்களுக்கு எந்த உதவியும் செய்ய தயாராக இருந்தனர்.

"போற வழியில ஸ்டேஷனுக்கு போய் திலீப்பை பார்த்துட்டு போலாமா?" தயங்கியவாறு கேட்டார்."எதுக்கு அங்க போயும் அவனை அடித்து நொறுக்கவா?" பத்மா கோபத்தின் உச்சத்தில் கேட்டாள்."இல்லைபத்மா நான் செய்த பாவத்துக்கு அவன்கிட்ட மன்னிப்பு கேட்கனும். இல்லைனா மகளை இழந்த துக்கத்தோட ஒரு மகனின் வாழ்வைக் கெடுத்த பாவமும் சேர்த்து என்னை பிடிச்சி உலுக்கும்".

ஸ்டேஷனுக்கு முன் வண்டி போய்நின்றது. பலத்த யோசனைக்குப்பின் ஏட்டையா அனுமதி கொடுத்தார். பாதுகாப்புக்கு இரண்டு காவலர்கள் அருகே வந்து நின்றனர்.வெற்றிவேல் வருவதை பார்த்தவுடன் "வெற்றிவேல்அப்பா இப்பவே வந்துட்டீங்களா? நீங்க நாளைக்கு தான் வருவீங்கன்னு அம்மா இப்பத்தான் சொல்லிட்டு போனாங்க"என்றுசந்தோஷத்துடன் எழுந்தான்.

ஓடிப்போய் திலீப்பின் இரு கைகளையும் பற்றிய வெற்றிவேல் அதைக்கொண்டு தன் கன்னத்தில் மாற்றி மாற்றி அடித்துக் கொண்டார்."அடிப்பா திலீப்என்னை அடி. ஆத்திரத்தில் என்ன ஏதுன்னு யோசிக்காம உன்னை அடிச்சுட்டேன். நான் செஞ்ச பாவத்துக்கு ஏது மன்னிப்பு"என்று அழ ஆரம்பித்தார்."பேச்சுக்காக இல்லை உண்மையிலேயேசுந்தரியை போல நானும் உங்களை அப்பாவாக தான் நினைக்கிறேன். நீங்க என்னிடம் கோபப்பட முழு உரிமையும் இருக்கு. இதுக்கு போய் ஏன் மன்னிப்பு கேட்கிறீர்கள்?".

"இவ்வளவு ஆனபிறகும் என்னை அப்பாவா நினைக்கிறேன்னு சொன்ன பாரு நீ தான்டா பெரிய மனுஷன். உன்னை போன்ற மகனை காப்பாற்ற நான் என்னவேணும்னாலும் செய்வேன். மகளை இழந்ததுபோல மகனையும் இழந்து விடமாட்டேன். நாளைக்கே கலெக்டரை பார்த்து உன் மேல புகார் தரலைன்னு சொல்லி உன்னை வீட்டுக்கு கூப்பிட்டு போறேன். இது சத்தியம்"என்றுதிலீப்பின் கரத்தைப் பற்றினார் அதில் ஒரு தகப்பனுக்கு உரிய உறுதி இருந்தது.

"சரி நேரமாச்சுகிளம்புங்க. இன்ஸ்பெக்டர் வர்ற நேரம் இது நீங்க இப்படி கூட்டமாக வந்திருக்கிறதை பார்த்தால் கத்துவார்" ஏட்டையா எல்லோரையும் கிளப்பிவிட்டார்.

**கோமதி** வந்த ஆட்டோ மெயின் ரோட்டிலிருந்து சுக்ரவாரபட்டி கிராமத்துக்கு செல்லும் மண் பாதையில் திரும்பியது. அங்கே காவலுக்கு நின்ற போலீசார் ஆட்டோவை தடுத்து நிறுத்தினர் "எங்கே போறீங்க?" கோமதி விவரம் சொன்னாள்."அம்மா இப்போ உங்க வீட்டை சுற்றி தான் பிரச்சனையே நடந்துகிட்டு இருக்கு. அதனால ஊருக்குள்ள போக யாருக்கும் அனுமதியில்லை. உங்க பேத்தியை பத்தி கவலைப்படாதீர்கள். ஊர் முழுவதும் போலீஸ் பாதுகாப்பு போடப்பட்டுள்ளது. அதனால வீட்டில் அவள் பாதுகாப்பாக இருப்பாள். நீங்க போயிட்டு

இரண்டு நாள் கழிச்சு உங்க பேரன் திரும்ப வந்த பிறகு பாக்குறதுக்குவாங்க'' என்று திருப்பி அனுப்பினர்.

ஆட்டோ திரும்பவும் மெயின் ரோட்டுக்கு வந்தது.''ஏன்டா காளி இப்ப என்ன செய்வது? இந்த போலீஸ்காரன் உள்ளே விட மாட்டேன் என்கிறானே.எல்லோ-ரும் இருந்தும் அங்கே என்பேத்தி ஒத்தையிலே இருக்காளே?'' கோமதியின் கலக்-கத்தை பார்த்த ஆட்டோகாரர் ''இப்படி போனாதானேவிடமாட்டான். ஆத்தங்க-ரையோரமா வேற ஒரு பாதை இருக்கு. அது வழியா போவோம். நான் ஆத்துக்கு இந்த பக்க கரையில் வண்டியோட நினைக்கிறேன். நீங்க ஆற்ற கடந்து போய் தேவிகாவை கூப்பிட்டுவாங்க.நல்லா இருட்ட தொடங்கியிருச்சி.ஒத்தையில இருட்-டில போயிட்டு வந்திருவீங்கல்ல''என்றார்.

''ரொம்ப நல்லதுடா எந்த இருட்டுனாலும் நான் போயிட்டு வந்து விடுவேன். நீ சொன்ன வழியில் கொண்டு போய் என்னை இறக்கி விடு''.

காளி ஆற்றின் மறு கரையில் இருந்து சுக்ரவாரப்பட்டி போகும் ஒத்தையடிப்-பாதை சரிவில் போய் கோமதியை இறக்கிவிட்டான்.''ஊர்ல ஒரே பிரச்சனையா இருக்கு யார் எந்த பக்கம் பேசுறவன் என்று நமக்கு தெரியாது அதனால யாரு கண்ணுலயும் படாமபோயிட்டு சீக்கிரம் வாங்க. ரொம்ப நேரம் காத்திருக்க முடி-யாது''எச்சரித்து அனுப்பினான். கோமதி ஒற்றையடிப்பாதை வழியாக ஆற்றுக்குள் இறங்கினாள். தூரத்தில் தெரிந்த வீடுகளின் வெளிச்சத்தை நோக்கி நடந்தாள்.

இரவு ஏழு மணிக்கு ஊரே சாவடிக்கு அருகே மைதானத்தில் கூடியிருந்தது. சாவடி திண்ணையில் சில ஊர் பெரியவர்களும் நாட்டாமையும் அமர்ந்திருந்தனர். பெரியசாமி சாவடியின் ஒரு ஓரமாக நின்றிருந்தார்.பிரகாஷ் கூட்டத்திற்கு போகா-மல் டீக்கடை பெஞ்சில் அமர்ந்து அங்கே நடப்பதை கவனித்துக்கொண்டிருந்தான். டீக்கடையில் உயர்வான பகுதியிலிருந்து கூட்டத்தில் நடப்பவற்றை ரமேஷ் படம் பிடித்தான். அவன் நின்ற இடத்திலிருந்து பார்க்க மொத்த கூட்டமும் தெளிவாக தெரிந்தது.

சாராய கும்பல் அனுப்பிய சங்கர் அந்த கூட்டத்திற்குள் எங்காவது டீச்சர் இருக்கிறார்களா என தேடிக் கொண்டிருந்தான்.

கூட்டம் அமைதியாக இருக்க பாண்டியம்மாள் தான் முதலில் எழுந்து பேசி-னாள்.''பெரியவங்க எல்லோருக்கும் வணக்கம். இன்னைக்கு இந்த ஊரில் நடந்-தஇரண்டு படுபாதக செயலை பற்றி பேசத்தான் கூட்டம் கூடியிருக்கோம். ஒன்று சுந்தரி கொலை மற்றது ஒன்றும் அறியாத திலீப்பை அதில் மாட்டி விட்டது. கொலை நடந்து உயிர் போயிருச்சு அதை நம்மால் திரும்ப கொண்டு வர முடி-யாது. ஆனா நாம நினைச்சா போலீஸ் கூட்டிக்கிட்டு போன அப்பாவி பயலை திரும்ப கொண்டுவர முடியும். பெரியவங்க எல்லோரும் ஒத்துமையா பேசிஏதாவது நல்ல முடிவுக்கு வாங்க''.

பெரியசாமிக்கு கோபம் தலைக்கேறியது என்றாலும் ஊர் என்ன சொல்கிறது என்பதை பார்த்து அதற்கேற்றார்போல் பேசுவோம் என முடிவெடுத்தார். ஊர் ஜனங்கள் சலசலத்து தங்களுக்குள் பேசிக் கொண்டு இருந்ததே தவிர யாரும் விழுந்து பேசவில்லை.

“உங்கள் எல்லோருக்கும் தெரியும் இந்த வேலையை திலீப் செய்திருக்க முடி-யாது என்பது. என்றாலும் நீங்கள் அனைவரும் அமைதியாக இருப்பதை பார்க்-கும்போது அவன் தான் குற்றவாளி என்பதை ஆமோதிப்பது போல தெரிகிறது” என பாண்டியம்மாள் சொன்னவுடன் ஒருவர் எழுந்து “அப்படி எல்லாம் இல்லை ஆனால் அவன்தான் சுந்தரியை விரட்டிக் கொண்டு ஓடினான் என பார்ப்பவர்கள் சொல்கிறார்களே”என்றார்.

“விரட்டிக்கொண்டு ஓடினான்என்பதை தானே பார்த்தனர் கொன்றதை பார்க்-கலையே. மேற்கு தெரு சீதாவின் மகள் காலேஜில் படிக்கிறாளே அவளை உன் மகன் காலையிலயும் சாயங்காலமும் நிழல் போல பின்னாடியே விரட்டிக்கிட்டு போறானே நாளைக்கு அவள் காணாமல் போனால் அதற்கு உன் மகன் தான் காரணம் என்று குற்றம் சொல்ல முடியுமா? அதை நீயும் தான்ஏத்துக்குவியா?” பாண்டியம்மாள் ஒரு குறுக்கு கேள்வியால் அந்த ஆளை மடக்கினாள்.

கூட்டம் தங்களுக்குள் ஏதோ பேசியது. தலைவர் குரல் உயர்த்தினார் “இப்படி உங்களுக்குள்ளேயே பேசிக் கொண்டிருந்தால் கூட்டம் சீக்கிரம் முடியாது. இனி அடுத்து என்ன செய்வது என்று யாராவது தீர்வை சொல்லுங்கப்பா”என்றார்.

# 44

44

கோமதி மறுபக்க கரையேறினாள். போலீஸ் ஆங்காங்கே நின்றது. தூரத்தில் ஊர்க் கூட்டம் நடந்துகொண்டிருந்தது. பிரதான பாதையில் போனால் யார் கண்ணிலாவது பட்டுவிடக் கூடும் என கருதியதால் சிறிய சந்துகளின்வழியே நடந்தாள். ஊர் முழுவதும் இங்கே கூடியிருக்க ஒரு பெண் மட்டும் பதுங்கி பதுங்கி போவதை பார்த்த சங்கர் சற்று இடைவெளி விட்டு அவளை பின்தொடர்ந்தான். அந்தப் பெண் நேராக லீலாவின் வீட்டுக்கு போவதை மறைந்து நின்று கவனித்தான்.

கோமதிலீலாவீட்டு கதவை தட்டினாள். தேவிகா கதவை திறந்தவுடன் உள்ளே நுழைந்து கதவை பூட்டினாள்.“சீக்கிரம்கிளம்புதேவிகா. நாம் உடனே போகணும். ஆத்துக்கு அந்தப் பக்கம் ஆட்டோ நிக்குது”என்றாள். பக்கவாட்டு ஜன்னல் அருகே வந்து நின்று ஒட்டுக் கேட்ட சங்கர் உடனே அங்கிருந்து அகன்றான். இருளான சந்துக்குள் ஓடிஆத்தங்கரையை அடைந்து ஒற்றையடிப்பாதையில் ஓடி ஆற்றுக்குள் இறங்கினான். தன் கூட்டத்தினர் ஒளிந்திருந்த கரும்புத் தோட்டத்து பம்பு செட்டுக்கு போய் சேர்ந்தான்.

“அண்ணே டீச்சர் மகன் நேற்று ராத்திரி ஒரு சிறுமியை கற்பழித்து கொலை செய்துவிட்டான். அதுக்கு கூடிய கூட்டம் தான் காலையில நம்மை வந்து தாக்கியது.டீச்சர் எங்கேயோ போயிட்டு இப்பத்தான் திரும்பி வந்தது. அதுவும் நேரா வராம இந்தபக்க ஆத்தங்கரையோரம் ஆட்டோவை நிறுத்தி விட்டு வந்திருக்கா.பிரச்சினையிலிருந்து தப்பிக்கமகளையும் அழைத்துக்கொண்டு ஊரைவிட்டு தப்பிச்சு ஓடபோறா”. ஒரே மூச்சில் தான் சேகரித்த தகவல்களை கொட்டிவிட்டு சங்கர் பெருமூச்சு விட்டான்.

டீச்சர் பெரிய பிரச்சனையில் இருக்கா இந்த நேரத்தில் நாம் அவளை என்ன செய்தாலும் பலி வேறு யார் மீதாவது தான் விழும். நம்மை யாரும் கண்டுக்க மாட்டாங்க என்று யோசித்தபாலையா “டேய் சீக்கிரம் வாங்கடா தப்பிச்சு போறதுக்குள்ள அந்த டீச்சருக்கு வேற ஒரு வழியகாட்டுவோம்” என்றுசொன்னவுடன்

கூட்டாளிகள்தயாரானார்கள். வேகமாக இருட்டில் ஆற்றுக்குள் இறங்கி ஓடினார்கள்.

கோமதியும் தேவிகாவும் யாரும் பார்க்காத வகையில் இருளில் கலந்து சிறிய சந்துகளை கடந்து ஆற்றங்கரையை நோக்கி வேகமாக நடந்தனர். வேகமாக போகும் புதிய ஆளை பார்த்ததும் நாய்கள் குறைத்தன. சில நாய்கள் அவர்களை விரட்டவும் ஆரம்பித்தன. அதற்கு பயந்து இருவரும் வேகமாக ஓடத் துவங்கினர்.இவர்கள் ஓட துவங்கியதும் ஆங்காங்கே படுத்திருந்த நாய்களும் எழுந்து வேகமாக குறைத்துக்கொண்டே ஓடிவந்தன.

நாய்களின் குரைக்கும்சத்தம் இடைவிடாது இடைஞ்சல் செய்யவே "போய் அந்த நாய்களை அடிச்சு தூரவிரட்டுங்கடா" கூட்டத்திலிருந்த யாரோ சொல்ல உடனே அதை நிறைவேற்றுவதற்கு கையில் டார்ச் லைட் வைத்திருந்த நான்கு பேர் கைலியை ஏற்றி கட்டி கொண்டு ஓடி வந்தனர்.

நடுகாட்டில் இருளான பகுதியில் சாராய கும்பல் மறைந்திருந்தது. பெண்கள் இருவரும் அருகே நெருங்கியதும் அவர்கள் மேல் பாய்ந்தது. டீச்சர் என நினைத்து கோமதியைப் பிடித்து கீழே தள்ளியது. குப்புற விழுந்தவளை திருப்பி போட்டு-வாயை பொத்தி கழுத்தை அறுத்தது. ரத்தம் பீச்சியடிக்க அவள் வயிற்றிலும் இரண்டு முறை குத்தியது.

அங்கே என்ன நடக்கிறது என்பதை அருகே நடந்து வந்த தேவிகா தெரிந்து கொள்வதற்கு அத்தனையும் முடிந்தது. தன் பாட்டியை யாரோ சிலர்தாக்குவதை கண்டு சுதாரித்த தேவிகா "ஐயோ எங்களை காப்பாற்றுங்கள்" என அலறியபடி ஊரை நோக்கி ஓடினாள்.உடனே கோமதியின் உடலை அப்படியே போட்டுவிட்டு நான்கு பேரும் தேவிகாவை விரட்டினர் இருட்டில் வழி தெரியாமல் ஓடிய தேவிகாவை அசுர வேகத்தில் ஓடிநெருங்கிஒருவன் கீழே தள்ளிவிடஅவள் நிலை தடுமாறி சிறிய பாறையில் விழுந்தாள்.

அவள் தலைமயிரை பற்றி இழுத்து எழுந்துநிற்கவைத்த ஒரு ராட்சச உருவம் பின்னால் இருந்து அவள் வாயை பொத்தியது. இரண்டு பக்கமும் இருவர் கையை பிடித்து கொள்ள பாலையா கத்தியால் அவளை குத்தினான். மூன்று முறை குத்திய பின் கத்தியை பின்பக்கம் வாயை பொத்தி பிடித்து இருந்தவன் கையில் கொடுத்தான். அவன் ஆட்டின் கழுத்தை அறுப்பது போல் மிக சாதாரணமாக தேவிகாவின்கழுத்தை அறுத்தான்.ரத்தம் பீச்சியடிக்க துண்டு தரையில் சாய்ந்தாள்.

நாய் குறைக்கும் சத்தம் கேட்டு வந்தவர்களுக்கு தேவிகாவின் அலறல் சத்தம் கேட்டது."யாரது? அங்கே என்ன நடக்குது?"என ஓங்கி குரல் கொடுத்தனர்.டார்ச் லைட் வெளிச்சத்தை சத்தம் அந்த திசையில் திருப்பினர். ஆற்றுக்குள் சிலர் ஓடுவது தெரிந்தது."டேய் யார்ரா அது? என்னடா செய்றீங்க?அங்கேயேநில்லுங்கடா" என்று திரும்பவும் குரல் கொடுத்தனர்.

அவர்களுடைய குரல் கூட்டத்தில் அமர்ந்து இருந்தவர்களுக்கும் கேட்-டது.ஏதோ விபரீதம் என்பது புரிந்ததால்மக்கள் திடுக்கிட்டு எழுந்தனர். வேகமாக ஆற்றங்கரையை நோக்கி ஓடிவந்தனர். ஒரு சிலர் கையில் இருந்தடார்ச் லைட் வெளிச்சத்தில் பார்க்க இரு பெண்கள் ரத்த வெள்ளத்தில் கிடப்பதையம் சிலர் தப்-பித்து ஓடுவதையும்பார்த்த கூட்டத்திற்கு வெறிவந்தது.

காலையில் தான் இங்கே ஒரு கொலை நடந்திருக்கு அதற்குள் இன்னொரு அட்டூழியமா? இதை இப்படியே விடக்கூடாது என நினைத்த இளைஞர்கள் கூட்டம் சாராய கும்பலை விரட்டியது.பெண்கள் கூட்டம்கீழே கிடந்த பெண்கள் யாரென்று லைட் வெளிச்சத்தில் பார்க்க அதிர்ந்து போய் அலறியது.

கரும்புக்காட்டு பம்புசெட் ரூமுக்குள் மறைத்து வைத்திருக்கும் பணத்தை எடுத்-துக் கொண்டு ஓடிவிடலாம் எனநினைத்து சாராய கும்பல் அங்கே போக மிக வேகமாக வந்த ஊர்க்காரர்கள் சுற்றி வளைத்தனர். அவர்கள் உயிர் போகும்-வரை கல்லாலும் கம்புகளாலும் ஊர் மக்களால் அடித்து கொல்லப்பட்டனர். ரவுடி-களின் உயிர் போய்விட்டதை உறுதி செய்தபின் கூட்டம் அமைதியானது.ஆற்றுக்-குள் திரும்பி வந்தது. கூட்டத்துடன் ஓடி வந்த ரமேஷ்நடந்ததையெல்லாம் பார்த்து பயத்தில் உறைந்து போனான்.

பஸ்ஸில் இருந்து இறங்கிய லீலா வீட்டை நோக்கி நடந்தாள். மெயின் ரோட்-டில் காவலுக்கு நின்ற சில போலீஸ்காரர்களை தவிர ஊரில் ஒரு ஆளை கூட காணவில்லை. தன்னுடைய வீடு பூட்டபடாமல் வெறுமனே சாத்தி இருப்பதை பார்த்து சிவமணி வந்து தேவிகாவை அழைத்துச் சென்றிருக்க வேண்டும் என நினைத்தாள். முகம் கழுவி வந்து திண்ணையில் அமர்ந்தாள்.

அப்போது ஒரு வாகனம் வந்து நிற்கும் ஓசை கேட்டது. அதிலிருந்து வெற்றி-வேலும் பத்மாவும் இறங்கி ஓடி வந்தனர். பத்மா லீலாவை கட்டிக்கொண்டு அழு-தாள்.“பத்மா சுந்தரியை விட்டுவிட்டு இங்கே ஏன்வந்தீங்க? அங்கே யாராவது துணைக்கு இருக்கவேண்டாமா?”

“உயிர் போனது போனது தானே உயிரற்ற மகள் அருகே உட்கார்ந்து என்ன செய்வது? இங்கே வந்தா உங்களுக்கு ஆறுதலாகவும் திலீப்பை வெளியே கொண்டு வருவதற்கான வழிகளையும் யோசிக்கலாமே என்று தான் வந்தோம்”

“ஒன்னும் கவலைப்படாதீங்க திலீப் இரண்டு மூன்று நாட்களில் வந்துருவான். உண்மையான குற்றவாளியை போலீஸ் இரண்டு நாளில் பிடித்து விடுவோம் என்று சொல்லி இருக்காங்க”.

“டீச்சர் என்னை மன்னிச்சுக்கோங்க உண்மை என்னன்னு யோசிக்காமல் திலீப்பை அடிச்சுட்டேன் கேவலமா பேசிட்டேன். இனி நான் எப்படி உங்க முகத்-துலே முழிப்பேன்” என்று முகத்தில் அடித்துக் கொண்டு வெற்றிவேல்அழுதார்.

“நீங்கள் உங்கள் மகளை இழந்த துக்கத்தில் அவனை அடித்தீர்கள். அவன் தன் சகோதரியை பாதுகாக்க தவறியதற்கான தண்டனையை அனுபவிக்கிறான் அவ்வளவுதான்”.

இதையெல்லாம் பார்த்துக் கொண்டிருந்த ரூபினி “டீச்சர் எப்படி இவ்வளவு பெரிய பிரச்சனையை மிக சுலபமாக எடுத்துக் கொள்கிறீர்கள். இந்த பிரச்சினை-களை பார்த்து உண்மையிலேயே பயப்படவில்லையா? அல்லது வெளியே பயமில்-லாதவரைபோல் நடிக்கிறீர்களா?” என்று கேட்டாள்.

“பெரிய பிரச்சனைகள் வரும்போது பயப்படாதவங்க யார் இருக்காங்க? ஆனா அதற்காக எவ்வளவு நேரம் பயந்தபடியே இருக்க முடியும். உடனே அடுத்த கட்ட நடவடிக்கைக்கு தயாராக வேண்டாமா?”

“அடுத்த கட்ட நடவடிக்கை என்ன?”

“அமைதியாக இருப்பது. நாம் தவறு செய்யவில்லை உண்மை நம் பக்கம் இருக்கும்போது நாம் ஏன் சண்டைக்கு போகணும்? தப்பு செய்கிறவர்கள் தடு-மாறுவார்கள். அந்த தடுமாற்றத்தை மறைக்க குரல் உயர்த்துவாங்க சண்டைக்கு போவாங்க. உண்மை அமைதியாக இருக்கும் இறுதியில் கண்டிப்பாக ஜெயிக்-கும்”டீச்சரின் தெளிவுரூபினிக்கு ஆச்சரியத்தை தந்தது.

“ஆல்தபெஸ்ட் டீச்சர் திலீப் எந்த பிரச்சினையும் இல்லாம சீக்கிரம் திரும்பி வர நானும் ஆண்டவனை வேண்டிக்கிறேன்” என்று சொல்லி திரும்பியரூபினி “ரஷீத் ரமேஷ் இங்கேன்னு பாரு அவன் செல்போன் நம்பருக்கு கால் பண்ணு” என்றாள்.

ரமேஷ்க்கு தொடர்புகொண்ட ரஷீத் அவன் சொன்ன தகவல்களைக் கேட்டு அதிர்ந்தான்.அதை அவன் மெல்லிய குரலில் ரூபினியிடம் சொல்ல அவள் வாய் வார்த்தையால் எதையும் கூற முடியாமல் அதிர்ச்சியில் லீலாவை பார்த்து “என் பின்னே வாருங்கள்” என்பது போல் சைகை காட்டிவிட்டு ரஷீத்தின் பின்ஓடினாள். அவளை லீலாவும் வெற்றிவேலும் பத்மாவும் பின்தொடர்ந்தனர்.

# 45

45

டெலிபோன் மணி அடித்தது.எடுத்து பேசிய இன்ஸ்பெக்டர் பதட்டமான குரலில் “ஏன் முருகன்கொஞ்சம் கவனமா இருந்திருக்க கூடாதா? சரி பிரச்சனை ஏதும் வராமல் பார்த்துக்கொள். நாங்க உடனே வாரோம்” என்று போனை வைத்-தார்.யார்யாருக்கோ போன் செய்து தகவல்களை தெரிவித்தார். வயர்லெஸ்சில் கன்ட்ரோல் ரூமுக்கு தகவல் தெரிவித்து சுக்ரவாரபட்டிக்குஆம்புலன்ஸ்கள் அனுப்பி வைக்க உத்தரவிட்டார்.

“யோவ் எல்லோரும்உடனே கிளம்புங்கய்யா. அந்த ஊர்க்காரனுகளோடு ஒரே ரோதனையாப் போச்சு. மிச்சமிருந்த சாராய கும்பலோட சண்டை போட்டு அந்த ஊரில் ஐந்தாறு கொலை விழுந்துருச்சு.எஸ்ஐ முருகன்அங்கிருக்கும் போதே இந்த சம்பவம் நடந்து போச்சு. இனி கலெக்டரிலிருந்து எல்லாரும் வந்து என் தலையை தான் ஒரு உருட்ட போறாங்க”இன்ஸ்பெக்டர் கோபத்தின் உச்சத்தில் இருந்தார்.

“ஐயா ஏற்கனவேஎஸ்ஐயும்ஐந்துகான்ஸ்டபிள்களும் அந்த ஊர்ல தான் காவ-லுக்கு இருக்காங்க. இப்ப ஸ்டேஷனில் இருக்கிற ஐந்து கான்ஸ்டபிள்களையும் அழைச்சிட்டுப் போனாஸ்டேஷன யார் பார்த்துக் கொள்வது?” ஏட்டையா சந்தே-கம் கேட்டார்

“இன்னைக்கு பாரா பாக்குறது யாரு? குருவைய்யா தானே அவர் ஒரு ஆள் இங்கிருந்து ஸ்டேஷனை பார்த்துக்கட்டும். யோவ் குருவைய்யா அங்கு பிரச்சனை பெருசாயிடுச்சு.நாங்க எல்லோரும் அங்கே போறோம். கண்டிப்பா உயரதிகாரிகள் போன் பண்ணுவாங்க.வயர்லெஸ்சில் தொடர்ந்து உத்தரவுகள் வரும்.உஷாராயிரு-நீபாட்டுக்கு உறங்கிறாத”கிளம்புகிற அவசரத்தில் கூட இன்ஸ்பெக்டர் அந்த பாரா பார்க்கிற போலீஸ்காரரை எச்சரித்தார்.

“ஐயா இந்த பையனை என்ன செய்வது?”

“நீ ஒருத்தன் மட்டும் இருக்கிறதால எல்லாத்தையும் சமாளிக்க முடியாது. அந்த பையனையும் லாக்கப்பில் வைத்து பூட்டு.அவன் ஒரு ஓரமா படுத்து உறங்-கட்டும்”சொல்லிவிட்டு மற்ற கான்ஸ்டபிள்களையும் அழைத்துக்கொண்டு கிளம்பி-

னார்.

ரூபினியை தொடர்ந்து ஆற்றுக்குள் ஓட மொத்த ஊரும்அங்கு திரண்டு நிற்பதை பார்த்தவுடனே லீலாவுக்கு அங்கு ஏதோ விபரீதம் நடந்திருப்பது புரிந்தது. ஆற்றுக்குள் முப்பதடி இடைவெளியில் இரண்டு இடத்தில் மக்கள் கூட்டமாக கூடி நின்றனர்.சிலர் டார்ச் லைட் வெளிச்சத்தை உயர்த்தி பிடித்தபடி நின்றஒரு கூட்டத்தில் நுழைந்து பார்த்த லீலா "தேவிகா" என கத்தியபடி மூர்ச்சையானாள்.அருகில் நின்ற ரூபினியும் பத்மாவும் அவளை தாங்கி பிடித்தனர். கன்னத்தில் மாறி மாறி லேசாக தட்ட லீலா கண் விழித்தாள்.

கழுத்து அறுக்கப்பட்டதால் பீச்சியடித்து வெளியேறிய ரத்தம் அவளைச் சுற்றிலும் பரவியிருந்தது.வயிற்றில் இரண்டு மூன்று முறை குத்தியதால் வெளியேறிய ரத்ததில் அவளுடைய வெள்ளை சுடிதார் நிறம் மாற்றியிருந்தது. வெளியேறிய ரத்தத்தின் அளவை பார்க்கும்போது கண்டிப்பாக உயிர் இருக்காது என்பது உறுதியாக தெரிந்தது. என்றாலும் லீலா அவள் கையை பிடித்து பார்த்தாள். நாடிதுடிப்புகள் அடங்கி அமைதியாக இருந்தது.

நிமிர்ந்து சுற்றிலும் பார்க்கஅங்கே இன்னொரு கூட்டம் நின்றது."இங்கேதேவிகா என்றால் அங்கே யார்?" பதைபதைப்புடன் அங்கே ஓடினாள். கூட்டத்தை விலக்கி உள்ளே போனவளின் தலையில் மீண்டும் ஒரு இடி இறங்கியது. அணிந்திருந்த சேலை முழுவதும் ரத்தம் பரவிஉறைய துவங்கியிருந்த நிலையில் கோமதி கிடந்தாள்.

கடவுளே என்ன இது? நான் காண்பதெல்லாம் உண்மை தானா? இவ்வளவு கொடூரமாக இரு பெண்களை ஒரே நேரத்தில் யார் கொன்றது?அம்மாவுக்கோ-தேவிகாவுக்கோ இங்கு யாரும் எதிரிகளாக இருக்க முடியாதே? இருவர் உடலிலும் உள்ள நகைகள் அப்படியே இருக்கின்றன என்பதால்திருடும் முயற்சியிலும் கொலை நடக்கவில்லை.இது யார் மீதான வன்மம் யாருக்கு வைக்கப்பட்ட குறி? இத்தனை வன்மமான எதிரிகள் எனக்கு இருக்கிறார்களா? அப்படியானால் நான் அவர்களை விட மோசமானவளா? மிக மோசமான ஆட்களுக்கு தான் இத்தகைய கொடூர தண்டனை கிடைக்கும் என்பர்களே.

தன்னுடைய தாயும் மகளும் ரத்தவெள்ளத்தில் அலங்கோலமாக கிடப்பதை பார்த்ததும் லீலாவுக்கு மூளை மரத்துப் போனது போல் தோன்றியது.தன் உடலோடும் இந்த உலகோடும் உள்ள தொடர்புகள் முற்றிலும் துண்டிக்கப்பட்டது போல் உணர்ந்தாள். உடல்இருக்கிறதா,இயங்குகிறதா என்பது அவளுக்கு தெரியவில்லை. கண்களில் காட்சிகள் தெரிந்தது ஆனால் அவள் மனதில் அது பதியவில்லை. சுற்றி நிற்கும் கூட்டம் ஏதேதோ பேசுவது கேட்கிறது ஆனால் அது என்னவென்று புரியவில்லை. எதிரில் நிற்பவர் என்ன பேசுகிறார் என்பது புரியாததால் அதற்கு வாய் திறந்து பதில் அளிக்க முடியவில்லை.எங்கோ நடக்கிறோம் ஏதோ செய்கி-

றோம் எதுவும் ஏன், எதற்கு,எப்படி, என்பது புரியாத நிலையில் நடக்கிறது.

போலீஸ் வந்து தன்னுடைய வழக்கமான பணிகளை துவங்கியது. உடல்கள் கிடந்த இடம் மார்க் செய்யப்பட்டு போட்டோக்கள் எடுக்கப்பட்டது. சிறிது நேரத்தில் சைரன் ஒலி எழுப்பியவாறு பல ஆம்புலன்ஸ்கள் ஒன்றன்பின் ஒன்றாக வந்தன. ஒவ்வொரு உடலாக அதில் ஏற்றி எடுத்துச் செல்லப்பட்டன.

லட்சுமியும்ரூபினியும் கைத்தாங்கலாக லீலாவை அழைத்து வந்து ஒரு ஆம்புலன்சில் ஏற்றினர். தேவிகாவின் உடலோடு அவர்கள் உடன் சென்றனர் கோமதியின் உடல் வந்த ஆம்புலன்சில் வெற்றிவேலும் பத்மாவும்ஏறிக்கொண்டார்.

கிடைத்த வண்டிகளில் ஏறி சுக்ரவாரபட்டி கிராமமே மருத்துவமனைக்கு வந்து குவிந்தது. மெயின் ரோட்டில் பரபரப்பான ஆம்புலன்ஸ்களின் ஒலியையும் நடமாட்டத்தையும்பார்த்த பக்கத்து கிராமத்தினர் எப்படியோ விசாரித்து நடந்ததை அறிந்தனர். அவர்கள் அதை உடனே வடமலாபுரம் கிராமத்தில் போய் சொல்ல பதறி எழுந்த கிராமத்து மக்கள் மருத்துவமனைக்கு விரைந்து வந்தனர்.

அதிகாலை நேரமாகஆக அந்த அரசு மருத்துவமனை இரு கிராமத்து மக்களாளும் சூழப்பட்டிருந்தது. தகவல் தெரிந்து கலெக்டரும் உயரதிகாரிகளும் மருத்துவமனைக்கு வந்து சேர்ந்தனர். எல்லா பத்திரிகை நிருபர்களும் சேனல்காரர்களும் வந்து சேர்ந்தனர். அந்த பகுதி முழுவதும் பாதுகாப்பு பலப்படுத்தப்பட்டது.

சற்று நேரத்தில் கலெக்டருக்கு எஸ்பி ஏதோ ரகசிய தகவல் தெரிவிக்க இருவரும் அவசரமாக வெளியேறி கார்களில் ஏறிச் சென்றனர்.

சூரியன் மெதுவாக வெளியே எட்டி பார்த்துவெளிச்சக் கதிர்கள் பரவ துவங்கிய நேரம். திடீரென அதிரடிப்படை போலீஸ் கொண்டுவந்து குவிக்கப்பட்டது. மருத்துவமனை வளாகத்தில் நின்று கொண்டிருந்த பொதுமக்கள் அனைவரும் வலுக்கட்டாயமாக வெளியே அனுப்பப்பட்டனர். போக மறுத்து வாக்குவாதத்தில் இறங்கியவர்களை லேசான தடியடி நடத்தி அகற்றினர்.

ரூபினி தன்னுடைய கழுத்தில் தொங்கிய அடையாள அட்டையைகழட்டி கைப்பைக்குள் வைத்து விட்டு லீலாவின் துணைக்கு வந்த உறவுக்கார பெண் போல் நின்றுகொண்டாள். பிரேத பரிசோதனை அறைக்கு அருகே லீலா,லட்சுமி,சிவமணி,வெற்றிவேல்,பத்மா,ருபினி ஆகியோர் மட்டும் இருக்க அனுமதிக்கப்பட்டனர்.

மருத்துவமனை வளாகத்தினுள் செய்தியாளர்களுக்கும் அனுமதி மறுக்கப்பட்டு வெளியே விரட்டப்பட்டனர்.ரமேஷ்பிற செய்தியாளர்கள் நின்ற பகுதியில் போய் நின்று கொண்டு ஏதேனும் தகவல் கிடைக்கிறதா என நோட்டமிட்டான். ஆஸ்பத்திரிக்கு பக்கத்திலிருந்த லாட்ஜில் போய் தான் யார் என்ற விவரம் சொல்லி அதன் மொட்டை மாடிக்குபோனான் ரஷீத்.அங்கிருந்து பார்க்க மருத்துவமனையின் முன்பக்க பகுதிகள் தெளிவாக தெரிந்தது. எல்லாவற்றையும் பார்க்க வசதி-

யாக கேமராவை பொருத்தினான்.

மருத்துவமனை முன்குழுமி இருந்த மக்களுக்கு சந்தேகம் வந்தது. பிரேத பரிசோதனையில் ஏதேனும் ஆதாரம் கிடைத்திருக்குமோ? அதை யாருக்கும் தெரியாமல் அழிப்பதற்கு தான் இந்த அடாவடித்தனமோ? என்றெல்லாம் தங்களுக்குள் பேச துவங்கினர்.சற்று நேரத்தில் மீண்டும் ஒரு நீண்ட சைரன் ஒலி கேட்டது.

சைரன் ஒலியை கேட்ட போலீசார் பரபரப்பாகி மருத்துவமனை நுழைவாயில் அருகே நின்ற கூட்டத்தை ஒதுக்கி அப்புறப்படுத்தினார். இரண்டு அதிரடிப்படை வேன்கள் முன்னே வர ஒரு ஆம்புலன்ஸ் வண்டியும் அதன்பின் இரு அதிரடிப்படை வேன்களும் கலெக்டரின் கார், பாதுகாப்பு வண்டிகள் என ஒரு வாகன அணிவகுப்பு மருத்துவமனைக்குள் போனது. யாரும் பார்க்காத வண்ணம் ஆம்புலன்சில் இருந்து ஒரு உடல் மருத்துவமனைக்குள் எடுத்துச்செல்லப்பட்டது.

“ஏண்டா பிரகாஷ் எதுக்கு இத்தனை வண்டி உள்ளே போகுது ஏதாவது பிரச்சனையா?” பாண்டியம்மாள் அருகே நின்ற மகனிடம் கேட்டார்.“எனக்கு என்னம்மா தெரியும். ஒரு வேளை சுந்தரியின் உடல் பிரேத பரிசோதனை முடிந்து வெளியே கொடுக்க போறாங்களோ என்னவோ. ஏற்கனவே ஊரில் ரொம்ப பிரச்சனையானதால இங்கேயும் பலத்த பாதுகாப்பு போடுறாங்கன்னு நினைக்கிறேன்”.

நேரமாகிக்கொண்டே இருந்தது. சுமார் 7 மணிக்கு ஒரு உயர் அதிகாரி வந்து “டீச்சர் உங்களை கலெக்டர் பார்க்கணும்னு சொல்கிறார். கொஞ்சம் என்னோடு வாரீங்களா?” என்று அழைத்தார் லீலா அவரை திரும்பி பார்த்தாளே தவிர வேறு ஒன்றும் பேசாது அசையாமல் அமர்ந்திருப்பதை பார்த்த பத்மாவும் லட்சுமியும் சேர்ந்து அவளை தூக்கி நிறுத்தினர். அந்த அதிகாரி நடக்க அவரின் பின் லீலாவை நடத்திக் கொண்டு போனார்கள்.

இவர்கள் போய்நின்றதுமருத்துவமனையில் தலைமை டாக்டரின் அறை. அந்த பெரிய அறையில் கலெக்டருடன் தலைமை டாக்டரும் உயர் போலீஸ் அதிகாரிகளும் விஸ்வநாதனும் விமலாவும் இருந்தனர்.அனைவரும் கனத்த மௌனத்தோடு இறுகிய முகத்துடன் இருந்தனர்.

ஒரு நீண்ட மௌனத்துக்குப் பின் கலெக்டர் “டீச்சருக்கு என்ன ஆச்சு? ஏன் இப்படி இருக்காங்க? அவங்களுக்கு ஏதாவது சிகிச்சை தேவைப்படுதா?” என பேச்சை ஆரம்பித்தார். அங்கு நிலவிய மவுனம் அவர் பேச வந்த விஷயம் இது இல்லை என்பதை அனைவருக்கும் உணர்த்தியது.

“டீச்சர் இதை எப்படி உங்களுக்கு தெரிவிக்கிறது என்று எனக்கு தெரியல.“பட்ட காலிலேயே படும் கெட்ட குடியே கெடும்” என்ற பழமொழி போலயிருக்கு உங்க நிலை. நேற்று இரவு சுந்தரி பிரச்சனை, இன்று உங்க அம்மாவும், மகளும் என்று பிரச்சனை மாறி மாறி வருது”.

நடந்த துக்கங்களுக்கு ஆறுதல் சொன்னவர் “இது போதாது என்று உங்களுக்கு மேலும் ஒரு துக்க செய்தி இருக்கு. அது லாக்கப்பில் வைத்து திலீப் தற்கொலை செய்துகொண்டார்” என்று கூறி நிறுத்தினார்.அதைக் கேட்டவுடன் வலிப்பு வந்ததை போல் லீலாவின் உடல் ஓரிரு முறை குலுங்கியதே தவிர அவளிடம் வேறு ஒரு மாற்றமும் இல்லை.“ஐயோதிலீப்” என்று கத்தியபடி இந்தமுறை பத்மா மயங்கி விழுந்தாள்.

# 46

46

அவள் கத்தியதும் மயங்கி விழுந்ததும் பார்த்து அதிர்ந்து லீலா சுய நினைவுக்கு வந்தாள். தன்னை சுற்றி நடப்பதையெல்லாம் உணர்ந்தாள். கீழே கிடந்த பத்மாவின் கன்னத்தை தட்டினாள். அவளை தூக்கி அமர வைக்க முயற்சித்தாள்.“என் மகன் தற்கொலைசெய்கிற அளவுக்குகோழைஇல்லை.இரவு 7 மணி வரை அவனுடன் இருந்து பேசிவிட்டு தான் வந்தேன். எனக்கு தைரியம் சொல்லும் அளவுக்கு அவன் மனோதிடத்துடன் இருந்தான். அதன்பின் வெற்றிவேலும் பத்மாவும் சந்தித்து பேசி இருக்கிறார்கள். அவர்களுக்கும் அவன் தான் ஆறுதல் சொல்லி இருக்கிறான். அப்படிப்பட்டவன் எப்படி தற்கொலை செய்து கொள்வான். உண்மையை சொல்லுங்கள் என்ன நடந்தது?” லீலா ஆவேசம் பொங்க கலெக்டரை பார்த்து கேட்டாள்.

“நாங்க உண்மையை தான் சொல்கிறோம் டீச்சர்.அவரை நீங்க சந்தித்து பேசிய போது தைரியமாக இருந்திருக்கலாம் ஆனால் எல்லா மனிதர்களுக்கும் தோன்றும் பொதுவான விஷயம் ஒன்று இருக்கிறது அதை கொஞ்சம் புரிஞ்சுக்கோங்க.

முதன் முறையாக சிறைக்கு போகிற யாராக இருந்தாலும் அவர்களுக்கு பலவித மன குழப்பங்கள் உண்டாகும். அப்படி குழப்பமான மனநிலையில் யோசிக்கும்போது ஏற்படும் மன அழுத்தம் காரணமாகதற்கொலை எண்ணம் வரத்தான் செய்யும்.நீங்கள் எல்லாம் வந்து பார்த்து பேசிவிட்டு போன பின்னே அப்படி ஒரு எண்ணம் வந்திருக்கலாம் இல்லையா?

நேற்று இரவு உங்க ஊரில் பிரச்சனையானப்ப எல்லா போலீசும் அங்கே போனதால் இங்கே கண்காணிக்க ஆள் இல்லாத சூழ்நிலை ஏற்பட்டதை பயன்படுத்தி உங்கள் மகன் தற்கொலை செய்துவிட்டார். என்றாலும் இதை பற்றி உயர் அதிகாரிகளை கொண்டு விசாரிக்க உத்தரவிட்டு இருக்கிறேன்.

எனவே இதை இப்போது பிரச்சினைஆக்காதீர்கள்.ஏன்னா இப்பஊர்க்காரங்களுக்கு தெரிந்தா கொந்தளித்து போயிடுவாங்க. பெரிய கலவரம் ஆகிடும். எனவே தயவு செய்து நாங்கள் சொல்வதை கேளுங்கள். இப்போது போஸ்ட் மார்ட்டம்

முடிந்து கோமதி, தேவிகாவின் உடல் கிடைத்தவுடன் கொண்டுபோய் இறுதிச்சடங்குகளைமுடியுங்கள். திலீப்பின் உடலை பிரேத பரிசோதனை செய்து இங்கேயே இரண்டு நாட்கள் மார்சுவரியில் வைப்போம். உண்மையான குற்றவாளியைஅரெஸ்ட் பண்ணி அதன்பின் பிரச்சனை தீர்ந்த பிறகு திலீப்பின் இறுதிச் சடங்குகளை நடத்துவோம்''கலெக்டர் பக்குவமாக தன் திட்டத்தை கூறினார்.

அரசாங்கத்தின் குணம் அரசு ஊழியர்களின் பேச்சில் தெரியும் என்பார்கள். தனக்கு உண்டான வேலையை பிரச்சினை இல்லாமல் எப்படியேனும் சீக்கிரம் முடிக்க வேண்டும் என்பதே அவர்களுடைய குறிக்கோள்.நீதி,நேர்மை, பாதிக்கப்பட்டவர்களின் வலி இதெல்லாம் அவர்களுக்கு ஒரு பொருட்டே இல்லை. ஏனென்றால் அவர்களெல்லாம் இதற்கு அப்பாற்பட்டவர்கள்.இது எதுவும் அவர்களை எப்போதும் பாதிக்காது.இங்கும் கலெக்டரின் பேச்சும் நடவடிக்கையும் அவருடைய வேலை சிக்கலில்லாமல் முடிய வேண்டும் என்பதை நோக்கியே இருந்தது.

“எதற்கு சார் தேவையில்லாமல் பொய்க்கு மேல் பொய் சொல்லணும்.நடந்தது நடந்து போச்சு என் மகன் உயிர் போனது போனதுதான் அது எந்த வழியில் என்பதை தயவு செய்து கண்டு பிடியுங்கள். சட்டப்படி செய்யவேண்டியதை செய்துவிட்டு உடலை ஒப்படையுங்கள். எந்தப் பிரச்சினையும் இல்லாமல் நாங்கள் கொண்டுபோய் தகனம் செய்து கொள்கிறோம்''லீலா உறுதியாக கூறினாள்.

ஜன்னல் வழியே வெளியே பார்த்தாள் லீலா. கிராம மக்களின் கூட்டம் அதிகரித்துக் கொண்டே இருந்தது. அதை பார்த்த உள்ளூர்வாசிகளும் விபரம் தெரிந்து கொள்வதற்காக ஆஸ்பத்திரியை நெருங்கி வேடிக்கை பார்க்க துவங்கினர்.கலெக்டர் சொல்வதில் உண்மை இருக்கிறது. விஷயம் வெளியே தெரிந்தால் பெரும் கலவரம் ஏற்படக்கூடிய வாய்ப்பு இருக்கிறது என்ன செய்யலாம் என யோசித்தாள்.

திலீப் இறந்தவிஷயம் வெளியே யாருக்கும் தெரிய வேண்டாம் என பத்மாவிடமும்லட்சுமியிடமும்கூறினாள். வெளியே வந்து சிவமணியை அழைத்து “சிவா கூட்டம் அதிகமாக இருக்கிறதால உடலை கொடுக்க போலீஸ் பயப்படுறாங்க. அதனால நீங்க வெளியே போய் நம்ம ஊர் ஆள்கள் எல்லோரையும் ஏதாவது வண்டி பிடித்தாவது உடனே ஊருக்கு கூப்பிட்டு போங்க. நான் உடலை வாங்கிட்டு வாரேன்'' என்று கூறி அனுப்பி வைத்தாள். சிவமணி அப்படியே செய்தான்.

அதுபோலவெற்றிவேலை அழைத்து“அண்ணே அவரிடம் சொன்ன அதே விஷயம்தான் வெளியே போய் இப்படி சொல்லி எல்லோரையும் அழைச்சிட்டு போங்க. உங்க உதவிக்கு பிரகாஷையும்கூப்பிடுக்கோங்க. நீங்க ரெண்டு பேரும் சொன்னா ஊர்க்காரங்க கேட்பாங்க.சுந்தரியின் உடல் கிடைத்தவுடன்அதோடபத்மா கிளம்பி வருவாங்க'' என்று சொல்லி அனுப்பினாள். கலவரம் செய்ய தயாராக இருந்த கூட்டம் தன்னாலே கரைந்து போனதை கண்டு கலெக்டருக்கு அதிசயமாக

இருந்தது.வீட்டில் உள்ள அத்தனை உறவுகளையும் பறிகொடுத்த பின்னும் தைரி-யத்தோடு இருப்பவளை பார்த்து அவருக்கு வியப்பாக இருந்தது.

“இன்ஸ்பெக்டர்திலீப்பின் மரணத்துக்கு உண்மையான காரணம் என்னவோ அதன்படி வழக்கு பதிவு செய்து விசாரணை நடத்துங்கள். எக்காரணத்தைக் கொண்டும் குற்றவாளிகள் தப்பித்து விடக்கூடாது” என்றுகடுமையாகஉத்தரவிட்-டார்.

முதலில் சுந்தரியின் உடல் ஒப்படைக்கப்பட்டது. அதை ஆம்புலன்சில் ஏற்றி உடன் பத்மாவையும் அங்கே நின்ற ஒரு சில சுக்ரவாரபட்டி ஆட்களையும்அனுப்பி வைத்தாள்.

அடுத்து கோமதியின் உடல் தரப்பட்டது.“லட்சுமி அக்கா நீங்க இங்கிருந்து அடுத்து தேவிகாவோட உடல் கிடைத்தவுடன் அந்த வண்டியில் வாங்க. நான் முன்னாடி போய் ஒரு சில ஏற்பாடுகளை செய்யணும்” என்று கிளம்பினாள்.கந்த-சாமி அண்ணனையும் சிலரையும் லட்சுமியோடு வர சொன்னாள்.

வடமலாபுரம் கிராமமே சோகத்தில் மூழ்கியிருந்தது. கோமதியின் உடல்வீட்-டுக்கு முன் வைத்து உறவினர்கள்,ஊர்மக்கள் அஞ்சலி செலுத்தும் போது தேவி-காவின் உடலும் வந்தது. சற்று நேரத்தில் இருவரின்உடலும் இறுதி ஊர்வலத்-துக்கு தயாரானது. “லீலா இரண்டு பேர் உடம்புக்கும் கொள்ளி வைக்கிறதுக்கு உங்க சொந்தக்காரங்க வகையில் ஏதாவது ஆண் வாரிசு இருக்காங்களா?”சிவ-மணி கேட்டார்.

“அப்படியாரும் வேண்டாம் சிவா. இவங்க உடம்புக்கு நான் தான் கொள்ளி போட போறேன்”.“லீலா நம்ம ஊரில்பெண்கள் சுடுகாட்டுக்கு வரக்கூடாதுன்னு சொல்லுவாங்க. அதனால் நீ வீட்டில் இரு. நான் பார்த்துக்கொள்கிறேன்” என்று சிவமணி சொல்ல “இல்லை சிவா நான் கட்டாயம் சுடுகாட்டுக்கு வரவேண்டிய சூழ்நிலையில் இருக்கிறேன்” என்று கூறி அவளும் சுடுகாட்டுக்கு வந்தாள்.

இரண்டு பேரின் உடலை தகனம் செய்ய இரண்டு தகன மேடை அமைக்-கப்பட்டிருந்தது.“சிவா இரண்டு மேடை போதாது.இன்னொன்று கூட தயார் செய்-யுங்கள்”என்றாள். சிவமணி அதிர்ந்துபோய் “லீலா நீ என்ன சொல்ற. எதற்காக மூன்றாவது மேடை” என்றார்.“சத்தம் போடாதீங்கசிவா.திலீப்பும் நம்மை விட்டு போய்விட்டான்.அவனுக்காகத்தான் மூன்றாவது மேடை. அவன் உடல் வரும் வரை இது வெளியே தெரிய வேண்டாம்”மெல்லிய குரலில் சொன்னாள்.

“ஐயோ கடவுளே” சிவமணி கதறி அழுதான். திடீரென அவன் அழுவதை பார்த்தவர்கள் அவன் கோமதி, தேவிகாவின் உடலை பார்த்து தான் அழுவதாக நினைத்தனர்.சிவமணி அழுதுகொண்டே வெட்டியானிடம் மூன்றாவது மேடை அமைக்க சொன்னார். அவரும் உடனே விறகுகளை அடிக்கி தகனமேடை ஒன்று

அமைத்தார். சுற்றி நின்றவர்கள் எதற்காக இது என்று ஒன்றும் புரியாமல் குழப்பத்தோடு பார்த்துக் கொண்டிருந்தனர்.

இருவரின் உடல் மீதும்விறகுகள் அடுக்கப்பட்டு தகனத்திற்கு தயாரானபோது ஒரு ஆம்புலன்ஸ் வந்து நின்றது. அதிலிருந்து திலீப்பின் உடல் இறக்கப்பட ஊர்மக்கள் அதிர்ந்து போயினர்.மீண்டும்ஊர் மக்களின் அழுகுரல் ஓங்கி ஒலித்தது. சிலர் திலீப் உடலை கொண்டு வந்த போலீசாரை நோக்கி தகாத வார்த்தையில் திட்டினார்.சிலர் அவர்களை அடிக்க விரட்டினர். அந்த கூட்டத்திலிருந்து தப்பிக்க போலீசார் ஆம்புலன்சை எடுத்துக்கொண்டு விரைந்தனர்.

லீலா அருகில் சென்று துணியில் பொதிந்து வைக்கப்பட்டிருந்த திலீபின் உடலை பார்த்தாள். “இந்த அடி எல்லாம் என்னை ஒன்றும் செய்யாது என் மனசு உறுதியா இருக்கு. அதுஎந்த அடியையும் தாங்கும் சக்தியை உடலுக்கு தரும். சத்தியம் ஒருநாள் ஜெயிக்கும்.கவலை படாதீங்க நான்தான் இரண்டு நாளில் வீட்டுக்கு வந்துவிடுவேனில்ல”என்று நேற்று இரவு தானே தைரியமாக சொன்னாய்என்னானதுமகனே உனக்கு.ஏன் எல்லோரும் என்னை விட்டு ஒரே நேரத்தில் பிரிந்து போகிறீர்கள்? உங்களுக்கெல்லாம் நான் செய்த பாவம் என்ன?” மடை திறந்த வெள்ளம் போல் கண்ணீர் அருவியாக பொங்கியது.

மூன்றாவது தகன மேடையில் அவன் உடல் கொண்டுபோய் வைக்கப்பட்டு விறகுகள் அடுக்கப்பட்டது. “திலீப் எனக்கு பதில் அடுத்து நீ ராணுவத்தில் சேர வேண்டும்” என்று செந்தில் சொல்ல “அப்பா கண்டிப்பா நான் ராணுவத்துக்கு தான் போவேன். ஆனால் யார் உயிரையும் எடுப்பதற்காக இல்லை எல்லோருடைய உயிரையும் காப்பாற்றும் டாக்டராக போவேன்”என்றவன் இப்போது உயிரற்ற பிணமாக கிடக்கிறான் என்பதை நினைத்துஅழுதபடி திலீப்பின் சிதைக்கு தீ மூட்டினாள்.

“நீ அதிகமா பேசுற லீலா. வீட்டில நாங்க பொறுத்துக் கொள்வோம். ஊரு, உலகம் பொறுத்துகுமா?. அம்மா நீ சொன்னது சரிதான் என் பேச்சு தான் உங்க எல்லாருடைய சாவுக்கும் காரணமாகி போச்சுன்னு நினைக்கிறேன். அப்படின்னா உங்களை கொன்ற பாவியே நான்தான்”கோமதி உடலுக்கு கொள்ளி வைக்க நெருப்பு குப்பென்று பற்றிக்கொண்டு ஜுவாலைகள் மேலெழுந்தன.

“ஏண்டி உன் வாயிலிருந்து வார்த்தைகளே வெளியே வராதா? எப்ப பார்த்தாலும் ஏன் அமைதியா உக்காந்திருக்க?. உன் வயசு பிள்ளைகளைப் பாரு என்ன பேச்சு பேசுறாங்கன்னு. “அம்மா பேசாத வார்த்தைகளுக்கு நான் எஜமானி. எப்போதும் அமைதியா இருந்துட்டு எப்போதாவது தேவைப்படும்போது பேசினால் தான் நான் என்ன பேசுகிறேன் என்று கேட்பதற்கு எல்லோருக்கும் ஆவலாய் இருக்கும்”இப்போதும் நீ பேசுவதை கேட்க ஆவலாய் இருக்கிறேன் வாய் திறந்து பேசுடி. இனி உன் பேச்சை எப்போடி நான் கேட்பேன்” தேவிகாவின் உடலுக்கு

நெருப்பு வைக்காமல் நீண்டநேரம் பரிதவித்து நின்றாள். சிவமணி அருகே வந்து அவள் கையைதட்டலீலா தேவிகாவின் உடலுக்கு கொள்ளி வைத்தாள்.

வீட்டுக்கு திரும்பி வரும்போது சிலர் ஓடிவந்து சொன்னார்கள். "லீலா டிவி நியூஸில்திலீப் சாராய கும்பலால் அடித்து மரணம் என்று செய்தி வருது""உண்மையிலேயே போலீஸ் தான் அடிச்சு கொன்னுருப்பானுகள். சும்மா பழியைத் தூக்கி அடுத்தவர் மேல போடுகிறார்கள்"ஊரில் ஒவ்வொருவரும் தத்தமது அபிப்பிராயங்களை சொல்ல எதற்க்கும் லீலா வாய்திறந்து பதில் சொல்லவில்லை. இது இக்கட்டான நேரம் தான் வாய் திறந்து எது பேசினாலும் அது தவறாக புரிந்து கொள்ளப்பட்ட வாய்ப்புண்டு.அப்படி தவறாக புரிந்து கொள்ளப்பட்டால் அதற்கு விளைவுகள் கடுமையாக இருக்கும் என்பதை உணர்ந்தாள்.

"என்னை யாரும் தொந்தரவு செய்யாதீர்கள். நான் கொஞ்சம் தனியா இருக்கணும்" என்று தன்னை பின்தொடர்ந்து வந்தவர்களை தவிர்த்துவிட்டுவீட்டிற்குள் போய் கதவை மூடிக்கொண்டாள்.இரண்டு நாளாக வீட்டின் கதவுதிறக்கவில்லை. இவளையே கண்காணித்துக் கொண்டிருந்த சிவமணியும் நண்பர்களும் தவித்து போனார்கள்.

# 47

47

வியாழக்கிழமை காலை இன்ஸ்பெக்டர் வந்து லீலாவின் வீட்டுக்கதவை தட்-டினார்.லீலாவின் வீட்டு கதவு தட்டப்படும் சத்தம் கேட்டதும்சிவமணியும் ஊர்க்-காரர்களும் வேகமாக அங்கு வந்தனர்.நீண்ட நேரமாகியும் கதவுதிறக்கப்படாததால் சிவமணி இளைஞன் ஒருவனை மாடி வழியாக ஏறி உள்ளே இறங்க சொன்னார்.

அந்த பையனும் மாடி வழியாக ஏறி நடு முற்றத்தில் இறங்கினான்.லீலா சாய்வு நாற்காலியில் கண் மூடி அமர்ந்திருந்தாள்.உள்ளே இறங்கியவன்சத்தமாக "அக்கா" என்று அழைத்தது வெளியே நிற்பவர்களுக்கு கூட கேட்டது. ஆனால் லீலா கண் திறக்கவில்லை. பயந்து போன இளைஞன் மெதுவாக அவள் அருகே போய் அவளுடைய கையை தட்டினான்.

உடனே லீலா திடுக்கிட்டு விழித்து அவனை பார்த்தாள்."அக்கா உங்களை பார்க்கபோலீஸ் வந்து இருக்கு". லீலா பதில் சொல்லாமல் விழித்துப் பார்க்க அந்த இளைஞன் பயந்துபோய் வாசல் கதவை திறந்தான். சிவமணியும் லட்சுமியும் வேறு சிலரும் உள்ளே ஓடிவந்தனர்.அவர்களுக்கு பின்னால்இன்ஸ்பெக்டர் வந்தார். "லீலா என்ன ஆச்சு? ஏன் இப்படி இருக்க? உடம்புக்கு சரியில்லைன்னா ஆஸ்-பத்திரிக்கு போவோமா?"சிவமணிஅக்கறையுடன் கேட்டார். அப்போதுதான் கொஞ்-சம் கொஞ்சமாக சுயநினைவுக்கு வந்த லீலா"அதெல்லாம் வேண்டாம்" என்று சொன்னாள்.கூட்டத்தில் இன்ஸ்பெக்டரும் நிற்பதை பார்த்து "வாங்க இன்ஸ்பெக்டர் உட்காருங்க" என்றாள்.

" டீச்சர் எந்த வார்த்தைகளும் உங்களுடைய கவலைகளுக்கு மருந்திட முடி-யாது என்று எனக்கு தெரியும். என்ன செய்வது ஒரு நாள் சூறாவளியில் உங்-கள் அழகான குடும்பமே சின்னாபின்னமாகி விட்டது என்பதை நினைக்கும் போது மிகுந்த கவலையாக இருக்கிறது.இந்த பிரச்சினைகளை பற்றி விசாரிக்க கடந்த மூன்று நாட்களாக சுக்ரவாரபட்டிக்கு வந்து கொண்டிருக்கிறேன். தினமும் உங்-களை வந்து சந்தித்து ஆறுதல் சொல்லணும்னுநினைப்பேன். ஆனா உங்க முகத்த பார்க்கிற தைரியம் எனக்கு இல்லாததால் அப்படியே திரும்பிப் போயிருவேன்.

ஆனால் இன்று இந்த வழக்கைப் பற்றி சில விவரங்கள் உங்களுக்கு தெரிவிக்க வேண்டியுள்ளது. இப்போது அதைப்பற்றி நாம் தனியாக பேச முடியுமா?''என்று இன்ஸ்பெக்டர் கேட்டார்.

லீலா சிவமணியைப் பார்க்க அதன் குறிப்பை அறிந்தவர்அங்கே நின்றவர்களை அழைத்துக்கொண்டுவெளியேறினார்.உடன் வெளியே போக கிளம்பிய லட்சுமியை பார்த்து ''அக்கா இன்ஸ்பெக்டர் சாருக்கு ஒரு டீ போட்டு கொடுக்கறீங்களா?'' என்று கேட்டாள். லட்சுமி சமையல் அறையை நோக்கி போனாள்.

''சாரி டீச்சர் திலீப் விஷயத்தில் நான் இன்னும் கொஞ்சம் கவனமாக இருந்திருக்கணும். உங்க அம்மாவும் தேவிகாவும் கொல்லப்பட்ட செய்தி கேட்டவுடன் என்ன செய்வதென்று தெரியாமல் எல்லா கான்ஸ்டபிள்களையும் அழைச்சிட்டு அங்கே வந்துட்டேன். இங்கே ஸ்டேஷன் காவலுக்கு இருந்த போலீஸ்காரர் டீ குடிக்க கடைக்கு போன நேரம் பார்த்து அந்த கும்பல் திலீப்பை கடுமையாக தாக்கி கழுத்தை நெறித்து கொன்றுவிட்டது.

இது நாங்க காலைல ஸ்டேஷனுக்கு திரும்பிப் போன பின் தான் தெரிந்தது. இந்த விஷயத்தில் சாராய கும்பலால் கொலை நடந்துச்சுன்னு சொன்னாஅவ்வளவுதான். ஊர் மக்கள் கொந்தளிச்சிடுவாங்க என்பதால்தான் திலீப் தற்கொலை செய்ததாக முதலில் கலெக்டர் சொன்னார்.

ஆனால் நீங்க உறுதியாக இருந்து எந்த பிரச்சனையும் வராம நேர்த்தியாக காரியங்களை அமைதியாக முடித்ததால் கலெக்டரும் பொய்யான தகவல்கள் இல்லாமல் இதை ஒழுங்காக கொலை வழக்காக பதிவு செய்து விசாரிக்க சொல்லியிருக்கிறார்.திலீப் கொலை சம்பந்தமாக சிறையில இருக்கிற நாலு பேரு தவிர மொத்த சாராய கும்பலும் அவர்களோடு தொடர்பில் இருந்த அதிகாரிகள் மீதும் வழக்கு பதிவு செய்து இருக்கிறோம்.

சுந்தரி கேசை பற்றி சில விவரங்களும் போஸ்ட்மார்ட்டம் ரிப்போர்ட்டும் வந்திருக்கு அதையும் தெரிவிச்சிட்டு போறதுக்கு தான் வந்தேன்.

சுந்தரியை திலீப் கொலை செய்யவில்லை. அதுமட்டுமல்ல சுந்தரியை யாரும் வன்புணர்வு செய்யவில்லை.ஆனால் அவளை பாலியல்ரீதியில் துன்புறுத்தியதற்கான அடையாளங்கள் சிறுமியின் மார்பகங்களிலும் புட்டத்திலும் உள்ளன.குற்றவாளிதன்னால் செயல்பட முடியாத காரணத்தினால் அவளுடைய பிறப்புறுப்பில் கம்பியோ குழாயோ போன்ற ஏதோ கூர்மையான ஒன்றை நுழைத்து அதை சேதப்படுத்தி இருக்கிறான். இவற்றையெல்லாம் பார்க்கும்போது அவன் உறவுகொள்ள தகுதியற்ற அல்லது ஆண்மையற்ற கொடூரமான சைக்கோவாக இருக்கக்கூடும்''.

லட்சுமி இன்ஸ்பெக்டருக்கும்லீலாவுக்கும் டீ கொண்டு வந்து கொடுத்தாள். அதை அருந்தி முடித்ததும் ''வேறு ஏதேனும் தகவல் கிடைத்தால் வருகிறேன்'' என்று சொல்லிஇன்ஸ்பெக்டர் கிளம்பினார்.

இன்ஸ்பெக்டர் கிளம்பியவுடன் லட்சுமி வந்து "லீலா அம்மா எனக்கு மனசே சரியில்லை. நான் வீட்டுக்கு போகட்டுமா? நாளைக்கில இருந்து இங்கேயே இருந்து விடுகிறேன்"என்றாள்."சரிக்கா கொஞ்சம் இருங்க நானும் வரேன். இங்கே இருக்கிறது எனக்கும் ஒரு மாதிரியா இருக்கு. பிள்ளைகளோட இருந்த அந்த வீட்டில் போய் கொஞ்ச நேரம் இருந்துட்டு வரலாம் என நினைக்கிறேன்" என்று லீலாவும் அவளோடு கிளம்பினாள்.

சுக்ரவாரபட்டியில்உள்ள லீலாவின் வீட்டை திறந்து சுத்தம் செய்து கொடுத்து-விட்டு லட்சுமி தன் வீட்டுக்கு கிளம்பி போனாள்.லீலா வீட்டில் இருப்பதை அறிந்த ஊரார் அவளை பார்க்க வந்தனர். "எனக்கு மனசு சரியில்லை. கொஞ்சம் தனியா இருக்கணும் போலதோணுது. எல்லோரையும் இரண்டு நாள் கழித்து பார்க்கிறேன்" என்று சொல்லி அனுப்பினாள். கதவை மூடி தாழிட்டாள்.

தன்னுடைய கடந்த காலத்தின்பல்வேறு நினைவுகளில் சிக்கி தூக்கம் வராது தவித்து கொண்டிருந்த லீலா சற்று கண்ணயர்ந்த நேரம் கதவு பலமாகத் தட்டப்ப-டும் ஓசை கேட்டது.நீண்டநேரம் உறங்கி விட்டோமோ என்று பதறி எழுந்த லீலா கடிகாரத்தை பார்க்க மணி 4 ஆகியிருந்தது. மீண்டும் கதவு தட்டும் ஓசை கேட்க எழுந்து போய் கதவைத் திறந்தாள். அங்கே ரூபினியும்ரமேசும்ரஷீத்தும்நின்றார்கள்.

"நீங்களா? அதுதான் எல்லாம் முடிஞ்சு போச்சே.இன்னும் இங்கே என்ன செய்கிறீர்கள்?" லீலாவிரக்தியுடன் கேட்டாள்."சாரி டீச்சர் உங்களை ரொம்ப இடைஞ்சல் பண்ணிட்டோம் என்று நினைக்கிறேன். என்றாலும் உங்களுக்கு தெரி-விக்க வேண்டிய ஒரு முக்கிய விஷயத்தை பற்றி பேசவேண்டிய தான் வந்-தோம்"என ருபினி கூறினாள். அவர்களை"உள்ளே வாங்க" என்று அழைத்துசே-ரில் அமர சொன்னாள்.

"டீச்சர் நாங்க செய்திசேகரிக்கிறது மட்டுமல்லாமல் அந்த செய்திக்கு பின்னாடி உள்ள உண்மைகள் என்ன என்பதையும் ஆராயும் வேலையையும் ஒரு பொழு-துபோக்கு போல செய்துகிட்டு இருக்கோம். ஞாயிற்றுக்கிழமை இங்கே சுந்தரியின் கொலை பற்றி செய்தி சேகரிக்க வந்ததிலிருந்து இதன் பின்னணி குறித்தும் விசா-ரிக்க துவங்கினோம். அதில் கிடைத்த அதிர்ச்சிகரமான விவரங்களை உங்களுக்கு தெரிவிக்கவே இப்போது வந்திருக்கிறோம். முதல்ல ரமேஷ் உனக்கு கிடைத்த தகவல்களை சொல்லு"என்று ரூபினி சொல்ல ரமேஷ் பேச துவங்கினான்.

"டீச்சர் ஞாயிற்றுக்கிழமை திலீப்பை போலீஸ் அழைச்சிட்டு போன பின்னாடி மதியம் ஊர் அமைதியாக இருந்து வேளையில் நான் ஊரில் உள்ள சில பேரை பேட்டி எடுத்தேன். அதில் இப்போது போலீசில் இருந்து சஸ்பெண்ட் ஆகியிருக்கிற கிருஷ்ணனும் ஒருவர். அவர் பேசியதை நீங்களே பாருங்கள்" என்று வீடியோவை ஓடவிட்டான்.

“வணக்கம் சார் உங்க பெயர் என்ன? என்ன வேலை செய்றீங்கன்னுதெரிஞ்சுக்கலாமா?”

“என் பெயர் கிருஷ்ணன். 22 வருஷமா போலீஸ்காரனா குப்பை கொட்டிகிட்டுருக்கேன். இப்ப லஞ்சம் வாங்கின புகாரில் ஆறு மாச சஸ்பெண்ட்ஆகி வீட்டில்இருக்கேன்”.

“சார் இந்த கேசை பற்றி என்ன நினைக்கிறீங்க?”

“ஒரு மிக கொடூரமான கேசை மிக மோசமாக விசாரிக்கிறார்கள். இப்படியே போனா கண்டிப்பா உண்மையான குற்றவாளியை கைது செய்ய முடியாது. இவன் இல்லாட்டி இன்னொருவன் என்று எவனாவது ஒரு இளிச்சவாயன் மேல பழியை போட வேண்டியதுதான்”.

“எதை வைத்து குற்றவாளியை பிடிக்க முடியாதுன்னு சொல்றீங்க? ஆதாரங்கள் இல்லாததாலா?”

“ஆதாரம் இல்லைன்னு யார் சொன்னது? இவர்கள் தேடலைன்னு தான் நான் சொல்றேன்”.

“தயவுசெய்து அவர்கள் என்ன ஆதாரங்களை தேடலை என்று சொல்லுங்க?”

“இப்படி சும்மா கேட்டா எப்படி சொல்ல முடியும்?. ஒரு குவாட்டர் வாங்கி தருவியா சொல்றேன்”

“சரி வாங்கி தரேன். ஆனா இங்கே கடை இல்லையே? நாளை நான் விருதுநகரில் இருந்து வாங்கிட்டு வரேன்”.

“அப்ப நான் நாளைக்கு சொல்றேன்” என்று அந்த வீடியோவில் பேச்சு முடிந்தது.

“திங்கள்கிழமை காலை மருத்துவமனையின் முன் குவிந்து இருந்து கூட்டத்தில் அவரைப்பார்த்துதனியாக ஒரு பாருக்கு அழைத்துப் போனேன். அங்கே அவர் பேசியது” என்ற ரமேஷ் மறுபடியும் கேமராவை ஆன் செய்தான்.

“தம்பி ஒரு கிரைம் சீன் சொல்றேன் கவனமா கேட்டுக்கோ. ஒருபுத்திசாலி எதிர்பாராதவிதமாக ஒரு கொலை செய்தான் என்று வெச்சிக்கோ சம்பவம் நடந்த பின்னர் சற்று நிதானமாக கொலைக்கான ஆயுதத்தை ரொம்பவே சேப்டியான-இடத்தில் மறைச்சு வைப்பான். ஒருக்காலும் கையோடு கொண்டு போக மாட்டான்.ஏன்ன ரத்தம் படிந்த ஆயுதம் அல்லது அதை துடைத்து சுத்தப்படுத்திய துணி போன்ற ஏதாவது கிடைத்தால் மோப்பநாய் எளிதாக கண்டுபிடித்துவிடும்.

அது போல ஏதேனும் மனோ வியாதிக்காரன் அல்லது போதையில் கொலை செய்தவனாக இருந்தால் ஆயுதத்தின் மகத்துவம் தெரியாமல் அங்கேயே விட்டுச் செல்வான் அல்லது அங்கிருந்து கைக்கெ்ட்டிய தூரத்தில் விட்டெறிந்து விட்டு செல்வான்.நான் சொல்ல வந்த கிரைம் சீன் இப்போது புரிந்ததா?அப்போ ஆயுதம்

எங்கே கிடைக்கும்?".

"அந்தப் பகுதியில் கைக்கெட்டும் தூரத்தில் தான் எங்கோ கிடைக்க வேண்டும். என்றாலும் மோப்ப நாய் வந்தும் ஒன்றும் கண்டுபிடிக்க முடியவில்லையே?".

"இங்கேதான் எல்லோரும் கோட்டை விட்டு விட்டனர். சுந்தரியின் உடல் கிடந்த இடத்துக்கும் கிணற்றுக்கும் பத்தடி இடைவெளி தான் இருக்கும். புத்திசா-லிக்கு இதைவிட சிறந்த இடம் ஏதும் கிடைக்குமா?சைக்கோவுக்கு தூக்கியெறிய இதைவிட வேற இலக்கு இருக்குமா?".

"சார் அப்படின்னாஅந்த கிணற்றுக்குள் இறங்கினால் ஆதாரம் கிடைக்கும் என்கிறீர்களா?".

"என் யூகம் சரியாக இருந்தால் கிணறுதான் ஆயுதத்தின் மறைவிடம். அல்லது சம்பவம் நடந்த இடத்தில் இருந்து நான்கு புறமும் கல் எறிந்து பார்ப்போம்.எங்-கெங்கு எல்லாம்போய் கல் விழுகிறதோ அந்த சுற்றளவில் தேடினால் கண்டிப்பாக கிடைக்க வாய்ப்புண்டு".

"இன்றுஇப்போதே போய் பார்ப்போமா?".

"தம்பி கொஞ்சம் பொறு.இப்போது ஊர் பரபரப்பா இருக்கு இரண்டு நாள் கழித்து புதன்கிழமை மதியம் வா. கிணற்றில் இறங்கி தேடுவோம்.மதிய நேரத்தில் தான் சூரிய ஒளி நேராக கிணற்றுக்குள் விழும்.தெளிந்த நீர் கண்ணாடி போல் உள்ளிருப்பதை வெளியே காட்டும். அதற்குள் எப்படியும் பிரேத பரிசோதனை அறிக்கை கிடைச்சுடும்.அதில் எப்படிப்பட்ட ஆயுதம் பயன்படுத்தப்பட்டிருக்கு என்-றுதெரிஞ்சிடும். அதற்கேற்றார்போல் தேடினால் போதுமே".

"அப்பபுதன்கிழமை மதியம் 12 மணிக்கு வந்துடறேன் ஓகே வா சார்?".

"வரும்போது வெறுங்கை வீசிகிட்டு வந்து விடாதே.அந்த வேலைக்கு குவாட்-டர் எல்லாம் பத்தாது ஒரு புல் வேணும்".

"இப்படி எதற்கெடுத்தாலும் லஞ்சம் கேட்டு தான் பிரச்சினையில்மாட்டிக்கிட்-டிங்களா?".

"தம்பி என்னோட 21வது வயசிலேயே போலீசில் தேர்வாகி விட்டேன். ட்ரெய்னிங் முடிஞ்சி ஆயுதபடைபிரிவில் இருந்தவரை போலீஸ்லேயே நான்தான் ரொம்ப யோக்கியன். என்னைக்கு லோக்கல் ஸ்டேஷனுக்கு அனுப்பினார்களோ அன்னைக்கே லஞ்சம்கிற சாக்கடையில் விழுந்துட்டேன்.ஆரம்பத்தில் எஸ்ஐக்கும் இன்ஸ்பெக்டருக்கும் என் கை காசியிலிருந்து டீ, கூல்ட்ரிங்க்ஸ்,சாப்பாடு,பழம்வாங்-கிகொடுத்தேன். கடைசியில் சம்பளமின்னு எதுவும் மிச்சமில்லை.அம்மாவும் எவ்-வளவு தான் கடன வாங்கி சமாளிப்பார்கள்.

அப்புறம்தான் சக போலீஸ்காரங்க எனக்கு இந்த வழியே காட்டினாங்க.எங்-கெல்லாம் இந்த யூனிபார்ம பயன்படுத்தி பணம் வாங்க முடியுமோ அங்கெல்லாம்

வாங்கி எல்லோருமே பங்கு வைத்து கொள்வோம். அப்படித்தான் 20 வருஷமா குடும்பத்தை ஓட்டிகிட்டு இருக்கேன்.இது பாவம்னு குற்றவுணர்ச்சி தோன்றப்ப குடிச்சு குடிச்சு இப்ப குடிக்கு அடிமையாயாச்சு.இப்ப கூட லஞ்சம் வாங்கியதற்காக எனக்கு சஸ்பெண்ட் இல்லை. ஏன் வாங்கினேன்னு உன்கிட்ட சொன்ன விஷ-யத்தை தான் கமிட்டிக்கு முன்னாடி சொன்னேன் சஸ்பெண்ட் அடிச்சுட்டாங்க".

"டேய் இப்ப அந்தாளுக்குள்ள கதையெல்லாம் நமக்கெதுக்கு? அடுத்த வீடி-யோவை போடு" ரஷீத் அவசரப்படுத்தினேன்.

அடுத்த வீடியோவில் கிருஷ்ணனும் ரமேஷும் அந்த பாழடைந்த கிணற்றில் பக்கவாட்டில் பொருத்தப்பட்டிருந்த படிக்கட்டு போன்ற கற்களை பிடித்துக்கொண்டு மெதுவாகஉள்ளே இறங்கினார்கள்.சதுர வடிவான அந்தக் கிணற்றின் பக்கவாட்டில் எல்லாம் மஞ்சனத்தி மரக்கொப்புகள் நீட்டிக்கொண்டு இருந்தன. கிருஷ்ணன் தன் கையில் இருந்த அரிவாளை வைத்து இடைஞ்சலாக இருந்த கொப்புகளை மட்டும் வெட்டி லாவகமாக முதலில் உள்ளே இறங்கினார்.ரமேஷ் அவரை பின் தொடர்ந்து இறங்கினான்.

ஒரு காலத்தில் ஊருக்கே குடிநீர் ஆதாரமாக விளங்கிய அந்த கிணறு பத்து வருடமாக கவனிக்கப்படாமல் புதர் மண்டி போயிருந்தது.நான்கு பக்க சுவர்களிலும் மண் சரிந்து போயிருந்தது.ஆற்றங்கரை மறைவில் மது அருந்தியவர்களின் குப்-பைத்தொட்டியாக அந்தக் கிணறு இருந்ததுஎன்பதற்கு சாட்சியாக நிறைய காலி பாட்டில்கள் கிணற்றினுள் கிடந்தன. மொத்தத்தில் கிணறு தூர்ந்து போய் இருந்தது. சுமார் 2 அடி ஆழத்திற்கு தண்ணீர் இருந்தது.மதிய நேர சூரிய ஒளி ஊடுருவி உள்ளே இருப்பதெல்லாம் தெளிவாக தெரிந்தது.

எதிர்பார்த்ததுபோலவே இவர்கள்உள்ளே இறங்கி தண்ணீரில் கால் வைக்கும்-போதேகிணற்றின் ஒரு மூலையில் சுந்தரி அணிந்திருந்த மஞ்சள் நிற விளை-யாட்டு விடை கிடப்பதுதெரிந்தது.ரமேஷ் தன் முதுகில் மாட்டியிருந்த பேக்கை திறந்து உள்ளேயிருந்து கிளவுஸ் எடுத்து அணிந்துகொண்டு ஒரு கவரில் சுந்தரி-யின் ஆடையை பத்திரமாக சேகரித்து வைத்தான்.

"சார் இது கிடைச்சிருச்சு ஆயுதத்தை எப்படி தேடுவது?முழு கிணற்றையும் தேடி பார்க்கணுமா? நிறைய பாட்டிலா கிடக்குதே"

"தம்பி மேலே நிக்கிறவரை சுந்தரி உடல் கிடந்த இடத்துக்கு பக்கத்திலே போய்நின்று ஒரு கல்லை எடுத்து உள்ளே எறியசொல்லு".

மேலே கரையில் நின்ற ரூபினி சுந்தரி உடல்கிடந்த இடத்துக்கு அருகே போய் நின்று ஒரு கல்லை எடுத்து உள்ளே ஏறிந்தாள். கிணற்றின் மறுபக்கம் சுவர் அருகே போய் விழுந்தது. "தம்பி கல் விழுந்த இடத்திலிருந்து கிழக்கு பக்கமாக அந்த மூளை வரை நீ தேடிப் பாரு இங்கே இருந்து மேற்கு பக்கமாக நான் போறேன்" இருவரும் தேடியதில் கிழக்குப்பக்கம் மூளையில் மண் சரிந்து விழுந்த

பகுதியில் தண்ணீரில் படாமல் இரத்தம் படிந்த ஒரு டெஸ்ட்டர்கிடந்தது.ரமேஷ் அதை தனியாக ஒரு பாலிதீன் கவரில் சேகரித்துக் கொண்டான். "தம்பி ஆதாரங்கள் கிடைச்சிருச்சு இனி மேலே போவோமா?" இருவரும் மேலே வந்தனர்.

ரமேஷ் வீடியோவை பாஸ் செய்தான். சற்றுநேரம் கேமராவில் தெரிந்ததை உற்று பார்த்த லீலா "இது என்ன?" என்று கேட்டாள்."டீச்சர் இது டெஸ்ட்டர். மின்சாரம் வருகிறதா என்பதை சோதிக்க பயன்படும் சாதனம்".

"அதுபோல போஸ்ட்மார்ட்டம் ரிப்போர்ட்வந்துவிட்டது. அதில் சுந்தரி வன்புணர்வு செய்யப்படவில்லை என்றும் அவள் உள்உறுப்பில் ஆணின் விந்தணு கண்டுபிடிக்கப்படவில்லை என்றும் தெரிவிக்கப்பட்டுள்ளது. அவள் தொண்டை நெரிக்கப்பட்டு உயிர் போயிருக்கிறது.பின்னர் அவள் மேல் பாலியல் வன்முறை நடந்துள்ளது. பெண்ணுறுப்புக்குள் கூர்மையான ஆயுதம் பிரயோகிக்கப்பட்டுள்ளது என்றும் கூறப்பட்டுள்ளது. அந்த இடத்தில் நீண்ட நேரத்தை குற்றவாளி செலவழித்துள்ளார்.சுந்தரியின் நகங்களுக்கு இடையே சிக்கியிருந்த குற்றவாளியின் சதைதிசுக்கள் திலீபனுடையதுஇல்லை என்பதும் ஆய்வில் தெரியவந்துள்ளது. அவனிடம் நடத்தப்பட்டஆண்மை பரிசோதனையில் அவன் முழு தகுதியுள்ள ஆண் என்பதும்குறிப்பிடப்பட்டுள்ளது.இந்த ஆதாரங்களே திலீபன் குற்றவாளி இல்லை என்பதை நிரூபிக்கும்"ரஷீத் சுந்தரியின் போஸ்ட்மார்ட்டம் ரிப்போர்ட்டின் நகலை டீச்சருக்கு காண்பித்து விளக்கி கூறினான்.

"இவ்வளவையும் வைத்து பார்க்கும்போது உங்களுக்கு யார் மேலாவது சந்தேகம் வருகிறதா?இப்படிப்பட்ட கொடூரமான சைக்கோ யாராவது இந்த ஊரில் இருக்கிறார்களா?" ரூபினி கேள்வி எழுப்பினாள்.

சற்று நேரம் யோசனையில் ஆழ்ந்த லீலா"அப்படி யார் மேலும் எனக்கு சந்தேகம் வரவில்லை. இனி இது யார் செய்தது என்பதை கண்டுபிடித்து என்ன ஆகப்போகுது? இதற்கான தண்டனை தான் என் மகன் தலையில் விழுந்துவிட்டதே?".

"சுந்தரி போல இந்த ஊரில் இன்னும் நிறைய பிள்ளைகள் இருக்காங்களே டீச்சர்.அந்தப் பிள்ளைகளை காப்பாற்றுவதற்காகவாவது அந்த சைக்கோ யார் என்கிறதை கண்டு பிடிக்க வேண்டாமா?"

"அதை போலீஸ் பாத்துக்கும். இந்த விஷயத்தை இத்துடன் விட்டு விடுங்கள்.என்னிடம் இனி இதைப் பற்றி பேச வேண்டாம்"எழுந்து நின்று லீலா சொல்ல மூவரும் அமைதியாக வெளியேறினார்கள்.

# 48

48

வெளியே நன்றாக இருட்டி விட்டது.லீலா எழுந்து வெளியே வந்தாள். யாராவது தன்னை கவனிக்கிறார்களா என சுற்றும் முற்றும் பார்த்துவிட்டு கதவை பூட்டிக்கொண்டு தெருவில் இறங்கினாள். வேகவேகமாக லட்சுமியின் வீட்டை நோக்கி நடந்தாள்.லைட்டுகள் போடப்படாமல் வீடு இருட்டாக இருந்தது.கடைக்கு எங்காவது போய் இருக்க கூடும் என்று நினைத்து சற்று நேரம் காத்திருந்து பார்த்தாள். நீண்ட நேரமாகியும் லட்சுமியை காணவில்லை. சரி நாளை காலையில் வந்து பார்ப்போம் என நினைத்துகிளம்பினாள்.

நேராக வீட்டுக்கு போகும் வழியில் போனால் இந்நேரம் பெண்கள் எல்லாம் வீட்டு வாசலில் அமர்ந்து குழந்தைகளுக்குசோறுட்டி கொண்டிருப்பார்கள். அவர்கள் கண்ணில் பட்டால் அவ்வளவுதான் ஒவ்வொருவரின் கேள்விக்கும் பதில் சொல்வதற்குள் விடிந்து விடும் என்று நினைத்தவள் அந்தப் பாதையில் போகாமல் ஆற்றின் கரை வழியாக போகலாம் என முடிவெடுத்து அந்த பாதையில் போனாள்.

காரிருள்சூழ்ந்து இருபுறமும் கருவேல மரங்கள் காற்றுக்கு அசைந்து ஆடுவது ஒருவித பயத்தை தந்தது. அந்த பாதையில் தான் சுந்தரி கொல்லப்பட்ட இடமும் கிணறும் இருந்தது.

அதை நெருங்கும் போது தான் லீலா அந்த காட்சியை கண்டாள்.ஒரு பெண்ணும் ஆணும் சண்டையிட்டுக் கொண்டிருப்பதுதெரிந்தது. பெண்ணின் கையில் ஏதோ நீளமான கட்டை போல் இருந்தது. அதை கொண்டு அவனை தாக்க துவங்கினாள்.இந்த கிராமத்தில்இது ஒரு மர்மமான இடம் போல் இருக்கிறதே இந்த பகுதியில் ஊராருக்கு தெரியாமல் அடிக்கடி ஏதோ தவறான சம்பவங்கள் நடக்கிறதோ என்று சந்தேகம் லீலாவுக்கு வந்தது. அவள் நகராமல் அங்கேயே நின்று அது யார் என உற்றுபார்த்தாள்.

ஓரிரு நிமிடங்களில் இருட்டு கண்ணுக்கு பழக்கமாகி ஆள் அடையாளம் தெரிந்த போதுலீலா அதிர்ந்து போனாள். லட்சுமி ஒரு பெரிய விறகு கட்டையால்

ஒருவனை ஓங்கி அடிப்பது தெரிந்தது.“அக்கா” என்று கத்தியபடி அவளை நோக்கி ஓடினாள். ஆனால் லட்சுமி எதையும் கவனிக்காமல் அவனை திரும்பத்-திரும்ப கட்டையால் அடித்தாள். அவன் ரத்தம் வழிய தரையில் சரிந்தான்.லீலா வேகமாக அவர்கள் இருந்த இடத்திற்கு அருகில் சென்று பார்க்கும் போது தான் அது லட்சுமியின் கணவன் கணேசன் என்று தெரிந்தது.

லீலா அவள் கையில் உள்ள கட்டையை பறிக்க முயற்சிக்க லட்சுமி ஆவேசம் வந்து லீலாவை தள்ளிவிட்டாள்.லீலாவின் கை உறுதியாக பற்றியிருந்ததால் லட்-சுமி தள்ளியதில் கட்டையுடன் போய் தடுமாறி கீழே விழுந்தாள்.

அப்போதும் ஆவேசம் தனியாக லட்சுமி கீழே கிடந்த பெரிய கல்லை தன் பலத்தை எல்லாம் ஒன்று திரட்டி தூக்கி அவன் தலையில் போட்டாள்.“ஆ” என்ற அலறலோடுகணேசன் இரண்டு மூன்றுதுடிப்புகளில்அடங்கினான். அவன் தலைந-சுங்கிரத்தம் பீச்சி அடிப்பதை பார்த்த லீலா மயங்கி சரிந்தாள்.

ஆவேசம் தனிந்துசுயநினைவுக்கு வந்த லட்சுமி அருகே லீலா மயங்கி கிடப்-பதை பார்த்து பதட்டமானள். அவளை தூக்கி மடியில் கிடத்தி “அம்மா அம்மா” என்று கன்னத்தில்தட்டினாள்.லீலா மெதுவாக கண்ணை திறந்து பார்த்தாள்.

“என்னை மன்னிச்சிடுங்கம்மா. நடந்த பிரச்சனைகளுக்கெல்லாம்இந்த அயோக்கியன் தாம்மா காரணம்.காலையில இன்ஸ்பெக்டர் சொல்லும்போதே எனக்கு தெரிஞ்சு போச்சு. என்றாலும் இவன் வாயால உண்மையை தெரிஞ்சுக்க-ணும்னு என்கிறதுக்காக தான் சாயங்காலமே இங்கே வந்து காத்திருந்தேன்.

இருட்டுற நேரத்தில் முழுக்க குடிச்சிட்டு வந்தான். அப்படியே இங்கே யாரும் பார்க்காத மாதிரி இழுத்துட்டு வந்தேன். அவனுக்கு வளைந்து கொடுத்து போவது போல பேசி கேட்கும் போதுதான் போதையில உண்மையை சொன்னான். இத்-தனை வயசான என்னாலேயே இவன் செய்யும் தொல்லையை தாங்க முடிய-லையே அந்த சின்ன பிள்ளை என்ன பாடுபட்டிருப்பா?. போதையில அந்த பிள்ளை செத்தது கூட தெரியாம என்னன்னவோ செஞ்சிருக்கான்.அதையும் என்-னிடம் தப்பு செஞ்சுட்டோமேங்கிற பயமில்லாமரசிச்சு சொன்னான் பாருங்கஅது-தான் என்னால தாங்க முடியல.

இனி அவன மாதிரி ஆளுகளை உயிரோடு விட்டுவைத்தால் அவ்வளவு-தான்.ருசி கண்ட பூனை சும்மா இருக்குமா? அதான் இப்பவே இவன் கதையை முடிக்கணும்னு முடிவு செய்தேன். இந்த நேரத்துலநீங்க ஏம்மா வந்தீங்க? பாவம் உங்களுக்கே தேவை இல்லாம ஆயிரம் பிரச்சினைகள்.யாரும் பார்க்கிறதுக்குள்ள-சீக்கிரமா நீங்க இங்கயிருந்து போயிடுங்க. நான் எல்லாத்தையும் பார்த்துக்குறேன்” என்று சொல்லி லீலாவின் கையை பிடித்து மேலே தூக்கி நிறுத்த முயற்சித்-தாள்.லீலா நகராமல் சிலைபோல தரையில் அமர்ந்திருந்தாள்.

தன்னுடைய முயற்சியில் தோற்ற லட்சுமி ‘‘அம்மாதொடர்ந்து இந்தப் பகுதியில் கொலைகள் நடந்ததால் இப்ப தினமும் இரவு நேரத்தில் இந்த பக்கம் போலீஸ் ரோந்து வருது. அதனாலசீக்கிரம் இங்கிருந்து போயிருங்க. இல்லாட்டி இந்த பிரச்-சனையிலும் உங்க தலை உருளும்.இத நான் பாத்துக்குறேன். தயவு செஞ்சு சீக்-கிரம் போயிருங்கள்’’என்று அவள் அருகே அமர்ந்து கெஞ்சினாள். அப்போதும் லீலா நகராமல் இருக்கவே லட்சுமி லீலாவின் தோள்களை பிடித்து குலுக்கினாள்.

லீலாவுக்கு ஏதோ ஆகிவிட்டது இவளை உடனே இங்கிருந்து அனுப்ப என்ன செய்வது என்று யோசித்துக் கொண்டிருந்த போது “நாங்க வேணும்னா உதவி செய்யட்டுமா?” என்று இருளில் இருந்து ஒரு பெண் குரல் கேட்டதும் லட்சுமி பயந்து போய் திரும்பி பார்த்தாள்.

“ பயப்படாதீர்கள் உங்களுக்கு உதவி செய்யத் தான் வந்திருக்கோம். நான் கொஞ்சம் முன்னாடி இவங்ககிட்ட வந்து சுந்தரி கொலையை பற்றி சொன்னபோது இவங்க கிட்ட ஒரு பதட்டம் ஏற்பட்டதைபார்த்தேன். அப்பவே டீச்சருக்கு கொலை-யாளி யாரென்று தெரிஞ்சிருச்சு.ஆனால் அது யாரென்று டீச்சர் எங்ககிட்ட சொல்லல. அதுமட்டுமல்லாமல் இனி இதைப்பற்றி பேச வேண்டாம்னு சொல்லி டக்குனு எங்களை அனுப்பிட்டாங்க.

அவங்க எப்படியும் கொலையாளியை தேடி போவார்கள் என்பது எங்களுக்கு தெளிவா தெரிஞ்சுரிச்சு. அவர்களை பின்தொடர்ந்து போனால் உண்மையான குற்றவாளியை பிடித்து விடலாம் என்று நினைத்து அவர்களை கண்காணித்-தோம்.அவர்கள் வெளியே கிளம்பியதும் நாங்களும் டீச்சரை ரகசியமா பின் தொடர்ந்து இங்கு வந்து சேர்வதற்குள் நீங்க எல்லாத்தையும் முடிச்சிட்டீங்க. இனி என்ன செய்வாய் உத்தேசம்?” ரூபினி ரகசியமாய் கேட்டாள்.

“இவனை கொல்லணும்னு திட்டம் போட்டெல்லாம் நான் இங்கே வரல.ஆனால் இவனோடு பேசியபோது சுந்தரியை கொலை செய்ததை பற்றி கொடூரமா வர்ணிச்சப்ப தான் இவன் இதோட நிறுத்த போவதில்லை அப்படிங்கிறது புரிஞ்சது. ஒரு முறை தப்பு செஞ்சுட்டு யாரிடமும் சிக்காமல் தப்பித்து விட்டேன் பார்த்தியா என்று மார்தட்டினால் என்ன அர்த்தம்? இனி அடுத்தடுத்து அந்த தப்-புகளை செய்ய போகிறேன் என்று தானே.

இனி சுந்தரி போன்ற பெண்குழந்தைகளோலீலாம்மா குடும்பம் போல் வேறு எந்த குடும்பமோ பாதிக்கப்படாமல் இருக்கணும்னா இதைத் தவிர வேறு வழி-யில்லை என்று அந்த கணம் தோன்றியது.மனது சொன்னதை அப்படியே செயல் படுத்திவிட்டேன்.

எனக்குன்னு யார் இருக்காங்க?அப்படியே ஜெயிலுக்கு போனாலும் எனக்குபி-ரச்சனை ஒன்னும் இல்லை.ஆனா லீலா அம்மாவை இப்படி விட்டுட்டு போறதை நினைக்கும்போதுதான் கவலையா இருக்கு.எல்லாத்தையும் தொலைச்சிட்டுமனசு

சரியில்லாம நிக்கிறவங்களை நானும் விட்டுட்டு போறதை நினைச்சா மனசு பதறுது''

"கவலைப்படாதீங்க. இங்கே எந்த சம்பவமும் நடக்கவில்லை யாரும் அதை பார்க்கவில்லை என்று நினைத்துக் கொள்ளுங்கள். எங்களோடு வந்து கொஞ்சம் ஒத்துழையுங்கள் உங்கள் வீட்டுக்காரருக்கு பாதுகாப்பாக கிணற்றுக்குள் சமாதி எழுப்புவோம்'' என்று கூறிய ரமேஷ் வேகமாக கணேசனின் பிணத்தை நெருங்கி அவருடைய ஆடைகளை களைந்தான்.

பின் நான்கு பேரும் சேர்ந்து கணேசனின் பிணத்தை கிணற்றுள் வீசி-னர்."நானும்ரஷீத்தும் கிணற்றுக்குள் போகிறோம். பையிலுள்ள டார்ச்சை எடுத்து உள்ளே வெளிச்சத்தை காட்டுங்கள்'' என்று கூறிவிட்டு இருவரும் கிணற்றினுள் இறங்கினர்.கிணற்றுள் சரிந்திருந்த மண்ணை தோண்டி அதனுள் கணேசனின் உடலை புதைத்து மூடினர் மேலே சில கற்களை இயற்கையாக மண் சரிந்து விழுந்தது போல் அடுக்கினார். கிணற்று நீரில் கைகளை கழுவிக் கொண்டு மேலேறி வந்தனர். கணேசன் உடலிலிருந்து வெளியேறிய ரத்தம் சிதறி இருந்த இடத்தில் ஆற்று மணலை அள்ளி வந்து பரப்பினர்.அதன்மேல்ஆற்றங்கரையில் கிடந்த கூழாங்கல்லை போட்டு மறைத்தனர்.எதையேனும் தவறவிட்டு இருக்கி-றோமா என ஒருமுறை எல்லாவற்றையும் சரி பார்த்து விட்டு கிளம்பினர்.

"நடைபெற்ற சம்பவங்களுக்கு ஆதாரங்களை கண்டுபிடித்து சட்டரீதியாக குற்-றவாளிக்கு தண்டனை வாங்கிக் கொடுக்கலாம் என்று தான் நாங்க முயற்சி பண்-ணினோம். ஆனா அதுக்குள்ள நீங்களே தீர்ப்பு எழுதி விட்டீர்கள்.இனி இதற்காக உங்களுக்கு ஒரு தண்டனை வந்து விடக் கூடாது என்று தான் இத்தனையும் செய்து இருக்கோம்.

இது என்றாவது ஒருநாள் கண்டுபிடிக்கப்படலாம் அப்போது எந்த தண்டனை கிடைத்தாலும் ஏற்றுக்கொள்ள நாங்க தயாரா இருக்கோம். அதுவரை எதையும் நாங்க வெளிய சொல்ல மாட்டோம். நீங்களும் இதை மறந்துவிட்டு டீச்சரை வீட்-டுக்கு அழைச்சிட்டு போய் பத்திரமா பாத்துக்கங்க'' என்று கூறிய மூவரும் தங்கள் வேனை நோக்கி நடந்தனர்.

அன்றிலிருந்து டீச்சர் பேசவில்லை.தானாக அவர்களால் எந்த வேலையும்-செய்ய முடியாது. சில நேரங்களில் கண் இமைப்பது லேசாக தலை திரும்புவது தவிர எந்த இயக்கமும் இல்லாமல் இதுபோல் சிலையாகிவிட்டார்கள்.இங்கிலீஷ் மருத்துவம்,ஆயுர்வேதம், சித்த வைத்தியம், நாட்டு வைத்தியம் என்றுநிறையடாக்-டர்களிடம் காட்டியாச்சு. ஏகப்பட்ட மருந்து மாத்திரைகள் கொடுத்தும்பார்த்தாச்சு. எந்த மாற்றமும் ஏற்படவில்லை.

மருத்துவர்களால் தான் முடியலை அந்த ஆண்டவனாவதுசரியாக்குகிறாரா-பார்ப்போமே என்று ஏகப்பட்ட கோவில்களுக்கும் சர்ச்க்கும் பள்ளிவாசலுக்குமெல்-

லாம் போயிட்டு வந்துட்டோம். பலனில்லை. தலைக்குள்ள இருக்கிற பிரச்சினைக்கு தலைமயிரை காணிக்கை கொடுத்தால் போதும் உடனே சரியாயிரும்னு யாரோ சொன்னதைக் கேட்டுபல கோவில்களில் வேண்டிகிட்டு மாத்தி மாத்தி மொட்டை அடித்தும் பார்த்தாச்சு.

இப்படியே எட்டு வருஷமா யார் யாரு என்னென்ன ஆலோசனை எல்லாம் சொல்றாங்களோ அதையெல்லாம் செய்து பார்த்து ஓஞ்சி போயிட்டோம்.அந்த இரண்டு ஊரிலும் இருந்தால் இதே நினைப்பு தான் அவங்களுக்கு வரும்னுநி-னைச்ச சிவமணிஒரு மாறுதல் வேண்டி வேறு எங்கேனும் கொண்டுபோய் கொஞ்-சம் நாள் தங்க வைக்க முடிவு செய்தார். கடைசியில் எங்கேயோ விசாரித்து இங்கே கொண்டு வந்து சேர்த்தார்''லட்சுமிலீலாவின்வாழ்வில்நடந்த சம்பவங்கள் எல்லாவற்றையும் சொல்லி முடித்தாள்.

# 49

49

அவள் கதையை கேட்ட பீட்டரும் ரெனிடாவும் நர்சும் இப்போது மௌனமாக சிலைபோல் அமர்ந்திருந்தனர். தங்கள் சுய நினைவுக்கு திரும்ப நீண்ட நேரமானது. எப்படியாவது சீக்கிரமேலீலா பழையநிலைக்கு திரும்ப வேண்டிய ஏற்பாடுகளை செய்ய வேண்டுமென அவர்களுக்கு தோன்றியது.

“ரெனிடா லீலா கடுமையான மன அழுத்தத்தாலும் சரியான தூக்கமின்மை காரணமாகவும் கூட இப்படியாகியிருக்கலாம். அதனால் இவளை என்னுடைய மருத்துவமனையில் வைத்து கொஞ்சம் நாள் சிகிச்சை அளித்தால் சரியாகிவிடும் என்று நினைக்கிறேன்”. பீட்டர் சொன்னது தான் சரி என்று ரெனிடாவுக்கும் தோன்றியது. அதனால் அன்றே லீலாவை கொண்டுபோய் மருத்துவமனையில் சேர்த்தனர்.

“ஓ இவள் எத்தனை அற்புதமான பெண். வேறு யாராக இருந்தாலும் இத்தனை பிரச்சினைகளை சந்தித்திருந்தால் என்னாகி இருப்பார்கள்?அவளுக்கு நினைவு திரும்பினாலும் என்றுமே ஒரு பொக்கிஷத்தை போல் பாதுகாக்க வேண்டும்” என்று முடிவு செய்தரெனிடா தான் வேலை பார்க்கும் மருத்துவமனையில் நீண்ட விடுப்பு எடுத்துக்கொண்டு எப்போதும் லட்சுமியுடன் சேர்ந்து லீலாவை கவனித்து கொண்டாள்.

இவர்களுடைய கவனிப்பால் லீலாவின் உடல் தேறியதே தவிர அவளுடைய செயல்பாடுகளில் எவ்வித முன்னேற்றமும் இல்லை. பீட்டர் தன்னாலான அத்தனை முயற்சிகளையும் செய்தார்.மனோதத்துவ நிபுணர்கள் பலரை அழைத்து வந்து லீலாவை பரிசோதிக்க செய்தார்.அனைவர் கொடுத்த ஆலோசனைகளையும் பரீட்சித்து பார்த்தாலும் லீலாவின் மனநிலை சரியாகவில்லை.

பீட்டர் லீலாவை குணப்படுத்துவதை தன் வாழ்நாள் லட்சியமாக கொண்டு முயற்சிகளில் இறங்கினார். வேறு எந்தப் பணியிலும் கவனம் செலுத்தாமல் மனோ தத்துவத்தைப் பற்றிய அத்தனை புத்தகங்களையும் ஆராய்ச்சி கட்டுரைகளையும் சேகரித்து படித்து அதில் பொருத்தமானவற்றைலீலாவிடம்செயல்படுத்த முனைந்-

தார்.

“ரெனிடா எல்லா முயற்சிகளும் தோற்றுப் போய்விட்டன இறுதியாககுறைந்த அளவு மின்சாரம் அவள் உடலில் செலுத்திஷாக் ட்ரீட்மெண்ட் கொடுக்கலாம் என்று நினைக்கிறேன்”.

“வேண்டாம் பீட்டர் மின்சாரம் பாயும்போது அவள் துடித்து போவாள். என்னால் அதை எல்லாம் சகித்துக் கொள்ள முடியாது. வேறு ஏதேனும் வழிமுறைகள் இருக்கிறதா என்று பார்”.

“எனக்கு மட்டும் ஆசையா என்ன? ஆனால் இவள் இந்த நிலையில் இருப்பதை பார்க்க என்னால் முடியவில்லையே. மின்சாரம் உடலில் பாயும்போது உறங்கிக் கொண்டிருக்கும் மூளை மின் அதிர்வால் தூண்டப்படலாம்.தூண்டப்பட்ட மூளை விழித்துக் கொண்டால் உடல் உறுப்புகளுக்கு கட்டளையிட துவங்கும். கட்டளையை ஏற்கின்ற உடல் உறுப்புக்கள் சீராக இயங்க தொடங்கிவிடும்.

ஒருவேளைமூளை விழித்துக் கொள்ளவில்லை என்றாலும் மின் அதிர்ச்சிக்குள்ளான உடல் தன்னிச்சையாக “ஆ” என வாய் திறந்து கத்தவைத்துவிடும்.அப்படி அவள் குரலை மீட்பதற்கு இது ஒரு சந்தர்ப்பமாக அமையும்”.

மறுநாள் காலை லீலாவின் உடலில் மின்சாரம் பாய்ச்சுவதற்கு தேவையான உபகரணங்கள் பொருத்தப்பட்டன ஐந்து வினாடிகள் அவள் உடலில் மின்சாரம் பாய்ச்சப்பட்டது. லீலாவின் உடல் அதிர்ந்தது அமர்ந்திருந்த சேரில் கைகளும் கால்களும்பிணைக்கப்பட்டிருந்ததையும் மீறி உடல் துள்ளியது.ஆனால் அவள் வாயில் இருந்து சத்தம் ஏதும் எழவில்லை. மின்சாரம் நிறுத்தப்பட்டவுடன் அதன் இணைப்புகளிலிருந்து விடுவிக்கப்பட்டலீலா படுக்கையில் கொண்டுபோய் கிடத்தப்பட்டாள்.

இந்த முயற்சியும் தோல்வி அடைந்ததால் பீட்டர் ரொம்பவும் பிறகு அடைந்தார். அப்போது எடுக்கப்பட்ட பிரைன் மேப்பிங்ஐ கம்ப்யூட்டரில் சோதனை செய்து பார்த்த போது எல்லாம் சீராக இருக்கிறது என்றாலும் அவளுடைய மனநிலையில் எந்த மாற்றமும் இல்லாது இருப்பது ஏன் என்று அவருக்கு புரியவில்லை.

“ரெனிடா லீலாவுக்கு இந்த இரண்டு மாதத்தில் மனநல மருத்துவத்தில் என்னென்ன சிகிச்சைகள் உண்டோ அத்தனையும் முயற்சித்துபார்த்தாகிவிட்டது. என்றாலும் அவளிடம் எந்த மாற்றமும் இல்லை. இந்த மருத்துவமனை சூழ்நிலை இவளை குணப்படுத்த உதவாது என்று தோன்றுகிறது.

அவள் நிறைய ஆட்களுடன் பேசி பழகி வாழ்ந்தவள். எனவோ அவளை பழையபடி ஹோமில் கொண்டு போய் விடலாம். நிறைய ஆட்களுடன் இருக்கும்போது ஏதேனும் முன்னேற்றம் தெரியலாம். அதோடு நீ இவளிடம் பேசும்போது பாதிக்கப்பட்ட பெண்களின் கதையை குறிப்பாக ரஞ்சிதாவின் கதையை கூறு”.

லீலாஹோமுக்கு கொண்டு வரப்பட்டாள்.அதற்குள் நர்ஸ் சொல்லி அர்ச்சனா-வும் ராமலிங்கமும்ஹோமில் இருந்த முதியவர்களும்லீலாவின் கதையை அறிந்-திருந்தனர். அனைவருக்கும் லீலாவின் மேல் மிகுந்த அனுதாபமும் உயர்ந்த மரியாதையும் உண்டானது. தங்கள் பங்குக்கு ஏதேனும் செய்து அவளை இயல்பு-நிலைக்கு கொண்டு வர முடியுமா என யோசித்தனர். அதற்காகதினமும் அவளை சந்திக்கும் முதியவர்கள் அவரவர் வாழ்க்கை கதையை கூறினர்.சிலரின் சோக கதையை கேட்டபோது லீலாவின் முகம் வாடியதை ரெனிடா மனதினுள் குறித்துக் கொண்டாள்.

மற்ற நேரங்களில் லீலா வெளி உலகை பற்றிய எந்த நினைவும் இல்லாமல் மலர்ச்சியுடன் இருந்தாள்.ரெனிடா ஒவ்வொரு நாளும் நடப்பதை கவனித்து பீட்ட-ரிடம் தெரிவித்தாள். ‘‘ரெனிடாஎல்லா பரிசோதனைகளும் செய்து பார்த்ததிலும்ரி-சல்ட் நார்மல்ன்னு வந்தாலும் லீலா ஏன் இன்னும் சரியாகாமஇருக்கான்னு எனக்கு காரணம் புரியல. இறுதியாகநாளைக்கு நான் லீலாவுக்கு ஒரு டெஸ்ட் வைக்க போறேன். அதுக்கு நீதான் உதவி செய்யணும்’’.

‘‘லீலா சரியாக நான் என்ன வேண்டுமானாலும் செய்வேன் என்று தான் ஏற்-கனவே உன்னிடம் சொல்லி இருக்கேனே. இப்ப எதுக்கு இந்த டெஸ்ட். திரும்பவும் அவளை ஆஸ்பத்திரிக்கு கொண்டு போகனுமா?’’.

‘‘இல்லை ரெனிடா ஹோமில் வைத்துதான் இந்த டெஸ்ட் நடக்கும். எனக்கு என்னவோ லீலாவின் மேல் கொஞ்சம் சந்தேகமாக இருக்கு. நாளைக்கு நான் சொல்கிறபடி செய்’’என்ற பீட்டர் நாளைய திட்டத்தை ரெனிடாவிடம் கூறினார்.

மறுநாள் காலை வழக்கம் போல் பீட்டரும் ரெனிடாவும்ஹோமுக்குசென்றனர். பீட்டர் தன்னுடைய அறைக்கு சென்றார்.ரெனிடா நேரடியாக லீலா இருந்த அறைக்குசென்றாள். அவளுக்கு கொடுக்க வேண்டியமருந்துகளை எடுத்து கொடுத்தாள். லீலா அமர்ந்திருந்த இருக்கைக்கு நேர் எதிரில் ஒரு சேரை போட்டு அமர்ந்தாள். பின்னர் பீட்டர் சொல்லியிருந்தது போல் பேச்சை ஆரம்பித்து மெல்ல ரஞ்சிதாவின் கதையை சொல்ல துவங்கினாள்.

ரஞ்சிதா சீரழிக்கப்பட்ட கதையின் உச்ச கட்டத்தை நெருங்கிய போது லீலா உணர்ச்சிவசப்பட்ட நிலையில் காணப்பட்டாள். இதுதான் தருணம் என்று உணர்ந்-தரெனிடா இருக்கையில் சாய்ந்து அமர்வது போல் அமர்ந்து காலை நீட்டிலீலா-வின் கால்விரல்களில் அழுத்தமாக மிதித்தாள். எதிர்பாராத தருணத்தில் விரல் நசிங்கியதால் லீலாவின் முகம் வலியால் சுருங்கியது.பல்லை கடித்து வலியை அடக்கியதைரெனிடாகவனித்தாள். ‘‘சாரி காலை நீட்டியபோது தெரியாமல் மிதித்து விட்டேன்’’ என்று ஓரிருமுறை மன்னிப்பு கேட்டு விட்டு கதையை தொடர்ந்தாள்.

‘‘பீட்டர் நீ யூகிச்சது ரொம்பவும் சரிதான்.லீலா நம்மைப்போல் எல்லா உணர்-வுகளும் சரியாக உள்ளஆள்தான். ஏதோ காரணத்திற்காக நம்மிடமே மனநிலை

சரியில்லாதவர் போல் நடிக்கிறாள்'' பீட்டரின் அறைக்கு வந்த ரெனிடா தான் கண்ட விஷயங்களை கூறினாள்.

அவள் கூறியதை எல்லாம் கவனமாக கேட்ட பீட்டர் ''இதுதான் எனக்கு ரொம்ப ஆச்சரியமா இருக்கு.ஷாக் ட்ரீட்மெண்ட் கொடுத்த போதும்வலியை வெளிக்காட்டாமல் எப்படித்தான் தாங்கினாலோ. என்றாலும் இதை இப்படியே விட முடியாது. அவளை எப்படியாவது வாய்திறந்து பேச வைக்கணும். அப்போதுதான் அவள் மனதில் உள்ளதெல்லாம் வெளியே தெரியும்''.

# 50

50

இரண்டு வாரம் கழிந்தது. ஒரு ஞாயிற்றுகிழமை காலை நேரத்தில் லீலா தன் அறையில் தனித்து இருந்தாள். வழக்கம்போல் முதியோர்களுடன் சேர்ந்துபீட்டரும்ரெனிடாவும் அர்ச்சனாவும் ராமலிங்கமும் லட்சுமியும் விளையாடிக் கொண்டிருந்தனர்.பர்தா அணிந்த பெண் ஒருத்தி அந்த அறைக்குள்வந்து லீலாவுக்கு எதிரே நின்றாள்.லீலா அவளை மெதுவாக கண்களை மட்டும் அசைத்து பார்த்தாள். அந்த பெண்ணின்கண்களை தவிர உடலில் வேறு எந்த பாகமும் தெரியாத அளவிற்கு கருப்பு நிற பர்தாஉடலை முழுவதும்மூடியிருந்தது.கைகளில் கருப்பு கிளவுஸ் காலில் கருப்பு நிற ஷூ அணிந்து இருந்தாள்.

அந்த பெண் லீலாவின் முகத்துக்கு அருகே நெருங்கி சட்டென்று தன் முகத்திரையை அகற்றினாள். அவள் முகத்தை பார்த்தவுடன் லீலா "ஆ"என அலறி மயங்கி சரிந்தாள். இதற்காகவே அறைக்கு வெளியே விளையாடிக்கொண்டிருந்த பீட்டரும்ரெனிடாவும் லட்சுமியும் உள்ளே ஓடி வந்தனர்.லீலாவுக்கு மயக்கம் தெரிவித்தனர்.

மெதுவாக கண்விழித்த லீலா தன் முன் நின்ற உருவத்தை பார்த்தாள். அந்தப் பெண் தான் அணிந்திருந்த பர்தாவை கழற்றினாள்.அவளின்இடதுபக்க தலையிலிருந்துமுகம்,கழுத்து, மார்பு எல்லாம் தீயால் கருகியதுபோலஇருந்தது."என்ன ஆச்சு உனக்கு?இதுஎப்படி உண்டாச்சு?"லீலா எட்டு ஆண்டுகளுக்குப் பின் பேசினாள்.

"அது இருக்கட்டும் உனக்கு என்னாச்சுன்னு முதல்ல சொல்லு"பீட்டர் கேட்டார்.

"எனக்கு ஒன்றும் ஆகவில்லை. கணேசன் கொல்லப்பட்டபோது ஏற்பட்ட பாதிப்பு சில நாட்களில் நீங்கிவிட்டது. அதன்பின் இந்த உலக வாழ்வின் மீது ஒரு வெறுப்பு வந்து விட்டது அவ்வளவுதான்.நான் நேசித்தவர்களும் என்னை நேசித்தவர்களும் ஒரே நேரத்தில் என்னை விட்டு போய்விட்டார்கள். இனி எதற்காக வாழ வேண்டும் என்கிற ஒரு வெறுமை சூழ்ந்தது. ஆனால் என் அறிவு தற்கொலை வரை என்னை போக விடாமல் தடுத்து விட்டது.

என் கதையை கேட்ட உங்களுக்கே அவ்வளவு கவலை என்றால் அனுபவித்த என் நிலை எப்படி இருக்கும்னு யோசித்தீர்களா?யாருக்கு நான் தீங்கு செய்தேன் எனக்கு ஏன் இந்த நிலைமை? பெற்ற தாயையும் பெற்றெடுத்த குழந்தைகளையும் காப்பாற்ற முடியாத நான் ஒரு ஈனப்பிறவி போல் வாழ்வதுஎதற்காக? இந்த பூமி-யில் நான் பிறந்ததேதவறோ? என்றெல்லாம் பல எண்ணங்கள் என் மனதில் எப்-போதும் ஓடிக்கொண்டிருக்கும் பீட்டர்'' என்று அழுகையுடன் சொன்னாள்லீலா.

''லீலா உன்னுடைய இழப்புகள் மிகப் பெரியவை,கொடூரமானவை. ஆனால் நீ செய்யவேண்டிய காரியங்கள் இன்னும் ஏதோ மிச்சமிருக்கிறது என்று எனக்கு தோன்றுகிறது. அதனால் தான் நீ இன்னும் உயிரோடு இருக்கிறாய்.இதை நான் உனக்கு ஆறுதலுக்காக சொல்லவில்லை.இதோ நிற்கிறாளே இந்தப் பெண் முன்பு என்னை பார்த்த போது கூறியது. அவளுடைய கதையை நீயே கேள்'' பீட்டர் அந்த பெண்ணை பேச சொல்லி விட்டு ஒதுங்கி கொண்டார்.

''மேடம் என் பெயர் ஷில்பா இங்கே இருக்கிற ஒரு கல்லூரியில் பிஎஸ்சி மூன்றாம் ஆண்டு படிக்கிறேன்.எங்க வீட்டில் எனக்கு அப்புறம் மூன்று பெண்-பிள்ளைங்க. எங்க நாலு பேரையும் படிக்கவைக்க எங்க அப்பா ரொம்ப கஷ்-டப்பட்டுகிட்டு இருக்கிறார். நான் கல்லூரிக்கு போக ஆரம்பித்த போதுசுதாகர் என்று ஒருத்தர் சில நாட்கள் என்னை பின்தொடர்ந்து வந்தார். நான் கண்டுக்காம போவதை பார்த்து ஒரு நாள் வழிமறித்து ''நான் உங்களை காதலிக்கிறேன் கல்-யாணம் செய்துக்க விரும்புகிறேன்''என்றுசொன்னார்.

பார்க்க ரொம்ப டீசண்டா தெரிந்ததால் நான் ஒரு அரை மணி நேரம் அவரோட தனியா பேசி என்னோட நிலையும் என் குடும்பத்தோட நிலைமையும் சொல்லி எனக்கு படிப்பு முக்கியம் இனி என்னை தொல்லை செய்யாதீங்க என்று சொன்னேன். அதற்கு அப்புறமும் பல நாட்கள் பின்தொடர்ந்து வந்து பேச முயற்-சித்தார்.

இவரிடமிருந்து தப்பிக்க ஒருநாள் பஸ் ஸ்டாப்பில் பாதுகாப்புக்கு நின்ற பெண் போலீசிடம் புகார் செய்தேன்.அவரும் நேரடியாக கூப்பிட்டு திட்டி அனுப்பினார். அந்த கோபத்தில் சுதாகர் மறுநாள் நான் கல்லூரிக்கு வரும் நேரத்தில் பஸ்ஸ்-டாப்பில் எனக்காக காத்திருந்து கொடுத்த பரிசுதான் இது.

ஆசிட் வீச்சில் என் இடது கண் எப்படியோ தப்பித்து விட்டது. ஆனால் ஆறு மாதங்கள் மருத்துவமனையில் இருந்தது என்னை ஒரு பைத்தியக்காரி போல் ஆக்கியது.இனி உயிரோடு இருந்து என்ன பிரயோஜனம் என்று நினைத்த வேளையில் தான் ஒரு நாள் கவுன்சிலிங் கொடுப்பதற்காக மருத்துவமனைக்கு வந்த டாக்டர் நான் வாழ வேண்டியதின் அவசியத்தை எனக்கு உணர்த்தினார்.

ஆஸ்பத்திரியிலிருந்து திரும்பிய மறுநாளே கல்லூரிக்கு போக ஆரம்பித்தேன். இதோ இந்த பைனல் செமஸ்டர் முடிந்தால் எங்கேனும் வேலைக்கு போய் என்

குடும்பத்தை ஓரளவு காப்பாற்ற என்னால் முடியும் என்ற மனஉறுதியோடு இருக்கிறேன். என்னைப் போல் பாதிக்கப்பட்டவர்கள் யாரேனும் இருந்தால் அவர்களுக்கு ஆலோசனை வழங்க டாக்டர் அவ்வப்போது என்னை அழைப்பார்.

எல்லோருடையபடைப்புக்கும் ஏதேனும் ஒரு அர்த்தம் இருக்கும். எனக்கு இவ்வாறு வரும் வாய்ப்புகள்நான் இதற்காகத்தான் படைக்கப்பட்டருக்கிறேன் என்பதை உணர்த்துகின்றன.நானும் அதை மகிழ்ச்சியுடன் ஏற்கிறேன்''.

நான் ஒரு ஏழை பெண், ஒருவனால் பாதிக்கப் பட்டிருக்கிறேன்,அதில் அழகு இல்லாது போய் அருவருப்பான முகத்தோற்றத்தை உடலமைப்பை பெற்றுருக்கிறேன் என்று எந்த ஒரு அனுதாபமும் தனக்கு தேவையில்லை என்பதை போல் ஷில்பா தன்னம்பிக்கையோடு பேசினாள்.

“ ஐயோ ஆண்டவா இந்த உலகில் ஆண்களை ஏன் இப்படி கொடூரமான வக்கிரபுத்திகாரர்களாகபடைத்தாய்? உலகின் சரி பாதி பேர் இப்படி இருந்தால் மறு பாதி பேர் என்ன ஆவார்கள்? ஆணும் பெண்ணும் சமம் என்பது எப்போதும் நினைவிலிருக்கவேண்டிதானே சிவசக்தி என்றும் லிங்க உருவம் வைத்து வணங்குவதும்.இப்போது ஒருவர் கை ஓங்க ஒருவர் அடங்கி ஒடுங்கி ஒழியவேண்டியிருக்கிறதே? கடவுளே இதற்கு தீர்வு இல்லையா?பீட்டர் நீ மனோதத்துவ டாக்டருக்கு படித்தவன் தானே நீயாவது சொல்லேன். இந்த ஆண்கள் ஏன் இப்படி வக்கிரம் பிடித்து அலைகிறார்கள்?'' லீலா ஆவேசம் பொங்க கேட்டாள்.

லீலாவின் சப்தம் கேட்டு அவள் இயல்புநிலைக்கு திரும்பியதை அறிந்த ஹோமில் இருந்த மற்ற முதியவர்கள் மகிழ்ச்சியுடன் வந்து அவளை சூழ்ந்துகொண்டனர். லீலா கேட்டகேள்விக்கான பதிலை அனைவரும் அறிந்துகொள்வது நல்லது என்று நினைத்த பீட்டர் அனைவரையும் அப்படியே அமரும்படி கூறினார்.இவர்களைச் சுற்றி சேரை இழுத்துப் போட்டுக்கொண்டு அனைவரும் அமர்ந்தனர். அங்கே அமைதி நிலவியவுடன் பீட்டர் பேச துவங்கினார்.

“லீலா அதிகமாகஆவேசபடாதே. சற்று பொறுமையாய் இருந்து நான் சொல்வதை கேள். இவை எல்லாவற்றிற்கும் காரணம் நாம்தான்.ஒவ்வொருவரும்தான் யாருன்னு தெரிஞ்சிக்காதது தான் பிரச்சனைக்குகாரணம்.பிள்ளைகளுக்குசொல்லிக் கொடுக்க வேண்டிய பெற்றோர் ஒன்றும் தெரியாதவர்களாய்இருப்பது மிக மோசமான விஷயம். கொஞ்சம் யோசிச்சு பாரு நான் சொல்வது புரியும்.

நம்ம ஊருல ஒரு பையன் வளர்ந்து வரும்போது அவனுக்கு எந்த வழியில் சீக்கிரம் முன்னேறுவது,எப்படி எளிதில்பணம் சம்பாதிக்கிறதுஎன்பதை சொல்லிக்கொடுக்க குடும்பத்தாரும் ஊரும்உலகமும் தயாராக இருக்கு. ஆனால் அவன் யாருன்னு அவனுக்கு சொல்லிக்கொடுக்க இங்கே ஆள் இல்லை.இப்படி வளர்ற பிள்ளைகளுக்கு திடீரென ஏதேனும் சந்தேகம் வர ஏதேனும் ஒரு அரைகுறையிடம் ஆலோசனை பெற்று அதுதான் உண்மை என்று நம்புகின்றனர்.ஒன்னும் தெரியா-

மல் இருப்பதை விட இது ரொம்ப ஆபத்தானது.

அதுவும் பதின்ம வயதில் தோன்றும் பருவ கோளாறுகளுக்கு இப்படி அரை-குறை ஆசாமிகளிடம் ஆலோசனை பெறுவது மிக மோசமான விளைவுகளை அவன் வாழ்வில் கண்டிப்பாக உண்டாக்கியேதீரும்.கொடூரமான பாலியல் வன்-கொடுமைகளில் இறங்கியவர்களின் பின்னணியை ஆராய்ந்தால் இது தெளிவாகத் தெரியும்.

அப்படியே உன்னை அறிந்துகொள்ளன சொல்லிக் கொடுக்க சில ஆசாமிகள் வந்தாலும் எல்லாம் மதச்சாயம் பூசிய ஏமாற்று பேர்வழிகளாகவோ,ஆதாயத்துக்-காகவோ,பணம் பறிக்கிறதுக்கோ மதப்பிரச்சாரம் செய்வதோ தான் அவங்களுக்கு முக்கிய குறிக்கோளாக இருக்குது.

இங்கே நான் சொல்கிற உன்னை அறிந்தால் என்பது பீட்டர் என்றால்ஒரு ஆண் அவனுடைய உடல் அமைப்பு என்ன? என்னென்ன பாகங்கள் என்னென்ன காரணத்திற்காக எங்கெங்கே அமைந்திருக்கிறது?அது எவ்வாறு செயல்படுகிறது? அதை எவ்வாறு பராமரிப்பது பாதுகாப்பது?மனது என்றால் என்ன?அதோடு-அன்பு,காதல்,பாசம்,சத்தியம்,நேர்மை, ஒழுக்கம் இவையெல்லாம் நல்ல பண்புகள் என்றும் பொய்,வஞ்சம்,ஏமாற்றுதல்,பகை,திருடுவது, வரம்பு மீறுவது போன்றவை தீய செயல்கள் என்றும் கற்றுத்தர வேண்டும்.

இதுபோல் எதிர்பாலினரை பற்றியும் கற்றுத்தர வேண்டும். இவள் ஒரு பெண்.இந்தந்த காரணத்திற்காகஅவளுடைய உடலமைப்பு இவ்வாறு இருக்கி-றது.மனித வாழ்வில்அவளுடைய அத்தியாவசியம் என்ன? அவளும் தன்னைப்-போன்ற எல்லா உணர்வுகளையும் உடைய ஒரு மனிதஜீவி. தனக்கு என்ன வகை-யான மரியாதை கிடைக்க வேண்டும் என்று நினைக்கிறோமோ அது அவளுக்கும் கொடுக்கப்பட வேண்டும் என்பதை வலியுறுத்தி சொல்லிக்கொடுக்க வேண்டும்.

இறுதியாக காமம் என்றால் என்ன என்பதை கட்டாயம் போதிக்க வேண்டும். இது சதைகள் உரசிக்கொள்ளும் சங்கதி மட்டுமல்ல இரு மனம் சார்ந்தது என்பதை புரிய வைக்க வேண்டும். காமம் வெறியானால் என்னென்ன பிரச்சனைகளை உண்டாக்கும் அதனால் அவனை சார்ந்த எத்தனை பேர் வாழ்வு சீரழியும் என்-பதையும் காமம் கூடல் நிலையை அடைந்தால் கிடைக்கும் உன்னத இன்பத்தை உச்சகட்ட மகிழ்ச்சியையும் வேறுபடுத்தி காட்ட வேண்டும்.இளவயதில் இதை கற்-றுக்கொள்ளும்போது வரம்பு மீற தோன்றாது. காமத்தை எப்படி கையாள்வது என்-பது அவர்களுக்கு சுலபமாக புரியும்''.

''பீட்டர் உலகம் முழுவதும் இந்த நிலையில்தான் இருக்கிறதா?''

''ஹாவர்ட்யுனிவர்சிட்டி 2017இல் நடத்திய ஒரு ஆய்வில் உலகம் முழுவதும் உள்ள பெண்களில் சுமார் 60% பேரும் ஆண்களில் சுமார் 24% பேரும் தாங்கள் தங்களுடைய வாழ்நாளில் ஏதேனும் ஒரு தருணத்திலாவது பாலியல் சீண்டலுக்கு

உள்ளானதாக தெரிவித்துள்ளனர். இந்த ஆய்வு உலகின் 168 நாடுகளில் மேற்கொள்ளப்பட்டுள்ளது. பாதிக்கப்பட்டவர்கள் பெரும்பாலும் தங்களுடைய குழந்தை பருவத்தில் அல்லது டீன்ஏஜ் பருவத்தில் அந்த சம்பவம் நடந்தது எனதெரிவித்துள்ளனர்.

கட்டுரையின் முடிவில் வளரும் நாடுகள் மற்றும் மூன்றாம் உலக நாடுகளில் ஆய்வு நடத்தியபோது கூச்சத்தின் காரணமாகவோ அல்லது அச்சத்தின் காரணமாகவோநிறையபேர்இவற்றை வெளிப்படையாக பேசமறுத்துவிட்டனர். அவர்களும் உண்மையை சொன்னால்இந்த சதவீதம் இன்னும் உயரலாம் என முடித்திருந்தனர்.இந்த ஆய்வறிக்கை உலக நிலவரம் என்ன என்பதை உனக்கு விளக்கியிருக்கும்''.

"இந்த மாதிரியான பாலியல் குற்றங்கள் ஏன் நடக்கின்றன?"ரெனிடாஒரு சாதாரண கேள்வியுடன் ஆரம்பித்தாள்.

"அதுதான் முதலில் சொன்னேனேரெனிடா. காமம்என்பது இயற்கையானது. அதை எப்படி கையாள வேண்டும் என்பதை யாரும் யாருக்கும் சொல்லி கொடுப்பதில்லை. இவ்வளவு ஏன் இங்கு தன்னுடைய உடலைப் பற்றியே தெரியாதா ஆண்களும் பெண்களும் தான் உள்ளனர். தன்னை பற்றியே தெரியாதவர்கள் எதிர்பாலினரை பற்றி அறிந்து கொள்ள ஆர்வம் காட்டுகின்றனர் அது எப்படி சாத்தியமாகும்? இப்படி பருவ வயதினரின் தேடுதல்கள் நீண்டு தவறான வழிகளில் போய் கடைசியில் பாலியல் குற்றங்களில் வந்து நிற்கின்றது. இதில் பெரிய கொடுமை என்னவென்றால் தாங்கள் மாட்டிக் கொள்ளும்வரை இதை ஒரு குற்றமாகவே அவர்கள் உணராதது தான்''.

"இந்தியாவில் மட்டும் இப்படிப்பட்ட குற்றங்கள் நிறையவே நடக்க காரணம் என்ன?'' லீலா மீண்டும் ஒரு கேள்வி எழுப்பினாள்.

"பொத்தாம் பொதுவாக பெரும்பாலானவர்கள் சொல்லும் இந்த குற்றச்சாட்டு தவறானது. உலகம் முழுவதிலுமே இப்படிப்பட்ட குற்றங்கள் தினந்தோறும் நடந்து கொண்டே தான் இருக்கின்றன. சமூக தளங்களில் மீ டூபக்கத்தை ஓபன் பண்ணி பாரு. எவ்வளவு பேர் தங்களின் கடந்த காலத்தைப் பற்றி கூறியிருக்கிறார்கள் என்று. அதில் அதிகம் பேர் வளர்ந்த மேற்கத்திய நாடுகளில் இருந்து தான் பதிவிட்டுள்ளனர்.

அங்குள்ள குழந்தைகளின் நிலையோ மிகவும்பரிதாபத்திற்குரியது. அவர்களின் டீன்ஏஜ் பருவத்திற்க்குள்இது போன்ற பிரச்சினைகளில் பாதிக்கப்பட்டால் வெளியில் சொல்லக் கூட வழியில்லாமல்தவிக்கின்றனர். ஏனென்றால் அதற்குள்ளாகவே இரண்டு மூன்று ஸ்டெப் டாடிகளையோ ஸ்டெப் மாம்களையோ பார்க்கவேண்டிய நிலையில் இருக்கின்றனர். இது தரும் மன அழுத்தத்தினால் பாதிக்கப்பட்டோ அல்லது இதை மறக்க போதைப்பொருள் உபயோகித்து அதற்கான சிகிச்சை

பெறவோ சிறுவயதிலேயே மனநல சிகிச்சைக்கு உள்ளாகின்றனர்.இதன் காரணமா-கத்தான்அந்நாடுகளில் மனநல மருத்துவர்களின் தேவை அதிகமாக இருக்கிறது.

அமெரிக்கா போன்ற நாடுகளில் பள்ளிக்கு சிறுவர்கள் துப்பாக்கியுடன் வரு-வதும் அவ்வப்போது பள்ளிகளில் துப்பாக்கிச்சூடுநடைபெறுவதையும் செய்திகளில் பார்த்திருப்பாய் இல்லையா? இப்போது இந்த நாடுகளின் பெரும் பிரச்சினையாக இது தான் கருதப்படுகிறது.

மறுபுறம் பார்த்தால் சில அரபு நாடுகளிலும் ஆப்பிரிக்க நாடுகளிலும் இன்றும் மனித அடிமைகள் விற்கப்படும் சந்தைகள் இருக்கின்றன.ஆண்கள்,பெண்கள், சிறுவர்கள் என வகைவகையாக விற்பனை நடைபெறுகிறது. சமீபத்தில் ஒரு தீவிரவாத குழு பள்ளிக்குள் புகுந்து அங்கிருந்து 370 சிறுமிகளை கடத்திச் சென்று பக்கத்து நாட்டு சந்தையில் விற்றதை செய்திகளில் பார்த்தோமே ஞாபகம் இருக்கா? அடிமைகள் மேல் நடத்தப்படும் எல்லா கொடுமைகளும் பகிரங்கமாக உலகம் முழுதும் தெரிந்த சங்கதிகளே என்றாலும்அதை தடுப்பதற்கோ அடிமை-களின் உரிமைக்காகவோ யாரும் வாய் திறப்பதில்லை.ஏனென்றால் உலகின் சக்தி படைத்த பணக்கார வர்க்கத்தின் எல்லாவித தேவைகளையும் பூர்த்தி செய்ய அடி-மைகள் தேவையாயிருக்கிறது.

இவர்கள்எல்லோரையும்விட சீனர்கள் ஒரு படி மேலே போய் விட்டனர். தங்-கள் நாட்டில் இருக்கும்உய்க்குர்இன முஸ்லிம் பெண்களை படாத பாடுபடுத்து-கின்றனர். இவர்களை பயன்படுத்தி அடுத்த தலைமுறை என்பதையே இல்லாது போகும்படி செய்ய முயற்சிக்கின்றனர்.

இது போதாதென்று பாலியல் தொழிலுக்காக பாகிஸ்தானிலிருந்தும் வட கொரி-யாவிலிருந்தும் இளம்பெண்களை விலை கொடுத்து வாங்கியோ அல்லது கடத்-தியோ செல்கின்றனர். அதை அந்தந்த நாட்டு அரசுகளே துணையாக இருந்து அனுமதிப்பது உலகம் அறிந்தது தான்.எனவே இந்தியாவை மட்டும் இதில் குற்றம் சாட்டுவது தவறானது''.

"இதற்கெல்லாம் காரணம் என்ன?"

"இரண்டு காரணங்கள் உண்டு. ஒன்று அறியாமை. சிறுவயது குழந்தைகள் தங்களுக்கு என்ன நடக்கிறது இது சரியா தவறா என பிரித்துப் பார்க்க முடியா-மலும் எதிரிக்கு பயந்தோ அல்லது அவன் தரும் பொருளுக்கு ஆசைப்பட்டோ தங்களுடைய அறியாமையினால் அத்தவறுகளுக்கு உள்ளாவது ஒரு வகை. இது பெரும்பாலான சிறு குழந்தைகளின் மேல் பிரயோகிக்கப்படும் பாலியல் வன்கொ-டுமைகளை ஆராய்ந்தபோது கிடைத்த தகவல்.

மற்றதுஏமாளித்தனம். கண்டிப்பாக இதில் ஏமாறுவதற்கு அதிக வாய்ப்பிருக்கி-றது என்பது தெரிந்து ஏதோ ஒரு ஆசையில் உந்தப்பட்டு இப்படி பாலியல் குற்றங்-களுக்கு ஆட்பட்டு ஏமாந்து போவதுண்டு.இப்போது இளைஞர்களிடையே உழைக்-

காமல் சீக்கிரம் பெரும் பணம் சம்பாதிப்பது எப்படி என்ற சிந்தனையே மேலோங்கி இருக்கிறது.

இங்கே சென்னையில் ஒரு ஆள் ஏர்ஹாஸ்டிரஸ் வேலைக்கு ஆட்கள் தேவை பல ஆயிரம் சம்பளம் என இன்டர்நெட்டில் விளம்பரம் செய்ய பல மாநிலங்களை சேர்ந்த இளம்பெண்கள் கண்மூடித்தனமாக அவன் முன்தன் ஆடையை அவிழ்த்து உடலை காட்டினார்களே இதுவும் அந்த வகை தான். இதெல்லாம் ஏன் நடக்கிறது? மக்கள் சில நேரங்களில் சில விஷயங்களை கண்மூடித்தனமாக யோசிக்காமல் ஏற்றுக்கொண்டு ஏமாறுகிறார்கள்.இதுபோல் காதலில் விழுந்தோ திருமணத்தின் பேரிலோ ஏமாந்தவர்களில் பட்டியலை பார்த்தால் தலைசுற்றும்".

"இவ்வாறு நடக்காமல் தடுக்க இயலாதா? கடுமையான சட்டங்களின் மூலமோ அல்லது கடும் தண்டனைகள் மூலமோ குற்றம் புரிவதை தடுக்கலாம் இல்லையா?".

" ரெனிடா பாலியல் குற்றங்களில் 99% அந்த நேரத்தில் உணர்ச்சியின் காரணமாகவே நடக்கிறது. அதுவும் கட்டுப்படுத்த முடியாத சூழ்நிலையிலேயே பாலியல் வன்முறை நடந்து கொலை வரை போகின்றது. இப்போதுள்ள சட்டத்தின்படி 18 வயதுக்குக் குறைவான சிறுமியை பாலியல் பலாத்காரத்திற்குள்ளாக்கி கொலை செய்தால் மரண தண்டனை நிச்சயம். மரண தண்டனையை விட மேலான தண்டனை வேறு என்ன தரமுடியும்?".

"சிலர் சொல்வதை போன்று தவறு செய்யும் ஆணுக்கு ஆண்மை நீக்கம் செய்வது போன்ற தண்டனைகளை பரிசீலிக்கலாமே?"ஒரு வயதான மூதாட்டிகேட்டாள்.

"இது பெரும்பாலும் பலனளிக்காத ஒரு தண்டனை. இதற்கு ரஞ்சிதாவின் கேசை உதாரணமாக எடுத்துக் கொள்வோம். இதில் வள்ளிநாயகம் உடல் ரீதியாக அவளை ஒன்றும் செய்யவில்லை என்றாலும் நிர்வாணபடுத்தினார் கைகளினால் தொட்டு சேட்டைகள் செய்தார். அவருக்கு என்ன தண்டனை கொடுப்பது?அதுபோலத்தான் ஆண்மையற்ற சைக்கோவானகணேசனும். சிறுவயது குற்றவாளிகளை விட 50 வயதுக்கு மேற்பட்டவர்களே அதிகம் பாலியல்குற்றம் புரிகின்றனர். இப்போது நம்ம சென்னையிலேயே பார்த்தோமே ரஞ்சிதாவை போலவே ஒரு மனநிலை பாதிக்கப்பட்ட சிறுமியை ஒரு அடுக்குமாடி குடியிருப்பை சேர்ந்த 16 பேர் சேர்ந்து சில மாதங்கள் சீரழித்தார்கள் என்று. செய்தித்தாள்களில் வந்திருந்த பிடிபட்ட கயவர்களின் படத்தைஎல்லாம் பார்த்தால் எல்லோருமே நடுத்தர வயதை கடந்தவர்கள். அதில் வள்ளிநாயகத்துக்கு ஒப்பான ஒரு வயதான செக்யூரிட்டியும் இருக்கிறார். அவருக்கு ஆண்மை நீக்கினால் என்ன?நீக்காவிட்டால் என்ன?பாலியல் குற்றங்கள் நடப்பதற்கும் ஆண்குறிக்கும் சம்பந்தம் இல்லை.தன் ஆசையை தீர்க்க ஆண் பயன்படுத்தும் கருவிகளில் அதுவும் ஒன்று அவ்வளவு தான். எல்-

லாவற்றுக்கும் மூல காரணம் வக்கிரமான மனசுதான்''.

"அப்ப இதுக்கு என்னதான் தீர்வு இப்படியே விட்டு விடலாம் என்கிறாயா? பீட்டர்நீயும் ஒரு சராசரி ஆண்தானா? பெண்களின் வலியை உணரவே மாட்டீர்களா?அவளும் ஒரு உயிருள்ள ஜீவன் தான் என்பதை ஆண்களுக்கு எப்படி புரிய வைப்பது?'' ரெனிடாஆவேசம் பொங்க கேட்டாள்.

பீட்டர் சிரித்துக்கொண்டே பதில் அளித்தார்."ரெனிடாஏன் இத்தனை ஆவேசம் கொஞ்சம் பொறுமையாய் நான் சொல்வதை கேள்.ஒரு தவறு நடந்து அதற்கு கடுமையாய் தண்டனை வழங்கி என்ன பிரயோஜனம்?தவறே நடக்காமல் தடுப்பது அல்லவா நல்லது?பிரச்சனையின் வேரைக் கண்டுபிடித்து களைய முயற்சிக்க வேண்டுமே தவிர அப்போதைக்கப்போது மருந்து அடித்து புழுவை கொல்வது போல் சாதாரண விசயமல்ல இது''.

"இந்த பிரச்சினையின் வேர் எதுவென்று கண்டுபிடித்து விட்டாயா அதை எப்படி சரி செய்வது?'' லீலா பிரச்சினையின் ஆழத்தை அறிந்துகொள்ள விரும்பினாள்.

"ஒருவனின் மனமே அவன் குணநலன்களுக்கும் செயல்பாடுகளுக்கும் முக்கிய காரணம். அது சற்றுபிசகும்போது எல்லாமே தவறாகிறது. இந்த பிசகு எவ்வாறு வருகிறது என்றால் அதன் முழு முதல் காரணம் அறியாமைதான்.

ஒருவன் உலகைப் பற்றி அறியாமல் இருந்தால் பெரிய தவறில்லை. பிறரைப் பற்றி அறிந்து கொள்ளாமல் இருந்தால் தவறு இருப்பதாக எனக்கு தோன்றவில்லை. ஆனால் தன்னைப் பற்றியே தெரிந்து கொள்ளாமல் இருப்பது எவ்வளவு பெரிய தவறு. இந்த தவறு தான் அவன் வாழ்வில் நிகழும் அத்தனை பிரச்சினைகளுக்கும் காரணமாக அமைகிறது.

இந்த பிரச்சனை முற்றிலுமாக இல்லாது போக வேண்டுமெனில் எல்லோருக்கும் தன்னைப்பற்றிய புரிதலை உண்டாக்கும்படியானபாலியல் பாடத் திட்டத்தை உருவாக்கிமாணவர் பருவத்திலேயேகற்பிக்க துவங்கவேண்டும்''.

"ரஞ்சிதா, சுந்தரி போன்ற பெண்களின் பிரச்சனைக்கு தீர்வு பள்ளிப் பருவத்தில் இருந்து மாணவர்களுக்கு பாலியல் கல்வி கற்பிக்க வேண்டும் என சொன்னாயே அதை நாமே செய்தால் என்ன?''

"ரெனிடா உனக்கு என்ன பைத்தியமா? ஒரு மாநிலத்தின் அரசாங்கத்தினாலேயே அத்திட்டத்தை அமுலாக்க முடியவில்லை தெரியுமா அத்தனை எதிர்ப்பு. இத்தனைக்கும் அதற்கான பாடத்திட்டத்தையோ அமுல்படுத்தப் போகும் கல்வி ஆண்டையோ கூட அறிவிக்கவில்லை. பாலியல் கல்வியை பள்ளி பாடத்திட்டத்தில் கொண்டு வரப் போகிறோம் என்று சொன்னதற்கே அத்தனை ஆர்ப்பாட்டம். உனக்கு ஒரு உண்மை தெரியுமா? அப்படி ஒரு பாடத்திட்டம் இன்றைய சூழலில் மாணவர்களுக்கு கண்டிப்பாக தேவை என்பதை அரசுக்கு பரிந்துரைத்தது ஐஎம்ஏ

தமிழ்நாடு பிரிவு தான்.

சுகாதாரத்துறை, கல்வித்துறை உயர் அதிகாரிகள், அமைச்சர்கள் மட்டத்தில் பேசி அவர்களை கன்வின்ஸ் பண்ணவே பல மாதங்கள் ஆகிவிட்டன. அவர்கள் ஓரளவு புரிந்து கொண்ட பின்னரே கல்வியமைச்சர் சட்டப்பேரவை கூட்டத்தொடரில் இது போன்ற ஒரு திட்டம் இருப்பதாக அறிவித்தார். உடனேயே எதிர்க்கட்சிகளிடம் இருந்து கடும் எதிர்ப்பு கிளம்ப மறுபேச்சில்லாமல் திட்டம் கிடப்பில் போடப்பட்டது. இந்த நேரத்தில் இதைப் பற்றி பேசுவது வேஸ்ட்''.

''நாம் அரசாங்கத்திற்கு மீண்டும் அழுத்தம் கொடுப்போமா? அடுத்த ஐஎம்ஏ கூட்டத்தில் இதுபற்றி பேசி தீர்மானம் போட வைப்போம். தீர்மானம் சுகாதாரத் துறைக்கு போகும்போது நல்ல முடிவு கிடைக்கும் என நினைக்கிறேன்''

''ரெனிடா நீ இவ்வளவு உலகம் தெரியாத பெண்ணாய் இருக்கியே. அன்று எதிர்க்கட்சியாக இருந்த கட்சிதான் இன்று ஆளும் கட்சியாக இருக்கு அன்று எதிர்த்தவர்கள் இன்று எப்படி ஏற்றுக்கொள்வார்கள்? அப்படி ஏதாவது அதிசயம் நடந்து அவர்கள் ஏற்றுக்கொண்டாலும் அன்றைய ஆளுங்கட்சி இன்று அதிக உறுப்பினர்களை கொண்ட எதிர்க்கட்சியாக இருக்கு அவர்கள் இந்தத் திட்டம் வர விடுவார்களா என்ன? இந்த அரசியல் சண்டைகளை கடந்துதான் எந்த ஒரு திட்டமும் வர வேண்டியிருக்கு''.

''பாலியல் கல்வி பொது மக்களிடம் போய் சேர வழியே இல்லையா? மேடையில் பகுத்தறிவு பேசும் தலைவர்கள் ஏன் பொதுமக்களின் பகுத்து அறியும் அறிவை வளர்க்க உதவமாட்டேன் என்கிறார்கள்''முதியவர் ஒருவர் குறுக்கே புகுந்து கேள்வி எழுப்பினார்.

''பகுத்தறிவு என்பது எல்லாம் வெறும் மேடைப்பேச்சுமட்டுமே.மக்களிடம் மொழி,இனம்,சாதி, மதம் போன்ற விஷ விதைகளை விதைத்து அது பட்டுப் போய் விடாதவாறு அவ்வப்போது தண்ணீர் ஊற்றி வளர்க்கவே அந்த பேச்சுக்கள் எல்லாம். உண்மையிலேயே அவர்கள் பகுத்தறிவை வளர்க்க நினைத்தால் ஒவ்வொரு செயலின் சாதக பாதகங்களையும் மக்களுக்கு எடுத்து சொல்லியிருப்பார்கள்.

உதாரணத்திற்கு தீ என்றால் கையைசுடும்,குடிசை எரிந்து போகும் என எதிர்மறை கருத்தை சொல்லிக் கொடுப்பவர்கள் தீ சமையலுக்கு பயன்படும், தீபம் வீட்டில் ஒளியைப் பரப்பும் போன்ற நேர்மறை கருத்தை பரப்பாமல் மறைத்து விட்டனர். இனிக்க இனிக்க தமிழ் பேசும் மேதாவிகள் பலர் சொல்ல எதிர்மறை கருத்துக்களே இங்கு வேதவாக்காக ஆகிப்போனது.

பாலியல் கல்வியை பற்றி குறை கூறுபவர்கள் முதலில் கூறுவது ஆசிரியர்களை தான். ஏற்கனவே பல இடங்களில் ஆசிரியர்கள் மாணவிகளிடம் அத்துமீறிய புகார்கள் உள்ளது இவர்களுக்கு வசதியாக போய்விட்டது. இரண்டாவது பாடத்திட்டத்தில் சிறு தவறு ஏற்பட்டாலும் அது மாணவர்களின் மனநிலையைபா-

திக்கும் என்று கூறுகிறார்கள்''இங்குள்ள அரசியல் அவலங்களையும் அது எப்படி மாணவர்களின் பாடத்திட்டங்களை பாதிக்கிறது என்பதையும் பீட்டர் விலாவாரி-யாக அவர்களுக்கு எடுத்துக் கூறினான்.

‘‘இதில் இவ்வளவு பிரச்சனைகள் உள்ளதா? இதைத்தாண்டி செயல்படுத்தவே முடியாதா?'' ரெனிடாசோர்ந்து போனாள்.

‘‘உண்மையை சொல்ல வேண்டுமானால் பாடத்திட்டத்தை கொண்டு வர இவர்-கள் இருவருக்கும் ஆர்வம் இல்லை.பாடத்திட்டத்தில் ஏதேனும் குறைபாடுகள் இருந்தால் இரு துறை அதிகாரிகளும் கலந்து ஆலோசித்து மாற்றி அமைக்கலாம். சிறந்த வல்லுநர்களை கொண்டு தரமான பாடத்திட்டத்தினை தயாரிக்கலாம்.

ஆசிரியர்களால் தான் பிரச்சனை என்றால் ஆண் மாணவர்களுக்கு ஆண் ஆசிரியர்களை கொண்டும் மாணவிகளுக்கு பெண் ஆசிரியைகளை கொண்டும் போதிக்கலாமே. வகுப்பறையில் கண்காணிப்பு கேமரா பொருத்தலாம். எப்படியாவது மாணவர்களை நல்வழிப்படுத்த வேண்டும் ஒரு சிறந்த குற்றமில்லாத சமுதாயத்தை உருவாக்க வேண்டும் என்பதை அல்டிமேட் அர்ஜெண்டா கொண்டிருக்க வேண்-டும்.ஆனால் அப்படி ஒரு முற்போக்கான சிந்தனை எந்த அரசியல் கட்சிக்கும் இருப்பதாக தெரியவில்லை''.

‘‘இதில் எந்த வகையிலாவது நாம் பங்காற்ற முடியாதா? ஒரு டாக்டர் என்ற முறையில் நல்ல சமுதாயத்தை உருவாக்குவதில் நம்முடைய பங்கும் இருக்க வேண்டுமே''.

‘‘தயவுசெய்து நாட்டு நடப்பை கொஞ்சம் புரிந்து கொள்ளுங்கள். பொதுவாகவே நம் மக்களிடையே பாலியலைப் பற்றி வெளிப்படையாக பேசுவது என்பது ஏதோ பெரிய குற்றச் செயலாக கருதப்படுகிறது. ஒரு மகப்பேறு மருத்துவர் என்ற முறை-யில் உன்னிடம் வரும் நோயாளிகளிடம் அவர்களுடைய உடல் உறுப்புகளைப் பற்றியும் அதன்தூய்மையை பற்றியும்அது இல்லாது போனால் நேரும் பாதிப்புகள் பற்றியும் வேண்டுமானால் நீ பேச முடியுமே தவிர சற்று எல்லை கடந்தால் கூடஉ-னக்கு செக்ஸ் டாக்டர் என்ற பட்டப் பெயர் கிடைத்துவிடும் அபாயம் உண்டு.அது-வும்கூட முறையான அனுமதி இல்லாமல் நாம் நோயாளிகளிடம் பேசமுடியாது என்ற நிலையில்தான் இருக்கிறோம்''.

இளைய சமுதாயத்தை நல்வழிப்படுத்த பாலியல் கல்வியின் அவசியத்தை உணர்ந்த அனைவரும் அதை செயல்படுத்த வழியில்லை என்பதையறிந்து அமை-தியாகினர்.

‘‘பீட்டர் நீயும்ரெனிடாவும் சேர்ந்து ஒரு சிறப்பான பாலியல் கல்வி பாடத்திட்-டத்தை உருவாக்க முடியுமா?'' லீலா தீர்மானத்துக்கு வந்தவளாய் கேட்டாள்.

‘‘அரசாங்கத்துக்கு தயாரித்துக் கொடுத்த பாடத்திட்டத்தின் நகல் என்னிடம் இருக்கிறது. இன்னும் சில நிபுணர்களுடன் கலந்து ஆலோசித்தால் இதில் ஏதே-

னும்குறைபாடுகள் இருந்தால்கூட சரிசெய்துவிடலாம்.இப்போது எதற்காக இதை கேட்கிறாய்?''.

“ஒரு நல்ல விஷயம் செய்ய வேண்டும் என முடிவெடுத்துவிட்டால் அதை செயல்படுத்துவதற்கான வழிமுறைகளையும் நாம் தான் தேடவேண்டும். எல்லாவற்றுக்கும் அரசாங்கத்தையே எதிர்பார்த்துக் காத்திருப்பது முட்டாள்தனம்''லீலா தீர்வு சொல்ல துவங்கினாள்.

“அரசு அனுமதி இல்லாமல் நாமாக போய் பள்ளியில் எதையும் சொல்லிக் கொடுக்க முடியாது. மீறினால் கடுமையான நடவடிக்கை நம் மீது பாயும்''பீட்டர் எச்சரித்தார்.

“கொஞ்சம் பொறு பீட்டர். நாம் நேரடியாக மாணவர்களிடத்தில் போனால் தானே தவறு? குடும்பத் தலைவிகளையும் பெற்றோர்களையும் சந்தித்து பாடம் நடத்துவது ஒன்றும் தவறான செயல் அல்லவே''

“ஒவ்வொரு வீடாக ஏறி இறங்கி பாடம் நடத்தலாம் என்கிறாயா?''.

“அப்படி நடத்தினாலும் தவறு இல்லை என்கிறேன்.ஒரு பெண் படித்தால் அவள் குடும்பமே படிச்ச மாதிரின்னு சொல்வாங்க இல்லையா? ஒரு நாளைக்கு ஒரு வீடு தெளிவானா கூட எனக்கு போதும்''.

“நீ ஏம்மா தனியாக பாடுபடணும்னு நினைக்கிற.நாங்கஒரு அறுபத்தைந்து பேர் சும்மா தானே இங்க இருக்கோம். நீ முதல்ல எங்களுக்கு பாடம் கற்றுக் கொடு. நாம் எல்லோரும் சேர்ந்து தினமும் அறுபத்தாறு குடும்பத்தை சந்திக்கலாம் இல்லையா?'' கூட்டத்தில் இருந்த ஒருவர் ஒரு ஐடியா கொடுத்தார்.

“இதனால்தான் லீலாதிகிரேட்.எப்படி இந்தத் திட்டத்தை செயல்படுத்துவது என்று தெரியாமல் நானும் ரெனிடாவும் பல மாதங்களாக தடுமாறிக் கொண்டிருந்தோம். மயக்கம் தெளிஞ்சு பேச ஆரம்பித்த ஒரு மணி நேரத்துக்குள்ள ஒரு நல்ல தீர்வை சொல்லிட்டியே உன்னால மட்டும் எப்படி முடியுது?'' பீட்டர் ஆச்சர்யத்தோடு கேட்டார்.

“பிரச்சனைக்கு தீர்வுகாண நினைத்தால் உணர்வுகளுக்கு இடமளிக்காமல் புத்திக்கு வேலை கொடுத்தால் போதும்.சரியான தீர்வு உடனே கிடைக்கும்''.

“சரியா சொன்னிங்க டீச்சர். நம்மளோட வேலை செய்ய என்னைப்போல் இங்கே நிறைய தன்னார்வலர்கள் இருக்காங்க. இங்கே இருக்கிற நிறைய அப்பார்ட்மெண்ட் வீட்டில் வசிப்பவர்களை ஏதேனும் ஒரு விடுமுறை நாளில் மொத்தமாக சந்திக்கலாம். அதுபோல் நிறைய மகளிர் குழுக்கள் இருக்கின்றன அவங்களுக்கும் ஒரே நாள் மொத்தமாகபாடம் நடத்தலாம். சீக்கிரமே நம்முடைய திட்டம் மக்களை சென்றடையும்'' ஷில்பாஒரு ஐடியாவை சொன்னாள்.

“லீலா சொன்ன திட்டம் ரொம்ப பிரமாதம். தமிழிலும் ஆங்கிலத்திலும் சிறிய கையேடு போல் புத்தகம் அச்சிட்டு கொடுக்கலாம். இதை செயல்படுத்த எவ்வளவு செலவானாலும் நாங்கள் பார்த்துக் கொள்கிறோம்”அர்ச்சனா ஊக்கப்படுத்தினாள்.

“ஒவ்வொருவரின் பிறப்புக்கும் ஒரு காரணமோ அல்லது அர்த்தமோ இருக்கும் என்று சொல்றாங்களே உண்மையா? அப்படி என்றால் நம்முடைய பிறப்புக்கு என்ன காரணம் பீட்டர்”ராமலிங்கத்திற்கு திடீரென்று ஒரு சந்தேகம் தோன்றியது.

“ஏதோ ஒரு காரணத்துக்காகத்தான்ஒவ்வொரு மனிதனும்படைக்கப்படுகிறான்-என்பது மதவாதிகளின் கூற்று. அதில் எனக்கு பெரிதாக உடன்பாடு இல்லை. ஆனால் நம்முடைய அப்துல்கலாம் ஐயா சொன்னதை போன்று “மனிதன் தன் செயல்களால் வாழ்வை அர்த்தமுள்ளதாக ஆக்கிக் கொள்ள முடியும்”என்று உங்கள் அனைவரையும் பார்த்தபின் தெரிந்து கொண்டேன்“

அந்த அந்தி மாலைப்பொழுது வானில் நிறப்பிரிகை வித்தியாசமாக இருந்தது. வானின் நிறம் இளமஞ்சளாக இருந்துசிவப்பாக மாறியது. சற்று நேரத்தில்அது கொஞ்சம் கொஞ்சமாக பிங்க் நிறத்துக்கு மாறியது.வானும் மண்ணும் மரங்களும் கட்டிடங்களும் என்றுஎதை பார்த்தாலும் பிங்க் நிறத்தில் காட்சியளித்தது. மேகம் இல்லாமலே லேசாக மழை பெய்ய துவங்கியது.

அத்தனை நாள் அங்கு தங்கி இருந்தாலும் அன்றுதான் லீலா அந்த வசந்தம் இல்லத்தை முற்றிலும் சுற்றி பார்த்தாள். ஆங்காங்கே கார்ட்டூன் சித்திரங்களும் பொன்மொழிகளும் ஒட்டப்பட்டிருந்தன ஓரிடத்தில் சார்லி சாப்ளின் உருவப்படத்துடன் “ஐ ஆல்வேஸ் லைக் வாக்கிங் இன் தே ரெயின் சோ நோ ஒன் கேன் சி மீ கிரையிங்”என்றுஇருந்தது.

“பீட்டர் எனக்கு மழையில் நனையனும் போல் ஆசையா இருக்கு போகட்டுமா?” லீலாகேட்டாள்.

“ஓகண்டிப்பா. அது இப்ப அவசியமும் கூட” பீட்டருக்கு அவள் அவஸ்தை புரிந்தது.

வெளியே ஓடிய லீலா மழையில் நனைந்தாள்.அந்தி மழையின் சிலிர்ப்பை தனக்குள் வாங்கிக் கொண்டாள். அதுவரை அக்கினியாய் கொதித்துக் கொண்டிருந்த மனம்மெல்ல குளிர்ந்தது.“நாங்கள் விதைக்க போகும் நல்ல விதைகள் சீக்கிரம் வளர்ந்து விருட்சமாக வளர வேண்டுமே”என்றுஇயற்கையைவேண்டிக்கொண்டாள். அவள் நனைவதை பார்த்த மற்றவர்களும் ஒவ்வொருவராக வெளியே இறங்கி நனைய தொடங்கினர்.

அவர்கள்அனைவரையும் பார்க்கும் போது ஒரு மிகப்பெரிய யுத்தத்துக்கு தயாரான போர் வீரர்களை போல இருந்தது.தன்னலம் கருதாதபடை வெற்றி பெறுவது உறுதி என தெரிந்தது.

"டேய் பீட்டர் வாடா நனையலாம். மழையில் நனைவது எவ்வளவு பேரானந்தம் தெரியுமா. சீக்கிரம் வா இல்லைன்னா உனக்கு பனிஷ்மென்ட் காத்திருக்கு. என்னன்னு தெரியுமில்ல ஒரு பாட்டு பாடணும்".

மழையில் இறங்கிநனைந்து கொண்டே பீட்டர் பாடத் துவங்கினான்.

எங்கெங்கு காணினும் சக்தியடா - அவள்
ஏழு கடல்களின் வண்ணமடா -. அங்குத்
தங்கும் வெளியினிற்கோடியண்டம் -. அந்த
தாயின் கைப்பந்தென ஓடுமடா - ஒரு
கங்குலில் ஏழு முகிலினமும் -. வந்து
கர்ச்சனைசெய்வதுகண்டதுண்டோ - எனில்
மங்கை நகைத்த ஒலியெனலாம் -. அவள்
மந்த நகையங்குமின்னுதடா.

***முற்றும்***

www.ingramcontent.com/pod-product-compliance
Lightning Source LLC
LaVergne TN
LVHW042049051026
849517LV00012B/297
* 9 7 9 8 8 8 5 2 1 7 5 2 1 *